கடல்களின் சகாப்தம்

கடல்களும் மனிதனும்

ப. ஸலோகின்

பாரதி
புத்தகாலயம்

KADALKALUM MANITHANUM
Zalogin B.
First Published : 1988 Second Print: 1993
Our First Published: October, 2022
Published by
BHARATHI PUTHAKALAYAM
7, Elango Salai, Teynampet, Chennai - 600 018
Email: bharathiputhakalayam@gmail.com | www.thamizhbooks.com

கடல்களின் சகாப்தம் கடல்களும் மனிதனும்

ப. ஸலோகின்

முதற் பதிப்பு : 1988 | இரண்டாம் பதிப்பு: 1993
எமது முதல் பதிப்பு: அக்டோபர், 2022
நன்றி: ©முன்னேற்றப் பதிப்பகம், 1988, மாஸ்கோ

பாரதி புத்தகாலயம்

7, இளங்கோ சாலை, தேனாம்பேட்டை, சென்னை - 600 018.
தொலைபேசி : 044 24332424, 24330024 | விற்பனை: 24332924

விற்பனை நிலையங்கள்
அருப்புக்கோட்டை: கதவுஎண் 49 A/4 மெயின் ரோடு, தெற்கு தெரு - 9994173551
ஈரோடு: 39: 39 ஸ்டேட் பாங்க் சாலை - 9245448353
கரூர்: நாரத கானசபா அருகில் (TNGEA OFFICE)- 9442706676
காரைக்குடி : 12, 2 வது தெரு, கம்பன் மணிமண்டபம் பின்புறம் - 9443406150
கும்பகோணம்: 352, ரயில் நிலையம் எதிரில் - 9443995061
குன்னூர்: N.K.N வணிக வளாகம் பெட்போர்ட்
கோவை: 77, மசக்காளிபாளையம் ரோடு, பீளமேடு - 8903707294
சிதம்பரம்: 22A / 18B தேரடி கடைத் தெரு, கீழவீதி அருகில் - 9994399347
செங்கல்பட்டு: 1 D ஜி.எஸ்.டி சாலை - 044 27426964
சேலம்: 15, வித்யாலயா சாலை சாலை
சேலம்: பாலம் 35, அத்வைத ஆஸ்ரமம் சாலை 0427 2335952
தஞ்சாவூர்: காந்திஜி வணிக வளாகம் காந்திஜி சாலை - 9655542400
திண்டுக்கல்: பேருந்து நிலையம் - 9942331105, 9976053719
திருச்சி: வெண்மணி இல்லம், கரூர் புறவழிச்சாலை - 9994289492
திருநெல்வேலி: 25கி, ராஜேந்திரநகர் - 9442149981
திருப்பூர்: 447, அவினாசி சாலை - 9486105018
திருவண்ணாமலை: முத்தம்மாள் நகர்
திருவல்லிக்கேணி: 48, தேரடி தெரு - 9444428358
திருவாரூர்: 35, நேதாஜி சாலை - 9442540543
நாகர்கோவில்: 699 கே.பி.ரோடு R.V.புரம் - 9443450111
நெய்வேலி: பேருந்து நிலையம் அருகில், - 9443659147
பழனி: பேருந்து நிலையம் அருகில் - 7010760693
பாண்டிச்சேரி : கிழக்கு கடற்கரைச்சாலை, இலாசுப்பேட்டை, 9486102777
பெரம்பூர்: 52, கூக்ஸ் ரோடு - 9444373716
மதுரை: 37A, பெரியார் பேருந்து நிலையம் - 045 22324674
மதுரை: சர்வோதயா மெயின்ரோடு
வடபழனி: பேருந்து நிலையம் எதிரில் அடையார் ஆனந்தபவன் மாடியில் - 9444476967
விருதுநகர்: 131, கச்சேரி சாலை - 0456 2245300
வேலூர்: பேஸ் III, சத்துவாச்சாரி - 9442553893

அச்சு: மோகனா பிரிண்டர்ஸ், சென்னை 600 014.

பொருளடக்கம்

முன்னுரை

நம் பூமியின் பரப்பில் முக்கால் பகுதி கடல்களாகும். மிகப் பெரும் பரப்பில் கடல்கள் உள்ளன என்றாலும் (361 மில்லியன் ச.கி.மீ.) இவற்றில் உள்ள நீரின் மொத்த கன அளவு (1,370 மில்லியன் கன கிலோமீட்டர்) பூமியின் கன அளவில் 1/800 பங்கிற்கு மட்டுமே சமமானது.

கடலின் சராசரி ஆழம் சுமார் 4,000 மீட்டர் ஆகும். இது பூமியுருண்டையின் ஆரத்தில் 0.0006 பங்குதான். எனவே, நீரின் அடர்த்தி கிட்டத்தட்ட 1 என்பதையும் பூமியின் திடப் பொருளின் அடர்த்தி கிட்டத்தட்ட 5.5 என்பதையும் கணக்கில் கொண்டால் கடல்கள் நம் பூமியுருண்டையின் பொருண்மையில் சிறு பகுதி மட்டுமே என்பது தெளிவாகும்.

மனிதன் பூமியின் மேற்பரப்பில் வாழுகிறான். எனவே இந்த நிலப் பரப்பின் மீதும் இதற்கு அருகேயுள்ளவற்றிலும் நடைபெறும் நிகழ்ச்சிப் போக்குகள் இவனுக்கு மிகவும் நெருக்கமானவை. ஒரு சில கிலோமீட்டர்கள் மட்டுமே ஆழமுள்ள இந்த சிறு அடுக்கு பூமியின் வெளியுறை என்றழைக்கப்படுகிறது. இது மனிதகுலத்திற்குப் பெரிதும் முக்கியமானது. இதன் பல்வேறு அம்சங்களை பூகோளத்தின் குறிப்பிட்ட பிரிவுகள் ஆராய்கின்றன. இன்று பூகோளம் உலகக் கடல்களின் ஆராய்ச்சி மீதும் பெரும் கவனம் செலுத்துகிறது.

பிரபல சோவியத் பூகோள விஞ்ஞானியும் கடல் ஆராய்ச்சி யாளருமான யூ.மி. ஷக்கால்ஸ்கி 'உலகக் கடல்கள்' எனும் கருத்தமைப்பை விஞ்ஞானத்திற்கு அறிமுகப்படுத்தினார். பூமியுருண்டையைச் சுற்றியுள்ள நீர்ப் பரப்பைத்தான் அவர் இப்படி குறிப்பிட்டார்; இந்த நீர்ப் பரப்பின் முக்கிய அம்சம் அதன் உப்புத் தன்மையாகும்.

பூமியில் உள்ள நல்ல நீரிலிருந்து இந்த உப்பு நீர் கணிசமாக மாறுபடுகிறது. இதைத் தனியான அடுக்காக குறிப்பிட்டு, சில சமயங்களில் ஹேலோ மண்டலம் (halosphere) என்றும்

அழைக்கின்றனர். இந்த நீரில் 35% வரை உப்புகள் இருப்பது (அதாவது 1 லிட்டர் நீரில் 35 கிராம் உப்புகள் கரைந்துள்ளன) இதன் முக்கிய குணாம்சமாகும்.

இந்த ஹேலோ மண்டலமானது வளிமண்டலம், கற்கோளம் (litho - sphere), கண்டப் பரப்பிலிருந்து வரும் நீர், உயிரினப் பொறை (bio sphere) ஆகியவற்றுடன் நெருக்கமாகத் தொடர்பு கொண்டு நிலவி வளர்கிறது.

உலகக் கடல்கள் மற்ற மண்டலங்களுடன் பொருளையும் சக்தியை யும் பரிமாறிக் கொள்வதால் இவற்றைத் திறந்த இயக்க அமைப்பு (open dynamic system) என்கின்றனர். இந்தப் பரிமாற்றம் தானே சுயமாக ஒழுங்கமைத்துக் கொள்கிறது; இயற்கைச் சமன்நிலையைப் பேணிக் காப்பதுதான் இதன் நோக்கமாகும். ஆனால் இன்று மனிதர்களின் நவீன உற்பத்தி நடவடிக்கைகள் இச்சமன்நிலையைக் குலைக்கக் கூடும், இதனால் மனிதகுலத்திற்கே தீய விளைவுகள் ஏற்படலாம்.

கடல்தான் உயிரினங்களையே தோற்றுவித்தது என்று கூறப்படுவதை அடிக்கடி கேட்கலாம். பூமியில் நாமறிந்த இரசாயன மூலகங்களில் பெரும்பகுதி கடல் நீரில் கண்டுபிடிக்கப்பட்டுள்ளது. கடலில் பல விதமான பிராணிகளும் தாவரங்களும் ஏராளமாக வாழுகின்றன, கடலின் அடிப்பகுதியில் பெருமளவு இயற்கைக் கனிவளங்கள் கிடக்கின்றன. கடல் பரப்பு போக்குவரத்து மார்க்கமாகப் பயன்படுகிறது. இவற்றின் காரணமாய் கடல்களும் சமுத்திரங்களும் மனிதனுக்குப் பெரிதும் முக்கியமானவையாகின்றன. இந்த முக்கியத்துவம் காலப்போக்கில் இன்னமும் அதிகரிக்கும். தன் வரலாற்றின் துவக்கத்திலேயே மனிதன் கடல்களைப் பயன்படுத்தத் துவங்கினான். எளிய மீன் பிடிப்பு, சிப்பிகளை சேகரித்தல், கரையோர நீர்ப்பரப்பில் சிறு கட்டுமரங்களில் பயணம் செய்தல் ஆகியவை இதில் அடங்கும். இவ்வாறு கடல்களைப் பயன்படுத்துவதானது மனித சமுதாயத்தின் உற்பத்திச் சக்திகள் வளர வளர, தொழில் நுட்ப ஆற்றல் பெருகப் பெருக தொடர்ந்து அதிகரித்தது, நவீனமடைந்தது. குறிப்பாக இந்நூற்றாண்டில் 40ஆம் ஆண்டுகளின் இறுதிப் பகுதி, 50ஆம் ஆண்டுகளின் துவக்கத்திலிருந்து கடல்களைப் பயன்படுத்துவது பெரிதும் அதிகமாகியது. இது இன்றும் வேகமாகத் தொடருகிறது. இன்று உலகக் கடல்களைப் பயன்படுத்துவதானது சமுதாயத்திற்கும் இயற்கைக்கும் இடையிலான பரஸ்பர தொடர்பில் முக்கிய இடத்தை வகிக்கிறது.

கடந்த காலத்தோடு ஒப்பிடும்போது கடல்களைப் பயன்படுத்துவது கணிசமாக அதிகரித்து வருகிறது, மேன்மேலும் பரவலாகி வருகிறது. மொத்தத்தில் பூமியில் உற்பத்தி பிரம்மாண்டமாக வளர்ந்து வருகிறது. இவையெல்லாம் ''பொருளாதார நோக்கில் கடலைப் பயன்படுத்துதல்'' எனும் கருத்தையே மாற்றுகின்றன. சமீப ஆண்டுகள் வரை பல்வேறு இயற்கை வளங்களை எடுப்பதன் மீதும் போக்குவரத்து மார்க்கமாக நீர்ப்பரப்பைப் பயன்படுத்துவதன் மீதும் மட்டுமே முக்கிய கவனம் செலுத்தப்பட்டது. ஆனால் இவை உலகக் கடல்களின் பொருளாதாரத்தில் சில அம்சங்கள் மட்டுமே. இதன் இன்னொரு அம்சம் உலகப் பொருளாதாரத்தின் தீவிர வளர்ச்சியோடு தொடர்புடையது. இதன் விளைவாய் கடல்கள் உற்பத்தி நிகழ்ச்சிப் போக்கினுள் மிகப் பரந்த அளவில் இழுக்கப்படுகின்றன.

நம் நாட்களில் உலகக் கடல்களைப் பயன்படுத்துவதில் சில கட்டங்களைச் சுட்டிக்காட்டலாம். கடலின் மீது மனிதன் தாக்கம் செலுத்தும் முதல் கட்டத்தில் (கடல்களின் இயற்கை வளங்களைப் பயன்படுத்துதல், அசுத்தப்படுத்துதல், இத்தியாதி) இங்கே நிலவும் இயற்கைச் சமன்நிலை குலைக்கப்பட்டால் இது சுய தூய்மைப்படுத்தும் போக்குகளால் சரி செய்யப்படுகிறது. இக்கட்டம் இழப்புகள் எதுவும் இல்லாத கட்டம். இரண்டாவது கட்டத்தில், உற்பத்தி நடவடிக்கையால் ஏற்பட்ட சீர்குலைவுகள் இயற்கையான சுயபுதுப்பிப்புப் போக்குகளாலும் மனிதன் மேற்கொள்ளும் நடவடிக்கைகளாலும் அகற்றப்படுகின்றன. இதற்குக் குறிப்பிட்ட செலவுகள் தேவைப்படும். மூன்றாவது கட்டத்தில் செயற்கை வழியில், தொழில் நுட்ப சாதனங்களைப் பயன்படுத்தி மட்டுமே சரியான சூழலை மீண்டும் ஏற்படுத்தி பேணிக் காக்க முடியும். கடல்களின் இயற்கை வளங்களைப் பயன்படுத்தும் இந்த மூன்றாவது கட்டத்திற்குப் பெருமளவு முதலீடுகள் தேவைப்படும். எனவே நம் நாட்களில் கடல்களைப் பொருளாதார ரீதியாகப் பயன்படுத்துவது என்பது அதிக பரவலாகப் புரிந்து கொள்ளப்படுகிறது என்று இதிலிருந்து தெளிவாகிறது. அதாவது கடலில் உள்ள பல்வேறு இயற்கை வளங்களைப் பயன்படுத்துவதோடு கூட இவற்றைப் பேணிக் காத்து பெருக்குவதன் மீதும் அக்கறை காட்ட வேண்டும். இதற்கு பல நாடுகளின் கூட்டு முயற்சிகள் தேவை. ஆகவே, உலகக் கடல்களைப் பயன்படுத்துவதானது இன்றுள்ள முக்கிய உலகப் பிரச்சினைகளில் ஒன்றாகியுள்ளது.

''உலகப் பிரச்சினைகள்'' எனும் கருத்தமைப்பே சமீப பத்தாண்டுகளில்தான் விஞ்ஞான இலக்கியத்திலும் சர்வதேச உறவுகளின் நடைமுறையிலும் தோன்றியது. சாராம்சத்தில் மனிதகுலம் முழுவதையும் பாதிக்கக் கூடிய உலகந் தழுவிய பிரச்சினைகள் இவற்றிலடங்கும். உதாரணமாக படைக்கலைப்பு, அணு ஆயுத யுத்தத்தைத் தவிர்த்தல், இயற்கைச் சூழல் பாதுகாப்பு போன்றவற்றைக் கூறலாம். எனவே இவை குறிப்பிட்ட சில நாடுகளின் வரம்புகளைக் கடந்த, அடிப்படையான, முக்கிய பிரச்சினைகள் எனலாம். இவற்றின் இன்னொரு சிறப்பு அம்சம் என்னவெனில், இவற்றில் ஒவ்வொன்றின் சாலச்சிறப்பான தீர்விற்கும் எல்லா அரசுகளின் பங்கேற்பும் தேவை என்பதாகும். உலகப் பிரச்சினைகளுக்குத் தீர்வு காணும்போது, இறுதி லட்சியத்தை அடையும் நோக்கத்தோடு மேற்கொள்ளப்படும் பிரதேச மற்றும் இரு தரப்பு நடவடிக்கைகளும் பெரிதும் முக்கியமானவை என்பது சொல் லாமலேயே அமையும்.

முதலாளித்துவ உலகிலும் சோஷலிச நாடுகளிலும் உலகப் பிரச்சினைகள் கோட்பாட்டு ரீதியாக வெவ்வேறு நிலைகளிலிருந்து ஆராயப்படுகின்றன. பிற்போக்கு பூர்ஷ்வா அரசியல்வாதிகள் பொது மானுட நலன்களின் அடிப்படையில் தம் மதிப்பீடுகளைச் செய்யாமல் உடைமை வர்க்கங்களின் குறுகிய நலன்களின் அடிப்படையில் செயல்படுகின்றனர். எனவே இவர்கள் உலகப் பிரச்சினைகள் தோன்றுவதன் சமூகக் காரணங்களை வேண்டுமென்றே அலட்சியப்படுத்துகின்றனர். இன்றைய உலகில் சமூக - பொருளாதார மற்றும் அரசியல் மாற்றங்களின் அவசியத்தையும் நிராகரிக்கின்றனர். சோஷலிச நாடுகளைச் சேர்ந்த நிபுணர்கள் இயற்கை மற்றும் சமுதாய வளர்ச்சி விதிகளைப் பற்றிய பொருள்முதல்வாதக் கருத்தின் அடிப்படையில் இப்பிரச்சினைகளின் சாராம்சத்தை நிர்ணயிக்கின்றனர், இன்றைய உலகின் உண்மை சித்திரத்தையும் பூமியெங்கும் உள்ள எல்லா மக்களுடைய நலன்களையும் கவனத்தில் கொண்டு செயல்படுகின்றனர். உலகப் பிரச்சினைகளை இந்த விஞ்ஞானிகள் பொருளாதார, சமூகவியல், தத்துவஞான, அரசியல், இன்ன பிற நோக்கிலிருந்து ஆராய்ந்து பன்முக கண்ணோட்டத்துடன் அணுகுகின்றனர். இதனால் நவீன அரசியல் நிலவரத்தில், சர்வதேச சூழ்நிலையில் இப்பிரச்சினைகளின் நடைமுறைத் தீர்விற்கான சரியான வழிகளைத் தேட முடிகிறது.

ஒவ்வொரு உலகப் பிரச்சினை தோன்றுவதற்கும் குறிப்பிட்ட காரணங்கள் உண்டு. உலகக் கடல்கள் சம்பந்தப்பட்ட பிரச்சினை

களிலும் இவை உள்ளன. விஞ்ஞான - தொழில்நுட்பப் புரட்சியின் விளைவாய் உலகக் கடல்களின் இயற்கைச் செல்வங்களைப் பயன் படுத்தப் பரவலான வாய்ப்புகள் தோன்றியுள்ளன என்பது மேற்கூறிய காரணங்களில் முக்கியமானதாகும். 50ஆம் ஆண்டுகளின் இறுதியில், 60ஆம் ஆண்டுகளின் துவக்கத்தில் விஞ்ஞான- தொழில்நுட்பப் புரட்சி சாதனைகளின் அடிப்படையில் கடல்களில் மனித நடவடிக்கை தீவிர மாக வளர ஆரம்பித்தது. இதன் தன்மை மாறியது. கடல்களின் மேற் பரப்பையும் குறுகிய கரையோரப் பகுதிகளையும் பயன்படுத்திய நிலை மாறி கடலடியில், அடிப்பகுதியின் கீழ் எங்குமுள்ள செல்வங்களை வெளிக்கொணர்ந்து பயன்படுத்தும் நிலை வந்தது. விஞ்ஞான - தொழில் நுட்ப, முன்னேற்றம் புதுப் புது நவீன கருவிகள், உபகரணங்களைக் கடல் துறைக்கு வழங்கியதால் மேன்மேலும் அதிகமான கடல் பரப்பும் அது வழங்கிய இயற்கைச் செல்வங்களும் பயன்படுத்தப்படலாயின. தொழில் நுட்ப வாய்ப்புகள் அதிகமானதையடுத்து கடலிலிருந்து கிடைக்கும் பொருட்களின் தேவையும் பெருகியது. எனவே கடல் மீது அரசுகளுக்கு உள்ள அக்கறைகள் பெருகின. கடலிலிருந்து கிடைக்கும் இயற்கைச் செல்வங்களைப் பயன்படுத்துவது, கடல்களின் பயண மார்க்கங்களைப் பயன்படுத்துவது ஆகியவற்றுடன் தொடர்புடைய பொருளாதார, விஞ்ஞான - தொழில் நுட்ப மற்றும் சுற்றுப்புறச் சூழல் பாதுகாப்பு விஷயங்கள் இப்போது கணிசமான முக்கியத்துவத்தைப் பெற்றன.

ஆனால் உலகக் கடல் பரப்பைப் பயன்படுத்த எல்லா நாடுகளுக்கும் சமமான வாய்ப்புகள் உள்ளன என்று சொல்ல முடியாது. வெவ்வேறு நாடுகளின் பொருளாதார மற்றும் விஞ்ஞான - தொழில் நுட்ப வளர்ச்சி மட்டங்கள் கணிசமாக மாறுபடுவதுதான் இதற்குக் காரணம். எனவே, கடலிலிருந்து பெறப்படும் பொருட்களின் தேவை அதிகரித்ததும் விஞ்ஞான- தொழில் நுட்ப புரட்சியின் பயனாய் கடல் தொழில் நுட்பம் வளர்ச்சியடைந்ததும் கடல்கள் சம்பந்தமான உலகப் பிரச்சினை தோன்றியதை முழுமையாக விளக்கவில்லை.

ஆம், ஏகாதிபத்தியத்தின் காலனியாதிக்க முறை தகர்ந்து வீழ்ந்ததும் சுயமான பொருளாதார, சமூக-அரசியல் வளர்ச்சிப் பாதையைத் தேர்ந்தெடுத்து பல விடுதலையடைந்த நாடுகள் சர்வதேச அரங்கிற்கு வந்ததும் மேற்கூறிய பிரச்சினை தோன்றியதற்கு சற்றும் குறையா முக்கியத்துவமுடைய காரணங்களாகும். இதனால்

கடல் சம்பந்தமான சர்வதேச நடவடிக்கைகளில் அடிப்படை மாற்றங்கள் ஏற்பட்டன.

முன்னர் சர்வதேச கடல் பிரச்சினைகள் குறுகிய முக்கியத்துவம் உடையவையாக இருந்தன, ஒரு சில ஏகாதிபத்திய அரசுகளுக்கு இடையிலான பொருளாதார மற்றும் இராணுவ - அரசியல் போட்டி இவற்றின் முக்கிய உள்ளடக்கத்தை நிர்ணயித்தது. இன்றோ அக்கறையுள்ள அரசுகளின் எண்ணிக்கை பெருகியுள்ளது, எனவே உலகக் கடல்களின் ஆராய்ச்சி மற்றும் இவற்றைப் பயன்படுத்துவதுடன் தொடர்புடைய முரண்பாடுகளின் சாரமும் தன்மையும் மாறியுள்ளன.

கடல்களின் வளங்களைப் பயன்படுத்துவது அதிகமாகியதும் உலகக் கடல்கள் சம்பந்தமான சர்வதேச உறவுகளில் பங்கேற்கும் நாடுகளின் (இவை தம் பொருளாதார வளர்ச்சியில் வெவ்வேறானவை, வேறுபட்ட சமூக-பொருளாதார அமைப்புகளைச் சேர்ந்தவை) எண்ணிக்கை பெரு கியதும் தேசிய நலன்கள் மோதும் வாய்ப்புகளைக் கணிசமாக அதிகப்படுத்தின. இதனால் பொதுவான, எல்லோருக்கும் எட்டக் கூடிய கடல்கள் பல கரையோர அரசுகளின் முரண்பாடுகள், சச்சரவுகளுக்கான களமாகின. எனவே உலகம் தழுவிய அளவில் அரசுகளின் கடல் நடவடிக்கைகளை ஒழுங்கமைக்கும் அவசியம் ஏற்பட்டது, அதாவது உலகக் கடல்கள் சம்பந்தமான பிரச்சினை உலகப் பிரச்சினையாகியது.

சாதாரணமாக உலகக் கடல்கள் பற்றிய பிரச்சினை என்றால் கடல்களின் வளங்களை ஆராய்வது, இவற்றைப் பயன்படுத்துவது, பகிர்ந்து கொள்வது ஆகியவற்றைப் பற்றிய பிரச்சினை என்று புரிந்து கொள்ளப்படுகிறது. ஆனால் பல்வேறு கடல் வளங்கள், இவற்றைப் பேணிக் காத்து விவேகமாகப் பயன்படுத்த வேண்டியதன் அவசியம், கடல் போக்குவரத்துகளின் பொருளாதார் ஆதாயங்கள் போன்றவை இதை ஒரு கூட்டு பிரச்சினையாக அணுக உதவுகின்றன. இக்கூட்டு பிரச்சினையில் பல்வேறு திட்டவட்டமான தனித்தனிப் பிரச்சினைகள் அடங்கியுள்ளன. இவற்றில் ஒவ்வொன்றிற்கும் அதனதன் விசேஷ தன்மைகள் உண்டு; இவை அந்தந்தப் பொருட்களை எடுப்பது, பயன்படுத்துவது, வினியோகிப்பது ஆகியவற்றுடன் தொடர்புடையவை; போக்குவரத்து, கடல்களில் மற்ற நடவடிக்கைகளின் சிறப்பியல்புகளுடனும் இவற்றிற்குத் தொடர்புண்டு.

உலகக் கடல்கள் சம்பந்தமான பிரச்சினையில் மிக முக்கியமான ஒரு அம்சம் இவற்றின் பன்முக ஆராய்ச்சியாகும். இது இன்று

மிகவும் பரந்த அளவில் நடைபெறுகிறது. கடல் கரையோரப் பகுதிகள், கடலடிப் பரப்பு, அதன் உட்பகுதி, கடலின் மீதுள்ள வளிமண்டலம் ஆகியவை உட்பட கடல்களின் இயற்கையைப் பற்றிய ஆராய்ச்சியின் மீது பெரும் கவனம் செலுத்தப்படுகிறது. ஏனெனில் கடல்களின் இயற்கைச் சூழலைப் பற்றிய உண்மையான ஞானம் இவற்றை வெற்றிகரமாகப் பொருளாதார ரீதியில் பயன்படுத்துவதற்கான முக்கிய முன்தேவையாகும்.

அதே நேரத்தில் உலகம் பூராவும் கடல்களைப் பயன்படுத்துவது அதிகரித்ததானது அவற்றின் பால் பொருளாதார, பூகோள விஞ்ஞானங்களின் கவனத்தைக் கவர்ந்தது. இதனால் கடல்களின் பொருளாதார வாய்ப்புக்களையும் உலகப் பொருளாதாரத்திலும் தனிப்பட்ட நாடுகளின் வாழ்விலும் அவற்றின் பங்கையும் ஆதாரத்தோடு சுட்டிக்காட்ட முடிந்தது; உலகக் கடல்களின் பல்வேறு பகுதிகள் மற்றும் இவற்றை ஒட்டியுள்ள நிலப்பரப்பைப் பற்றிய பொருளாதார-பூகோள விவரங்களைத் தயாரிக்க முடிந்தது. இவற்றின் அடிப்படையில் பொருளாதார பூகோள விஞ்ஞானத்தின் புதிய கிளையாக உலகக் கடல்களின் பொருளாதார பூகோளம் வளர ஆரம்பித்தது, சர்வதேச அங்கீகாரத்தைப் பெற்றது. 1976ல் மாஸ்கோவில் நடைபெற்ற 23வது சர்வதேச பூகோள காங்கிரசில் ‘கடல் பூகோளம்’’ என்ற விசேஷ பிரிவு இயங்கியது. இங்கு உலகக் கடல்களின் பௌதிக மற்றும் பொருளாதார பூகோளத்தின் தத்துவார்த்த, செயல்முறை பிரச்சினைகள் விரிவாக ஆராயப்பட்டன.

சோவியத் நாட்டில் உலகக் கடல்களின் பூகோளம் எனும் ஏழு தொகுதி நூல் எழுதப்பட்டு வருகிறது. இது உலகக் கடல்களைப் பற்றி வெளிவந்துள்ள நூல்களில் ஈடு இணையற்றதாகும்.

உலகக் கடல்களை ஆராய்ந்து பயன்படுத்துவதுடன் தொடர்புடைய பிரச்சினைகளும் சாதனைகளும் பரவலான வாசகர்களிடையே நியாயமான ஆர்வத்தை ஏற்படுத்துகின்றன. அதிவிசேஷத் தன்மையுடைய, நவீன, பல்துறை கடல் பொருளாதாரத்தைப் பற்றி சுருக்கமாக, அதே சமயம் இயன்ற அளவு முழுமையாக விளக்குவதுதான் இந்நூலின் நோக்கமாகும்.

உலகக் கடல்களின்
பொருளாதார வளர்ச்சிக்கான
முக்கிய முன்தேவைகள்

உலகக் கடல்களின்
முக்கிய இயற்கை அம்சங்கள்

உலகக் கடல்களில்
உற்பத்தி நடவடிக்கைக்கான
பொருளாதாரக் காரணிகள்

உலகக் கடல்களில்
பொருளாதார நடவடிக்கையின்
சர்வதேச சட்ட அம்சங்கள்

உலகக் கடல்களில் மனிதனின் உற்பத்தி நடவடிக்கை பன்முகமயமானது, சிக்கலானது. மிகப் பெரும் நீர்ப்பரப்பிலும் கரையோரங்களிலும் நிலவும் விசேஷ இயற்கைச் சூழ்நிலையில் நடைபெறும் இந்நடவடிக்கை பெரும்பாலும் கடலின் பல்வேறு இயற்கை வளங்களை அடிப்படையாகக் கொள்கிறது. இவற்றைப் பயன்படுத்தும் வாய்ப்பு முக்கியமாக மனிதகுலத்தின் விஞ்ஞான-தொழில்நுட்ப ஆற்றலாலும் அரசுகளுக்கு இடையிலான அரசியல், சட்ட உறவுகளாலும் நிர்ணயிக்கப்படுகிறது. இந்தக் காரணிகள் எல்லாம் உலகக் கடல்களில் சமூக உற்பத்தியின் மீது தாக்கம் செலுத்துகின்றன. எனவே இவற்றில் மிக முக்கியமானவற்றைச் சுருக்கமாகப் பார்ப்போம்.

உலகக் கடல்களின் முக்கிய இயற்கை அம்சங்கள்

நாம் ஏற்கனவே கூறியபடி பூமியுருண்டையின் பெரும் பகுதியில் உள்ள உப்பு நீர்ப்பரப்புதான் உலகக் கடல்கள் எனப்படுகின்றது. கடல் என்பது ஒரு சுயமான பூகோள அமைப்பாகும். இதன் ஆழமான உட்பகுதிக்கும் கரைகளுக்கும் விசேஷ புவியியல் கட்டமைப்பு உண்டு, இங்குள்ள நீரின் இரசாயன உள்ளடக்கம் தனியானது, இதில் நடைபெறும் பௌதீக நிகழ்ச்சிப் போக்குகள் தனித்தன்மை வாய்ந்தவை. உலகக் கடல்களின் இந்த இயற்கை அம்சங்கள் அவற்றைப் பொருளாதார ரீதியாகப் பயன்படுத்துவதன் மீது தாக்கம் செலுத்துகின்றன.

கடல் நீரின் அடியில் உள்ள நிலப் புறணிக்குக் குறிப்பிட்ட ஒரு உள் கட்டமைப்பும் வெளி வடிவங்களும் உள்ளன. புவியியல் நிகழ்ச்சிப் போக்குகளால் உண்டாகும் இந்த வெளி வடிவங்கள் ஒன்றுடன் ஒன்று இணைந்துள்ளன, இவை கடல் அடித்தளத்தின் கட்டமைப்பிலும் வெளிப்படுகின்றன.

கண்டத் திட்டு, கண்டச் சாய்வு, கண்ட - கீழ்ப்பகுதி, கடல் படுகை ஆகியவை கடல் அடித்தள கட்டமைப்பின் பெரிய வடிவங்களாகும்.

கண்டத் திட்டு - சாதாரணமாக கண்டத்தின் ஓரமாக இருக்கும் ஆழமில்லா கடல் பரப்பு. இது நீரின் கீழ்ப்பகுதி வரை செல்லும் கண்டத்தின் பகுதியாகும். பெரும்பாலும் இது கடலால் மூழ்கடிக்கப்பட்ட கரையோரச் சமவெளியாக இருக்கும்; கடல் மட்டம் இன்றுள்ளதைவிட குறைவாக இருந்தபோது நிலவிய பண்டைய ஆற்றுப் பள்ளத்தாக்குகள், கரையோரங்களின் சுவடுகள் இங்கு காணப்படும். கண்டத் திட்டின் சராசரி ஆழம் சுமாராக 130 மீட்டர்கள் என்றாலும் சில இடங்களில் இந்த ஆழம் சில நூறு, ஏன் 1,000 மீட்டர்களை கூட எட்டுகிறது. உலகக் கடல்களில் கண்டத் திட்டின் அகலம் பல மீட்டர்களிலிருந்து ஆயிரம் கிலோமீட்டர்கள் வரையிலானது. மொத்தத்தில் கண்டத் திட்டு உலகக் கடல் பரப்பில் சுமார் 7 சதவிகிதமாகும்.

கண்டச் சாய்வு - கண்டத் திட்டின் வெளி விளிம்பிலிருந்து கடலின் ஆழத்தை நோக்கிய கடல் அடித்தளத்தின் சாய்வு. இச்சாய்வின் சராசரி சாய்வுக் கோணம் சுமாராக 6 ஆகும். சில இடங்களில் இக் கோணம் 20-30 ஐ எட்டுவதும் உண்டு. சில இடங்களில் கண்டச் சாய்வு செங்குத்தான சரிவுகளை ஏற்படுத்துகிறது. கண்டச் சாய்வின் அகலம் சாதாரணமாக சுமார் 100 கிலோமீட்டர்களாகும்.

கண்ட கீழ்ப்பகுதி - பரவலான, சரிவான, சற்றே மேடுபள்ளமான பள்ளத்தாக்கு, கண்டச் சாய்வின் கீழ்ப்பகுதிக்கும் கடல் படுகைக்கும் இடையிலுள்ளது. கண்ட கீழ்ப்பகுதியின் அகலம் பல நூறு கிலோமீட்டர்களாக இருக்கக் கூடும்.

கடல் படுகை - ஆழமான (சாதாரணமாக 4-6 கி.மீ.), கடல் அடித்தளத்தின் மிகப் பரவலான (உலகக் கடல்களின் பரப்பில் 2/3 பங்கிற்கும் மேலான) பகுதி, கணிசமான அளவு கூறுபடுத்தப்பட்ட புடைப்புகளைக் கொண்டது. இங்கே மலைகள், ஆழ் நீர் பள்ளங்கள், குன்றுகள்; சமவெளிகள் நன்கு தெரிகின்றன. எல்லாக் கடல்களிலும் நடுக் கடல் மலைத் தொடர்கள் தெளிவாகக் காணப்படுகின்றன. பெரிதும் நீளமான தொடராகக் காணப்படும் இவை நெளிநெளியான பிரம்மாண்டமான கட்டமைப்புகளாகும். நீளவாக்கில் அமைந்துள்ள இந்த மலைத் தொடர்கள் குறுக்கு வாக்கில் ஆழ்ந்த பள்ளங்களால் (கடல் நீரடி பள்ளத்தாக்குகளால்)

பிரிக்கப்பட்டுள்ளன; இப்பள்ளங்களின் அடியில் கிட்டத்தட்ட வண்டல் படிவுகள் அறவேயில்லை.

நீண்ட ஆழ் நீர் பள்ளங்களில் தான் உலகக் கடல்கள் பெரிதும் ஆழமானவை. மரியான் பள்ளம் என்னும் இடத்தில் தான் உலகக் கடல்களின் அதிகபட்ச ஆழம் (11,022 மீட்டர்கள்) கண்டுபிடிக்கப்பட்டுள்ளது.

கடல் நீர் வீரியமற்ற, முற்றிலும் ஒரே மாதிரியான திரவமாகும். இதில் 96.5% நீர், சுமாராக 3.5% உப்புகள், மிகச் சிறிய அளவு திடப்பொருட்களின் துகள்கள், கரைந்த நிலையில் வாயுகள், அங்கக கூட்டுப் பொருட்கள் ஆகியவை உள்ளன.

கடல் நீரின் உப்பளவு அதன் இரசாயன உள்ளடக்கத்தின் அளவு நிலைக் குறியீடாகும். அதாவது ஒரு கிலோகிராம் கடல் நீரில் எவ்வளவு கிராம் உப்புகள் கலந்துள்ளன என்பதை இது காட்டுகிறது. ஒரு கிலோகிராம் கடல் நீரில் ஒரு கிராம் உப்பு கலந்திருந்தால் அது உப்பளவின் அலகாகும். பிரமீல்லெ* என்றழைக்கப்படும் இந்த அலகு %. என்று குறிப்பிடப்படுகிறது. உலகக் கடல்களின் சராசரி உப்பளவு 35% ஆகும், ஆனால் இது இடத்திற்கிடம் பெரிதும் மாறுபடும்.

காய்ச்சி வடித்த நீருக்கு மாறாக கடல் நீரின் பௌதிக குணங்கள் வெப்பநிலை, அழுத்தம் ஆகியவற்றை மட்டுமின்றி உப்பளவையும் சார்ந்தவையாகும். இந்த உப்பளவு குறிப்பாக கடல் நீரின் அடர்த்தி, அதிகபட்ச அடர்த்தியின் வெப்பநிலை, கடல் நீர் உறையும் வெப்பநிலை ஆகியவற்றின் மீது பெரும் தாக்கம் செலுத்துகிறது. உலகக் கடல்களில் நடை பெறும் பல்வேறு பௌதீக கிரியைகள் இக்குணங்களைத்தான் பெருமளவு சார்ந்துள்ளன.

கடல்கள் இடையறா இயக்கத்தில் உள்ளன. விண்வெளி, வளிமண்டல், புவியோட்டுச் சக்திகளும் இது போன்ற மற்ற சக்திகளும் இந்த இயக்கத்திற்கு வழிகோலுகின்றன. இந்த இயக்கம் பொதுவாக செங்குத்து மட்டத்திலும் கிடை மட்டத்திலும் பல்வேறு வடிவங்களில் வெளிப்படுகிறது. சந்திரன், சூரியனின் தாக்கத்தால் உலகக் கடல்களில் கடலேற்றம் நடைபெறுகிறது, அதாவது கடல் மட்டம் முறையாக உயர்ந்து, தாழ்கின்றது; இதற்கேற்றபடி கிடை மட்டத்தில் நீர் சீரிசைவாக அசைகிறது. இது கடலேற்ற நீரோட்டம் என்றழைக்கப்படுகிறது. கடல் பரப்பின் மீது வீசும்

* பிரமீல்லெ (லத்தீன் மொழியில் pro mille) - ஏதாவது ஒரு எண்ணின் ஆயிரத்திலொரு பங்கு. - மொ-ர்.

காற்று நீர்ப்பரப்பில் சலனத்தை ஏற்படுத்துகிறது. இதன் விளைவாய் பல்வேறு விதமான அலைகள் ஏற்படுகின்றன. அலைகள் மாறி மாறி வரும் இத்தருணங்களில் துகள்கள் வட்டமடித்துக் கொண்டிருக்கின்றன அல்லது கிட்டத்தட்ட வட்டமடித்துக் கொண்டிருக்கின்றன. இதனால் மேற்பரப்பிற்கு அடியிலுள்ள அடுக்குகளில் மாற்றமேற்பட்டு நீரின் மேல், கீழ் அடுக்குகள் கலக்கின்றன. காற்றானது அலைகளை உண்டாக்குவதைத் தவிர மேலேயுள்ள நீரை நீண்ட தூரங்களுக்கு இடம் மாற்றி கடல் நீரோட்டங்களையும் உருவாக்குகிறது. உலகக் கடல்களில் நீரோட்டங்கள் தோன்றுவதன் மீது காற்றைத் தவிர மற்ற காரணிகளும் தாக்கம் செலுத்துகின்றன. ஆனால் காற்றினால் தோன்றும் நீரோட்டங்கள் தான் கடல் நீர் இடம் விட்டு இடம் செல்வதில் மிகப் பெரும் பங்காற்றுகின்றன.

உலகக் கடல்களின் பல பிரதேசங்களில் **மேலெழும் (upwelling)** போக்கு நடைபெறுவதுண்டு. அதாவது ஆழத்திலிருந்து நீர் மேல் நோக்கிச் செல்லும். கரையிலிருந்து மேற்பரப்பிலுள்ள நீர் காற்றால் பின் தள்ளப்படுவதால் இது ஏற்படக் கூடும். வட மற்றும் தென் அமெரிக்காவின் மேற்கு கரைகளின் அருகிலும் ஆசியா, ஆப்பிரிக்கா, ஆஸ்திரேலியாவின் கரைகளின் அருகிலும் இவ்வாறு கரையோர நீர் மேலெழுவதை நன்கு காணலாம். ஆழத்திலிருந்து மேலெழும் நீர் மேற்பரப்பிலுள்ள நீரை விட குளுமையானது, ஏராளமான சத்துப் பொருட்களை (பாஸ் பேட்டுகள், நைட்ரேட்டுகள் போன்றவை) உள்ளடக்கியது, எனவே இந்தப் பொங்கியெழும் பிரதேசங்கள் உயிரியல் நோக்கில் பெரிதும் செழிப்பானவை.

உயிரினங்கள் கடல்களின் மேற்பரப்பு முதல் அடியாழம் வரை ஊடுருவி நிற்கின்றன என்று இப்போது கண்டுபிடிக்கப்பட்டுள்ளது. உலகக் கடல்களில் உள்ள எல்லா உயிரினங்களும் மூன்று முக்கியப் பிரிவுகளாகப் பிரிக்கப்படுகின்றன: **பிலாங்டன் (plankton)** - நுண்ணுயிர் பாசிகளும் (தாவர பிலாங்டன்) மற்றும் மிகச் சிறிய பிராணிகளும் (பிராணி பிலாங்டன்) இதிலடங்கும்; இவை நீரில் சுதந்திரமாக மிதந்து திரிகின்றன. **நெக்டான் (nekton)** - சுயமாக விரைந்து நீரில் செல்ல வல்ல மீன்களும் கடல் பிராணிகளும் இதிலடங்கும்; **பென்தாஸ் (benthos)** - கரையோரப் பகுதி முதல் பெரும் ஆழம் வரை கடலின் அடிப்பகுதியில் வாழும் தாவரங்களும் பிராணிகளும் இதிலடங்கும்.

கடல்களில் உள்ள ஏராளமான தாவரங்களும் பிராணிகளும் பல வகைகளாக, இனங்களாக பிரிக்கப்படுகின்றன, இவை வசிப்பிடங் களுக்கு ஏற்றபடியும் பல பிரிவுகளாகப் பிரிக்கப்படுகின்றன.

இது தவிர அளவுநிலை மதிப்பீடுகளைத் தரும் குறிப்பிட்ட சில கருதுகோள்களும் உள்ளன. உயிரினப் பொருண்மை எனும் கருதுகோளும் உயிரியல் ஆக்கவளம் எனும் கருதுகோளும் இவற்றில் முக்கியமானவை.

உயிரினப் பொருண்மை - ஒரு குறிப்பிட்ட பரப்பு அல்லது கன அளவில் உள்ள உயிரினங்களின் மொத்த எடையாகும் (கிராம் சதுரமீட்டர், மில்லிகிராம் சதுரமீட்டர், கிராம் கனமீட்டர், மில்லிகிராம் கன மீட்டர், இத்தியாதி). உயிரினப் பொருண்மையைப் பல்வேறு விதங்களில் வெளிப்படுத்தலாம். எல்லா உயிரினங்களுக்கும் சேர்த்தோ, தனித் தனியாக தாவரங்கள், பிராணிகளுக்கோ, தனித்தனிப் பிரிவுகளுக்கோ (பிலாங்டன், நெக்டான் போன்றவை) உலகக் கடல்களுக்கென மொத்தமாக இதைக் கணக்கிட்டுக் கூறலாம். இச்சந்தர்ப்பங்களில் உயிரினப் பொருண்மையின் அளவுகளை முழு எடை அலகுகளில் கூறுவார்கள்.

உயிரியல் ஆக்கவளம் - இது உலகக் கடல்களில் உயிரினங்களின் புனருற்பத்தியைக் குறிக்கிறது; இது 'மண்வளம்' எனும் கருத்தைப் பெரிதும் ஒத்தது.

தாவர பிலாங்டனும் பிராணி பிலாங்டனும் உயிரியல் ஆக்கவளத்தின் அளவுகளை நிர்ணயிக்கின்றன. கடல்களில் உண்டாக்கப்படும் பொருட்களில் பெரும் பகுதி இவற்றால் தான் உற்பத்தி செய்யப்படுகிறது. ஒரு செல் தாவரங்களின் ஆண்டு உற்பத்திப் பொருள் இவற்றின் புனருற்பத்தி வேகம் மிகவும் அதிகமானதாய் இருப்பதால் தாவரப் பொருண்மையின் மொத்த இருப்பைப் பல்லாயிரம் மடங்கு விஞ்சி நிற்கிறது. அதே சமயம் நிலப் பரப்பில் தாவரங்களின் ஆண்டு உற்பத்திப் பொருள் இவற்றின் உயிரினப் பொருண்மையை 6% மட்டுமே விஞ்சி நிற்கிறது. தாவர பிலாங்டனின் புனருற்பத்தி வேகம் மிக உயர்வானதாயிருப்பதானது கடல் உயிரியலின் முக்கிய அம்சமாகும்.

ஆகவே, உலகக் கடல்கள் ஒரு வித விசேஷ இயற்கை கூட்டமைப்பாகும். இதன் நீருக்கு அதற்கே உரித்தான பௌதிக, இரசாயன சிறப்பு அம்சங்கள் உள்ளன, இந்நீர் பல்வேறு பிராணிகளும் தாவரங்களும் வாழப் பயன்படுகிறது. கடல் நீர் கற்கோளத்துடனும் (கடலோரம், கடற் படுகை) கண்டத்திலிருந்து வரும் நீருடனும் வளிமண்டலத்துடனும் நெருக்கமாகத் தொடர்பு கொண்டுள்ளது. இந்த பரஸ்பர தொடர்புகள் சிக்கலானவை, இடத்திற்கு இடம் வெவ்வேறானவை. இவைதான் உலகக் கடல்களில் பொருளாதார நடவடிக்கைகளுக்கான பல்வேறு வாய்ப்புகளை நிர்ணயிக்கின்றன.

உலகக் கடல்களில் உற்பத்தி நடவடிக்கைக்கான பொருளாதாரக் காரணிகள்

கடல்களில் நடைபெறும் சிக்கலான பல்துறை உற்பத்தியின் மீது இயற்கைக் காரணிகள் மட்டுமின்றி பொருளாதாரக் காரணிகளும் தாக்கம் செலுத்துகின்றன. இவற்றில் முக்கியமானவை பின்வருமாறு:

1. உலகக் கடல்களின் பொருளாதார உள்ளாற்றல். அதாவது மனிதன் தன் பொருளாதார நடவடிக்கையில் பயன்படுத்தக் கூடிய வாய்ப்புகள் இங்கு குறிப்பிடப்படுகின்றன. உலகக் கடல்களில் ஏராளமாக உள்ள பல்வேறு விதமான இயற்கை வளங்கள், கடல் நீர்ப்பரப்பு இயற்கைப் போக்குவரத்து மார்க்கமாகப் பயன்படுவது, கரையோரப் பிரதேசங்கள் ஓய்வு இடங்களாகப் பயன்படுவது ஆகிய அம்சங்கள் இந்த வாய்ப்புகளுக்கு வழிகோலுகின்றன.

இன்று நம்பகரமான புள்ளிவிவரங்கள் இல்லாததால் கடல்களில் உள்ள உயிரியல் வளம், எரிபொருட்கள் மற்றும் கனிவளங்களின் அளவு, கடல் போக்குவரத்தின் வாய்ப்புகள் போன்றவற்றைப் பற்றி முழு மதிப்பீட்டைத் தர முடியாது. என்றாலும் கடல்களை பயன் படுத்துவதன் விளைவாய் மனிதகுலம் பெறும் வருமானங்கள் ஓரளவிற்கு உலகப் பொருளாதாரத்தில் கடல்களின் பங்கை விளக்கக் கூடும். சோவியத் பொருளாதார நிபுணர் பி.ஜி. புனிச் தரும் புள்ளிவிவரங்களின்படி இத்தகைய வருமானங்கள் மொத்த உலக உற்பத்திப் பொருளின் மதிப்பில் 3-4 % ஆகும். இவற்றில் பெரும் பகுதி எண்ணெய், எரிவாயு மற்ற இயற்கை கனிவளங்கள் எடுக்கப்படுவதால் கிடைக்கிறது. இது கடல் பொருளாதாரத்தின் கட்டமைப்பில் குறிப்பிடத்தக்க மாறுதல் ஆகும்.

உலகக் கடல்களின் பொருளாதார உள்ளாற்றல் இடத்திற்கிடம் வேறுபடுவதும் உண்டு. கடல்களை மனிதனின் பொருளாதார நடவடிக்கைக்குள் கொண்டு வருவதற்கு அவசியமான இயற்கை பொருளாதாரச் சூழ்நிலைகள் ஒரு சில இடங்களில் அதிகமாயும் இன்னும் சில இடங்களில் குறைவாயும் உள்ளன, வேறு சில இடங்களிலோ இவை இன்னும் கண்டுபிடிக்கப்படவில்லை. இந்த அம்சம் அந்தந்தக் கடல் பிரதேசங்களின் பொருளாதார வளர்ச்சி மீது பெரும் தாக்கம் செலுத்துகிறது.

2. பூமியில் மக்கள் தொகை விரைவாகப் பெருகி வருவதால் உணவுப் பொருட்கள், தொழில் துறைக்கான மூலப்பொருட்கள்,

எரிபொருள், எரிசக்தி ஆகியவற்றின் தேவைகள் இடையறாது அதிகரித்து வருகின்றன. எனவே மனிதன் இவற்றிற்காக உலகக் கடல்களை நாடும்படி நேரிடுகிறது; இந்த ஜீவாதார முக்கியத்துவம் வாய்ந்த இயற்கை வளங்களை வழங்கக் கூடிய, நிலப்பரப்பிற்கு வெளியிலுள்ள முதல் இடமாக கடல்கள் மாறி வருகின்றன.

3. பல முக்கிய இயற்கை வளங்களின் இருப்புகள் நிலப்பரப்பில் இடத்திற்கிடம் பெரிதும் வேறுபடுவதால் சில நாடுகளில் இவற்றின் பற்றாக்குறை தோன்றுகிறது. எனவே சில கரையோர அரசுகள் எண்ணெய், எரிவாயு போன்றவற்றைக் கடல் படுகையில் தேடுகின்றன.

4. ஒரு சில பொருட்களை (உதாரணமாக, மாக்னிசியம், ஒரு சில இடங்களில் புரோமைன்) கடலில் உள்ள தாதுகளிலிருந்து எடுப்பதற்கு ஆகும் அடக்கவிலை நிலப்பகுதி தாதுகளிலிருந்து எடுக்க ஆகும் அடக்க விலையை விட குறைவு.

5. கடல் போக்குவரத்துச் செலவுகள் மற்ற போக்குவரத்துச் செலவுகளை விட குறைவு. அதுவும் பெரும் அளவிலான சரக்குகளை நீண்ட தொலைவிற்கு எடுத்துச் செல்லும் போது இது கணிசமானது.

பொருளாயத - தொழில் நுட்ப அடிப்படையும் ஆள்பலமும் கடல்களில் உற்பத்தி வளர்ச்சிக்கான முக்கியக் காரணிகளாகும்.

பல்வேறு விதமான எந்திரங்கள், தொழில் நுட்பக் கருவிகள், உபகரணங்கள் போன்றவை கடல் சம்பந்தப்பட்ட உற்பத்தியில் பயன்படுத்தப்படுகின்றன. ஆனால் நீர்ப்பரப்பில் மிதந்து செல்லும் சாதனங்கள் இவற்றில் முக்கியமானவை. பயன்படும் விதம், கட்டமைப்பு மற்றும் தம் அளவில் பல்வேறு விதமான கப்பல்கள், படகுகள் தான் கடல் சம்பந்தமான உற்பத்தியில் விசேஷ பொருளாயத - தொழில் நுட்ப அடிப்படையாகும், ஏனெனில் இவை இல்லாவிடில் உலகக் கடல்களில் பொருளாதார நடவடிக்கையைக் கற்பனை கூட செய்ய முடியாது. இந்தப் பொருளாதார- தொழில் நுட்ப அடிப்படையில் துறைமுகங்களும் அடங்கும்.

கடல்களில் விசேஷ கட்டுமானத் தொழில் நுட்பச் சாதனங்கள் பரவலாகப் பயன்படுத்தப்படுகின்றன. மிதக்கும் பாரந்தூக்கிகள், மண் பறிக்கும் கப்பல்கள், குழிதோண்டும் எந்திரங்கள், கடலடியில் ஆழ்துளைகளைத் தோண்டி அங்கிருந்து எண்ணெய், எரிவாயுவை எடுக்கும் அமைப்புகள் முதலியன இவற்றிலடங்கும். கடலடியில்

குழாய்கள் அமைக்கப்படுகின்றன, தந்தி, தொலைபேசிக் கம்பிகள் போடப்படுகின்றன.

கடல்களில் மீன்கள் மிகுந்திருக்கும் இடங்களைக் கண்டுபிடிக்கவும் மீன்பிடிக் கப்பல்களுக்கு இந்த இடங்களை நோக்கி வழிகாட்டவும் கடல்களில் பனிக்கட்டிகளின் நிலவரத்தைக் கண்டறியவும் விமானங்கள் மட்டுமின்றி விண்வெளி சாதனங்களும் பயன்படுத்தப்படுகின்றன. இவையெல்லாம் கடல் சம்பந்தமான தொழில் நுட்பங்கள் எவ்வளவு வெவ்வேறானவை, விலையுயர்ந்தவை என்று காட்டுகின்றன.

உற்பத்திச் சக்திகள் வளர வளர கடல் பொருளாதாரத்தின் பொருளாயத - தொழில் நுட்ப அடிப்படை மாறி வருகிறது, மேம்பாடு அடைந்து வருகிறது. சமீப காலமாக விஞ்ஞான - தொழில்நுட்பப் புரட்சியின் பயனாய் கடல் சம்பந்தமான தொழில் நுட்பங்கள் மிக விரைவாகவும் கணிசமாகவும் வளர்ச்சியடைந்து வருகின்றன. லட்சக்கணக்கான டன் சரக்குகளை எடுத்துச் செல்ல வல்ல முற்றிலும் புதிய சரக்குக் கப்பல்கள் தோன்றியுள்ளன, ஆழ்கடலில் நீரின் அடியில் செயல்படவல்ல, மனிதர்களுடன் கூடிய புதிய அமைப்புகள் தோற்றுவிக்கப்பட்டுள்ளன. மிதக்கும் மேடைகளில் உள்ள எந்திரங்களைக் கொண்டு நீரின் அடியில் ஆழத்தில் எண்ணெய் கிணறுகள் தோண்டப்படுகின்றன. கப்பல் தான் இருக்குமிடத்தை மிகத் துல்லியமாக கணக்கிட்டுத் தெரிந்து கொள்ள உதவும் உபகரணங்கள் கண்டுபிடிக்கப்பட்டுள்ளன. செயற்கை ஒளியின்றியே கடலின் அடிப்பகுதியைத் தொலைக்காட்சி மற்றும் நீர் ஒலியியல் உபகரணங்களின் உதவியால் படமெடுத்துப் பார்க்கும் வாய்ப்பு ஏற்பட்டுள்ளது. கடல் போக்குவரத்துத் துறையில் அணு சக்தியைப் புகுத்தியதையடுத்து 'ஆர்க்டிக்' எனும் அணு சக்தியால் இயங்கும் பனிக்கட்டி உடைப்புக் கப்பல் வரலாற்றிலேயே முதன்முதலாக பனிக் கட்டிகளின் ஊடாக வட துருவத்திற்குச் சென்றது. கடலில் மீன்களைத் தேடும் மற்றும் மீன் பிடிப்புக் கப்பல்களில் விசேஷ உபகரணங்கள் நிலைநாட்டப்பட்டுள்ளன. இவற்றின் உதவியால் எந்த இடத்தில், எவ்வளவு ஆழத்தில் மீன்கள் குவிந்துள்ளன என்பதை நிர்ணயிக்க முடியும். கடலடியில் 3-4 கி.மீ. ஆழத்திலிருந்து கனிவளங்களைத் தோண்டியெடுப்பதற்கான தொழில் நுட்ப சாதனங்கள் உருவாக்கப்பட்டு வருகின்றன. நீரடியில் வேலை செய்வதற்காக மின்னணு ரோபொட்டுகள் தயாரிக்கப்படுகின்றன.

தொழில் நுட்பம் (உழைப்பு சாதனங்கள்) உற்பத்திச் சக்திகளின்

ஒரு அங்கம் மட்டுமே. இவற்றின் இன்னொரு முக்கிய அம்சம் இந்தத் தொழில் நுட்பத்தை இயக்க வேண்டிய மனிதர்களாவார்கள். கடலில் நடைபெறும் உற்பத்தி நடவடிக்கையில் விசேஷ கடல் தொழில்களில் பயிற்சி பெற்றவர்களும் (நேவிகேட்டர், மீனவன், கப்பல் கட்டுமானத் தொழிலாளி போன்றவர்கள்) பொதுப் பணிகளில் ஈடுபட்டுள்ளவர்களும் (டர்னர், ஃபிட்டர், வெல்டர், போன்றவர்கள்). பணிபுரிகின்றனர். இவர்கள் சாதாரணமாக கரையோரப் பகுதியில் வாழுகின்றனர். இவர்களில் சிலர் கப்பல்கள், படகுகளிலும் மற்றவர்கள் கரையோரமாக உள்ள நிறுவனங்களிலும் பணியாற்றுகின்றனர்; இந்நிறுவனங்கள் நேரடியாகவோ, மறைமுகமாகவோ கடலுடன் தொடர்புடையவை. இவர்கள் அனைவரும் சேர்ந்துதான் கடல் உற்பத்தியின் உழைப்புச் சக்தியை உருவாக்குகின்றனர். சுமாரான மதிப்பீடுகளின்படி பத்து லட்சத்திற்கும் மேற்பட்ட மாலுமிகளும் மீனவர்களும் கடல்களில் வேலைகளில் ஈடுபட்டுள்ளனர்.

இவர்கள் ஒவ்வொருவருக்கும் இருபதுக்கும் மேற்பட்டவர்கள் என்ற விகிதத்தில் கப்பல் கட்டுமான, கப்பல் பழுது பார்க்கும் தொழிற்சாலைகளிலும் மீன் பதப்படுத்தும் தொழிற்சாலைகளிலும் துறைமுகங்களிலும் கரைகளில் உள்ள மற்ற நிறுவனங்களிலும் ஆட்கள் வேலை செய்கின்றனர். கரையோரப் பகுதிகளில் வாழ்பவர்களுக்கான சேவைத் துறைகளில் பணிபுரிபவர்களையும் வேலை செய்யாத குடும்பத்தினரையும் சேர்த்தால் குறைந்த பட்சம் 10 கோடி மக்களுக்கு உலகக் கடல்கள் வாழ்க்கை சாதனமாகப் பயன்படுகின்றன எனலாம். உலகக் கடல்களை ஆராய்ந்து பயன்படுத்துவது அதிகரித்து வருவதால் இம்மக்களின் எண்ணிக்கை இடையறாது பெருகி வருகிறது. இதே காரணத்தால் நம் பூமியில் கடற் கரையோரமாக வாழும் மக்களின் எண்ணிக்கை சென்ற நூற்றாண்டுடன் ஒப்பிடும் போது கணிசமாக அதிகரித்துள்ளது.

20ஆம் நூற்றாண்டின் நடுப்பகுதியில் கடற்கரையிலிருந்து 50 கி.மீ. தூரம் வரையுள்ள மண்டலத்தில் பூமியின் மக்கள் தொகையில் 27.6 சதவிகிதத்தினரும் கடற்கரையிலிருந்து 50 - 200 கி.மீ. தொலைவிலுள்ள மண்டலத்தில் இன்னமும் 22.7 சதவிகிதத்தினரும் வசித்தனர். இவ்வாறாக, மனிதகுலத்தில் பாதிக்கும் அதிகமானோர் (50.3%) கடற்கரையோரத்திலிருந்து 200 கிலோமீட்டர்களுக்கு மேற்படாத தூரத்தில் வசித்தனர்.

உலகக் கடல்களில் பொருளாதார நடவடிக்கையின் சர்வதேச சட்ட அம்சங்கள்

கடல்களில் அரசுகளின் நடவடிக்கை சர்வதேச உறவுகளால் நிர்ணயிக்கப்படுகிறது. கடல்களைப் பயன்படுத்துவதற்கான வலிமை மிக்க சாதனங்கள் தோன்றுவதற்கு வகை செய்த விஞ்ஞான - தொழில் நுட்பப் புரட்சியின் சூழ்நிலையில் உற்பத்திச் சக்திகளின் தீவிர வளர்ச்சி இந்நடவடிக்கையின் சர்வதேச அம்சத்தின் முக்கியத்துவத்தை அதிகப்படுத்தியுள்ளது. உலகக் கடல்களின் இயற்கை வளங்களைப் பல நாடுகள் ஆராய்ந்து, பயன்படுத்தும் போது (இன்று மனிதகுலம் முழுவதன் நலன்கள் உலகக் கடல்களுடன்தான் ஏதாவது ஒரு வழியில் இணைந்துள்ளன) சர்வதேச கடல் கொள்கை உருவாகின்றது. இது உலகக் கடல்களில் சர்வதேச உறவுகளின் விஷயத்தில் தம் பொருளாதார, அரசியல் மற்றும் கடல் சம்பந்தமான நலன்களைப் பேணிக் காப்பதற்காக அரசுகள் மேற்கொள்ளும் செயல் முனைப்பான நடவடிக்கையைக் குறிக்கும். ஒரு அரசின் சமூக - பொருளாதார அமைப்புதான் அந்த அரசின் சர்வதேச கடல் கொள்கையின் சாரத்தையும் போக்கையும் நிர்ணயிக்கிறது. இன்று உலகக் கடல்களில் மனித நடவடிக்கைகள் அதிகரித்து வருகின்றன. இது அரசுகளின் சர்வதேச கடல் கொள்கையில் பிரதிபலிப்பதோடு கூட கடல் பரப்புகளில் உற்பத்தி நடவடிக்கையை சட்டரீதியாக வரைமுறைப்படுத்தும் அவசியத்தையும் அதிகரிக்கிறது. இன்று இவ்வாறு வரைமுறைப்படுத்துவது உலகக் கடல்களைப் பயன்படுத்துவதில் ஒரு முக்கியக் காரணியாகியுள்ளது.

சமீப காலம் வரை இது தன்னிச்சையாக வெவ்வேறு நாடுகளால் நடத்தப்பட்டு வந்தது. உதாரணமாக, ஒருசில நாடுகள் மிகப் பெரும் நீர்ப்பரப்பைத் தம் அரசு எல்லைக்கு உட்பட்டதாக அறிவித்தன; மற்ற சில நாடுகள் ஒருதலைப்பட்சமாக 200 மைல் பொருளாதார மண்டலத்தை அறிவித்தன; இன்னும் சில நாடுகளோ, தேசிய சட்ட வரம்புகளுக்கு வெளியே இருந்த, "யாருக்கும் சொந்தமில்லை" என்று எப்பொழுதும் கருதப்பட்ட கடல் பிரதேசங்களின் இயற்கைச் செல்வங்களையும் போக்குவரத்து மார்க்கங்களையும் பயன்படுத்துவதற்கு சர்வதேசக் கண்காணிப்பை ஏற்படுத்த வேண்டுமென முன்மொழிந்தன. இவ்வாறாக, உலகக் கடல்களின் வெவ்வேறு பிரதேசங்களில் பல்வேறு விதமான

நடவடிக்கைகளை ஒழுங்கமைக்கக் கூடிய ஏராளமான தேசிய, பிரதேச, மற்ற சட்டதிட்டங்கள் தோன்றின. இந்த இணக்கமில்லாத, பல நேரங்களில் முரண்பாடான, ஏன் ஒன்றிற்கொன்று எதிரான, ஒருதலைப்பட்சமான அரசு சட்டதிட்டங்களும் உலகக் கடல்களை நேரடியாகப் பங்கு போடச் செய்த முயற்சிகளும் கடல்களைப் பயன்படுத்துவதை சிக்கலாக்கின, கடல்களில் உற்பத்தியின் புதிய வகைகள் வளர்ச்சியடையத் தடையாக இருந்தன. கடல்களில் நாடுகளின் தொடர்பற்ற நடவடிக்கைகள் கடல் பரப்பில் நடைபெறும் பரஸ்பரத் தொடர்புடைய இயற்கை நிகழ்ச்சிப் போக்குகளின் உலகளாவிய தன்மையுடன் முரண்படக் கூடும்; கடலில் எந்தவொரு கணிசமான ஸ்தல மாற்றங்கள் ஏற்பட்டாலும் இவை ஏதாவது ஒரு விதத்தில் மொத்தமாக உலகக் கடல்கள் மீது தாக்கம் செலுத்தும் என்பது தெரிந்ததே. எனவே உலகக் கடல்கள் இயற்கையாகவே பிரிக்க முடியாதபடி ஒரே முழுமை என்பதை ஒப்புக் கொண்டு, பாகுபாடற்ற அடிப்படையில், மனிதகுலம் முழுவதன் நலன்களையும் நோக்கமாகக் கொண்டு அரசுகள் இணக்கமாகச் செயல்பட்டால் தான் உலகக் கடல்களை சாலச்சிறந்த முறையில் பயன்படுத்தலாம். இதற்கேற்றபடி, இயற்கையின் ஒரு அங்கம் என்ற வகையில் உலகக் கடல்களின் முழுமையும் இவற்றைப் பயன்படுத்துவது சம்பந்தமான சர்வதேச சட்டமுறைகளின் முழுமையும் பொருந்தி வர வேண்டும் எனும் கோட்பாட்டுடன்தான் மொத்தமாக கடல் பொருளாதாரம் மற்றும் இதனுடைய தனிப்பட்ட துறைகளின் செயல்வன்மை பிரிக்க முடியாதபடி இணைந்துள்ளது.

சர்வதேச கடல் சட்டம் உலகக் கடல்களில் அரசுகளின் பல்வேறு நடவடிக்கைகளை ஒழுங்குப்படுத்தும் அடிப்படையாகத் திகழ்கிறது. இச்சட்டத்தில் பல கோட்பாடுகளும் வரையளவுகளும் உள்ளன. இவை கடல் பரப்புகள் பற்றிய சட்ட நிலைகளை நிர்ணயிக்கின்றன; கடல் போக்குவரத்து, கடலில் கிடைக்கும் செல்வங்களைப் பயன்படுத்துவது, கடலில் நடைபெறும் மற்ற நடவடிக்கைகள் ஆகியவை சம்பந்தமான சர்வதேச உறவுகளை இவை வரையறுக்கின்றன.

சர்வதேசச் சட்டத்தின் ஒரு பிரிவு என்ற வகையில் சர்வதேச கடல் சட்டம் நீண்ட நெடுங்காலமாக இருந்து வருகிறது. மனிதகுலத்தின் வரலாற்று வளர்ச்சியில் இது குறிப்பிட்ட மாற்றங்களை அடைந்து வருகிறது.

சமாதானத்தைப் பேணிக் காப்பது, மக்களினங்களின் சுதந்திரத்தைப் பாதுகாப்பது ஆகியவற்றை நோக்கமாகக் கொண்ட கருத்துகளை இன்றைய சர்வதேச கடல் சட்டம் பிரதிபலிக்கிறது. இது இச்சட்டத்தின் முக்கிய சிறப்பு அம்சமாகும். சர்வதேச கடல் சட்டத்தில் ஒப்பந்தங்களுக்கு முக்கியப் பங்குண்டு. இவை குறிப்பிட்ட துறையில், உதாரணமாக, மீன் பிடிப்பு, கடலடியில் உள்ள இயற்கை கனிவளங்களின் தேட்டம், இவற்றை எடுப்பது, கரையோரப் பகுதியில், ஜலசந்திகள் மற்றும் கடற்கால்களில் கப்பல் போக்குவரத்து போன்றவற்றில் அரசுகளுக்கு இடையிலான உறவுகளை வரையறுக்கின்றன.

இரண்டாவது உலக யுத்தத்திற்குப் பிந்தைய ஆண்டுகளில் சர்வதேச கடல் சட்டத்தின் முக்கியக் கருத்துநிலைகள் ஐ.நா. சபையின் மேற்பார்வையின் கீழ் மறுபரிசீலனை செய்யப்பட்டன. இந்த சர்வதேச ஸ்தாபனம் தான் தோற்றுவித்த சர்வதேச அமைப்புகளில் கடல்களுடன் தொடர்புடைய பல்வேறு சட்ட பிரச்சினைகளை ஆராய்ந்து, அவற்றிற்குத் தீர்வு கண்டது. உதாரணமாக, கடல் சட்டம் பற்றிய 3வது மகாநாட்டை 1973இல் கூட்டுவது என்று ஐ.நா. பொதுச் சபை 1970 டிசம்பரில் தீர்மானம் நிறைவேற்றியது. இம்மகாநாட்டின் முதல் அமர்வு 1973 டிசம்பர் மாதம் நியூயார்க்கில் நடந்தது. உலகக் கடல்களில் சகலவிதமான நடவடிக்கைகளையும் வரையறுக்கும் சர்வபொது கடல் சட்டத் தொகுப்பை உருவாக்கும் அதிகாரத்தை இம்மகாநாட்டிற்கு ஐ.நா. சபை வழங்கியது. பல்லாண்டு ஆலோசனைகளுக்குப் பின் 1982 டிசம்பரில் மோன்டிகோ பேயில் (ஜமைக்கா) நடந்த கடல் சட்டம் பற்றிய ஐ.நா. சபையின் 3வது மகாநாட்டின் இறுதி அமர்வில் புதிய கடல் சட்ட உடன்படிக்கை ஏற்கப்பட்டது. சுமார் 150 அரசுகள் இதில் கையொப்பமிட்டன. எல்லா அரசுகளும் உலகக் கடல்களின் பரப்பையும் இவற்றில் கிடைக்கும் இயற்கை வளங்களையும் எப்படி ஆராய்வது, பயன்படுத்துவது என்பது சம்பந்தமான விதிமுறைகள். இதில் அடங்கியுள்ளன. இந்த உடன்படிக்கை இன்றைய கடல் சட்டத்தின் ஆவண ரீதியான வெளிப்பாடாகும்.

சர்வதேச கடல் சட்டத்தின் கோட்பாடுகள், வரையளவுகளில் உலகக் கடல்களின் பல்வேறு பகுதிகள் பற்றிய குறிப்பிட்ட சில கருத்தமைப்புகள் அடங்கியுள்ளன. கடல் பரப்புகளை சட்ட ரீதியாக வரையறுப்பதில் உள்ள முக்கிய காரணி, தம் அருகே உள்ள நீர்ப்பரப்பின் மீது கரையோர அரசுகளுக்கு உள்ள சுய

உரிமையாகும். இந்தக் காரணியையொட்டி கரையோர (உள்நாட்டு) நீர்ப்பரப்பு, அரசு எல்லைக்கு உட்பட்ட நீர்ப்பரப்பு மற்றும் அரசு எல்லைக்கு உட்படாத நீர்ப்பரப்பு (திறந்தவெளிக் கடல்) என்று நீர்ப்பரப்புகள் பிரிக்கப்படுகின்றன. முதலிரண்டு நீர்ப்பரப்புகள் மீது குறிப்பிட்ட அரசிற்கு சுய உரிமைகள் உண்டு. மூன்றாவதன் மீது எந்த தனிப்பட்ட அரசிற்கும் சுய உரிமைகள் கிடையாது. கடலின் அடிப்பகுதியானது, சட்டப்படி உள்நாட்டு மற்றும் அரசு எல்லைக்கு உட்பட்ட நீர்ப்பரப்பின் கீழுள்ள கடலின் அடிப்பகுதி, கண்டத் திட்டு, கண்டத் திட்டிற்கு அப்பாலுள்ள கடலின் அடிப்பகுதி என்று பிரிக்கப்படுகிறது.

உள்நாட்டு நீர்ப்பரப்பு - கரையோர அரசின் பரப்பில் ஒரு பகுதி; இந்த அரசின் சுய உரிமைகள் முழுமையும் இங்கு செல்லுபடியாகும்.

அரசு எல்லைக்கு உட்பட்ட நீர்ப்பரப்பு - அரசின் உள்நாட்டு நீர்ப்பரப்பை நேரடியாக ஒட்டியுள்ள கரையோர கடல் மண்டலம்; தீவு அரசாக இருந்தால் தீவுகளின் உள்நாட்டு நீர்ப்பரப்பை ஒட்டிய கடல் நீர்ப்பரப்பும் இதிலடங்கும். கரையோர அரசின் சுய உரிமை இந்த நீர்ப்பரப்பில் செல்லுபடியாகும். ஒவ்வொரு அரசும் 12 கடல் மைல்களுக்கு உட்பட்ட நீர்ப்பரப்பில் தன் சட்டத்தை நிலைநாட்டலாம். இந்தத் தொலைவு குறிப்பிட்ட கோடுகளிலிருந்து அளக்கப்படுகிறது.

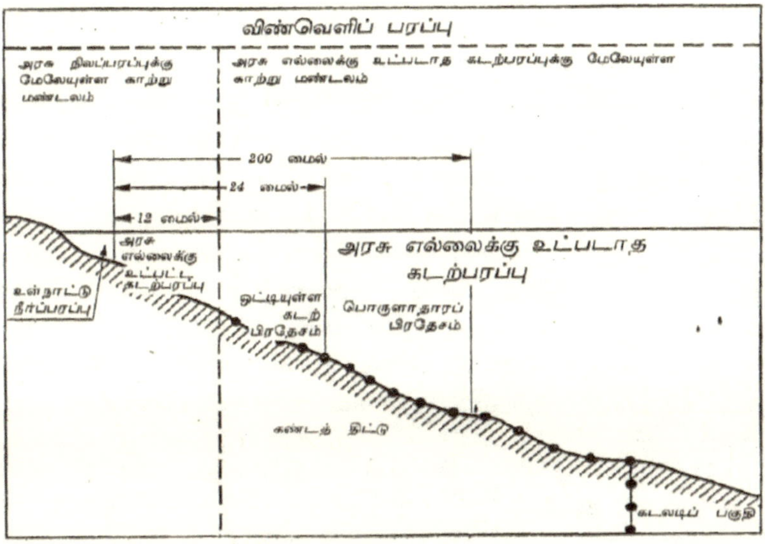

உலகக் கடல்களின் நீர்ப்பரப்பும் கடலடிப் பகுதியும்

ஒட்டியுள்ள மண்டலம் - ஒரு குறிப்பிட்ட அரசின் எல்லைக்கு உட்பட்ட நீர்ப்பரப்பிற்கு அருகேயுள்ள மண்டலம். இந்த அரசின் நீர்ப்பரப்பிலும் நிலப்பரப்பிலும் பின்பற்றப்படும் சுங்க விதிகள், குடியேற்ற விதிகள், இன்ன பிற விதிமுறைகள் மீறப்படுவதைத் தடுப்பதற்கு இந்த மண்டலத்திலும் அரசு தன் கண்காணிப்பை அமல்படுத்தலாம். எந்தக் கோடுகளிலிருந்து அரசு எல்லைக்கு உட்பட்ட நீர்ப்பரப்பு அளவிடப்படுகிறதோ அவற்றிலிருந்து 24 மைல்கள் மட்டுமே இந்த மண்டலம் இருக்க முடியும்.

திறந்தவெளிக் கடல் - எந்த ஒரு நாட்டின் உள்நாட்டு நீர்ப்பரப்பின் கீழோ, அரசு எல்லைக்கு உட்பட்ட நீர்ப்பரப்பின் கீழோ வராத கடல் பரப்பு. இதன் மீது எந்த ஒரு அரசிற்கும் சொந்தமில்லை. இதை எல்லா அரசுகளும் பயன்படுத்தலாம். இதன் வரம்புகளுக்குள் திறந்தவெளிக் கடலின் சுதந்திரக் கோட்பாடு பின்பற்றப்படுகிறது. அதாவது மீன் பிடிக்க, கப்பல், விமான போக்குவரத்திற்கு, நீரடி கம்பிகள் போட, செயற்கைத் தீவுகளை ஏற்படுத்த, ஆராய்ச்சிகளை நடத்த, இது போன்ற மற்ற நோக்கங்களுக்கு இந்த நீர்ப்பரப்பை எந்த அரசு வேண்டுமானாலும் பயன்படுத்தலாம். இதிலும் திறந்தவெளிக் கடலின் சுதந்திரத்தைப் பயன்படுத்துவதில் அரசுகள் ஒவ்வொன்றும் மற்ற அரசுகளின் அக்கறைகளைப் பரஸ்பரம் மதித்து நடக்க வேண்டும். எந்த ஒரு அரசும் திறந்தவெளிக் கடலின் எந்த ஒரு பகுதியையும் தன் அரசுரிமைக்குக் கட்டுப்படுத்த முடியாது.

கரையோர அரசின் கண்டத் திட்டு - ஒரு அரசின் எல்லைக்கு உட்பட்ட நீர்ப்பரப்பிற்கு அப்பால் உள்ள, கண்டத்தின் நீரடி விளிம்பின் வெளி எல்லை வரை அல்லது இந்த நீரடி விளிம்பின் தொலைவு 200 மைல்களுக்குக் குறைவாக இருந்தால் எந்தக் கோட்டிலிருந்து அரசு எல்லைக்கு உட்பட்ட நீர்ப்பரப்பின் அளவு நிர்ணயிக்கப்படுகிறதோ அந்தக் கோட்டிலிருந்து 200 மைல் தொலைவு வரை உள்ள கடலின் அடிப்பகுதியும் அடியாழமும் இக்கண்டத் திட்டில் அடங்கும். இக்கண்டத் திட்டு கரையிலிருந்து 350 மைல்களுக்குள்ளாக அல்லது 2,500 மீட்டர் ஐஸொபாதிலிருந்து* 100 மைல்களுக்குள்ளாக மட்டுமே இருக்க முடியும். கண்டத்தின் நீரடி விளிம்பு கரையோர அரசின் கண்டப் பகுதியின் நீரடி

---

* ஐஸொபாத் - நீர்நிலைகளில் (கடல், ஏரி, ஆறு) ஒரே ஆழமுள்ள இடங்களை குறிக்கும் புள்ளிகளை பூகோள வரைபடத்தில் இணைக்கும் கோடு. - மொ-ர்.

தொடர்ச்சியை உள்ளடக்கியுள்ளது. இதில் திட்டின் மேற்பகுதி, அடியாழம் என்று இரு பகுதிகள் உள்ளன. பெரும் ஆழங்களில் உள்ள கடல் படுகைகளோ, கடல் மலைத்தொடர்களோ, கடல் அடியாழமோ இதில் அடங்கவில்லை.

கண்டத் திட்டில் கிடைக்கும் உயிரினங்கள் (நண்டுகள், இறால் மீன்கள், சிப்பிகள் போன்றவை), கடலடிப் பகுதியின் மேற்பரப்பிலும் அடியாழத்திலும் உள்ள கனிவளங்கள், மற்ற பொருட்கள் ஆகிய இயற்கைச் செல்வங்களைக் கண்டுபிடித்துப் பயன்படுத்தும் நோக்கத்தோடு கரையோர அரசு தன் சுய உரிமைகளை கண்டத் திட்டுப் பிரதேசத்தில் அமல்படுத்துகிறது.

கண்டத் திட்டிற்கு அப்பாலுள்ள கடலடிப் பகுதி (சர்வதேச கடல் சட்ட உடன்படிக்கையின் வார்த்தைப்படி "பிரதேசம்") - தேசிய சட்ட வரம்பிற்கு அப்பாற்பட்ட பகுதியில் உள்ள கடலடிப் பகுதியும் அடியாழமும். இப்பரப்பு மனிதகுலத்தின் பொதுச் சொத்தாக அறிவிக்கப்பட்டுள்ளது; கரையோர அரசுகளும் கடலோரமாக இல்லாத அரசுகளும் இதை முழுக்க முழுக்க சமாதான நோக்கங்களுக்காகப் பயன்படுத்தலாம். கண்டத் திட்டிற்கு அப்பாலுள்ள கடலடிப் பரப்பின் எந்த ஒரு பகுதியும் தனிப்பட்ட நாடுகளுக்கோ, நபர்களுக்கோ, அமைப்புகளுக்கோ சட்டரீதியில் சொந்தமானதாக இருக்க முடியாது. தன் தேசிய சட்ட வரம்புகளுக்கு அப்பாலுள்ள கடலடிப் பரப்பின் எந்த ஒரு பகுதி மீதும் தனிப்பட்ட அரசுகளால் சொந்தம் கொண்டாட முடியாது, சொந்தம் கொண்டாடவும் கூடாது. இது சம்பந்தமான எந்த முறையீடுகளுக்கும் ஆதரவு தரக் கூடாது. இந்தப் பிரதேசம்', இதில் உள்ள இயற்கை வளங்களின் மீது மனிதகுலம் முழுவதற்கும் உரிமை உண்டு. கடலடிப் பகுதி பற்றிய சர்வதேச ஸ்தாபனம் உலக மக்களின் சார்பில் செயல்படுகிறது. இதில் உள்ள எல்லா உறுப்பு நாடுகளும் புதிய கடல் சட்ட உடன்படிக்கையில் கையொப்பமிட்டன. மேற்கூறிய ஸ்தாபனமோ, கடல் சட்ட உடன்படிக்கையில் கையொப்பமிட்ட நாடுகளோ, இவற்றின் பிரதிநிதிகளோ யார் வேண்டுமானாலும் கடலடியில் கிடைக்கும் இயற்கைச் செல்வங்களைத் தேடுவதில் பங்கேற்கலாம், இவற்றைப் பயன்படுத்தலாம்.

கடல்களின் அடிப்பகுதியிலோ, அடியாழத்திலோ அணு ஆயுதங்கள், மற்ற பேரழிவு ஆயுதங்களை வைப்பதைத் தடை

செய்யும் ஒப்பந்தத்தைப் பற்றியும் இங்கே குறிப்பிட வேண்டும். இது சோவியத் யூனியனின் முன்மொழிவின் பேரில் அடையப்பட்டுள்ளது.

முதலாளித்துவ அரசுகள், குறிப்பாக அமெரிக்க ஐக்கிய நாடும் இதன் மேலைய கூட்டாளிகளும் கடல் அடிப்பகுதியின் செல்வங்களைக் கைப்பற்றும் முகமாக மற்ற நாடுகளின் நலன்களைப் புறக்கணித்து புதிய கடல் சட்ட உடன்படிக்கையுடன் பொருந்தி வரா நடவடிக்கைகளை மேற்கொள்கின்றன.

உதாரணமாக, 1984 கோடையில் அமெரிக்க ஐக்கிய நாடு, பிரிட்டன், ஜெர்மன் சமஷ்டிக் குடியரசு, இத்தாலி, பெல்ஜியம், பிரான்ஸ், ஜப்பான், நெதர்லாந்து ஆகிய நாடுகள் ஜெனீவாவில் ஒன்றுகூடி ''கடலடிப் பகுதியின் ஆழ் நீரடிப் பிரதேசங்களின் பிரச்சினைகள் பற்றிய தற்காலிக ஒப்பந்தம்'' என்றழைக்கப்படும் ஒப்பந்தத்தைச் செய்து கொண்டன; இதன் மூலம் கடல் சட்டம் பற்றிய ஐ.நா. சபையின் உடன்படிக்கையைப் புறக்கணித்து, இதை மீறி உலகக் கடலடிப் பகுதியின் நல்ல எதிர்காலம் உள்ள பிரதேசங்களைக் கைப்பற்றி தம்மிடையே பங்கு போட்டுக் கொள்ள ஒரு சில ஏகாதிபத்திய ஏகபோகங்கள் செய்த முயற்சியை சட்டபூர்வமானதாக்கப் பார்த்தனர். மற்ற அரசுகளின் சட்டபூர்வமான நலன்களைப் புறக்கணித்து கடலடியில் உள்ள செல்வங்களைத் தம் விருப்பம் போல் பயன்படுத்துவதுதான் இந்நடவடிக்கையின் நோக்கமாகும். இந்தப் பிரிவினைவாத ஒப்பந்தம் கடல் சட்ட உடன்படிக்கையின் சாராம்சத்திற்கே முரண்பாடானது. கடலடி பற்றிய சர்வதேச ஸ்தாபனம் மற்றும் கடல் சட்டம் சம்பந்தமான சர்வதேச டிரைபியூனலைத் தோற்றுவிக்கும் தயாரிப்புக் கமிஷனில் உறுப்பினர்களான பெரும்பான்மை நாடுகள் ஜெனீவாவில் நடந்த இக்கமிஷனின் கூட்டத்தில் இதைக் கடுமையாகக் கண்டித்தன. கடல் சட்டம் பற்றிய உடன்படிக்கை மற்றும் கடல் பிரச்சினை சம்பந்தமான ஐ.நா. சபையின் மகாநாட்டு முடிவுகளை எல்லா அரசுகளும் அப்படியே பின்பற்றினால் தான் சர்வதேச கடலடிப் பகுதியிலும் பொதுவாக உலகக் கடல்களிலும் சட்ட ஒழுங்கை நிலைநாட்ட முடியும்.

தனிப்பட்ட பொருளாதார மண்டலம் - அரசு எல்லைக்கு உட்பட்ட நீர்ப்பரப்பிற்கு அப்பால் இதை ஒட்டியவாறு உள்ள 200 மைல் அகலப் பிரதேசம். இந்த மண்டலத்தில் விசேஷ சட்டமுறை உள்ளது. இதன்படி கரையோர அரசின் உரிமைகள், அதிகாரங்களும் மற்ற

அரசுகளின் உரிமைகளும் கடல் சட்டம் பற்றிய உடன்படிக்கையின் அந்தந்த ஷரத்துகளால் ஒழுங்குபடுத்தப்படுகின்றன.

இவற்றில் தனிப்பட்ட பொருளாதார மண்டலத்தில் கரையோர அரசிற்கு உள்ள பின்வரும் உரிமைகள் குறிப்பிடப்பட்டுள்ளன. இம்மண்டலத்தின் கடலடிப் பகுதி, அடியாழம் மற்றும் நீரில் உள்ள உயிரினங்கள், எரிபொருள் மற்ற இயற்கை வளங்களை ஆராய்ந்து பயன்படுத்தவும் பேணிக் காக்கவும் மற்ற வகையான பொருளாதார நடவடிக்கைகளுக்கும் (உதாரணமாக, நீர், நீரோட்டம், காற்று ஆகியவற்றைப் பயன்படுத்தி சக்தியை உற்பத்தி செய்வது) கரையோர அரசுகளுக்கு முழு சுய உரிமை உண்டு. இது தவிர இம்மண்டலத்தில் செயற்கை தீவுகள், அமைப்புகள், கட்டிடங்கள் போன்றவற்றை உருவாக்கி பயன்படுத்தவும் விஞ்ஞான ஆராய்ச்சிகள் விஷயத்திலும் இந்த இடத்தின் இயற்கைச் சூழ்நிலையைப் பேணிக் காக்கும் விஷயத்திலும் கரையோர அரசிற்குச் சட்ட அதிகாரம் உண்டு.

இந்தத் தனிப்பட்ட பொருளாதார மண்டலத்தில் மற்ற நாடுகளுக்கு கப்பல் போக்குவரத்து, விமானப் போக்குவரத்து, கம்பிகள், குழாய்கள் அமைப்பது ஆகியவற்றிற்கு முழு உரிமை உண்டு; கரையோர அரசின் உரிமைகளை மதித்து இங்கே மற்ற சட்டபூர்வமான கடல் நடவடிக்கைகளை மேற்கொள்ளவும் மற்ற நாடுகளுக்கு உரிமையுண்டு.

உலகக் கடல்களைப் பயன்படுத்துவதில் இன்று பல நாடுகள் அக்கறை கொண்டுள்ள சூழ்நிலையில் சர்வதேச சட்ட அம்சங்கள் கடல்களைப் பொருளாதாரரீதியாகப் பயன்படுத்துவதன் மீதும் கடலின் இயற்கை வளங்களைப் பயன்படுத்துவதை ஒழுங்குப்படுத்தும் முறைகளின் வளர்ச்சிமீதும் மேன்மேலும் அதிக தாக்கம் செலுத்துகின்றன. உலகக் கடல்களில் அரசுகளின் பொருளாதார நடவடிக்கையைச் சர்வதேச ரீதியில் ஒழுங்குபடுத்துவதானது உலகக் கடல் பொருளாதாரத்தின் செயல் வன்மை மீதும் உலகக் கடல்களில் உற்பத்திச் சக்திகளைப் பகிர்ந்து அமைப்பதன் மீதும் மேன்மேலும் கணிசமான செல்வாக்கைச் செலுத்துகிறது.

உலகக் கடல்களின்
இயற்கை வளங்கள்
அவற்றின் மீட்பும் பயன்களும்

உயிரியல் வளங்கள்

உலகக் கடல்களின் இரசாயன வளங்களும்
கடல் நீரை நல்ல நீராக்கும்
பிரச்சினையும்

புவியியல் வளங்கள்

உலகக் கடல்களின் எரிசக்தி வளங்கள்

கடல்களில் பல்வேறு விதமான பிராணிகளும் தாவரங்களும் வாழுகின்றன. கடல் நீர்ப்பரப்பிலும் கரைகளிலும் அடிப்பகுதியிலும் அடியாழத்திலும் மனிதகுலத்திற்குத் தேவையான ஏராளமான கனிவளங்கள் குவிந்து கிடக்கின்றன. கடலிலுள்ள உயிரினங்களும் மற்ற எல்லாப் பொருட்களும் சேர்ந்ததுதான் உலகக் கடல்களின் இயற்கை வளங் களாகும்.

உயிரியல் வளங்கள்

உலகக் கடல்களின் இயற்கைச் செல்வங்களின் ஒரு பகுதிதான் உயிரியல் வளங்களாகும். கடல்களில் வாழும் மிகப் பல்வேறான தாவரங்களும் பிராணிகளும் இவற்றிலடங்கும். ஆனால் இன்று இவற்றில் மிகவும் சிறு பகுதி மட்டுமே மனிதனால் பயன்படுத்தப்படுகிறது. எனவே இன்று நாம் உலகக் கடல்களின் உயிரியல் வளங்கள் என்று கூறும்போது, எந்த உயிரினங்களைப் பயன்படுத்துவது பொருளாதார ரீதியாக அனுகூலமானதோ அவற்றை மட்டுமே குறிப்பிடுகின்றோம்.

உலகக் கடல்களின் பல்வேறு பிரதேசங்களில் கடல்வாழ் பிராணிகளையும் தாவரங்களையும் எந்த அளவிற்கு மனிதன் பயன்படுத்துகிறான் என்பது இயற்கை, சமூக-பொருளாதார மற்றும் சட்ட காரணிகளால் முன்நிர்ணயிக்கப்படுகிறது.

கடல்களின் உயிரியல் ஆக்கவளம் இடத்திற்கிடம் வேறுபடுவது இயற்கைக் காரணிகளில் அடங்கும். இது நீரியல் மற்றும் நீர் உயிரியல் சூழ்நிலைகள், வளிமண்டல சூழல், கடலடிப் பகுதியின் மேடுபள்ளத் தன்மை போன்றவற்றில் உள்ள வேறுபாடுகளைப் பொறுத்தது. நிலப் பரப்பில் உள்ளதைப் போன்றே உலகக் கடல்களிலும் வளம் மிக்க செழுமையான இடங்களும் வளம் குன்றிய இடங்களும் உள்ளன. நல்ல வளம் மிக்க செழுமையான இடங்கள் (இவற்றின் வளம் நல்ல செழிப்பான காடுகள், பயிர் நிலங்களின் வளத்திற்கு இணையானது) உலகக் கடல்களின் மொத்தப் பரப்பில் 15-20 % - மட்டுமே. வளம் குன்றிய இடங்கள் (இவற்றின் வளம் நிலப்பரப்பில் உள்ள பாலைநிலத்தின் வளத்தை

ஒத்தது) கடல்களின் மொத்தப் பரப்பில் 60-65% ஆகும். உயிரியல் வளம் மிக்கப் பகுதிகள் பெரும்பாலும் கண்டத் திட்டிலும் கடல்களின் ஓரத்திலும், ஓரளவிற்கு திறந்தவெளிக் கடல்களில் கண்ட சாய்வின் அருகே அல்லது கடல் படுகையின் மேற்சரிவுகளுக்கு அருகேயும் அமைந்திருக்கின்றன. கடல்களிலிருந்து எடுக்கப்படும் பொருட்களின் அளவு அவற்றின் வளத்தைப் பொறுத்தது, மீன்கள், கடல் தாவரங்களின் வகையினங்களோ, அவை எடுக்கப்படும் இடங்களால் நிர்ணயிக்கப்படுகின்றன.

சமூக-பொருளாதாரக் காரணிகளில் மிக முக்கியமானவை பின்வருமாறு:

1. உற்பத்திக் காரணிகள் - மீன் பிடிப்பு முறைகள் மற்றும் தொழில் நுட்பத்தின் வளர்ச்சி மட்டம். ஓரளவு பரந்த பிரதேசத்திலும் அதிகமான ஆழத்திலும் மீன் பிடிக்கும் வாய்ப்பும் கரையோரத்தில் குறைந்த அளவு மீன் பிடிப்பதோடு திறந்தவெளிக் கடல்களில் தீவிரமாக மீன் பிடிக்கும் வாய்ப்பும் இவற்றுடன் தொடர்புடையவை. உலகக் கடல்களின் பல்வேறு உயிரியல் வளங்களை நன்கு பயன்படுத்த இது உதவுகிறது.

2. பொருளாதாரக் காரணிகள் - கடலிலிருந்து எடுக்கப்படும் பொருட்களை உபயோகிக்கும் முக்கிய பிரதேசங்கள் உள்ள இடம். மற்ற எல்லா நிபந்தனைகளும் ஒரே மாதிரியாக இருக்கும் போது, பதப்படுத்தும் இடங்கள், விற்பனை சந்தைகளை ஒட்டியுள்ள இடங்களில் அதிகபட்சம் மீன் பிடிக்கப்படுகிறது.

3. சமூகக் காரணிகள் - பொருளாதாரத்தின் செயல்வன்மையும் இயற்கை வளங்களை விவேகமாகப் பயன்படுத்துவதும் பெரும்பாலும் உற்பத்தி முறையால் நிர்ணயிக்கப்படுகின்றன.

4. சட்டக் காரணிகள் - உயிரியல் வளங்களை எடுத்து பயன்படுத்துவது சம்பந்தமான சர்வதேச உடன்படிக்கைகள். இவைதான் எந்த இடங்களில் எந்த உயிரினங்களை எவ்வளவு பிடிக்கலாம் என்பதைப் பெரும்பாலும் நிர்ணயிக்கின்றன. உதாரணமாக, 200 மைல் பொருளாதார மண்டலங்கள் ஏற்படுத்தப்பட்ட பின் இங்கே அரசுகளுக்கு இடையிலான உடன்படிக்கைகளின் அடிப்படையில் மட்டுமே மீன் பிடிப்பில் இறங் கலாம். எனவே சமீப ஆண்டுகளாக திறந்தவெளிக் கடலில் புதிய மீன் பிடிப்புப் பிரதேசங்களைத் தீவிரமாகத் தேடலாயினர். இதனால் மீன் பிடிக்கும் இடங்கள் விரிவடைந்தன, பிடிபடும் உயிரியல் பொருட்களின் வகையினங்கள் அதிகரித்தன.

கடந்த 130 ஆண்டுகளில் நீர்வாழ் உயிரினங்களின் பிடிப்பு சுமாராக 2 மில்லியன் டன்னிலிருந்து (1850) 86.3 மில்லியன் டன்னாக (1984) உயர்ந்துள்ளது. ஆனால் இக்காலகட்டத்தில் பிடிப்பு வேகங்களும் அளவுகளும் ஒரே சீராக அதிகரிக்கவில்லை. இரண்டாவது உலக யுத்தம் வரை மீன் பிடிப்பு மெதுவாகத்தான் அதிகரித்து வந்தது; 1938இல் இது 21 மில்லியன் டன்னாக இருந்தது. இரண்டாவது உலக யுத்த ஆண்டுகளில் மீன் பிடிப்பு அவ்வளவு அதிகமானதாக இல்லாமலிருந்தது. என்றாலும் 1948ஆம் ஆண்டு முதல் உலக மீன் பிடிப்புத் துறை விரைவாக வளரலாயிற்று. யுத்தத்திற்கு முன் இருந்த மீன் பிடிப்பு மட்டம் 1950ஆம் ஆண்டே புனர் நாட்டப்பட்டது, பின் இது வேகமாக அதிகரிக்கத் துவங்கியது. யுத்தத்திற்குப் பிந்தைய 15 ஆண்டுகளில் உலகில் நீர்வாழ் உயிரினங்களின் பிடிப்பு 19 மில்லியன் டன்கள் அதிகரித்தது. 1961 முதல் 1970 வரையிலான காலகட்டத்தில் இந்த அதிகரிப்பு 29 மில்லியன் டன்களுக்கு அதிகமாக இருந்தது. கடல் மீன் பிடிப்பு இதில் முக்கியப் பங்கு வகித்தது; அக்காலத்தில் சுமார் 90 % நீர்வாழ் பிராணிகளும் தாவரங்களும் இங்கிருந்துதான் பிடிக்கப்பட்டன. உள்நாட்டு நீர்ப்பரப்புகளில் மீன் பிடிப்பு வளர்ச்சி வேகங்கள் குறைவானவையாகவே இருந்தன. மீன், மற்ற கடல் பொருட்களிலிருந்து தயாரிக்கப்படும் உணவுப் பொருட்கள், தீவனங்களின் தேவை பெருகியதானது. உலகக்

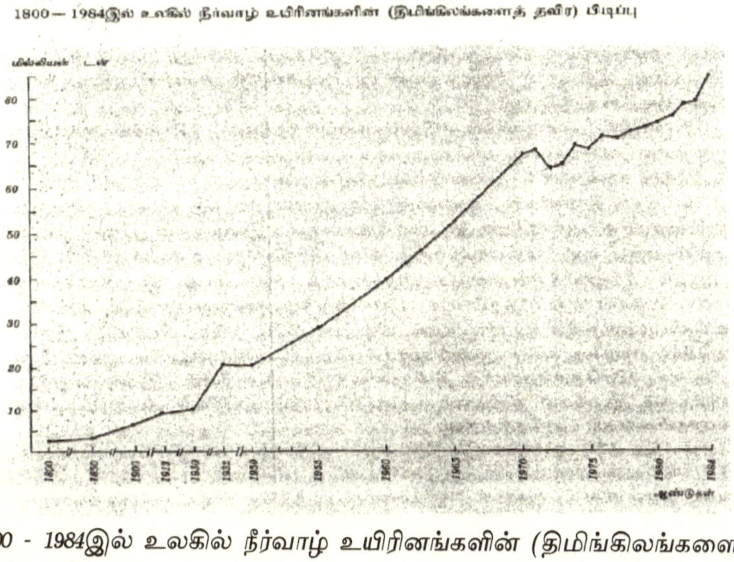

1800 - 1984இல் உலகில் நீர்வாழ் உயிரினங்களின் (திமிங்கிலங்களைத் தவிர) பிடிப்பு

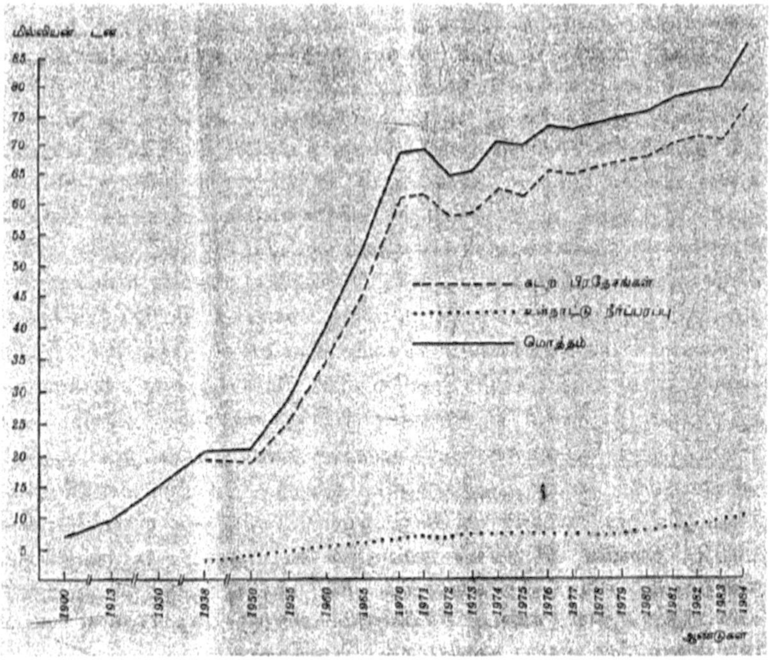

உலகக் கடல்களிலும் உள்நாட்டு நீர்ப்பரப்பிலும் மீன்கள், மற்ற நீர்வாழ் உயிரினங்களின் பிடிப்பு

கடல்களில் தொழில்துறை ரீதியான மீன் பிடிப்பின் தீவிர வளர்ச்சிக்கு ஊக்கமளித்தது. மீன்பிடிப் படகுகள், மற்ற கருவிகள், மீன் பிடிக்கும் முறைகள் மேம்படுத்தப்பட்டதாலும் புதிய விஞ்ஞான உபகரணங்களும் உற்பத்தி முறைகளும் பயன்படுத்தப்பட்டதாலும் உயிரியல் வளங்களின் எடுப்பைப் பெரிதும் அதிகரிக்க முடிந்தது.

ஆனால் நீர்வாழ் உயிரினங்களைப் பிடிப்பது மிகவும் தீவிரமாக நடந்ததால் அது இவற்றில் பலவற்றின் இருப்புகளைப் பாதித்தது. எனவே பின்னால் கடல் மீன் பிடிப்பின் வளர்ச்சி வேகங்கள் கணிசமாக குறைந்தன.

1972 முதல் 1974 வரை மொத்த மீன் பிடிப்பின் சராசரி அதிகரிப்பு 1 மில்லியன் டன்னாக இருந்தது. பின்னர் (1974-1978) மீன்கள், மற்ற நீர்வாழ் உயிரினங்களின் பிடிப்பு ஆண்டுதோறும் 1.5% என்ற வேகத்தில் வளர்ந்தது. 1979 முதல் 1983 வரை உலக மீன் பிடிப்பின் சராசரி ஆண்டு அதிகரிப்பு வேகம் 1.8 % ஆக இருந்தது. 1974-1983இல் உள்நாட்டு நீர்ப்பரப்புகளில் மீன் பிடிப்பு, உலகக்

கடல்களில் மீன் பிடிப்பை விட வேகமாக அதிகரித்தது. என்றாலும் உலக மீன் பிடிப்பில் முக்கியப் பகுதி (90%) முன்போன்றே உலகக் கடல்களிலிருந்துதான் கிடைக்கிறது.

1984இல் உலக மீன் பிடிப்பு கணிசமாக அதிகரித்தது. அந்த ஆண்டில் மீன் பிடிப்பு 863.14 லட்சம் டன்னை - இது இதுவரையில்லா அளவாகும் - எட்டியது. இதில் உலகக் கடல்கள் பெருமளவைத் தந்தன.

உலகக் கடல்கள் மற்றும் உள்நாட்டு நீர்ப்பரப்புகளின் மீன் பிடிப்பு அளவுகள் அட்டவணை 1இல் காட்டப்பட்டுள்ளன.

உலகக் கடல்களின் நீர்வாழ் உயிரினங்கள் பல்வேறு இடங்களில், பல ஆழங்களில் சமமற்று பரவியிருப்பது உயிரியல் வளங்களின் மீட்பில் உள்ள முக்கிய பூகோள அம்சமாகும். பெரும்பாலும் கண்டத் திட்டில் தான் மீன்களும் மற்ற நீர்வாழ் உயிரினங்களும் அதிகமாக கிடைக்கின்றன. உலகக் கடல்களின் மொத்தப் பரப்பில் 7% க்கும் சற்றே அதிக மான பரப்பை வகிக்கும் கண்டத் திட்டு உலகக் கடல்களின் மீன்பிடிப்பில் 80%க்கும் அதிகமான பங்கைத் தருகிறது. கண்டத் திட்டுப் பிரதேசங்களில் உயிரியல் ஆக்கவளம் மிகவும் உயர்வாக இருப்பதும் இவை கரையோரமாக இருப்பதும் எனவே மீன் பிடிப்பு ஓரளவு எளிமையாக இருப்பதும் இதற்கான காரணங்களாகும். ஓரளவு வளம் குன்றிய, மீன் பிடிப்பதற்குக் கடினமான பகுதிகளாகிய கண்டச் சாய்விலும் அதற்கு அப்பாலுள்ள கடல் பகுதிகளிலும் குறைந்த அளவு மீன்கள் தான் பிடிபடுகின்றன. கடலின் பல்வேறு ஆழ மட்டங்களுக்கு இடையே மீன் பிடிப்பு அளவின் விகிதங்கள் காலத்தில் கிட்டத்தட்ட மாறுவதில்லை என்றாலும் சமீப பத்தாண்டுகளில் மீன் பிடிப்பு முறைகள் வளர்ச்சி யடைந்துள்ளதால் கண்டச் சாய்விலும் அதற்கு அப்பாலுள்ள கடல் பரப்பிலும் மீன் பிடிப்பு கணிசமாகப் பெருகியுள்ளது.

நீண்ட காலமாக இருந்து வரும் வழக்கப்படி உலகக் கடல்களின் வடக்கு (30° வடக்கு அட்சரேகைக்கு வடக்கில்) மண்டலத்தில் மீன் பிடிப்பு மிகவும் வளர்ச்சியடைந்துள்ளது. இங்கு அனுகூலமான நீரியல், நீர்வேதியியல் மற்றும் உயிரியல் சூழ்நிலைகள் நிலவுவதும் எனவே இங்கு மீன் மற்ற நீர்வாழ் உயிரின வகைகள் மிகுந்திருப்பதும் மீன் பிடிப்பில் நல்ல வளர்ச்சியடைந்த ஐரோப்பிய, ஆசிய, அமெரிக்க நாடுகள் அருகிலிருப்பதும் இதற்குக் காரணங்களாகும். அதே நேரத்தில் மத்திய

அட்டவணை 1

உலகக் கடல்களிலும் உள்நாட்டு நீர்ப்பரப்புகளிலும் உலகில் பிடிக்கப்படும் மீன்களும் மற்ற நீர்வாழ் உயிரினங்களும்

பிரதேசம்	1980		1981		1982		1983		1984	
	மில்லியன் டன்	%	மில்லியன் டன்	%	மில்லியன் டன்	%	மில்லியன் டன்	%	மில்லியன் டன்	%
உலகக் கடல்கள்	67.7	89.9	69.7	89.6	71.1	89.4	70.8	88.8	76.6	88.8
உள்நாட்டு நீர்ப்பரப்பு	7.6	10.1	8.1	10.4	8.4	10.6	8.9	11.2	9.7	11.2
மொத்தமாக உலகில்	75.3	100.0	77.8	100.0	79.5	100.0	79.7	100.0	86.3	100.0

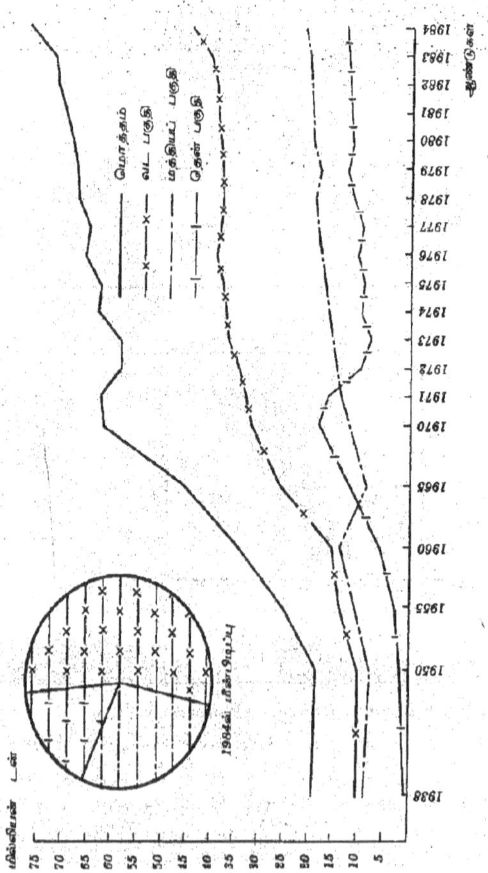

உலகக் கடல் பிரதேசங்களின் பல்வேறு பூகோள மண்டலங்களில் மீன்கள், மற்ற நீர்வாழ் உயிரினங்களின் பிடிப்பு

பல்வேறு பெருங்கடல்களில் மீன்கள், மற்ற நீர்வாழ் உயிரினங்களின் பிடிப்பு

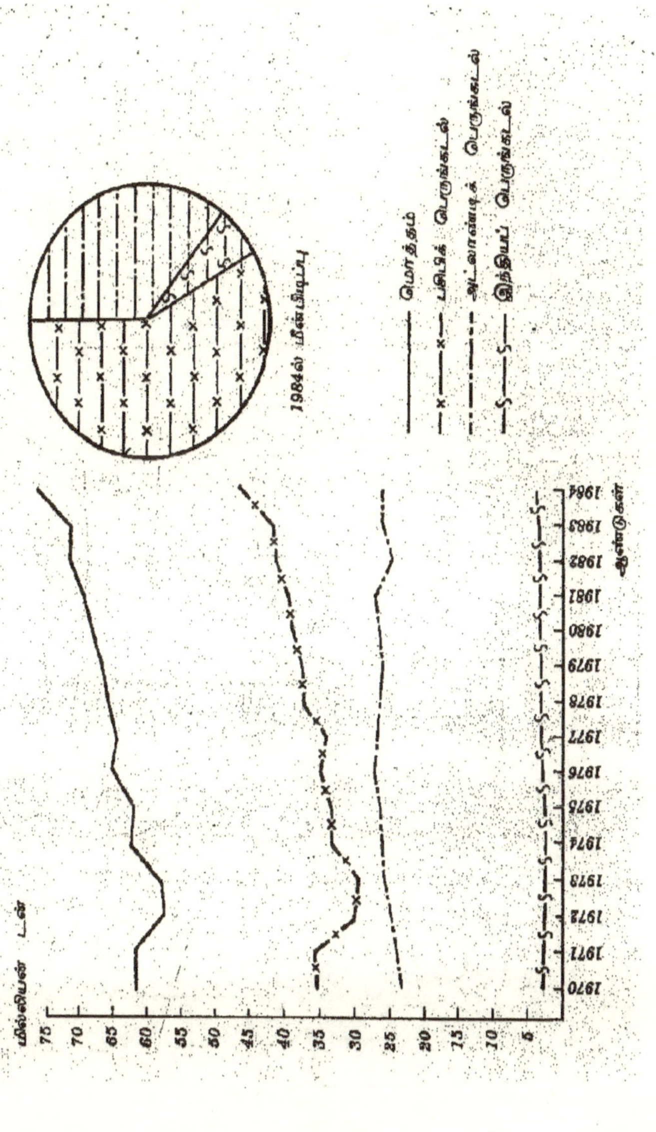

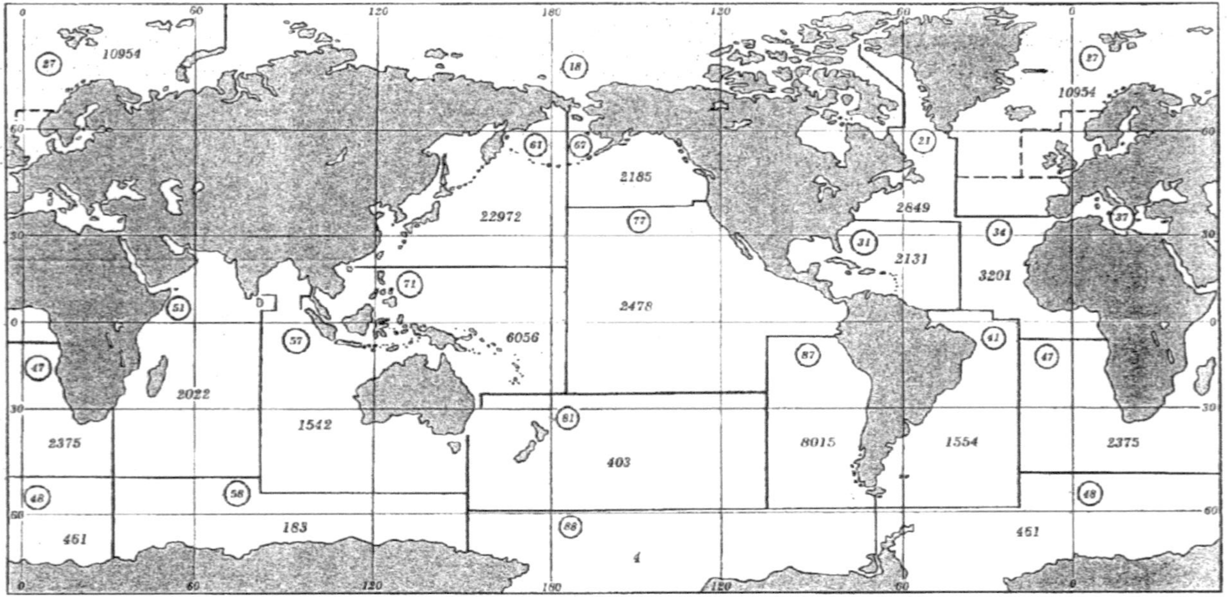

ஐ. நா. சபையின் கீழுள்ள உணவு மற்றும் விவசாயம் பற்றிய ஸ்தாபன (FAO) பிரதேசங்களில் மீன்கள், மற்ற நீர்வாழ் உயிரினங்களின் பிடிப்பு

வட்டத்தில் உள்ள எண்கள் FAO குறி எண்களாகும் (மீன் பிடிக்கப்படும் பிரதேசம்);———— பிரதேசத்தின் எல்லை; 2,686 – 1984இல் பிடிக்கப்பட்ட மீன்களின் அளவு (ஆயிரம் டன்).

18 – ஆர்க்டிக் அட்லாண்டிக் பெருங்கடல்
21 – வட மேற்குப் பகுதி
27 – வட கிழக்குப் பகுதி
31 – மேற்கு மத்தியப் பகுதி
34 – கிழக்கு மத்தியப் பகுதி
37 – மத்திய தரைக் கடல், கருங்கடல்
41 – தென் மேற்குப் பகுதி
47 – தென் கிழக்குப் பகுதி
48 – அண்டார்க்டிக பகுதி இந்தியப் பெருங்கடல்
51 – மேற்குப் பகுதி
57 – கிழக்குப் பகுதி
58 – அண்டார்க்டிக் பகுதி பசிபிக் பெருங்கடல்
61 – வட மேற்குப் பகுதி
67 – வட கிழக்குப பகுதி
71 – மேற்கு மத்தியப் பகுதி
77 – கிழக்கு மத்தியப் பகுதி
81 – தென் மேற்குப் பகுதி
87 – தென் கிழக்குப் பகுதி
88 – அண்டார்க்டிக் பகுதி

மற்றும் தெற்கு மண்டலங்களிலும் மீன் பிடிப்பு அதிகரித்து வருகிறது. இன்று உலகக் கடல்களில் பிடிக்கப்படும் மீன், மற்ற நீர்வாழ் உயிரினங்களின் மொத்த அளவில் கிட்டத்தட்ட 50% இங்கு பிடிக்கப்படுகிறது.

கடலுக்கு கடல் மீன் பிடிப்பு வேறுபடுகிறது. நீண்ட காலமாக (1958 வரை) அட்லாண்டிக் பெருங்கடலில் தான் பெருமளவு நீர்வாழ் உயிரினங்கள் பிடிக்கப்பட்டு வந்தன. 1958 முதல் மீன் பிடிப்பில் பசிபிக் பெருங்கடல் முன் நிற்கிறது. இது இன்று உலகக் கடல்களிலிருந்து பிடிபடும் மீன்கள் மற்ற நீர்வாழ் உயிரினங்களில் 50% க்கும் மேற்பட்ட பகுதியைத் தருகிறது.

உலகக் கடல்களின் பல்வேறு பகுதிகளிலும் பிடிபடும் மீன்கள் மற்ற நீர்வாழ் உயிரினங்களைப் பற்றிய புள்ளிவிவரங்களை ஒன்றுதிரட்டவும் பகுப்பாய்வு செய்யவும் ஐ.நா. சபையின் கீழுள்ள உணவு மற்றும் விவசாயம் பற்றிய ஸ்தாபனம் (FAO) நிரந்தரப் பனிக்கட்டிகள் இல்லாத கடல் நீர்ப்பரப்புகளைப் பல்வேறு மீன்பிடிப் பிரதேசங்களாகப் பிரித்துள்ளது. பசிபிக் பெருங்கடலின் வட மேற்குப் பகுதி, அட்லாண்டிக் பெருங்கடலின் வட கிழக்குப் பகுதி மற்றும் பசிபிக் பெருங்கடலின் தென் கிழக்கு, மேற்கு மத்தியப் பகுதிகள் ஆகிய இடங்களில் தான் அதிகபட்சம் மீன் பிடிக்கப்படுகிறது. 1984இல் உலகக் கடல்களின் மொத்த உலக மீன் பிடிப்பில் 69.3% இந்த இடங்களில் கிடைத்தது.

உலகக் கடல்களில் மீன்கள், மற்ற நீர்வாழ் உயிரினங்களின் பிடிப்பு

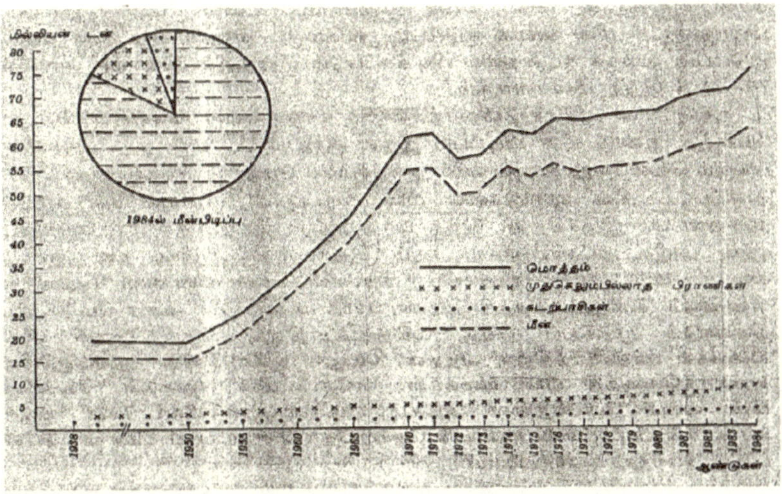

உலகக் கடல்களில் பிடிக்கப்படும் நீர்வாழ் உயிரினங்களின் வகையினக் கட்டமைப்பிலும் சில சிறப்பு அம்சங்கள் உள்ளன. உலகக் கடல்களில் பல்வேறு விதமான பிராணிகளும் தாவரங்களும் இருந்தபோதிலும் இன்று இவற்றில் சில வகையினங்கள் மட்டுமே பிடிக்கப்படுகின்றன; இதில் ஒவ்வொன்றின் பங்கும் பெரிதும் வேறுபடுகிறது. இவற்றில் பெரும் பகுதி (கிட்டத்தட்ட 84%) மீன்கள், அடுத்தது முதுகெலும்பற்ற பிராணிகள் (சுமாராக 12%), நீர்த் தாவரங்கள் (சுமாராக 3%), கடல்வாழ் பாலூட்டிகள் (சுமாராக 1%) ஆகும். இவற்றில் ஒவ்வொன்றைப் பிடிப்பதற்கும் தனிச் சிறப்பியல்புகள் உண்டு. எனவே ஒவ்வொன்றையும் தனித்தனியே பார்ப்போம்.

தொழில் துறை மீன் பிடிப்பு

உலகிலுள்ள 550 மீன் குடும்பங்களைச் சேர்ந்த 20,000க்கும் மேற்பட்ட மீன் வகையினங்களில் சுமார் 800 வகையினங்கள் மட்டுமே மீன் பிடிப்பு முக்கியத்துவம் உடையவை. இன்று நவீன தொழில் துறை மீன் பிடிப்பு வெகு சில மீன் குடும்பங்கள், வகையினங்களை மட்டுமே ஆதாரமாகக் கொண்டு செயல்படுகிறது. இவை பெரும்பாலும் கடல்களின் கண்டத் திட்டுப் பிரதேசங்களில் கிடைக்கின்றன. உலகக் கடல்களில் பிடிக்கப்படும் மீன்கள் பெரும்பாலும் பின்வரும் ஏழு அல்லது எட்டு மீன் குடும்பங்களைச் சேர்ந்தவை: ஹெர்ரிங் மீன் குடும்பம், காட் மீன் குடும்பம், நெய்த்தோலி மீன் வகை குடும்பம், ஸ்கேட் மீன் குடும்பம், கானாங்கெளுத்தி மீன் வகை குடும்பம், டன்னி மீன் குடும்பம், பிலாவுன்டர் மீன் வகை குடும்பம், ஸ்மெல்ட் எனும் சிறு மீன் வகை குடும்பம். உலகக் கடல்களில் பிடிக்கப்படும் மீன்களின் மொத்த அளவில் 70-75% இந்த மீன்களாகும்.

உலக மீன் பிடிப்பு விவரங்களைப் பகுப்பாய்வு செய்யும் போது, மொத்த ஆண்டு மீன் பிடிப்பும் இதில் குறிப்பிட்ட மீன் குடும்பங்களின் பங்கும் வெவ்வேறு காலங்களில் கணிசமாக மாறுபடுவதைக் காணலாம். தனிப்பட்ட சில ஆண்டுகளில் மீன் பிடிப்பு அதிகமாயும் சில சமயம் குறைவாயும் இருக்கிறது. இந்த மாற்றங்கள் இயற்கைக் காரணிகளுடனும் மனித நடவடிக்கையுடனும் தொடர்புடையவை. பல ஆண்டுகளாக, 1960 வரை உலக மீன் பிடிப்பில் காட் மீன்களும் ஹெர்ரிங் மீன்களும் பெரிதும் மிகுந்திருந்தன; 1962 முதல் 1971 வரை மேற்கூறிய இரண்டும் முக்கியப் பங்கு வகித்தபோதிலும் நெய்த்தோலி மீன் வகைகள்

முதலிடத்திற்கு வந்தன. 60ஆம் ஆண்டுகளின் நடுப்பகுதியில் கானாங்கெளுத்தி மீன் வகைகள், ஸ்கேட் மீன் வகைகள், கேபலின் மீன் வகை போன்றவை அதிகம் பிடிக்கப்படலாயின. 1972 முதல் உலக மீன் பிடிப்பில் பெருவியன் நெய்த்தோலி எனப்படும் மீன் வகையின் பங்கு பெரிதும் குறையலாயிற்று.

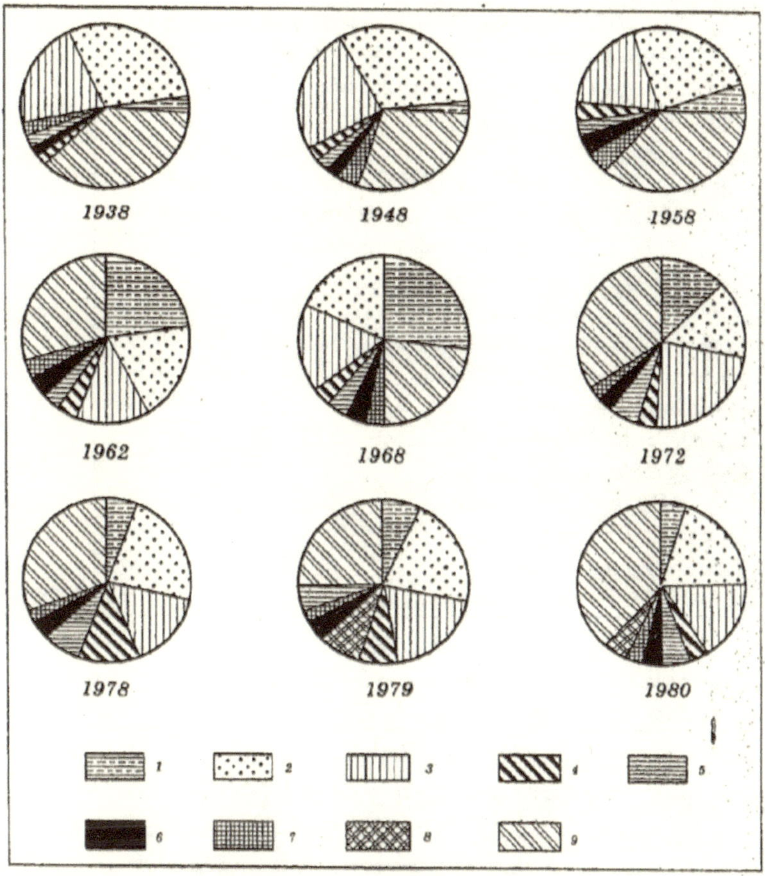

உலக மீன் பிடிப்பில் காலப் போக்கில் ஏற்பட்ட மாற்றங்கள்

1 – நெய்த்தோலி மீன் வகைகள்; 2 – ஹெர்ரிங் மீன் வகைகள்; 3 – காட் மீன் வகைகள்; 4 – ஸ்கேட் மீன் வகைகள்; 5 – கானாங்கெளுத்தி மீன் வகைகள்; 6 – டன்னி மீன் வகைகள்; 7 – பிலாவுண்டர் மீன் வகைகள்; 8 – ஸ்மேல்ட் மீன் வகைகள் (கேபலின்); 9 – இதரவை

உலகில் பிடிக்கப்படும் மீன்களின் மொத்த அளவில் ஹெர்ரிங் மீன் வகைகள் முதலிடம் வகிக்கின்றன. பல ஆண்டுகளாக உலக மீன் பிடிப்பில் கடல் ஹெர்ரிங் மீன் வகைகள், குறிப்பாக அட்லாண்டிக் ஹெர்ரிங் மீன்கள் முக்கியமானவையாக இருந்தன. இயற்கைக் காரணி

அட்டவணை 2

1984இல் பிடிக்கப்பட்ட முக்கிய மீன் வகைகள்
(ஆயிரம் டன்)

மொத்தம்...	72,928
கடல்வாழ் மீன்கள்*	62,755
ஹெர்ரிங், ஸர்டீன், நெய்த்தோலி மீன் வகைகள்	19,173
காட், ஹெய்க், ஹேடக் மீன் வகைகள்	12,186
ஸ்கேட், மாலிட், ஸோரி மீன் வகைகள்	8,603
ரோக், பேஸ், கோன்கர் மீன் வகைகள்	5,489
கானாங்கெளுத்தி, ஸ்நோக், காட்லஸ் மீன் வகைகள்	4,193
டன்னி, பனீடோ, ஸ்வார்ட் மீன் போன்ற மீன் வகைகள்	3,093
பிலாவுன்டர், ஹேலிபட், ஸோல் போன்ற மீன் வகைகள்	1,201
சுறா, ரேய், கைமீர் போன்ற மீன் வகைகள்	651
இதர கடல்வாழ் மீன் வகைகள்	8,166
இடமாற்ற கடல்வாழ் மீன்கள் ****	2,235
ஸால்மன், டிராவுட், ஸ்மெல்ட் மீன் வகைகள்	889
இடமாற்ற ஹெர்ரிங் மீன் வகை	696
ஆற்று ஈல் மீன் வகை	95
ஸ்டார்ஜியன், பேதல் மீன் வகைகள்	27
இதர இடமாற்ற மீன் வகைகள்	528
ஆற்று நீரில் வாழும் மீன்கள்	7,938
கெண்டை மீன் வகை	843
திலேப்பியா மீன் வகை	541
ஆற்று நீரில் வாழும் இதர மீன் வகைகள்	6,554

* நிரந்தரமாக கடல்களில் வாழுகின்றன.

** நிரந்தரமாக கடல்களில் வாழும் இவை முட்டையிடுவதற்காக ஆறுகளுக்கு வருகின்றன.

களின் தாக்கத்தாலும் இம்மீன்களை அளவிற்கதிகமாகப் பிடித்ததாலும் இவற்றின் எண்ணிக்கை குறைந்தது. இப்போது இவற்றின் பெரும்பாலான வகைகளின் இருப்புகள் தொய்வு நிலையில் உள்ளன. இவற்றின் மொத்த பிடிப்பு 1966 முதல் (4.09 மில்லியன் டன்னிலிருந்து) 1984 வரையிலான காலத்தில் 2.4 மில்லியன் டன்னாக குறைந்தது. சமீப ஆண்டுகளில் எண்ணிக்கையில் அதிகமான ஆனால் அளவில் சிறிய ஹெர்ரிங் மீன்கள் (ஸர்டீன், ஸ்பிரேட் போன்ற மீன் வகைகள்) மேன்மேலும் அதிகமாகப் பிடிக்கப்படுகின்றன. தென்னாப்பிரிக்க, ஐரோப்பிய மற்றும் சிலி ஸர்டீன் வகைகள் எண்ணிக்கையில் அதிகமாக உள்ளன. 1972 முதல் ஜப்பானிய ஸர்டீன் மீன் பிடிப்பு பெரிதும் அதிகரிக்கத் துவங்கியது. 1984இல் இது 5.2 மில்லியன் டன்னை எட்டியது.

உலக மீன் பிடிப்பில் காட் மீன் வகைகள் இரண்டாவது இடத்தை வகிக்கின்றன (9.1 மில்லியன் டன்). அட்லாண்டிக் காட் மீன் பிடிப்பு (1968இல் இது 3.9 மில்லியன் டன்னாக இருந்தது) கணிசமாகக் குறைந்து இன்று 2 மில்லியன் டன்னாக உள்ளது. போலக், புடேசியன் மீன் வகைகள் அதிகமாகப் பிடிக்கப்பட்டதையடுத்து காட் மீன் பிடிப்பின் அளவு அதிகரிக்கலாயிற்று. மற்ற காட் மீன் வகைகள் - வைடிங் மீன் (2-2.3 லட்சம் டன்), நார்வே பாவுட் மீன் (6 லட்சம் டன்), பசிபிக் நவாகா, இன்னும் சில மீன்கள் அவ்வளவு அதிகமாகப் பிடிக்கப்படுவதில்லை.

நெய்த்தோலி மீன் குடும்பத்தில் சுமார் 40 வகையினங்கள் உள்ளன. இவ்வகைகள் மிகச் சிறியவை, சாதாரணமாக 12-15 செ.மீ. நீளமுள்ளவை. ஏராளமான எண்ணிக்கையில் காணப்படும் இவை தெற்கு ஆப்பிரிக்கா, மெக்சிக்கோ, ஜப்பான், பெரு, சிலியின் கரையோரங்களிலும் இன்னும் சில இடங்களிலும் பெரும் கும்பல்களாக உள்ளன. இந்த மீன் குடும்பத்தின் மற்ற வகையினங்களை விட பெருவியன் நெய்த்தோலி எனும் மீன் வகை அதிகமாகப் பிடிக்கப்படுகிறது. 1970இல் இது 130.59 லட்சம் டன் பிடிபட்டது. 1971-72க்குப் பின் இவ்வகை மீன் பிடிப்பின் அளவு பெரிதும் குறைந்தது. 1984இல் இது 88,300 டன் மட்டும் பிடிக்கப்பட்டது. சமீப ஆண்டுகளில் ஜப்பானிய நெய்த்தோலி மீன் வகையின் பிடிப்பு கணிசமாக அதிகரித்து வருகிறது. கலிபோர்னியா, மெக்சிக்கோவின் கரைகள் அருகே இந்த மீன்கள் ஏராளமாக உள்ளன. இதனால் இவ்வகை மீன் பிடிப்பை 1 மில்லியன் டன்னுக்கும் அதிகமாக உயர்த்த முடிந்தது.

வட அட்லாண்டிக்கில் கேபலின் மீனைப் பிடிக்க விசேஷ ஏற்பாடுகள் செய்த பின் (2.5-4.0 மில்லியன் டன்) இந்த மீன் உலக மீன் பிடிப்பில் முக்கிய இடத்தை வகிக்க ஆரம்பித்தது.

கடல் மீன் வகையினங்களில் குறிப்பிடத்தக்க மீனாகிய டன்னி மீன் உலக மொத்த மீன் பிடிப்பில் ஓரளவு குறைந்த பங்கையே (1.9 மில்லியன் டன் அல்லது மொத்த மீன் பிடிப்பில் 3.3%) வகிக்கிறது.

மேற்கூறிய மீன் வகையினங்களைத் தவிர வேறு மீன் குடும்பங் களைச் சேர்ந்த மீன்களும் பிடிக்கப்படுகின்றன. ஸ்கார்பியன் மீன் வகை (ரோக் மீன்), குரோக்கெர் மீன் வகை, கிரீன்லிங் மீன் வகை, பனீடோ மீன் வகை, மாலிட் மீன் வகை, போர்ஜிஸ் மீன் வகை போன்றவையும் இன்னும் சிலவும் இவற்றிலடங்கும். இவற்றின் பிடிப்பு (காட்லஸ் மீன், ஸன்டீல் மீன், ஸோரி மீன்,

முதலியவை) சமீப ஆண்டுகளாக கூடி வருகிறது. இந்த மீன் வகைகளில் சிலவற்றின் முக்கியத்துவம் அதிகரிக்கும் என்பதில் சந்தேகமில்லை.

முதுகெலும்பற்ற கடல்வாழ் உயிரினங்களின் பிடிப்பு

உலகக் கடல்களின் நீர்ப்பரப்பிலும் அடியில் உள்ள தரையிலும் இருக்கும் பல்வேறு frutti di mare (கடலின் வளங்கள்) கடலோரங்களில் வாழ்பவர்களால் நீண்ட நெடுங்காலமாகவே பயன்படுத்தப்பட்டு வருகின்றன. கடலிலுள்ள பல்வேறு விதமான உயிரினங்களில் சிப்பி வகையினங்களும் நண்டு - நத்தை இனப் பிரிவும் மனிதனுக்கு மிக முக்கியமானவை. இவற்றில் சுமார் 100 வகையினங்கள் பொருளாதார முக்கியத்துவம் வாய்ந்தவை; ஆனால் மிகவும் பரவலாயுள்ள, எண்ணிக்கையில் அதிகமான ஒரு சில வகையினங்கள் தான் இன்று பெருமளவு பிடிக்கப்படுகின்றன (அட்டவணை 3).

அட்டவணை 3

1984இல் பிடிக்கப்பட்ட முக்கிய முதுகெலும்பற்ற கடல்வாழ் உயிரினங்கள் (ஆயிரம் டன்)

சிப்பி வகையினங்கள்	5,845
சிபலோபடா சிப்பி வகைகள் (ஸ்க்விட மீன்கள், கணவாய் மீன்கள், ஆக்டோபஸ்கள்)	1,646
கிலேம், கோகில், மற்ற இரட்டை ஓட்டுப் பிராணிகள்	1,493
சிப்பிகள்	956
மாஸெல்கள்	715
சீப்பு மாதிரியான கடல் உயிரினம்	818
அப்லோனி உயிரினம், நத்தைகள், கோங்க் சிப்பிகள்	84
இதர சிப்பி வகைகள்	139
நண்டு-நத்தை இனப் பிரிவு	3,125

இறால் மீன் வகை	1,864
நண்டுகள்	842
க்ரில், பிலாங்டன் வகையினம்	128
லாப்ஸ்டர்கள்	183
ஸ்குவோட் லாப்ஸ்டர், நார்வே லாப்ஸ்டர் போன்ற வகைகள்	17
இதர கடல்வாழ் நண்டு - நத்தை வகைகள்	91

சிப்பி வகையினங்கள். இவற்றில் இரட்டை ஓட்டுப் பிராணிகள் தான் (சிப்பிகள், மாஸெல்கள், சீப்பு மாதிரியான கடல் உயிரினம் போன்றவை) அதிகமாக எடுக்கப்படுகின்றன. 1984இல் பிடிக்கப்பட்ட சிப்பி வகைகளில் சுமார் 70% இந்த உயிரினங்கள் தான். இவற்றையடுத்து சிபலோப்படாக்கள் வருகின்றன. இவற்றில் ஸ்க்விட் மீன், ஆக்டோபஸ்கள், கணவாய் மீன் ஆகியவை முக்கியமானவை. சிப்பி வகைகளின் மொத்த எடுப்பில் இவற்றின் பங்கு 30% ஆகும்.

இரட்டை ஓட்டுப் பிராணிகள் ஒவ்வொன்றிற்கும் ஒரு குறிப்பிட்ட வசிப்பிடம், வாழ்க்கை முறை உண்டு; இவற்றைப் பிடிக்கும் இடமும் முறையும் ஒவ்வொரு விதமானது. **சிப்பிகள்** பெரும்பாலும் வெப்ப மண்டலத்தில் கிடைக்கின்றன, ஆனால் உலகக் கடல்களின் மற்ற பகுதிகளிலும் இவற்றைக் காணலாம். சாதாரணமாக இவை கரையோரப் பகுதிகளில் 6 மீட்டர் ஆழம் வரையுள்ள இடங்களில் இருக்கும். இவை அட்லாண்டிக் கரையோரப் பகுதிகளில் அதிகமாகவும் ஓரளவு குறைவாக பசிபிக் கரையோரப் பிரதேசங்களிலும் எடுக்கப்படுகின்றன. இன்று இவை ஆண்டுதோறும் சராசரியாக 9.5 லட்சம் டன் எடுக்கப்படு கின்றன; ஆண்டுகளுக்கு இடையேயான வித்தியாசம் 30,000-70,000 டன்னாகும். உலகில் எடுக்கப்படும் சிப்பிகளில் கிட்டத்தட்ட பாதிப் பகுதி அமெரிக்க ஐக்கிய நாட்டைச் சாரும். அடுத்தபடியாக ஜப்பானும் பிரான்சும் பெருமளவைத் தருகின்றன. தென்கிழக்காசிய நாடுகளிலும் கணிசமான அளவு சிப்பிகள் எடுக்கப்படுகின்றன.

நீண்ட காலமாக சிப்பிகள் எடுக்கப்படும் ஒரு சில பிரதேசங்களில் இவை அளவிற்கதிகமாக எடுக்கப்பட்டதால் இவற்றின் எண்ணிக்கை குறைந்துள்ளது. உதாரணமாக, மத்திய அமெரிக்கக் கடல்கள், பாரசீக வளைகுடா, ஸ்ரீலங்காவின் கரைப்பகுதி, ஆஸ்திரேலிய, ஜப்பானிய கரைப்பகுதிகள் ஆகிய இடங்களில் இப்போது முத்துச் சிப்பிகள் கிட்டத்தட்ட எடுக்கப்படுவதேயில்லை. ஆனால் முத்துச் சிப்பிகளின் இயற்கையை மனிதன் அறிந்து கொண்டதால் இன்று செயற்கையாக விசேஷ நீர்த் தேக்கங்களில் முத்துக்களைப் பெற முடிகிறது.

இன்று கொரிய தீபகற்பம், பிலிப்பைன் தீவுகள், ஜப்பான் ஆகிய இடங்களில் உள்ள கடல் பண்ணைகளில் பல சிப்பியினங்கள் செயற்கைச் சூழலில் வளர்க்கப்படுகின்றன. எனவே சிப்பிகளின் மொத்த எடுப்பு பெருகி வருகிறது.

மாஸெல்கள் - மிகவும் பரவலாகக் காணப்படும் கடல்வாழ் இரட்டை ஓட்டு சிப்பி வகை. இதன் பெரும் பகுதி அட்லாண்டிக் பெருங்கடலிலும் கணிசமான அளவு குறைவாக பசிபிக் பெருங்கடலிலும் எடுக்கப்படுகிறது. ஆண்டுதோறும் உலகில் 7 லட்சம் டன்னிற்கும் கூடுதலான மாஸெல்கள் எடுக்கப்படுகின்றன. சில ஆண்டுகளில் இது சற்று குறைவாகவோ கூடுதலாகவோ இருக்கும். மாஸெல்கள் பெரும்பாலும் (சுமார் 85%) ஐரோப்பிய நாடுகளின் மீனவர்களால் எடுக்கப்படுகின்றன. மாஸெல்களை எடுப்பதில் நெதர்லாந்து, ஸ்பெயின், பிரான்ஸ், டென்மார்க், இத்தாலி ஆகிய நாடுகள் முன் நிற்கின்றன. பசிபிக் பெருங்கடலில் தாய்லாந்தின் கரையோரப் பகுதி, கொரியத் தீபகற்பத்தின் தென் கரைப்பகுதி, ஆஸ்திரேலியா, நியூஜிலாந்தின் கரைப்பகுதிகள் ஆகியவற்றில் தான் அதிகமான மாஸெல்கள் எடுக்கப்படுகின்றன. பல நாடுகளில் மாஸெல்கள் செயற்கைச் சூழலில் வளர்க்கப்படுகின்றன. இது ஆதாயமான ஒரு துறையாக கருதப்படுகிறது.

சீப்பு மாதிரியான கடல் உயிரினங்கள் பெரும்பாலும் கற்படிவுகளும் மணலும் மிகுந்துள்ள கரைப்பகுதிகளில் காணப்படுகின்றன. ஆண்டு தோறும் இவை 8 லட்சம் டன் பிடிக்கப்படுகின்றன. இவை பிடிபடும் இடங்கள் முக்கியமாக வட மேற்கு மற்றும் மேற்கு மத்திய அட்லாண்டிக்கில் உள்ளன. இங்கு அமெரிக்க ஐக்கிய நாடும் கனடாவும் இவற்றைப் பிடிக்கின்றன. வட கிழக்கு அட்லாண்டிக்கில் பிரான்சும் ஸ்பெயினும் இவற்றைப் பிடிக்கின்றன. பசிபிக் பெருங்கடலின் வட மேற்கு மற்றும் மேற்கு

மத்தியப் பகுதிகளில் ஜப்பானும் ஆஸ்திரேலியா தன் கரையருகேயும் இந்த உயிரினங்களை அதிகமாகப் பிடிக்கின்றன. சமீப காலமாக ஜப்பானில் இவை செயற்கைச் சூழலில் வளர்க்கப்படுகின்றன.

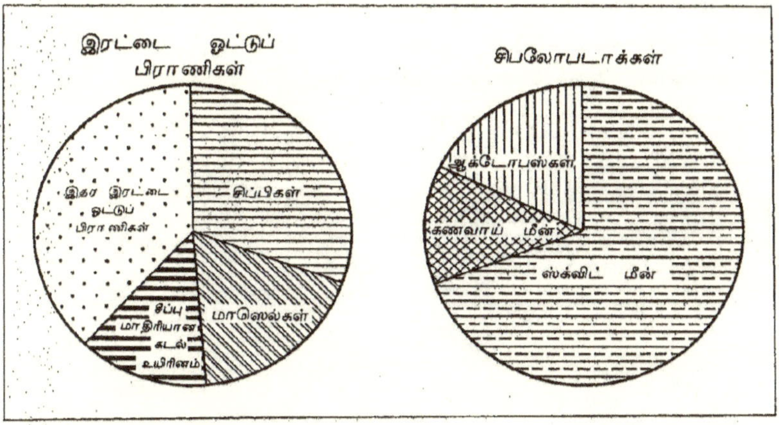

உலகில் சிப்பி வகைகளின் பிடிப்பு

இதனால் இவற்றின் மொத்த உற்பத்தி அதிகரிக்கிறது, ஸ்திரமாக இருக்கிறது.

மனிதன் உபயோகிக்கும் சிபலோபடா உயிரினங்கள் - ஸ்க்விட் மீன்கள், ஆக்டோபஸ்கள், கணவாய் மீன்கள் - பெரும்பாலும் மிதவெப்ப மண்டலத்தில் கரையோரங்களிலும் திறந்தவெளிக் கடல்களிலும் வசிக்கின்றன. இவை சாதாரணமாக கண்டத் திட்டுப் பிரதேசத்தில் கணிசமான ஆழம் வரை பரவியுள்ளன.

ஸ்க்விட் மீன்கள் பசிபிக், அட்லாண்டிக் மற்றும் இந்தியப் பெருங்கடல் களின் பல்வேறு பிரதேசங்களில் பிடிக்கப்படுகின்றன. உலகில் மொத்தமாகப் பிடிக்கப்படும் சிபலோப்படா உயிரினங்களில் (16 லட்சம் டன்னிற்கும் அதிகம்) பெரும் பகுதி ஸ்க்விட் மீன்களாகும். இவை அதிகமாக பசிபிக் பெருங்கடலிலும் இருமடங்கு குறைவாக அட்லாண்டிக்கிலும் சிறு பகுதி இந்தியப் பெருங்கடலிலும் பிடிக்கப்படுகின்றன. **ஆக்டோபஸ்களும் கணவாய் மீன்களும்** உலகக் கடல்களில் பரவலாகக் கிடைத்தாலும் இன்னமும் இவை அதிகமாகப் பிடிக்கப்படுவதில்லை. இவை பெரும்பாலும் பசிபிக் பெருங்கடலின் வட மேற்குப் பகுதியில் தான் பிடிக்கப்படு கின்றன.

நண்டு -நத்தை இனப் பிரிவு. முதுகெலும்பற்ற இந்த உயிரினங்கள் திறந்தவெளிக் கடல்களின் எல்லா இடங்களிலும் கரையோரப்

பகுதிகளிலும் காயல்களிலும் கழிமுகங்களிலும் வசிக்கின்றன. இன்று ஆண்டுதோறும் மொத்தத்தில் 3 மில்லியன் டன்னிற்கும் அதிகமாக நண்டு நத்தை உயிரினங்கள் பிடிக்கப்படுகின்றன. இவற்றில் கிட்டத்தட்ட பாதிப் பகுதி பசிபிக் பெருங்கடலிலும் மூன்றிலொரு பகுதி அட்லாண்டிக் பெருங்கடலிலும் எஞ்சியவை இந்தியப் பெருங்கடலிலும் பிடிக்கப்படுகின்றன.

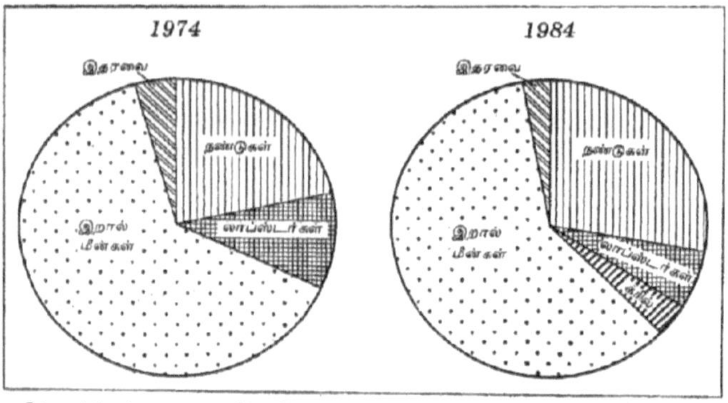

உலகில் நண்டு-நத்தை வகைகளின் பிடிப்பு

இவற்றில் எல்லா வகையினங்களும் பசிபிக் பெருங்கடலில் அதிக பட்சம் பிடிக்கப்படுகின்றன என்று கூற இயலாது. சில நண்டு நத்தை வகைகள் அட்லாண்டிக்கில் அதிகமாகக் கிடைக்கின்றன.

நண்டுகள்: இவற்றின் பல்வேறு வகையினங்கள் உலகக் கடல்களின் பல பகுதிகளில் வெதுவெதுப்பான வெப்பநிலை (பூஜ்ஜியத்திற்கு மேற் பட்ட வெப்பநிலை) உள்ள இடங்களில் 250 மீட்டர் வரையிலான ஆழத்தில் கிடைக்கின்றன. ஆண்டுதோறும் இவை சுமார் 8.5 லட்சம் டன் பிடிக்கப்படுகின்றன. இவற்றில் பெரிதும் மதிக்கப்படும் ராஜ நண்டு அல்லது கம்சாத்கா நண்டு பசிபிக் பெருங்கடலின் வட பகுதியில் கிடைக்கிறது. வழக்கமாக அமெரிக்க ஐக்கிய நாடு பசிபிக் நண்டுகளை பெரிங் கடலிலும் அலாஸ்கா வளைகுடாவிலும் பிடிக்கின்றது, சோவியத் நாடும் ஜப்பானும் அகோத்ஸ்க் கடலில் இவற்றைப் பிடிக் கின்றன. இன்று கம்சாத்கா நண்டைத் தவிர மற்ற நண்டு வகைகளை, குறிப்பாக ரோபர் நண்டையும் பிடிக்கின்றனர். அட்லாண்டிக் பெருங் கடலில் நண்டுகள் அவ்வளவு அதிகமாகப் பிடிக்கப்படுவதில்லை. இங்கு பிரான்ஸ், இத்தாலி, கானடா ஆகிய நாடுகள் இதில் ஈடுபட்டுள்ளன.

லாப்ஸ்டர்கள்: பசிபிக், அட்லாண்டிக் மற்றும் இந்தியப் பெருங்கடல்களில் கணிசமான ஆழங்களில் கிடைக்கின்றன. இவை

சாதாரண நண்டுகளை விடக் குறைவாகவே (ஆண்டுதோறும் 1.8 லட்சம் டன்னிற்கும் சற்றே அதிகமாக) பிடிக்கப்படுகின்றன. இவை பெரும்பாலும் மேற்கு ஆப்பிரிக்கா, பிரேசிலின் கரைப் பகுதிகள், மத்திய தரைக் கடல், இந்தியத் தீபகற்பத்தின் கரைகள், கலிபோர்னியா வளைகுடாவின் தென் பகுதி, தென் கிழக்கு ஆசியக் கரைப் பகுதி ஆகிய இடங்களில் பிடிக்கப்படுகின்றன. ஆஸ்திரேலியா (இதுதான் மற்ற நாடுகளை விட அதிகமான அளவில் லாப்ஸ்டர்களை உலக சந்தைக்கு அளிக்கிறது), அமெரிக்க ஐக்கிய நாடு, பிரான்ஸ், இத்தாலி, பிரேசில், ஜப்பான், தாய்லாந்து, இன்னும் சில நாடுகள் இவற்றைப் பிடிப்பதில் ஈடுபட்டுள்ளன.

இறால் மீன்கள்: சிறிய, 5-20 செ.மீ. நீளமுடைய நீந்தும் கடல்வாழ் பிராணிகள். இவை உலகக் கடல்களின் பல பிரதேசங்களில் கிடைக் கின்றன. நண்டு - நத்தை இனப் பிரிவில் இன்று பிரதானமாகப் பிடிக்கப்படும் வகையினம் இவைதான். ஆண்டுதோறும் உலகில் 1.8 மில்லியன் டன்னிற்கும் கூடுதலான இறால் மீன்கள் பிடிக்கப்படுகின்றன. இதில் சுமார் பாதிப் பகுதி பசிபிக் பெருங்கடலிலும் சற்றுக் குறைவாக அட்லாண்டிக் பெருங்கடலிலும் இன்னமும் குறைவாக இந்தியப் பெருங் கடலிலும் பிடிக்கப்படுகிறது. மெக்சிக்கோ மற்றும் கரீபியன் கடல்களில் இறால் மீன் மற்ற இடங்களை விட பெருமளவில் பிடிக்கப்படுகிறது. உலகக் கடல்களின் வெப்ப மண்டலங்களில் இறால் மீன் பிடிப்பை அதிகரிக்க நல்ல வாய்ப்புகள் உள்ளன.

க்ரில் பிலாங்டன் நண்டு - நத்தை இனப் பிரிவைச் சேர்ந்தது. மேலாக உள்ள 50 மீட்டர் ஆழம் உடைய நீர்ப்பரப்பில் இந்தச் சிறு நண்டு வகை கணிசமாக குவிந்து கிடக்கிறது. உலகக் கடல்களின் பல்வேறு பகுதிகளில் இக்குவியல்களை சில நூறு மீட்டர் நீளமும் சில டஜன் மீட்டர் அகலமும் உள்ள புள்ளிகளாகப் பார்க்கலாம். குறிப்பாக அண்டார்க்டிக் நீர்ப்பரப்புகளில் இந்த உயிரினம் மிகுந்துள்ளது (இங்கு உள்ள இதன் இருப்புகள் 0.8- 5.0 பில்லியன் டன்னாக மதிப்பிடப்படுகின்றன). தென் ஜார்ஜிய தீவிற்கும் தென் ஷேட்லெண்ட் தீவுகளுக்கும் இடைப்பட்ட பிரதேசத்தில் இது நிறைய உள்ளது. நார்வே கடல், ஹார்டன் கெர் ஃபியோர்ட், பிஸ்கே வளைகுடா, பினிஸ்டெரே முனைக்கும் அஸோர்ஸ் தீவுகளுக்கும் இடைப்பட்ட பகுதி ஆகிய இடங்களில் பிடிப்பதற்குப் போதுமான அளவில் க்ரில் குவிந்து இருப்பது கண்டுபிடிக்கப் பட்டுள்ளது. க்ரிலில் பல பயன்மிகு சத்துப் பொருட்கள் உள்ளன. இதிலிருந்து பெறப்படும் பசையில் 70-75 % புரோட்டினும் 13 -20% கொழுப்பும் 3-10% கார்போஹைடிரேட்டுகளும் 17 அமினோ அமிலங்களும்

அடங்கியிருக்கின்றன. எனவே பிராணி அல்புமனை வழங்கும் ஒரு முக்கிய உணவுப் பொருளாக க்ரில் திகழலாம் என்பது இதிலிருந்து தெரிகிறது. இன்று ஆண்டுதோறும் கிட்டத்தட்ட 1.3 லட்சம் டன் க்ரில் பிடிக்கப்படுகிறது.

கடல் பாலூட்டிகள்

கடலில் பிடிக்கப்படும் பாலூட்டிகள், சிட்டாசியென் (cetacean), பின்னி பெட் (pinnipet) எனும் இரண்டு பெரும் இனப் பிரிவுகளைச் சேர்ந்தவையாகும்.

சிட்டாசியென் வகை (திமிங்கில இனப் பிரிவு): உயிரியல் தன்மைகளின்படி இரண்டு வகையினத் திமிங்கிலங்களாகப் பிரிக்கப்படுகின்றது. பற்களற்ற அல்லது கன்ன மயிர்கற்றையுடையவை ஒரு வகையினம் ஆகும். கிரீன்லாந்து திமிங்கிலம், சாம்பல் நிறத் திமிங்கிலம், பின் வேல், சேய்வேல், ரோர்குவல் எனும் திமிங்கிலங்கள், நீல நிறத் திமிங்கிலம் போன்றவை இதில் அடங்கும். இன்னொரு வகையினம் பற்களையுடைய திமிங்கிலங்களாகும். கொழுப்புத்தலைத் திமிங்கிலம், பிலூக் டால்பின், மற்ற டால்பின்கள் ஆகியவை இதிலடங்கும். திமிங்கிலங்கள் பெரும்பாலும் அண்டார்க்டிக் கடலிலும் குறைந்த அளவு பசிபிக், அட்லாண்டிக் பெருங்கடல்களின் வட பகுதியிலும் வசிக்கின்றன. ஆர்க்டிக் கடலின் யுரேஷியப் பகுதியில் கரையோரப் பிரதேசங்களில் பிலூக் டால்பின் கிடைக்கிறது. 1868 முதல் திமிங்கில வேட்டைக்கு நீராவி என்ஜினையுடைய விசேஷ கப்பல்களும் எறியீட்டி பீரங்கிகளும் பயன்படுத்தப்படலாயின. அது முதல் 1965 வரை உலகக் கடல்களில் சுமார் 2 மில்லியன் திமிங்கிலங்கள் பிடிக்கப்பட்டன. நீண்ட காலமாக தீவிரமாக இவற்றைப் பிடித்து வந்தார்கள்; இந்நூற்றாண்டின் 60ஆம் ஆண்டுகளில் இது மிகவும் தீவிரமாக இருந்தது (1962 சீசனில் எல்லா வகைகளையும் சேர்ந்த 66,090 பெரும் திமிங்கிலங்கள் கொல்லப்பட்டன, இவ்வளவு அதிகமாக இவை இதுவரை கொல்லப்படவேயில்லை). இதனால் இப்பிராணிகளின் எண்ணிக்கை கணிசமாக குறைந்தது. நமது காலத்தில் திமிங்கிலங்களைப் பிடிப்பது கறாராக மட்டுப்படுத்தப் பட்டுள்ளது. விசேஷ சர்வதேச ஸ்தாபனமாகிய சர்வதேச திமிங்கில வேட்டைக் கமிஷனின் தீர்மானப்படி நீல நிறத் திமிங்கிலங்களையும் ஓரளவிற்கு பின் வேல்களையும் பிடிக்கத் தடை விதிக்கப்பட்டுள்ளது. சேய்வேல் மற்றும் கொழுப்புத் தலைத் திமிங்கில வகைகளைப் பிடிப்பது மட்டுப்படுத்தப்பட்டுள்ளது. இக்கமிஷன் திமிங்கிலங்களைப் பிடிக்கும் நாடுகளுக்குக் குறிப்பிட்ட

வரையளவுகளை நிர்ணயித்து இப்பிராணிகளைப் பிடிப்பதை ஒழுங்குபடுத்துகிறது. என்றாலும் திமிங்கிலங்களைப் பிடிப்பது கணிசமாகக் குறைந்து வருகிறது. 1966 முதல் 1974 வரை இது கிட்டத்தட்ட இரண்டு மடங்கு குறைந்தது. இன்று பல்வேறு வகையான திமிங்கிலங்கள் எவ்வளவு பிடிக்கப்படுகின்றன என்று அட்ட வணை 4இல் காட்டப்பட்டுள்ளது.

1988இல் தொழில் துறை ரீதியில் திமிங்கிலங்களைப் பிடிப்பது முற்றிலும் நிறுத்தப்படும் என்று எதிர்பார்க்கப்படுகிறது.

பின்னிபெட் இனப் பிரிவு (துடுப்பு வடிவக் கால்களையுடைய கடல் வாழ் பிராணிகள்). பல்வேறு வகையான சீல, ஃபாசில், வால்ரஸ் இனங்கள் இந்தப் பிரிவில் அடங்கும். இவையனைத்தும் மிதவெப்ப மண்டலங்களிலும் துருவப் பிரதேசங்களிலும் உள்ள நீர்ப்பரப்பில் வசிக்கின்றன. இவற்றின் வாழ்க்கை நீரோடு மட்டுமின்றி கரைப்பகுதியுடனும் நெருக்கமாகத் தொடர்புடையது. கரையில் இவை கூட்டங்

அட்டவணை 4

1984இல் பிடிக்கப்பட்ட கடல்வாழ் பாலூட்டிகளின் எண்ணிக்கை

திமிங்கிலங்கள்	13,932
மின்கே திமிங்கிலம்	8.640
தென்னாப்பிரிக்கத் திமிங்கிலம்	677
பின்வேல்	281
சேய்வேல்	95
கூன் திமிங்கிலம்	15
பற்களற்ற இதர திமிங்கிலங்கள்	181
லாங்ஃபின் பைலட் திமிங்கிலம்	1,921
பிலூக் டால்பின்	1,374
கொழுப்புத்தலைத் திமிங்கிலம்	463
பற்களையுடைய இதர திமிங்கிலங்கள்	285
பின்னிபெட் இனப் பிரிவு	1,74,427
கிரீன்லாந்து சீல்	59,808
வளையங்களுடன் கூடிய சீல்	75,354
வடக்கு ஃபர்சீல்	30,032
பிடரியுள்ள சீல்	5,996
தாடியுள்ள. சீல்	1,159
சாதாரண சீல்	48
இதர பின்னிபெட் வகைகள்	2,030

கூட்டமாக படுத்துக் கிடப்பதைக் காணலாம். இத்தகைய கூட்டங்களை பசிபிக் பெருங்கடலின் வட பகுதி, ஆர்க்டிக் கடல் மற்றும் தென் கடலில் உள்ள தீவுகளிலும் கண்ட கரையோரங்களிலும் பார்க்கலாம்.

சீல்களின் சில வகையினங்கள் பனிக்கட்டிகளில் கூட்டங்கூட்டமாக படுத்துக் கிடக்கின்றன. இப்பிரிவைச் சேர்ந்த பிராணிகள் எவ்வளவு பிடிக்கப்படுகின்றன என்ற விவரம் அட்டவணை 4இல் இடம்பெற்றுள்ளது. கிரீன்லாந்து சீல் இவற்றில் முக்கிய இடம் வகிக்கிறது. வெண் கடலின் சந்துவாயின் தென் பகுதியில் உள்ள பனிக்கட்டிகளிலும் பாரென்ட்ஸ் கடலின் கிழக்குப் பகுதியில் பனிக்கட்டிகளின் ஓரத்திலும் இதை வேட்டையாடுகின்றனர். மற்ற வட கோளார்த்த சீல்களும் (தாடியுள்ள சீல், காஸ்பியன் சீல்) தென் கோளார்த்த சீல்களும் (வேடெல் சீல், ரோஸ் சீல், நண்டைத் தின்னும் சீல், கடல் யானை) குறைவான அளவில் தான் வேட்டையாடப்படுகின்றன. தென் கோளார்த்தத்திலும் நிறைய சீல்கள் உள்ளதால் இப்பகுதியிலும் இவற்றை எதிர்காலத்தில் நிறைய வேட்டையாடும் வாய்ப்புள்ளது.

ஃபர் சீல்கள்- பின்னி பெட் இனத்தில் அதிகமாக வேட்டையாடப்படுவதில் இரண்டாவது இடத்தை வகிக்கின்றன. இவற்றில் தொலை கிழக்கு ஃபர்சீல்கள் முக்கியமானவை. தியுலேனித் தீவு, கமண்டோர்ஸ்கி தீவுகள், பிரிபிலோவ் தீவுகள் ஆகிய இடங்களில் இவை பெருங் கூட்டங்களாகக் காணப்படுகின்றன. இங்கேயுள்ள ஒவ்வொரு ஃபார்சீல் மந்தையின் உயிரியல் தன்மைகளுக்கும் ஏற்றபடி கறாரான விஞ்ஞான அடிப்படையில் தான் இவை இங்கே வேட்டையாடப்படுகின்றன. ஆர்க்டிக் மற்றும் தொலை கிழக்குக் கடல்களில் வசிக்கும் வால்ரஸ்கள் எண்ணிக்கையில் குறைவானவை. எனவே இவை ஸ்தல மக்களின் தேவைகளுக்கேற்ப மட்டுமே வேட்டையாடப்படுகின்றன.

நீர்த் தாவரங்கள்

கடல்களின் பல்வேறு கரையோரப் பிரதேசங்களில் கற்கள், பாறைகள் போன்றவற்றில் ஒட்டிக் கொண்டு கடற்பாசிகள் நிறைய உள்ளன. 4,000க்கும் மேற்பட்ட பெரும் கடற்பாசி வகையினங்கள் கண்டுபிடிக்கப்பட்டுள்ளன. வெளித்தோற்றம், நிறம் மற்றும் உயிரியல் குணாம்சங்களில் ஒன்றிற்கொன்று மாறுபடும் இவை சில பிரிவுகளாகப் பிரிக்கப்பட்டுள்ளன. கரும்பழுப்புக் கடற்பாசிகள்தான் (கேல்ப் அல்லது கடல் கோசு, அலாரியா, ரேக் போன்றவை) மிகவும் பரவலாகக் காணப்படுகின்றன, மனிதனால் அதிகமாகப் பயன்படுத்தப்படுகின்றன. சிவப்பு கடற்பாசிகள் (அன்ஃபேல்ட்சியா, பிலபோரா, பொர்ஃபிரா போன்றவை) குறைவாகவே பரவி இருக்கின்றன. பச்சைக் கடற்பாசிகள் (உல்வா, லொரேன்ஷியா

போன்றவை) இதை விடக் குறைவாகப் பரவியுள்ளன. இவற்றைத் தவிர பூக்கும் நீர்த் தாவரங்களும் (ஸோஸ்டெரா , பிலஸ் பாடிக்ஸ், ருப்பியா) கிடைக்கின்றன. இவற்றில் பெரும்பாலானவை 30-50 மீட்டர் ஆழத்திலும் சில 100-200 மீட்டர் ஆழத்திலும் கிடைக்கின்றன.

உலகக் கடல்களில் நெடுங்காலமாகவே கடற்பாசிகள் எடுக்கப்பட்டு வந்தபோதிலும் இந்நூற்றாண்டில் 70ஆம் ஆண்டுகளின் நடுப்பகுதியிலிருந்துதான் இத்துறை விரைவாக வளரலாயிற்று. உதாரணமாக, 1975இல் 2.3 மில்லியன் டன் கடற்பாசிகள் எடுக்கப்பட்டன என்றால் 1984இல் 3.5 மில்லியன் டன்னிற்கும் அதிகமாக கடற்பாசிகள் எடுக்கப்பட்டன.

கடலிலிருந்து எடுக்கப்படும் நீர்த் தாவரங்களில் முக்கியப் பகுதி (சுமாராக 67%) கரும்பழுப்புக் கடற்பாசிகளாகும். சிவப்புக் கடற்பாசிகளின் பங்கு 29%; எஞ்சிய பகுதி பச்சைக் கடற்பாசிகளும் பூக்கும்

அட்டவணை 5

1984இல் எடுக்கப்பட்ட நீர்த் தாவரங்களின் முக்கிய வகைகள் (லட்சம் டன்)

கடற்பாசிகள் (மொத்தம்)	35.44
கரும்பழுப்புக் கடற்பாசிகள்	23.93
சிவப்புக் கடற்பாசிகள்	10.36
பச்சைக் கடற்பாசிகள்	0.08
இதர கடற்பாசிகள்	1.07

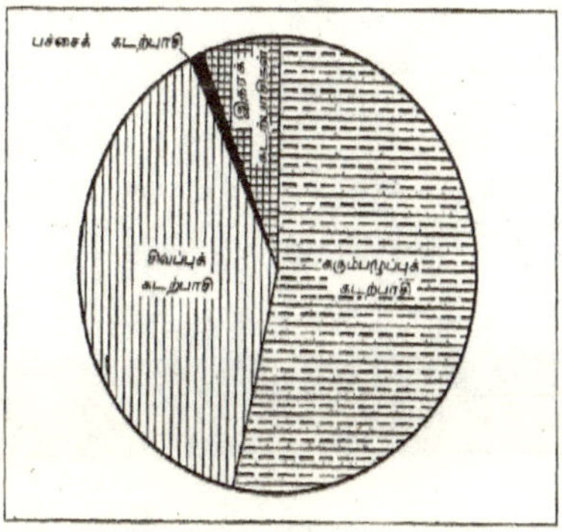

உலகில் கடற்பாசிகளின் எடுப்பு

தாவரங்களுமாகும். மிகப் பெரும்பான்மையான கடற்பாசிகள் பசிபிக் பெருங்கடல் பிரதேசத்தில் எடுக்கப்படுகின்றன.

கடல்களின் உயிரியல் வளங்களைப் பற்றிய நவீன ஆராய்ச்சி மீன்கள், மற்ற கடல் பொருட்களின் எடுப்பை விரிவுப்படுத்தி அதிகப்படுத்தும் முக்கிய வழிகளை நிர்ணயிக்க உதவுகிறது.

முதலாவதாக, மீன் பிடிப்பை விவேகமான பாதையில் வளர்க்க வேண்டும். அளவிற்கதிகமாக மீன் பிடிப்பதையும் மீன் பிடிப்பது பற்றிய தடைகளை மீறுவதையும் முற்றிலுமாகத் தவிர்த்தல், மீன் பிடிப்பு விதிகளை மதித்துப் பின்பற்றுதல், மீன்களைப் பேணிக் காக்கும் மற்ற நடவடிக்கைகளை மேற்கொள்வது ஆகியவை இதிலடங்கும்.

இரண்டாவதாக, கடல்களின் திறந்தவெளிப் பகுதிகளிலும் கடல் படுகையின் மேற்பகுதிகளிலும் உள்ள உயிரியல் வளங்களை மீட்கும் பாதையில் செயல்பட வேண்டும். இன்று திறந்தவெளிக் கடல்களின் ஒவ்வொரு சதுர கிலோமீட்டரிலும் மீன் வளம் 22 கிலோகிராமாகும்; கடல் படுகையின் மேற்பகுதிகளிலோ இது 10 கிலோகிராமாகும். டன்னி மீன் வகை மற்றும் இதையொத்த வகையினங்களைத் தவிர இங்கு வாழும் மற்ற உயிரினங்கள் (கானாங்கெளுத்தி மீன், ஸோரி மீன், ஸர்டீன்கள், பறக்கும் மீன், ஸ்க்விட் மீன் போன்றவை) பிடிக்கப்படுவது இப்போதுதான் அதிகரித்து வருகிறது; இதற்கு நல்ல எதிர்காலம் உள்ளது. கடல் அடிமட்டத்தின் மேற்பகுதிகளில் கிரினாடியர், கிராண்ட் போன்ற மீன்களைப் பிடிக்கத் துவங்கியுள்ளனர். உலகக் கடல்களில் நீர்ப்படிவின் ஒவ்வொரு சதுர கிலோமீட்டருக்கும் சாத்தியமான மீன்

கடல்களில் பல்வேறு விதமான பிராணிகள் ஏராளமாக இருக்கின்றன

ரோக் மீன்

மனிதன் பிடிக்கும் மீன்கள் குவிந்து கிடக்கின்றன.

ஸால்மன்

திறந்தவெளிக் கடலில் மீன்பிடிக்கும் கப்பல்

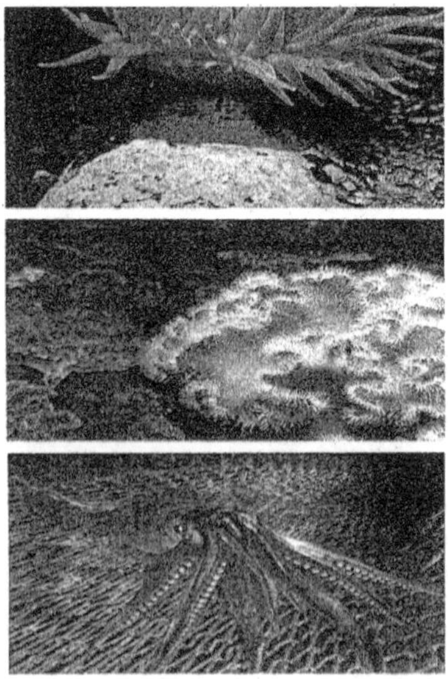

கடல் ஆழத்தில் உள்ள அழகிய உயிரினங்கள்

கடலடியில் உள்ள பிராணிகள்

குனஷீர் தீவின் கரையில் உள்ள பாறைகள்

கடலேற்ற மின்நிலைய பிரதேசத்தின் ரான்ஸ் ஆறு

''ரான்ஸ்'' கடலேற்ற மின்நிலையம்

கடலில் துளையிடும் எந்திரம்

டிட்டேனிய - மேக்னிட்டைட்டு கலந்த மணல்–கரையோரக் கடல் படிவுகளின் முக்கிய கனிவளம்

குவார்ட்ஸ்–கார்னெட் கலந்த மணல்

மலைப் பாறையில் அம்பர்

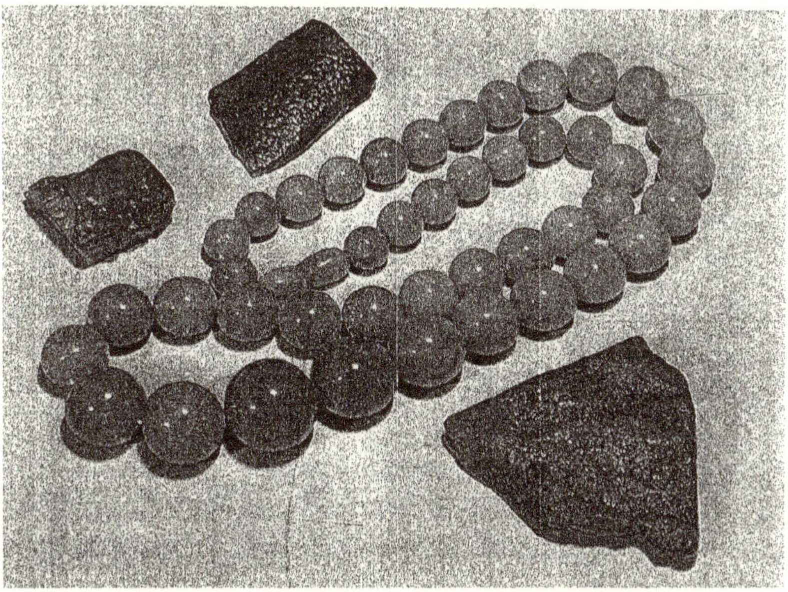

அம்பரிலிருந்து செய்யப்பட்ட பொருட்கள்

வட்டமான இரும்பு-மாங்கனிசத் தாதுப்படிவுகளை சாதாரணமாக கடல்களின் ஆழத்தில் காணலாம்.

சிறிய இரும்பு- மாங்கனிசத் தாதுப்படிவுகள்

சுறா மீன்களின் பற்களைக் கருவாகக் கொண்ட தாதுப் படிவுகள்

நாணய வடிவிலான தாதுப் படிவுகள்

இரும்பு - மாங்கனிசப் பாளம்

பசால்ட்டை உட்கருவாகக் கொண்ட, இந்தியப் பெருங்கடலின் அடியிலிருந்து எடுக்கப்பட்ட தாதுப்படிவு

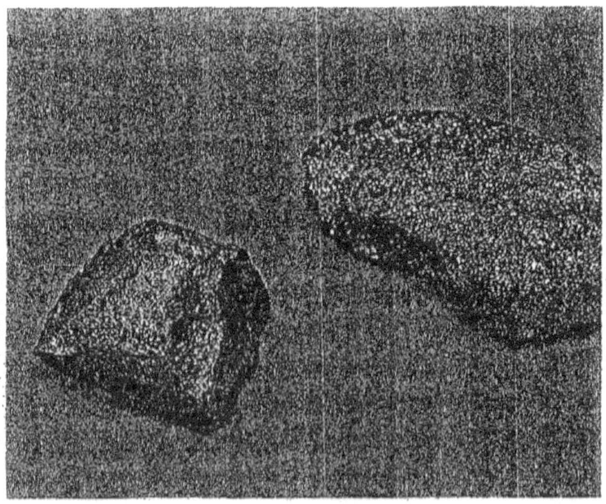

இரும்பு-மாங்கனிசத் தாதுப்படிவிலிருந்து உலகில் முதன்முதலாக பெறப்பட்ட உலோகம்

கடல் தாதுப்படிவுகளிலிருந்து எடுக்கப்பட்ட முதல் உலோகத்தால் 1963இல் சோவியத் நாட்டில் வெளியிடப்பட்ட பதக்கம்

செங்கடலின் படுகையில் காணப்படும் உலோகப் படிவுகள்

பல இடங்களில் உலகக் கடல்களின் படுகையில் கிடக்கும் ஆழ்கடல் சிவப்பு களிமண்

வளம் 600 கிலோகிராமாக மதிப்பிடப்படுகிறது. இப்பிரதேசங்களில் மீன் பிடிப்பைக் கணிசமாக உயர்த்த முடியும் என்பதற்கு இது சான்று பகர்கிறது.

மூன்றாவதாக, தொழில் துறை ரீதியாக பிடிப்பதற்கு ஏற்ற சூழ்நிலையில் பெருமளவில் உள்ள எளிய நீர்வாழ் உயிரினங்களைப் பிடிப்பதை (விஞ்ஞானம் அனுமதிக்கும் வரம்புகளில்) அதிகப்படுத்தும் பாதையில் செயல்பட வேண்டும். ஏற்கெனவே பயன்படுத்தப்படும் பிராணி பிலாங்டனாகிய கரில் இவற்றிலடங்கும்.

நான்காவதாக, நீர்வாழ் உயிரினங்களையும் தாவரங்களையும் அதிகபட்சம் பயன்படுத்தவும் இவற்றை ஸ்திரமாக அதிகபட்சம் பிடிக்கவும் ஏற்ற வகையில் உண்மையிலேயே விவேகமான கடல் மீன் பொருளாதாரத்தை ஏற்படுத்தும் பாதையில் செயல்பட வேண்டும், அதாவது கடல் தொழிலுக்கு மாற வேண்டும். இது உயர்ந்த உற்பத்தித் திறனுள்ள, மனிதனால் கண்காணிக்கப்படக் கூடிய கடல் பொருளாதாரத்தைக் குறிக்கிறது.

கடல் தொழில் என்பது கடல்களில் உள்ள நீர்வாழ் உயிரினங் களின் புனருற்பத்தி தொடர்பான இயற்கை நிகழ்ச்சிப் போக்குகளை ஒழுங்கமைத்து நிர்வகிக்கும் நடவடிக்கைகளின் ஒட்டுமொத்தமாகும். மீன்கள், மற்ற நீர்வாழ் உயிரினங்களுக்கு அனுகூலமான சூழ்நிலைகள் நிலவும் புதிய இடங்களுக்கு இவற்றைக் கொண்டு வந்து விட்டு பழக்குதல், மனிதனுக்குத் தேவையான கடல் உயிரினங்களை செயற்கைச் சூழலில் வளர்த்து முறையாகப் பிடிப்பதற்காக கடல்

'பண்ணைகளை' ஏற்படுத்துதல் போன்றவை இந்நடவடிக்கைகளில் அடங்கும். பல வகையான மீன்கள், சிப்பிகள், ட்ரிபாங்குகள், கடற்பாசிகள் ஆகியவற்றை வளர்க்கும் கூட்டு கடல் 'பண்ணைகள்' தான் மிகவும் ஆதாயமானவை. செயற்கையாக வளர்க்கப்படும் உயிரினங்களின் உயர்வான உயிர்வாழும் தன்மை (அதாவது எதிரிகளிடமிருந்து பாதுகாத்தல்), இவற்றின் விரைவான வளர்ச்சி (விசேஷமான துணை உணவு) பிடிக்கப்படும் உயிரினங்களின் அளவை ஸ்திரப்படுத்துவது போன்றவற்றின் விளைவாய் இந்தப் 'பண்ணைகளின்' உயர்வான உற்பத்தித் திறன் அடையப்படுகிறது.

இன்று பல கடல் மீன் ரகங்கள், சிப்பிகள், மாஸெல்கள், கடற்பாசிகள் போன்றவை காயல்களிலும் நல்ல நீர் உள்ள இடங்களிலும் செயற்கையாக வளர்க்கப்படுகின்றன. இன்று செயற்கையாக வளர்க்கப்படும் நீர்வாழ் உயிரினங்களின் உலக உற்பத்தி ஆண்டிற்கு 6 மில்லியன் டன்னிற்கும் அதிகம். இதில் 4 மில்லியன் டன் மீன்கள், 1 மில்லியன் டன் சிப்பி இன வகைகள், 1 மில்லியன் டன் கடற்பாசிகள், 0.01 மில்லியன் டன் நண்டு - நத்தை வகைகள் ஆகும். இவற்றில் பாதிக்கும் மேற்பட்டவை நல்ல நீருள்ள நீர்த்தேக்கங்களில் செயற்கையாக வளர்க் கப்படுபவை. பல ஐரோப்பிய, ஆசிய, அமெரிக்க அரசுகள் கடல் நீரிலும் நல்ல நீரிலும் 'பண்ணைகளை' ஏற்படுத்தியுள்ளன. இவற்றில் ஆசிய நாடுகள் முன் நிற்கின்றன. இவை உலகில் கடல் நீர் மற்றும் நல்ல நீரில் செயற்கையாக வளர்க்கப்படும் உயிரினங்களின் மொத்த அளவில் 84% (5.2 மில்லியன் டன்) தருகின்றன. ஐரோப்பிய நாடுகள் 13.2% (0.8 மில்லியன் டன்), ஆப்பிரிக்க நாடுகள் 1.7% (0.1 மில்லியன் டன்), லத்தீன் அமெரிக்க நாடுகள் 1.1% (0.1 மில்லியன் டன்) தருகின்றன.

நீர்வாழ் பிராணிகள், தாவரங்களைச் செயற்கையாக வளர்ப்பதால் மனிதகுலத்திற்குத் தேவையான மீன், மற்ற கடல் பொருட்களை அதிகமாகப் பெற முடிகிறது. ஐ.நா. சபையின் கீழுள்ள உணவு மற்றும் விவசாயம் பற்றிய ஸ்தாபனத்தின் மதிப்பீட்டின்படி, செயற்கையாக வளர்க்கப்படும் கடல்வாழ் உயிரினங்களின் உலக உற்பத்தி 2000 ஆண்டு வாக்கில் பல மில்லியன் டன்களை எட்டும்.

விவேகமாக மீன் பிடிப்பது (மற்ற கடல் உணவு பொருட்கள் உட்பட), எளிய (க்ரில்) நீர்வாழ் உயிரினங்களை எடுப்பதை அதிகப்படுத்துவது, கடல் தொழிலை வளர்ப்பது - இவைதான் கடல் உயிரியல் வளங்களைப் பயன்படுத்துவதைக் கணிசமாக அதிகரிப்பதற்கான அடிப்படையாகும்.

உலகக் கடல்களின் இரசாயன வளங்களும் கடல் நீரை நல்ல நீராக்கும் பிரச்சினையும்

உலகக் கடல்கள் ஒரு பிரம்மாண்டமான இயற்கை நீர்த்தேக்கமாகும். இதில் உள்ள நீரில் பல்வேறு இரசாயன மூலகங்களும் இவற்றின் கூட்டுகளும் உள்ளன. இவற்றில் சில நீரிலிருந்து எடுக்கப்பட்டு மனிதனால் பயன்படுத்தப்படுகின்றன; கடல் நீரில் இரண்டறக் கலந்திருக்கும் இவற்றை உலகக் கடல்களின் இரசாயன வளங்களாகக் கருதலாம்.

106 இரசாயன மூலகங்களில் 70 மூலகங்கள் கடல் நீரில் உள்ளன. இவற்றில் சிலவற்றின் அடர்வு மட்டுமே ஒரு லிட்டருக்கு 1 கிராமை விட அதிகமாயுள்ளது. சோடியம் குளோரைடு (27.2 கிராம் /லிட்டர்), மாக்னிசியம் குளோரைடு (3.8 கிராம்/லிட்டர்), மாக்னிசியம் சல்பேட்டு (1.7 கிராம் லிட்டர்), கால்சியம் சல்பேட்டு (1.3 கிராம் /லிட்டர்) ஆகியவை இவற்றிலடங்கும். 16 மூலகங்களின் அடர்வு கடலில் ஒரு லிட்டரில் 1.1 மில்லிகிராமை விட அதிகம். எஞ்சியவற்றின் அடர்வு ஒரு லிட்டர் நீருக்கு ஒரு மில்லிகிராமில் நூறில் அல்லது ஆயிரத்தில் ஓரிரு பங்காகும். இவற்றின் அடர்வு மிகமிகக் குறைவானதாக இருப்பதால் இவற்றை மைக்ரோ மூலகங்கள் என்கிறோம்.

ஒரு லிட்டர் கடல் நீரில் பல பொருட்களும் மூலகங்களும் மிகக் குறைந்த அளவு இருந்தாலும் ஓரளவு நிறைய நீரில் இவற்றின் அளவு அதிகமானதாயிருக்கிறது. ஒவ்வொரு கன கிலோமீட்டர் கடல் நீரிலும்

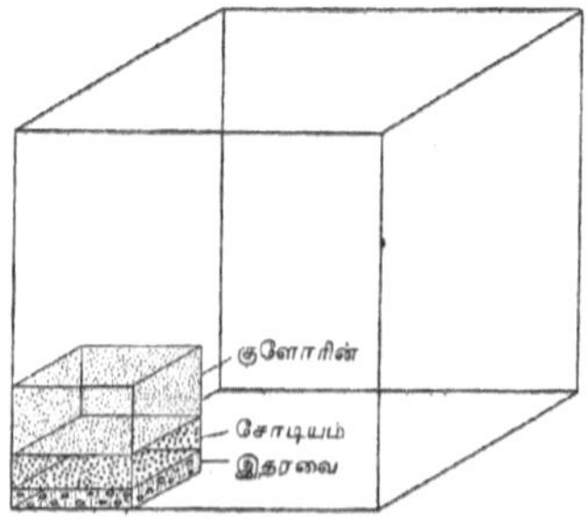

கடல் நீரில் உள்ள முக்கிய இரசாயன மூலகங்கள்

35 மில்லியன் டன் திடப்பொருட்கள் கரைந்துள்ளன. 19.8 மில்லியன் டன் சாதாரண உப்பு, 9.5 மில்லியன் டன் மாக்னிசியம், 0.89 மில்லியன் டன் கந்தகம், 31,000 டன் புரோமைன், 10 டன்

அலுமினியம், 3 டன் செம்பு, 3 டன் யுரேனியம், 0.3 டன் வெள்ளி, 0.04 டன் தங்கம் இன்னும் சில மூலகங்கள் இதிலடங்கும். கடல் நீரில் திடப்பொருட்கள் எவ்வளவு உள்ளன என்று படத்தில் காட்டப்பட்டுள்ளது.

உலகக் கடல்களின் நீர்ப்பரப்பு பிரம்மாண்டமானது. எனவே இதில் கரைந்துள்ள இரசாயன மூலகங்கள், கூட்டுகளின் மொத்த அளவும் மிக அதிகம். இவற்றின் மொத்த எடை 50×10^{15} டன் ஆகும். கடலில் உள்ள உப்புகளில் பெரும்பகுதி (99.6 %) சோடியம் உப்புகளும் (77.8%) பொட்டாசியம் உப்புகளும் (2.2%) மாக்னிசியம் உப்புகளும் (9.3%) மாக்னிசியம் சல்பேட்டும் (6.5%) கால்சியம் சல்பேட்டும் (3.8%) ஆகும். உப்பு நீரில் உள்ள மற்ற எல்லா கூட்டுப் பொருட்களும் சேர்ந்தே 0,4% தான் தருகின்றன.

கடல்களில் பல்வேறு இரசாயனப் பொருட்கள் ஏராளமாக உள்ளன; இவற்றில் பல பெரிதும் பற்றாக்குறையானவை என்றபோதிலும் இவற்றின் மிகச் சிறு பகுதிதான் வெளியிலெடுத்துப் பயன்படுத்தப்படுகின்றது. பல பயனுள்ள பொருட்களைக் கடல் நீரிலிருந்து பிரித்தெடுப்பதற்குரிய சக்தி வாய்ந்த தொழில் நுட்ப முறைகள் இன்னமும் உருவாக்கப்படாததுதான் இதற்குக் காரணமாகும். எந்த இரசாயனப் பொருட்களைக் கடல் நீரிலிருந்து எடுப்பது நிலப்பகுதியிலிருந்து எடுப்பதை விட பொருளாதார ரீதியாக ஆதாயமானதோ அவை மட்டுமே இன்று கடலிலிருந்து எடுத்துப் பயன்படுத்தப்படுகின்றன.

கடல் நீரிலிருந்து சாதாரண உப்பு, மாக்னிசியம், பொட்டாசியம், புரோமைன் ஆகியவற்றை எடுக்கும் துறைகள் மிகவும் லாபகரமான துறைகளாக இருக்கின்றன.

சாதாரண உப்பின் இரசாயன வடிவம் ஒப்பீட்டளவில் எளிமை யானது. எனவே இதை சுலபமாக பெருமளவில் கடல் நீரிலிருந்து எடுக்க முடிகிறது. கடல் நீரை விசேஷ பாத்திகளில் செலுத்தி, கடல் நீரை சூரிய வெப்பத்தால் வற்றச் செய்து, அடியில் தங்கும் உப்பை எடுக்கின்றனர். நீர் வற்றும்போது நீரில் கரைந்துள்ள உப்புகளின் அடர்வு அதிகமாகும் சூழ்நிலையில் வெவ்வேறு உப்புகள் குறிப்பிட்ட முறையில் தொடர்ச்சியாக படியும். இம்முறை இங்கே பயன்படுத்தப்படுகிறது. இவ்வாறாக கடல் நீர் ஆவியாவதால் முதலில் சுண்ணாம்புக் கல்லும் டாலமைட்டும் படிகின்றன, இறுதியில் குளோரைட்டுகள் தங்குகின்றன. பாத்தி கட்டி உப்பெடுக்கும் முறை அவ்வளவு லாபகரமானதல்ல,

ஏனெனில் 1,000 கன மீட்டர் கடல் நீரிலிருந்து சுமாராக 1.3 டன் உப்புதான் கிடைக்கிறது. எஞ்சிய சாதாரண உப்பும் மற்ற பொருட்களும் - மாக்னிசியக் கூட்டுகளும் ஹேலோயிடுகளும் - எஞ்சிய நீருடன் கடலுக்கே திரும்புகின்றன.

இந்தக் குறையிருப்பினும் ஆண்டுதோறும் கடல் நீரிலிருந்து 6-7 மில்லியன் டன் சாதாரண உப்பு எடுக்கப்படுகிறது. இது இதன் மொத்த உலக உற்பத்தியில் 1/3 பங்காகும். பல்கேரியா, அமெரிக்க ஐக்கிய நாடு, பிரிட்டன், பிரான்ஸ், இத்தாலி, இந்தியா, சீனா, துருக்கி, பிலிப்பைன்ஸ் ஆகிய நாடுகளின் கரைகளில் கடல் நீரிலிருந்து உப்பெடுக்கும் பெரும் தொழிலமைப்புகள் உள்ளன. உதாரணமாக, அமெரிக்க ஐக்கிய நாடு பயன்படுத்தும் சாதாரண உப்பு உற்பத்தியில் சுமார் 5% கடல் நீரிலிருந்து எடுக்கப்படுகிறது.

உலகக் கடல்களில் ஏராளமான மாக்னிசியம் கரைந்துள்ளது. கடல் நீரில் இதன் அடர்வு ஒப்பீட்டளவில் அதிகமில்லை (0.13%) என்றாலும் இது சோடியத்தைத் தவிர நீரில் உள்ள மற்ற உலோகங்களின் அடர்வை விட பெரிதும் கூடுதலானதாகும். 'கடல்' மாக்னிசியம் பெரும்பாலும் குளோரைடுக் கூட்டுகளிலும் குறைவான அளவு எளிதில் கரையும் சல்பேட்டுக் கூட்டுகளிலும் கிடைக்கிறது. இந்த உப்புகள் ஒரே நேரத்தில் படிகமாவதால், சாதாரண ஆவியாக்கும் முறையால் கடல் நீரிலிருந்து மாக்னிசியத்தை எடுப்பது இயலாது. எனவே முதலில் இதை சோடியம், பொட்டாசியம், கால்சியத்திலிருந்து பிரித்து, நீரில் கரையாத மாக்னிசிய ஆக்சைடாக ஆக்சிகரணப்படுத்துகின்றனர், பின்னர் இது மின்-இரசாயனக் கிரியைக்கு உட்படுத்தப்படுகிறது.

இன்று மொத்த உலக மாக்னிசிய உற்பத்தியில் 40%க்கும் மேற்பட்ட பகுதி உலகக் கடல்களிலிருந்து கிடைக்கிறது. பிரிட்டன் தனக்குத் தேவைப்படும் மாக்னிசியத்தில் 50% கடல் நீரிலிருந்துதான் பெறுகிறது; இதே போல் அமெரிக்க ஐக்கிய நாடும் தனக்குத் தேவையான மாக்னிசியத்தில் 80% கடல் நீரிலிருந்து பெறுகிறது; பிரான்ஸ், இத்தாலி, கானடா, மெக்சிக்கோ, நார்வே, துனீஷியா, ஜப்பான், ஜெர்மன் சமஷ்டிக் குடியரசு, இன்னும் சில நாடுகளிலும் இந்த முறை நிலவுகிறது.

கடல் நீரில் **பொட்டாசியத்தின்** அடர்வு பெரிதும் குறைவு. அதுவும் இது சோடியம் மற்றும் மாக்னிசியத்துடன் இணைந்து இரட்டை உப்புகளின் வடிவத்தில் உள்ளது; எனவே கடல் நீரிலிருந்து

பொட்டாசியத்தைப் பிரித்தெடுப்பது இரசாயன ரீதியாகவும் உற்பத்தி நோக்கிலும் சிக்கலான கடமை. தொழில் துறை ரீதியாக 'கடல்' பொட்டாசியத்தை எடுக்க விசேஷ இரசாயனப் பொருட்களும் சக்தி மிக்க அமிலங்களும் கடல் நீருடன் கலக்கப்படுகின்றன. எந்த அமிலம் பயன்படுத்தப்படுகிறது என்பதைப் பொறுத்து அந்த பொட்டாசியம் உப்பு பெறப்படுகிறது.

முதலாவது உலக யுத்தத்தின் போது, உலக பொட்டாசிய உற்பத்தி யில் சுமார் 97% அளித்து வந்த நிலப்பகுதிகளாகிய ஸ்டிராஸ்பர்கும் அல்சாசும் ஜெர்மனியால் கைப்பற்றப்பட்டன; அந்தத் தருணத்தில் தான் கடல் நீரிலிருந்து பொட்டாசியத்தை எடுக்கத் துவங்கினர். அப்போது ஜப்பானிலும் சீனாவிலும் கடலிலிருந்து பொட்டாசியத்தை எடுக்கத் துவங்கினார்கள். முதலாவது உலக யுத்தம் முடிந்ததும் மற்ற நாடுகளிலும் இதைக் கடல் நீரிலிருந்து எடுக்க ஆரம்பித்தார்கள். இன்று ஜப்பானில் மட்டும் கடல் நீரிலிருந்து ஆண்டுதோறும் 10,000 டன் பொட்டாசியம் எடுக்கப்படுகிறது. பொட்டாசியம் உப்புகள் நல்ல உரங்களாகவும் தொழில் துறையில் நல்ல பயனுள்ள இரசாயன மூலப் பொருளாகவும் பயன்படுகின்றன.

உலகக் கடல்களில் **புரோமைனின்** அடர்வு மிகக் குறைவு (0.065%) என்றாலும் கடல் நீரிலிருந்து முதலில் எடுக்கப்பட்ட பொருள் இதுதான். ஏனெனில் நிலப்பகுதியில் இது கலந்திருக்கும் தாதுப் பொருட்களிலிருந்து இதைப் பிரித்தெடுப்பது கிட்டத்தட்ட இயலாதது.

எனவே உலகில் உற்பத்தி செய்யப்படும் புரோமைன் (சுமாராக ஆண்டிற்கு 100 டன்) பெரும்பாலும் கடல் நீரிலிருந்துதான் எடுக்கப்படுகிறது. கடல் நீரிலிருந்து புரோமைனை எடுக்கும் தொழிற்சாலைகள் அமெரிக்க ஐக்கிய நாடு, பிரிட்டன், ஜப்பான் ஆகிய நாடுகளில் உள்ளன. இத்தகைய தொழிற்சாலைகளைக் கட்ட கானடா, ஆர்ஜென்டீனா, இன்னும் சில நாடுகள் திட்டமிடுகின்றன. இதனால் கடல் நீரிலிருந்து புரோமைன் எடுப்பதை அதிகப்படுத்தலாம். சாதாரணமாக தொழிற்சாலைகள் நுகர்வாளர்களுக்குத் தேவையான பல்வேறு கூட்டுப்பொருட் களின் வடிவத்தில் இதை உற்பத்தி செய்கின்றன.

இன்று உலகக் கடல்கள் தரும் மேற்கூறிய மூலகங்களைத் தவிர கடல் நீரில் கரைந்துள்ள மைக்ரோ மூலகங்களும் உற்பத்தித் துறைக்கு முக்கியமானவை.

உதாரணமாக, இன்னும் குறைந்த அளவில் கடல் நீரிலிருந்து எடுக்கப்படும் **லித்தியம், போரான், கந்தகம்** போன்றவையும் உற்பத்தி நோக்கிலும் பொருளாதார ரீதியாகவும் நல்ல எதிர்காலமுடைய தங்கம், யுரேனியமும் இவற்றிலடங்கும். கடல் நீரிலிருந்து **தங்கம்** எடுக்கும் தொழில்துறை முறைகளை சில நாடுகள் தீவிரமாக ஆராய்கின்றன. ஆனால் இன்னமும் உரிய பலன் கிட்டவில்லை. எந்த ஒரு நவீன உற்பத்தி முறையும் போதுமான அளவில் பயன் தரவில்லை.

அணு சக்திக்குத் தேவையான எரிபொருள் பல நாடுகளுக்குத் தேவைப்படுவதால், கடல் நீரிலிருந்து **யுரேனியத்தை** எடுக்கும் பிரச்சினை இவற்றின் முன் நிற்கிறது. பிரிட்டன், ஜெர்மன் சமஷ்டிக் குடியரசு, ஜப்பான் ஆகிய நாடுகளில் இது சம்பந்தமான ஆராய்ச்சிகள் நடத்தப்படுகின்றன. ஜப்பானில் உள்நாட்டு கடற்கரையில் கடல் நீரிலிருந்து யுரேனியத்தை எடுக்கும் தொழிற்சாலை பத்தாண்டு கட்டுமானத்திற்குப் பின் செயல்படத் துவங்கியுள்ளது. இங்கு நாள்தோறும் 36,000 டன் கடல் நீர் விசேஷ வடிகட்டிகள் மூலம் அனுப்பப்படுகிறது. வடிகட்டிய பின் யுரேனியம் அயனிகளுடன் சேர்க்கப்பட்டு உறிஞ்சப்படுகிறது; இதற்காக டிட்டேனியம் ஆக்சைடு பயன்படுத்தப்படுகிறது. இத்தொழிற் சாலையில் ஆண்டொன்றிற்கு 10 கிலோகிராம் உலோகம் பெறப்படுகிறது.

உலகக் கடல்களின் இரசாயன வளங்கள் இன்று எப்படிப் பயன் படுத்தப்படுகின்றன என்பதை சுருக்கமாகப் பார்த்தால் இன்று கடல் நீரிலிருந்து எடுக்கப்படும் உலோகங்களும் கூட்டுப் பொருட்களும் உலக உற்பத்தியில் கணிசமான பங்காற்றுவது தெரிய வரும். உலகக் கடல் களின் வளங்களைப் பயன்படுத்துவதால் கிடைக்கும் வருமானத்தில் இன்று கடல் இரசாயனத் துறை 6-7%ஐ தருகிறது. இத்துறைக்கு நல்ல எதிர்காலம் உள்ளது; பாத்திகளில் நீரை வற்றச் செய்து சாதாரண உப்பை அதிகம் எடுக்கும் முறைகளை உருவாக்குவது, தொழில் துறை ரீதியில் கடல் நீரிலிருந்து முக்கிய மைக்ரோ மூலகங்களை எடுக்கும் லாபகரமான முறைகளைத் தோற்றுவிப்பது, இம்முறை களின் செயல்வன்மையை வளர்ப்பது ஆகிய பிரச்சினைகளின் தீர்வுடன் இத்துறையின் வளர்ச்சி தொடர்புடையது. இத்திசையில் தான் பல நாடுகளில் ஆராய்ச்சிகள் நடைபெறுகின்றன, செயல்முறைப் பணிகள் திட்டமிடப்படுகின்றன.

உலகக் கடல்களில் உள்ள நீரில் கரைந்துள்ள இரசாயன மூலகங்கள் மனிதகுலத்திற்குப் பெரிதும் முக்கியமானவை என்றால் இந்தக் கரைப்பானும், அதாவது நீரும் சற்றும் குறையா முக்கியத்துவம் வாய்ந்தது. சோவியத் பேரவை விஞ்ஞானி அ.எ. ஃபேர்ஸ்மன் ''நமது பூமியில் நீர் என்பது மாற்றே இல்லாத மிக முக்கிய தாதுப் பொருள்'' என்று அடையாளச் சிறப்போடு கூறினார். விவசாயத் துறை, தொழில் துறைக்குத் தேவையான நல்ல நீரை, மக்களுக்குத் தேவையான குடிநீரை அளிப்பது உற்பத்திக்கு அவசியமான எரிபொருள், மூலப் பொருள், மின்சாரத்தை அளிப்பதை விட சற்றும் குறையா முக்கியத்துவம் வாய்ந்த கடமை. ஏனெனில் இன்று உலகில் பயன்படுத்தப்படும் நீரின் அளவு, எல்லாவித மூலப்பொருட்களின் மொத்தத்தை விட 100 மடங்கு அதிகம்.

உலகத்திற்கு அவசியமான நல்ல நீரை வழங்கும் பயன்மிகு எதிர்கால வழிகளில் ஒன்று கடல் நீரில் உள்ள உப்பை அகற்றி அதை நல்ல நீராக்குவதாகும். அதுவும் உலகில் சாதாரணமாக உள்ள வறண்ட நிலங்கள், நீர் குறைவான பிரதேசங்களில் பெரும் பகுதி கடலுக்கு அருகில் தான் இருக்கிறது எனும் அம்சத்தை கணக்கில் கொண்டால் இதன் முக்கியத்துவம் புரியும்.

கடல் நீரின் உப்பை அகற்ற சுமார் 30 வழிகள் இன்று உள்ளன. உதாரணமாக நீரை ஆவியாக்குதல், காய்ச்சி வடித்தல், உறைய வைத்து உருக்குதல், அயனி நிகழ்ச்சிப் போக்குகளைப் பயன்படுத்துதல், சாறிறக்கல் போன்ற முறைகளில் உப்பு நீரிலிருந்து நல்ல நீர் பெறப்படுகிறது. இந்த நோக்கத்திற்காக அணு சக்தியைப் பயன்படுத்துவதற்கு நல்ல எதிர்காலமுண்டு. இங்கு காய்ச்சி வடிக்கும் முறையில் உப்பகற்றும் வடிகட்டி எந்திரம் அணு மின் நிலையத்துடன் இணைக்கப்படுகிறது.

துரித நியூட்ரான்களில் இயங்கும் உலைகளைக் கொண்ட அணு மின் நிலையங்கள்தான் அதிகப் பயன் தரவல்லவை. இந்த உலைகள் மூன்று விதமான வேலைகளைச் செய்கின்றன. முதலில், இவை அணு எரிபொருளைப் புனருற்பத்தி செய்கின்றன, ஏனெனில் யுரேனியம்-235 பயன்படுத்தும் போது இது புளூட்டோனியம்-239 தோன்ற வழிகோலுகிறது; இரண்டாவதாக, அணு மின் நிலையம் செயல்பட வகை) செய்கின்றன; மூன்றாவதாக, நாளொன்றிற்கு சில மில்லியன் கன மீட்டர் நல்ல நீரை தரக் கூடிய சக்தி மிக்க உப்பகற்றும் அமைப்புகளுக்குத் தேவையான சக்தியைத் தருகின்றன. எனவே உப்பகற்றும் எந்திரத்தின் உதவியோடு கடல் நீரிலிருந்து நல்ல நீரைப் பெறும் முறை மற்ற முறைகளை விட ஆதாயமானதாக

உள்ளதால் நல்ல நீரின் உற்பத்தியைக் கணிசமாக உயர்த்தலாம். பண்டம் என்ற வகையில் நீருக்கு தேசிய அல்லது உலக விற்பனை சந்தைகள் கிடையாது; இதன் மதிப்பு பற்றிய பிரச்சினை பிரதேச அளவில் தீர்க்கப்படுகிறது. இது கடல் நீரிலிருந்து நல்ல நீரைப் பெறும் ஆலைகளை எங்கெங்கே நிறுவுவது, புதியவற்றைக் கட்டுவது ஆகியவற்றின் மீது தாக்கம் செலுத்துகிறது.

கடந்த பத்தாண்டில் உப்பு நீரிலிருந்து நல்ல நீரைப் பெறுவது பெரிதும் அதிகரித்துள்ளது. 1977இல் உலகில் கிட்டத்தட்ட 1,600 உப்பகற்றும் எந்திரங்கள் செய்ல்பட்டன அல்லது கட்டப்பட்டுக் கொண் டிருந்தன; இவை மொத்தமாக நாளொன்றிற்கு 37.08 லட்சம் கன மீட்டர் நல்ல நீரைத் தர வல்லவை. 1985ஆம் ஆண்டு வாக்கில் நாளொன்றிற்கு 10 மில்லியன் கன மீட்டருக்கும் அதிகமான கடல் நீரின் உப்பு அகற்றப்பட்டது. 1990-2000ஆம் ஆண்டு வாக்கில் உலகில் நாளொன்றிற்கு 50 மில்லியன் கன மீட்டர் கடல் நீரின் உப்பு அகற்றப்பட்டு நல்ல நீர் பெறப்படுமென எதிர்பார்க்கப்படுகிறது.

இன்று குவெய்த், அமெரிக்க ஐக்கிய நாடு, ஜப்பான் ஆகிய நாடுகளில் கடல் நீரை நல்ல நீராக்கும் பெரிய ஆலைகள் உள்ளன. உலகில் உள்ள இந்த ஆலைகளின் மொத்த எண்ணிக்கையில் 5% குவெய்த் நாட்டில் உள்ளது. சோவியத் யூனியனும் கடல் நீரிலிருந்து நல்ல நீரைப் பெருமளவில் பெறும் நாடுகளில் ஒன்றாகும். கடல் நீரை நல்ல நீராக்கும் திறன் மிக்க எந்திரங்கள் கியூபா, துனீஷியா, லிபியா, நெதர்லாந்து, இன்னும் சில நாடுகளில் உள்ளன.

கடல் நீரின் உப்பையகற்றும் பிரச்சினையை ஒரு உலகப் பிரச்சினை எனலாம். ஐ.நா. சபையின் உறுப்புகள், சர்வதேச அணு சக்தி ஸ்தாபனம், 15க்கும் மேற்பட்ட நாடுகளின் தேசிய ஸ்தாபனங்கள் ஆகியவை இது சம்பந்தமான ஆராய்ச்சிகளில் ஈடுபட்டுள்ளன. கடல் நீரின் உப்பையகற்றும் பிரச்சினையின் பல்வேறு அம்சங்கள் குறித்து முறையாக சர்வதேச மகாநாடுகளும் கூட்டங்களும் நடத்தப்படுகின்றன.

உலகக் கடல்களின் நீரைப் பல்வேறு நோக்கங்களுக்காகப் பயன்படுத்தும் வழிமுறைகளை வகுப்பதன் மீது விஞ்ஞானிகள், பொறியியலாளர்களின் முயற்சிகள் ஒருமுனைப்படுத்தப்படுகின்றன. கடல் நீரிலிருந்து பயனுள்ள பொருட்களைப் பெறும் அதே சமயம் நல்ல நீரை உற்பத்தி செய்வதும் முக்கியமாகும். இவ்வழியில் கடல்களின் நீர் வளங்களை நாம் பெரிதும் ஆதாயமான முறையில் பயன்படுத்தலாம்.

பனிப்பாறைகளில் ஏராளமான நல்ல நீர் (சுமார் 2,000 கன கி.மீ.) உள்ளது. பனிப்பாறைகளில் 93% அண்டார்க்டிக் பனிக்கட்டிகளிலிருந்து பிரிந்து தோன்றியுள்ளது. ஆண்டுதோறும் பனியாறுகளிலிருந்து பிரிந்து கடல்களில் மிதக்கும் பனிப்பாறைகளில் உள்ள நீரின் இருப்பு கிட்டத்தட்ட உலகில் உள்ள எல்லா ஆறுகளிலும் இருக்கும் நீரின் அளவிற்குச் சமமானது, நம் நூற்றாண்டின் இறுதியில் கடல் நீரை நல்ல நீராக்கும் எல்லா ஆலைகளும் தரக்கூடிய நல்ல நீரின் அளவை விட இது 4-5 மடங்கு அதிகம். கடல் நீரிலிருந்து பெறப்பட்ட நல்ல நீரின் இன்றைய விலைகளின்படி பார்த்தால் ஓராண்டில் மட்டும் தோன்றும் பனிப்பாறைகளில் உள்ள நல்ல நீரின் மிதிப்பு பல டிரில்லியன் டாலர்களாகும்.

நீர்ப் பற்றாக்குறை உள்ள இடங்களுக்குப் பனிப்பாறைகளை எடுத்துச் செல்வது எவ்வளவு உகந்தது, யதார்த்தமானது என்பதைக் காட்டக் கூடிய பல பொறியியல் - பொருளாதாரக் கணக்கீடுகளும் திட்டங்களும் உள்ளன. உதாரணமாக, சோவியத் பொருளாதார நிபுணர் எஸ்.பி. ஸ்லேவிச் செய்த கணக்கீட்டின்படி (1977) 10 பில்லியன் டன் எடையுள்ள பனிப்பாறையை மணிக்கு 2 கி.மீ. வேகத்தில் எடுத்துச் செல்ல 2,25,000 குதிரைச் சக்தி தேவைப்படும். ஒரு சில கடல் இழுவைப் படகுகள் அல்லது பனி உடைப்பு கப்பல்களால் மட்டுமே இச்சக்தியை அளிக்க முடியும்.

உலகில் உள்ள இன்னொரு திட்டத்தின்படி 180 மில்லியன் கன மீட்டர் பனிப்பாறையை (நீளம் -1 கி. மீ., அகலம் - 600 மீட்டர், உயரம் - 300 மீட்டர்) சராசரியாக மணிக்கு 1,852 மீட்டர் வேகத்தில் சவுதி அரேபியாவின் கரைக்கு எடுத்துச் செல்ல தலா 15,000 குதிரைச் சக்தியுள்ள 5-6 இழுவைப் படகுகள் தேவைப்படும்; இப்படிப்பட்ட படகுகள் கடலில் எண்ணெய்க் கிணறு தோண்டும் மேடைகளை இழுக்க இன்று பயன்படுத்தப்படுகின்றன. பனிப்பாறைகளை இடம் மாற்றும் போது வெப்பத்திலிருந்து இவற்றைப் பாதுகாக்க பிளாஸ்டிக் உறையைக் கொண்டு மூட வேண்டும்; இதனால் பாதையில் ஏற்படும் நீரிழப்பு பனிப்பாறையின் மொத்த அளவில் 1/5 பங்கிற்கு மேற்படாமலிருக்குமாறு பார்த்துக் கொள்ளலாம்.

கலிபோர்னியக் கரைகளுக்குப் பனிப்பாறைகளை எடுத்துச் செல்லும் திட்டத்தில் இவற்றைக் குளிர்ந்த பெருவியன் நீரோட்டம் வழியாகக் கொண்டுபோகுமாறு சிபாரிசு செய்யப்படுகிறது; ஆஸ்திரேலியக் கரைகளுக்குப் பனிப்பாறைகளை எடுத்துச் செல்ல இவற்றை முதலில் குளிர்ந்த அண்டார்க்டிக் வட்ட நீரோட்டம்

மூலமாயும் பின் மேற்கு ஆஸ்திரேலிய நீரோட்டம் மூலமாயும் கொண்டு போகுமாறு சிபாரிசு செய்யப்படுகிறது. ஆப்பிரிக்காவின் தென் பகுதிக்குப் பனிப்பாறைகளை எடுத்துச் செல்ல அண்டார்க்டிக் வட்ட நீரோட்டமும் பின் பொன்கெல் நீரோட்டமும் சிறந்த வழியாகும். வறண்ட பகுதிகளுக்குப் பனிப்பாறைகளைப் பெருமளவில் எடுத்துச் செல்லும் போது இந்த முறையில் நல்ல நீரைப் பெறுவது பெரிதும் ஆதாயமானதாகும்.

புவியியல் வளங்கள்

கரையோரப் பகுதிகளிலிருந்து நடுக்கடல் வரை உலகக் கடல்களின் பல்வேறு பிரதேசங்களில் பல்வேறு கனிவளங்கள் நிறைந்துள்ளன. மனிதனின் உற்பத்தி நடவடிக்கைக்கு அவசியமான பல பொருட்கள் இவற்றில் அடங்கியுள்ளதால் இவை கணிசமான அளவு பொருளாதார முக்கியத்துவம் உடையவையாகும்.

கரையோரக் கடல் படிவுகள்

பயனுள்ள தாதுப் பொருட்கள் கலந்த பாறைகளின் சிதைவுகள் குவிந்திருப்பதைத்தான் புவியியலில் படிவுகள் என்கின்றனர். நிலமும் கடலும் தீவிரமாகப் பரஸ்பரச் செயலாக்கம் புரிவதன் விளைவாக கரையோரப் பகுதியில் இவை தோன்றி குவிகின்றன.

கரையோரக் கடல் படிவுகளில் பல்வேறு விதமான தாதுப் பொருட்களும் உலோகங்களும் உள்ளன. இல்மினைட்டு, ருட்டீல், ஜார்க்கான், மோனஸைட்டு, மேக்னிட்டைட்டு, கஸ்ஸிட்டெரைட்டு, டேன்டலம், தங்கம், பிளாட்டினம், வைரம், இன்னும் சில இவற்றில் மிக முக்கியமானவையாகும்.

மிகப் பெரும் கரையோரக் கடல் படிவுகள் உலகக் கடல்களின் வெப்ப மண்டலம் மற்றும் இதை ஒட்டிய பகுதிகளில் தான் பெரும்பாலும் உள்ளன. இதிலும் குறிப்பிட்ட நியதிகள் காணப்படுகின்றன. உதாரணமாக, இல்மினைட்டு, ருட்டீல், ஜர்க்கான், மோனஸைட்டு, இன்னும் சில தாதுப் பொருட்களின் படிவுகள் கரையோரமாக, பல சமயங்களில் தமது முக்கிய மூல ஊற்றுகளிலிருந்து ஓரளவு தொலைவில் பரவலாகக் கிடைக்கின்றன. கஸ்ஸிட்டெரைட்டு, தங்கம், பிளாட்டினம், வைரம் ஆகியவற்றின் படிவுகள் ஒப்பீட்டளவில் அபூர்வமாகத்தான் காணப்படுகின்றன, இவை கடல் மட்டத்தின் அடியில் மூழ்கியுள்ளன, தாம் தோன்றிய இடங்களுக்கு அருகேயே இருக்கின்றன.

இல்மினைட்டு, ருட்டீல், ஜர்க்கான் மோனஸைட்டு ஆகியவற்றின் பெரும் படிவுகள் ஆஸ்திரேலியா, இந்தியா, ஸ்ரீலங்கா, வடக்கு மற்றும் தெற்கு அமெரிக்கா ஆகிய இடங்களில் குவிந்துள்ளன.

மோனஸைட்டு, இல்மினைட்டு மற்றும் ஜர்க்கான் கரையோரக் கடல் படிவுகள் ஓரளவிற்கு ஆப்பிரிக்கா, ஐரோப்பாவின் அட்லாண்டிக் கரையோரங்களிலும் ஆசியாவின் பசிபிக் கரையோரத்திலும் தைவான் தீவிலும் லியாவுடுங் தீபகற்பத்திலும் இன்னும் சில பிரதேசங்களிலும் கண்டுபிடிக்கப்பட்டுள்ளன.

வளமான **மேக்னிட்டைட்டு** (இரும்பை உள்ளடக்கிய) மற்றும் **டிட்டேனியம் மேக்னிட்டைட்டு மணல்கள்** எல்லாக் கண்டங்களிலும் காணப்படுகின்றன. ஆனால் இவை எல்லாம் தொழில் துறைக்கேற்ற இருப்புகள் என்று சொல்ல முடியாது.

வெள்ளீயம் அடங்கிய **கஸ்ஸிட்டெரைட்டு** பெரும்பாலும் தென் கிழக்கு ஆசியக் கண்டத் திட்டுப் பகுதியில் மிகுந்துள்ளது. கரையோர மற்றும் நீரடி மணல்களின் வெள்ளீயத் தாது பெல்ட் எனப்படுவது இந்தியா, ஸ்ரீலங்காவிலிருந்து துவங்கி தாய்லாந்து, வியட்நாம் சோஷலிசக் குடியரசு, பிலிப்பைன்ஸ், சீனாவின் கரையோரம், கொரியத் தீபகற்பம், ஜப்பான் தீவுகள் வழியே சோவியத் யூனியனைச் சேர்ந்த சுக்கோத்ஸ்கி தீபகற்பம் வரை நீண்டுள்ளது. இம்மணல்களில் கஸ்ஸிட்டெரைட்டின் உள்ளடக்கம் மொத்த பாறையின் எடையில் 2-5% ஆகும்.

அமெரிக்க ஐக்கிய நாடு, கானடாவின் மேற்குக் கரைகளிலும் பனாமா, துருக்கி, எகிப்து ஆகிய நாடுகளிலும் தென் மேற்கு ஆப்பிரிக்க நாடுகளிலும் உள்ள கரையோரக் கடல் படிவுகளில் படிவு நிலையிலான தங்கம் கண்டுபிடிக்கப்பட்டுள்ளது.

கரையோரக் கடல் படிவுகளில் உள்ள கனியங்களில் மணல், பரல், சிப்பி ஓடு ஆகியவை நீண்ட நாட்களாகவே கட்டுமானப் பொருட்களாகப் பயன்படுத்தப்படுகின்றன. உதாரணமாக, அமெரிக்க ஐக்கிய நாட்டில் ஆண்டுதோறும் சுமார் 500 மில்லியன் டன் மணலும் பரலும் பிரிட்டனில் 100 மில்லியன் டன்னிற்கும் மேலான கட்டுமானப் பொருட்களும் எடுக்கப்படுகின்றன. இந்த இரு நாடுகளும் ஐஸ்லாந்துடன் சேர்ந்து 300 மில்லியன் டாலர் மதிப்புள்ள சிப்பி ஓடுகளை எடுக்கின்றன; இவை கார்பனிட்டு மூலப்பொருளாகப் பயன்படுகின்றன. உலகில் கரையோரப் பகுதிகளிலிருந்து எடுக்கப்படும் கட்டுமானப் பொருட்களின் மொத்த

அளவு அனேகமாக இன்னமும் அதிகமானதாக இருக்க வேண்டும், ஆனால் இது இன்னமும் கணக்கிடப்படவில்லை.

கரையோர மற்றும் நீரடிப் படிவுகளிலிருந்து எடுக்கப்படும் தாதுப் பொருட்களின் பங்கு அதிகமில்லை என்றாலும் (மொத்தமாக எடுக்கப்படும் கனிவளங்கள், நிலப்பகுதியிலுள்ள படிவுகளில் இது சுமார் 7%) ஒரு சில தாதுப் பொருட்களின் விஷயத்தில் இந்தப் பங்கு கணிசமானதாகும். உதாரணமாக, ஜர்க்கான், ருட்டலில் 100 சதவிகிதமும் இல்மினைட்டில் 80 சதவிகிதமும் 40 சதவிகிதத்திற்கும் அதிகமான கஸ்ஸிட் டெரைட்டும் கரையோரக் கடல் படிவுகளிலிருந்துதான் கிடைக்கின்றன.

இன்று சுமார் 30 நாடுகள் கண்டத் திட்டுப் பகுதிகளிலிருந்து கனிவளங்களை எடுக்கும் ஆராய்ச்சிகளிலோ, தொழில் துறை ரீதியாக இவற்றை எடுப்பதிலோ ஈடுபட்டுள்ளன. சில நாடுகளில் இப்பணி பல்லாண்டுகளாகத் தொடருகிறது; இந்நாடுகளின் மொத்த தாதுப் பொருள் உற்பத்தியில் இது பெரும் பங்கை வகிக்கிறது.

அட்டவணை 6ல் உள்ள விவரங்களிலிருந்து இன்று கரையோரமாக தாதுப் பொருட்களை எடுக்கும் தொழில் துறை நன்கு உருவாகியுள்ளது தெரிகிறது. இத்துறையின் வளர்ச்சி சமீப காலமாக சில விஷயங்களுடன் - தொடர்பு கொண்டிருந்தது. முதலாவதாக, கரையோரப் படிவுகளைப் பதப்படுத்தும் முறை ஒப்பீட்டளவில் எளிமையானது; தாதுப் பொருளைப் பொடி செய்வது போன்ற விலையுயர்ந்த உற்பத்திக் கட்டம் எதுவும் இதில் கிடையாது. இரண்டாவதாக, இவ்வாறு பெறப்படும் பொருட்கள் பெரிதும் தூய்மையானவை, ஏனெனில் கடல் படிவுகள் உருவாகும் போதே வெளிக் கலப்புகள் அகலுகின்றன. மூன்றாவதாக, கரையோரக் கடல் படிவுகளைப் பயன்படுத்துவதால், இந்நோக்கங்களுக்காக வளம் மிக்க பயிர்நிலங்களை வீணாக்கத் தேவையில்லை. இறுதியாக அபூர்வ மூலகங்கள் மற்றும் கதிரியக்கத் தன்மையுள்ள மூலகங்களின் தேவைகள் அதிகரித்ததையும் இங்கு குறிப்பிட வேண்டும். உதாரணமாக, மோனஸைட்டில் தோரியம் அடங்கியுள்ளது; இல்மினைட்டிலும் ருட்டீலிலும் டிட்டேனியம் மிகுந்துள்ளது. இது இன்று விசேஷ உலோகத் துறை, வார்னிஷ் தொழில் துறை, மின்சார வெல்டிங், இன்னும் சில துறைகளில் பரவலாகப் பயன்படுத்தப்படுகிறது. கரையோர கஸ்ஸிட்டெரைட்டு மணலிலிருந்து பெறப்படும் வெள்ளீயம் இன்று

அட்டவணை 6

கண்டத் திட்டில் உள்ள படிவுகளிலிருந்து எடுக்கப்படும் கனிவளங்கள் *

நாடு பிரதேசம்	கனிப்பொருள்	கனிப் பொருள் எடுக்கப் படும் ஆழம் (மீட்டர்)	கனிப்பொருள் எடுக்கப்படும் முறை	கனிப்பொருள் எடுக்கப்படும் இடம்
அமெரிக்க ஐக்கிய நாடு	தங்கம், பிளாட்டினம்	70	–	நார்டன் சவுண்ட், குட்நியூஸ் வளைகுடா (அலாஸ்கா)
	குரோமைட்டு, தங்கம், பிளாட்டினம், டிட்டேனிய மேக்னிட்டைட்டு	–	–	தென் மேற்கு ஓரிகன்
	ஜர்க்கான், இல்மினைட்டு, ருட்டைல்	–	–	ஜேக்சன்வில் (வடக்கு கேரலைனா), டிரேயில் ரிஜ் (ஃபுளோரிடா)
	மணல்,	100	தொழில் துறை முறை	லூஸியானா
	சிப்பி ஓடு	10	சோதனை முறை	மொன்டெரேய் (கலிபோர்னியா, அலபாமா மாநிலம்)
	பாஸ்பேட்டுகள்	200	–	வடக்கு கேரலைனா
	பாஸ்பேட்டுகள்	300	–	சான் டியேகோ (தெற்கு கலிபோர்னியா)
	மாங்கனிசம் பாஸ்பேட்டுகள்	200 – 600	–	பிலேய்க் பீடபூமி
	வெள்ளீயம்	–	–	கிரீக் முனை (அலாஸ்கா)
ஆர்ஜென்டீனா	ருட்டைல், ஜர்க்கான், இல்மினைட்டு	–	–	–
ஆஸ்திரேலியா	பாஸ்பேட்டுகள்	200	–	டாஸ்மேனியா தீவு; குயின்ஸ்லாந்து மாநிலத்தின் கிழக்குக் கரை
	ஜர்க்கான், ருட்டைல், இல்மினைட்டு	–	தொழில் துறை-சோதனை முறை	நியூ சவுத் வேல்ஸ் (மேற்குக் கரை)

* ஆதாரம்: கண்டத் திட்டிலுள்ள கனிவளங்களின் மீட்பு, லெனின்கிராட், "நேத்ரா" பதிப்பகம், 1980 (ருஷ்ய மொழியில்).

—தொடர்ச்சி—

நாடு பிரதேசம்	கனிப்பொருள்	கனிப் பொருள் எடுக்கப் படும் ஆழம் (மீட்டர்)	கனிப்பொருள் எடுக்கப்படுர் முறை	கனிப்பொருள் எடுக்கப்படும் இடம்
இந்தியா	இல்மினைட்டு	—	—	திருவாங்கூர் (கேரள மாநிலம்)
	சிலிமனைட்டு, பாஸ் பேட்டுகள், ருட்டைல், இரும்புத் தாது கலந்த மணல்	—	சோதனை முறை	பம்பாய்; ஒவார்-நலலாடி
இந்தோ னீசியா	வெள்ளீயம்	30	தொழில் துறை முறை	"வெள்ளீயத் தீவுகள்"
எகிப்து	மோனஸைட்டு, இல் மினைட்டு, ருட்டைல்	—	—	—
ஐஸ்லாந்து	மணல்	30	தொழில் துறை முறை	அக்ரனேசிற்கு தென் மேற்கே ஃபாக்ஸ் குறுங்குடா
கானடா	மேக்னிட்டைட்டு, மாங்கனிசப் படிவுகள்	1,000	சோதனை முறை	பத்தாஷ்குவான்
குவாட்ட மாலா	இல்மினைட்டு, ருட்டைல், ஜர்க்கான்	—	—	—
கோஸ்ட்டா ரிக்கா	இல்மினைட்டு, ஜர்க் கான், ருட்டைல்	—	—	—
செனெகால்	ஜர்க்கான், இல் மினைட்டு, ருட்டைல்	—	—	—
தாய்லாந்து	வெள்ளீயம்	30	தொழில் துறை முறை	—
தென் கிழக்கு ஆப்பிரிக்கா	வைரம்	—	—	மொஸம்பிக் ஜலசந்தி
தென் மேற்கு ஆப்பிரிக்கா	வைரம்	300	தொழில் துறை முறை	ஆரஞ்சு நதி முகப்பு, லியூதெரிட்ஸ் குறுங் குடா
நியூஜிலாந்து	கனரக உலோகங்கள்	200	சோதனை முறை	
பாபியூவா நியூகினி	இரும்புத் தாதுப் படிவுகள்	300	—	—
பிரிட்டன்	வெள்ளீயம்	300	—	கார்னோல் தீபகற்பக் கரை

—தொடர்ச்சி—

நாடு பிரதேசம்	கனிப்பொருள்	கனிப் பொருள் எடுக்கப் படும் ஆழம் (மீட்டர்)	கனிப்பொருள் எடுக்கப்படும் முறை	கனிப்பொருள் எடுக்கப்படும் இடம்
	அரகொனைட்டு	50	தொழில் துறை முறை	பஹாம்ஸ் தீவுகள்
	வெள்ளியம்	200	சோதனை முறை	சாலமன் தீவுகள்
பிரேசில்	ஜர்க்கான், ருட்டீல், இல்மினைட்டு, மோனஸைட்டு	—	—	—
பிலிப்பைன்ஸ்	இரும்பு, தங்கம், டிட்டேனியம், மேக்னிட்டைட்டு	300	சோதனை முறை	—
மடகாஸ்கர்	மோனஸைட்டு, இல்மினைட்டு, ஜர்க்கான்	—	—	ஃபோர்ட் டோபின்
மலேசியா	வெள்ளியம்	300	சோதனை முறை	—
மெக்சிக்கோ	ருட்டீல், பாஸ்பேட்டுகள்	200	—	புயெர்ட்டோ அன் ஹெல்
ஜப்பான்	இரும்புத் தாதுகள், டிட்டேனிய மேக்னிட்டைட்டு	10	தொழில் துறை முறை	அரியாக்கே வளைகுடா, டோக்கியோ வளைகுடா
ஜெர்மன் ஜனநாயகக் குடியரசு	இல்மினைட்டு, ஜர்க்கான், டிட்டேனிய மேக்னிட்டைட்டு	—	சோதனை முறை (பரி சோதனை தொழில் துறை முறை)	ரோஸ்டக், ஷ்தொல் பெர்க், ஹிட்டென் ஸே ஆகிய நகரங்களின் கரையோரம்
ஸ்ரீலங்கா	இல்மினைட்டு ருட்டீல் ஜர்க்கான்	—	—	புல்மொடாயின் மேற்கு மற்றும் வட கிழக்குக் கரை

நவீனத் தொழில் துறையில் பரவலாகவும் பல்வேறு விதங்களிலும் பயன்படுத்தப்படுகிறது.

கரையோரக் கடல் படிவுகளிலிருந்து கனிமத் திரட்டுகளைத் தயாரிக்கும் நாடுகள் (அமெரிக்க ஐக்கிய நாடு மற்றும் ஜப்பானைத் தவிர) தம் உற்பத்திப் பொருட்களைத் தாமே பயன்படுத்தாமல்

அயல் நாடுகளுக்கு ஏற்றுமதி செய்கின்றன என்பது குறிப்பிடத்தக்க விஷயமாகும். இத்தகைய கனியத் திரட்டுகளைப் பெருமளவில் ஆஸ்திரேலியா, இந்தியா, ஸ்ரீலங்கா ஆகிய நாடுகளும் குறைந்த அளவில் நியூஜிலாந்து, தெற்கு ஆப்பிரிக்க நாடுகள் மற்றும் பிரேசிலும் உலகச் சந்தைக்கு வழங்குகின்றன. பிரிட்டன், பிரான்ஸ், நெதர்லாந்து, ஜெர்மன் சமஷ்டிக் குடியரசு ஆகிய நாடுகள் இந்த மூலப்பொருளைப் பெருமளவில் வாங்குகின்றன. சமீப ஆண்டுகளாக அமெரிக்க ஐக்கிய நாடும் ஜப்பானும் இதைப் பெருமளவில் இறக்குமதி செய்ய ஆரம்பித்தன. இந்த இரு நாடுகளும் தாம் உற்பத்தி செய்யும் கனியத் திரட்டுகளை முழுமையாகப் பயன்படுத்தி, இதற்கும் மேல் ஏற்படும் தேவைகளுக்கு இறக்குமதியைப் பயன்படுத்துகின்றன.

இன்று உலகம் முழுவதும் கரையோரக் கடல் படிவுகளை மீட்டெடுத்துப் பயன்படுத்தும் பணி விரிந்து பரந்து வருகிறது, மேன் மேலும் புதுப் புது நாடுகள் இதில் ஈடுபடுகின்றன.

கண்டத் திட்டின் ஆழத்தில் உள்ள பகுதியிலும் கண்டச் சாய்விலும் கிடைக்கும் கனிவளங்கள்

உலகக் கடல்களின் பல்வேறு பிரதேசங்களில் கண்டத் திட்டு மற்றும் கண்டச் சாய்வின் மேற்பரப்பிலும் ஆழங்களிலும் பல்வேறு விலை மதிப்புள்ள கனிவளங்கள் கண்டுபிடிக்கப்பட்டுள்ளன.

கடலடிப் பகுதியில் **பாஸ்பரைட்டுத் தாதுப்படிவுகள்** உள்ளன. இவை ஒரு விதமான விசேஷ அமைப்புகளாகும், இவற்றில் 0.1-0.3 முதல் 2-3 மி.மீ. வரையிலான சிறு மணிகளும் 5-10 செ.மீ. வரையிலான சற்றே பெரும் உருண்டைகளும் உள்ளன; பல கிலோகிராம், ஏன் பல நூறு கிலோகிராம் எடையுள்ள பாளங்களையும் இவற்றில் காணலாம். இவற்றில் 30% வரையிலான பாஸ்பரஸ் ஆக்சைடும் சிறு அளவில் மாலிப்டினம், வனேடியம், துத்தநாகம், ஸ்ட்ரோன்ஷியம் ஆகியவற்றின் கலப்புகளும் உள்ளன.

இந்த பாஸ்பரைட்டுத் தாதுப்படிவுகள் அமைந்திருப்பதில் குறிப்பிட்ட நியதிகள் வெளிப்படுகின்றன. இவை 40-42° வடக்கு அட்சரேகை முதல் 500 தெற்கு அட்சரேகை வரையிலான பகுதியில், கடல் கண்டத் திட்டுகளில் மட்டுமே காணப்படுகின்றன. திறந்தவெளிக் கடல்களிலோ உள்நாட்டு கடல்களிலோ இவை கண்டுபிடிக்கப்படவில்லை, கடலடி நீர் மேலெழும் பகுதிகளிலும் இவை காணப்படுகின்றன.

டி.மேரோ எனும் விஞ்ஞானியின் மதிப்பீட்டின்படி *(1969)* உலகக் கடல்களில் உள்ள பாஸ்பரைட்டுத் தாதுப்படிவுகளின் மொத்த இருப்புகள் *3X10[11]* டன் ஆகும். கலிபோர்னியக் கண்டத் திட்டில் மட்டும்

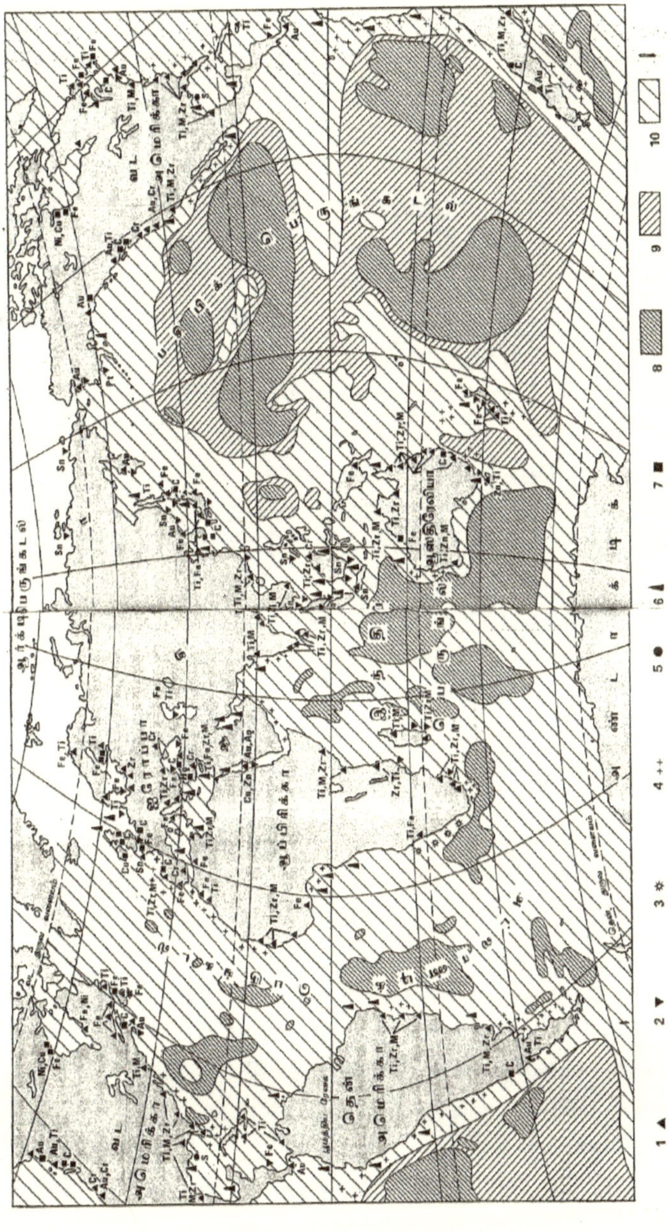

உலகக் கடல்களின் கரையோரங்கள், கடலடிப் பகுதி மற்றும் அடியாழத்தில் உள்ள முக்கிய தாதுப் பொருட்கள்

1 – கரையோரக் கனிப்படிவுகள்; 2 – நீரடிக் கனிப்படிவுகள்; அடையாளக் குறிகள்: Ti – டிட்டேனியக் கனிப்பொருட்கள்; Zr – ஜர்க்கான்; M – மோனசைட்டு; Fe – டிட்டேனிய-மேக்னிட்டைட்டு; Sn – கஸ்ஸிட்டெரைட்டு; Au – தங்கம்; Pt – பிளாட்டினம்; Cr – குரோமைட்டு; Ag – வெள்ளி; Zn – துத்தநாகம்; 3 – வைர கனிப்படிவுகள்; 4 – பாஸ்பரைட்டுப் படிவுகள்; 5 – நீரடிக் கிணறுகளிலிருந்து எடுக்கப்படும் கந்தகம்; 6 – நீரடிக் கிணறுகளிலிருந்து எடுக்கப்படும் எண்ணெய்; 7 – நீரடி சுரங்கங்களிலிருந்து எடுக்கப்படும் கனிப்பொருட்கள்: C – நிலக்கரி; Fe – இரும்புத் தாது; Cu – செம்புத் தாது; Au – தங்கம்; Hg – பாதரசத் தாது; Ni – நிக்கல் தாது; இரும்பு-மாங்கனிசத் தாதுப்படிவுகள் பரவியுள்ள விதம்: 8 – தாதுப்படிவுகள் கடலடிப் பரப்பில் 20% முதல் 100% வரை உள்ளன; 9 – தாதுப்படிவுகள் கடலடிப் பரப்பில் 20%க்கும் குறைவாக உள்ளன; 10 – தாதுப்படிவுகள் இல்லை அல்லது அபூர்வமாக காணப்படுகின்றன

இவற்றின் இருப்பு 2-4 பில்லியன் டன்னாக மதிப்பிடப்பட்டுள்ளது. இன்றுள்ள அளவிலும் இதற்கு அதிகமாகவும் பாஸ்பேட்டுகள் பயன்படுத்தப்பட்டாலும் கூட, கடலிலுள்ள மூலப்பொருள் அடுத்த 1,000 ஆண்டுகளுக்கு உலகத் தேவையைப் பூர்த்தி செய்ய வல்லது. ஆனால் இன்று நீரடியிலிருந்து பாஸ்பரைட்டுகள் தொழில் துறை ரீதியில் எடுக்கப்படுவதில்லை, ஏனெனில் இவற்றின் தரம் நிலப்பகுதியில் கிடைக்கும் பாஸ்பரைட்டுகளின் தரத்தை விட குறைவானது; தவிரவும் கடலிலிருந்து இவற்றை வெளியிலெடுக்கும் முறைகள் சரிவர உருவாக்கப்படவில்லை. கலிபோர்னியாவில் உள்ள பாஸ்பரைட்டுத் தாதுப்படிவுகளை மட்டும் எடுத்து பயன்படுத்தினால் இதில் இடப்படும் மூலதனத்திற்கு 50% வரை லாபம் கிடைக்குமென ஆராய்ச்சிகள் காட்டுகின்றன.

பெரைட்டீஸ் தாதுப்படிவுகள் இன்னொரு முக்கிய கனிப் பொருளாகும். 1-20 செ.மீ. அளவில் உருண்டை வடிவில் இருக்கும் இவற்றில் 75% முதல் 84% வரை பாரியம் சல்பேட்டு உள்ளது. இவற்றில் ஸ்ட்ரோன் ஷியம் சல்பேட்டும் ஈய சல்பேட்டும் கலந்துள்ளன. இப்படிவுகள் ஸ்ரீலங்காவின் கண்டத் திட்டிலும் ஜப்பானியக் கடலில் உள்ள சின்குரி எனும் திட்டிலும் உலகக் கடல்களின் மற்ற சில பகுதிகளிலும் கண்டுபிடிக் கப்பட்டுள்ளன. அலாஸ்காவில் டன்கன் ஜலசந்தியில் தான் 30 மீட்டர் ஆழத்தில் பெரைட்டீஸ் எடுக்கப்படுகிறது; உலகிலேயே இந்த ஒரு இடத்தில் தான் இந்தக் கனிப்பொருள் தொடர்ச்சியான படிவின் வடிவில் கிடைக்கிறது. இது இங்கு 2.5 மில்லியன் டன் உள்ளதாக மதிப்பிடப்பட்டுள்ளது. நாள்தோறும் இது சுமார் 1,000 டன் எடுக்கப்படுகிறது. பெரைட்டீஸ் இரசாயனத் தொழில் துறையிலும் உணவுப் பொருள் தயாரிப்புத் துறையிலும் பயன்படுத்தப்படுகிறது, எண்ணெய்க் கிணறுகளைத் தோண்டும் போது கிணறு தோண்ட உதவும் கரைசல்களின் எடையை அதிகரிக்கும் பொருளாயும் இது பயன்படுகிறது.

கடலில் 2,000 - 6,000 மீட்டர் ஆழத்தில் குளோக்கனைட்டு என்ற தாதுப் பொருள் உள்ளது. இதில் 4% முதல் 9.5% வரை பொட்டாசியம் ஆக்சைடு உள்ளது. இது பொட்டாசிய உரங்களை உற்பத்தி செய்ய உதவக் கூடிய மூலப்பொருளாகக் கருதப்படுகிறது.

எண்ணெய், எரிவாயு, நிலக்கரி, இரும்புத் தாது, கந்தகம் போன்ற கனிவளங்கள் கண்டத் திட்டின் ஆழத்தில் உள்ளன. இன்று உலகக் கடல்களில் 900க்கும் மேற்பட்ட இடங்களில் எண்ணெய், எரிவாயு

கண்டுபிடிக்கப்பட்டுள்ளன. 100 மில்லியன் டன்னிற்கும் அதிகமான எண்ணெயும் அவற்றுடன் 100 பில்லியன் கன மீட்டருக்கும் கூடுதலான எரிவாயுவும் உள்ள இடங்களும் இவற்றிலடங்கும்.

கடந்த 15 ஆண்டுகளாக கடலிலிருந்து எடுக்கப்படும் எண்ணெயின் அளவு விரைவாக அதிகரித்து வருகிறது. உதாரணமாக, மொத்த எண்ணெய் உற்பத்தியில் கடலிலிருந்து எடுக்கப்படும் எண்ணெயின் பங்கு 1960இல் 8% ஆகவும் 1967இல் 14% (சுமார் 200 மில்லியன் டன்) ஆகவும் 1972இல் 18% (405 மில்லியன் டன்) ஆகவும் 1975இல் சுமார் 20% (435.7 மில்லியன் டன்) ஆகவும் 1982இல் கிட்டத்தட்ட 24,5% ஆகவும் இருந்தது. 1990-2000ஆம் ஆண்டு வாக்கில் கடல்களிலிருந்து எடுக்கப்படும் எண்ணெயின் அளவு மொத்த உலக எண்ணெய் எடுப்பில் சுமார் 30% இருக்குமென எதிர்பார்க்கப்படுகிறது. இன்று உலகக் கடல்களின் பல்வேறு பிரதேசங்களிலும் உள்ள சுமார் 350 இடங்களில் இருந்து எண்ணெய் எடுக்கப்படுகிறது.

இன்று கடல் எண்ணெய் எடுப்பின் முக்கிய அம்சம் என்னவென்றால், இந்த எண்ணெய்க் கிணறுகள் கண்டத் திட்டுப் பகுதிகளில் இருப்பதாகும். பெரும்பாலும் 200 மீட்டருக்கும் மேற்படாத ஆழத்திலிருந்து எண்ணெய் எடுக்கப்படுகிறது.

இன்று நீரடியிலிருந்து எண்ணெய் எடுக்கும் ஒரு சில பெரும் மையங்கள் உருவாகியுள்ளன. இவைதான் உலகக் கடல்களிலிருந்து எடுக்கப்படும் எண்ணெயின் அளவை நிர்ணயிக்கின்றன. இந்த மையங்களில் முக்கியமானது பாரசீக வளைகுடாவாகும். இங்கே 12-13 பில்லியன் டன் வெளியிலெடுக்கத்தக்க எண்ணெயும் 3.6-3.9 டிரில்லியன் கன மீட்டர் எரிவாயுவும் உள்ளன. இங்கே சுமார் 230 மில்லியன் டன் எண்ணெயும் 42.0 பில்லியன் கன மீட்டர் எரிவாயுவும் எடுக்கப்படுகின்றன. இது கடலிலிருந்து மொத்தமாக எடுக்கப்படும் எண்ணெய், எரிவாயுவில் முறையே 40%, 25% ஆகும்.

எண்ணெயும் எரிவாயுவும் எடுக்கப்படும் அடுத்த பெரிய இடம் வெனிசுவேலா வளைகுடாவும் மரக்காய்போ காயலும் ஆகும். இங்கு சுமார் 1,5 பில்லியன் டன் எண்ணெய் இருப்பதாக மதிப்பிடப்பட்டது. ஆண்டுதோறும் இங்கு சுமார் 100 மில்லியன் டன் எண்ணெய் எடுக்கப்படுகிறது.

மெக்சிக்கோ வளைகுடாவிலும் ஏராளமான எண்ணெயும் எரிவாயுவும் உள்ளன. இங்கிருந்து ஆண்டுதோறும் 50 மில்லியன் டன்னிற்கும் கூடுதலான எண்ணெயும் 115 பில்லியன் கன மீட்டர் எரிவாயுவும் எடுக்கப்படுகின்றன.

கினி வளைகுடாவிலும் நிறைய எண்ணெய் உள்ளது. இங்கு 1, 4 பில்லியன் டன் எண்ணெய் உள்ளதாக மதிப்பிடப்படுகிறது. ஆண்டு தோறும் இங்கு 50 மில்லியன் டன் எண்ணெய் எடுக்கப்படுகிறது.

வட கடல் சமீபத்தில் தான் முக்கிய எண்ணெய் எடுப்புப் பிரதேசமாயிற்று. இங்கு 3-7 பில்லியன் டன் எண்ணெய் உள்ளதாக மதிப்பிடப்படுகிறது. இங்கு ஆண்டுதோறும் சுமார் 90 மில்லியன் டன் எண்ணெய் எடுக்கப்படுகிறது.

உலகக் கடல்களில் இதைவிடக் குறைவான எண்ணெய், எரிவாயுவின் இருப்பையுடைய பல பகுதிகள் உள்ளன. இங்கிருந்து எடுக்கப்படும் எண்ணெய், எரிவாயுவின் அளவும் குறைவுதான். எனவே இவை அந்தந்த நாடுகளுக்கு மட்டுமே முக்கியமானவையாகும்.

நீரடியில் பூமியின் ஆழத்திலிருந்து எண்ணெய் மற்றும் எரிவாயு எடுக்கப்படும் பெரும் பிரதேசங்கள் (பாரசீக வளைகுடா, வெனிசுவேலா வளைகுடா மற்றும் மரக்காய் போ பிரதேசம், கினி வளைகுடா) வளர்முக நாடுகளின் கரையோரமாக உள்ளன. இவைதான் உலகச் சந்தைக்கு எண்ணெயையும் எரிவாயுவையும் வழங்குகின்றன. மெக்சிக்கோ வளைகுடா பிரதேசமும் வட கடல் பிரதேசமும்தான் திரவ மற்றும் வாயு வடிவிலான எரிபொருளைப் பெருமளவில் பயன்படுத்தும் வளர்ச்சியடைந்த முதலாளித்துவ நாடுகளின் கரையோரமாக உள்ளன. ஒரு சில ஐரோப்பிய நாடுகளைப் பொறுத்தமட்டில் (பிரிட்டன், நார்வே, இன்னும் சில நாடுகள்) வட கடலின் அடிப்பகுதியிலிருந்து எண்ணெயையும் எரிவாயுவையும் எடுப்பது இவற்றின் பொருளாதார வளர்ச்சிக்கான முக்கியக் காரணிகளில் ஒன்றாகத் திகழுகிறது.

எண்ணெயைத் தேடிக் கண்டுபிடித்து எடுப்பதில் முக்கிய அம்சம் எண்ணெய்க் கிணறுகளைத் தோண்டுவதாகும். கடலில் இதற்காக ஓரிடத்தில் நிலையாக உள்ள மேடைகளோ அல்லது இடம் விட்டு இடம் நகரும் அமைப்புகளோ பயன்படுத்தப்படுகின்றன. எஃகால் ஆன மேடைகள் பரவலாகப் பயன்படுத்தப்படுகின்றன. முதலில் இவற்றைக் கடலில் 20-30 மீட்டர் ஆழத்தில் கடலடியில் புதைக்கப்பட்ட உலோக கம்பங்கள் மீது நிறுவினர். இவற்றை முழுக்க முழுக்க கடலிலேயே சேர்த்து இணைத்தனர். இது அமைதியான பருவநிலையில் தான் சாத்தியம்.

இன்று கடலில் எண்ணெய்க் கிணறுகளைத் தோண்ட, இடம் விட்டு இடம் செல்லும் மேடைகளைப் பயன்படுத்துகின்றனர். இவை

துளையிடும் எந்திரங்களைக் கொண்ட பெரிய மேடைகளாகும்; இவற்றைத் தேவையான இடத்திற்கு இழுத்துச் சென்று ஆதாரக் கம்பங்களைக் கொண்டு நீரடியில் உள்ள தரைப்பகுதியில் பொருத்துகின்றனர். இவற்றில் மிகப் பெரிய அமைப்புகள் 400 மீட்டர் ஆழம் வரை அடியில் நிறுத்தப்படுகின்றன, இவை பல அடுக்குகளைக் கொண்டவையாகும். இவற்றில் 400-500 நபர்கள் வேலை செய்கின்றனர்; இவர்கள் ஒன்றிரண்டு துளையிடும் கோபுரங்களிலிருந்து பல திசைகளில் 35 கிணறுகள் வரை தோண்டுகின்றனர்.

துளையிடும் எந்திரங்களைக் கொண்ட கப்பல்தான் நல்ல வசதியான, அதிக வேலைத் திறனுடைய சாதனமாகும்; கடலடியில் ஆழ் எண்ணெய்க் கிணறுகளைத் தோண்ட இதுதான் சிறந்த வழியாகும். கப்பலின் அடிப்புறமுள்ள கட்டையின் ஊடே எண்ணெய்க் கிணறுகள் தோண்டப்படுகின்றன. நவீன மின்னணு மற்றும் நீர் ஒலியியல் உபகரணங்களின் உதவியால் குறிப்பிட்ட இடத்தில் கப்பலை அசையாமல் நிறுத்தலாம், கிணறு தோண்டும் குழாய்கள் நீரடி கிணறின் துவாரத்தினுள் திரும்பத் திரும்ப விழுமாறு செய்யலாம்.

கடலடியிலிருந்து எண்ணெயையும் எரிவாயுவையும் எடுப்பது ஒரு சிக்கலான, விசேஷ பொறியியல் - தொழில் நுட்பப் பணியாகும். இதற்காகப் பெரும் தொகைகள் முதலீடு செய்யப்படுகின்றன. என்றாலும் இதுவரை கடலடியிலிருந்து எண்ணெய் எடுக்க ஆகும் செலவு நிலப் பகுதியிலிருந்து எடுக்க ஆகும் செலவை விட சற்று அதிகமாகவே உள்ளது. ஒரு சில இடங்களில் இதைத் தேடுவதும் எடுப்பதும் இன்னமும் ஆதாயமானதாக இல்லை. ஆனால் மொத்தமாக உலகின் திரவ எரிபொருள் உற்பத்தியை எடுத்துக் கொண்டால் கடலிலிருந்து எடுக்கப்படும் எண்ணெய் நிலப்பகுதியிலிருந்து எடுக்கப்படும் எண்ணெயுடன் நன்கு போட்டியிடும் நிலையில் உள்ளது. தவிரவும் இன்று உலகில் எண்ணெயின் தேவை முழுவதையும் பூர்த்தி செய்ய முடியாத நிலை உள்ளது. இதனால் எண்ணெயின் விலை கூடுகிறது, இத்துறையில் முதலீடுகள் அதிகரிக்கின்றன, கடல்களில் புதிய எண்ணெய்க் கிணறு களைத் தேடிப் பயன்படுத்தும் பணி மும்முரமாகிறது. கடலடியில் எண்ணெயைத் தேடிக் கண்டு பிடித்து எடுப்பதற்காக முதலாளித்துவ நாடுகளில் ஆகும் செலவுகள் எண்ணெய், எரிவாயுத் தொழில் துறையின் மொத்த செலவுகளில் கிட்டத்தட்ட 1/3 பங்காக உள்ளன.

70ஆம் ஆண்டுகளின் துவக்கத்தில் கடலில் எண்ணெய், எரிவாயுவைக் கண்டுபிடித்து எடுப்பதற்காக 25 பில்லியன் டாலர்கள் செலவிடப் பட்டன; 80ஆம் ஆண்டுகளின் துவக்கத்திற்குள் இத்தொகை கிட்டத் தட்ட இரு மடங்கு அதிகரித்தது. 70ஆம் ஆண்டுகளின் துவக்கத்தில் கடலடி எண்ணெய், எரிவாயுவைக் கண்டுபிடித்து பயன்படுத்த அமெரிக்க ஐக்கிய நாடுதான் அதிகம் செலவு செய்தது (சுமார் 19 பில்லியன் டாலர்கள்); பிந்தைய ஆண்டுகளில் முதலீட்டு அதிகரிப்பு வேகத்தில் கானடா, ஆஸ்திரேலியா மற்றும் வட கடல் நாடுகள் அமெரிக்காவை விஞ்சின.

பல வளர்ச்சியடைந்த முதலாளித்துவ நாடுகள் நீரடியிலிருந்து எண்ணெய் எடுப்பதற்காக உலகின் பல பகுதிகளுக்கும் செல்வது அதிகரித்து வருகின்றது. உதாரணமாக, அமெரிக்க ஐக்கிய நாட்டிலுள்ள பெரும் எண்ணெய் கம்பெனிகள் (மற்ற முதலாளித்துவ நாடுகளுடன் ஒப்பிடுகையில் அமெரிக்காவிற்கு எண்ணெய் இறக்குமதி அதிகம் தேவையில்லை) மத்திய கிழக்கு, மெக்சிக்கோ மற்றும் வெனிசுவேலாவின் கரையோரப் பிரதேசம், வட கடல், தம் நாட்டுக் கரையிலிருந்து தொலை தூரத்தில் தள்ளியுள்ள இன்னும் சில கடல் பகுதிகள் ஆகிய இடங்களில் எண்ணெயைத் தேடி எடுக்கும் பணியில் ஈடுபட்டுள்ளன.

ஜப்பான் தான் பயன்படுத்தும் எண்ணெயில் 99 சதவிகிதத்தையும் எரிவாயுவில் 74 சதவிகிதத்தையும் மற்ற நாடுகளிலிருந்து பெறுகிறது. என்றாலும் இது ஒரு சில மத்திய கிழக்கு அரசுகளுடன் ஒப்பந்தம் செய்து கொண்டு அவற்றின் நீர்ப்பரப்புகளில் எண்ணெய் எடுக்கிறது. குறிப்பாக இது தென்கிழக்காசிய நாடுகள், ஆஸ்திரேலியா, நியூஜிலாந்து ஆகியவற்றின் கண்டத் திட்டில் தீவிரமாக எண்ணெய் தேடும் பணியில் இறங்கியுள்ளது; எதிர்காலத்தில் இங்கு சொந்தமாக எண்ணெய், எரிவாயுவை எடுக்கலாம் என்ற நம்பிக்கையுடன் செயல்படுகிறது.

அமெரிக்கா, ஜப்பான், பிரிட்டன், பிரான்ஸ், ஜெர்மன் சமஷ்டிக் குடியரசு, மற்ற முதலாளித்துவ நாடுகளின் எண்ணெய் கம்பெனிகள் மட்டுமின்றி பன்னாட்டு ஏகபோக கம்பெனிகளும் மேற்கூறிய விஸ்தரிப்பு போக்கை வெளிப்படுத்துகின்றன.

இன்று பல நாடுகள் (நீரடியிலிருந்து பெருமளவு எண்ணெய், எரிவாயுவை எடுக்கும் நாடுகள் உட்பட) புதிய இடங்களில் எண்ணெய், எரிவாயுவைத் தேடுகின்றன.

கிட்டத்தட்ட 60--80 மில்லியன் சதுர கிலோமீட்டர் பரப்பில் கடலடியில் எண்ணெயையும் எரிவாயுவையும் கண்டுபிடிக்க வாய்ப்புகள் உள்ளன. இதில் சுமார் 13 மில்லியன் சதுர கிலோமீட்டர் பரப்பு 200 மீட்டர் வரை ஆழமுள்ள பிரதேசத்தில் அமைந்துள்ளது; இது உலகக் கடல்களின் கண்டத் திட்டின் மொத்தப் பரப்பில் கிட்டத்தட்ட பாதிப் பகுதியாகும். சோவியத் மற்றும் அயல்நாட்டு நிபுணர்களின் மதிப்பீட்டின்படி கடல்களின் அடியில் உள்ள ஹைட்ரோகார்பன்களின் இருப்புகள் உலகின் மொத்த ஹைட்ரோகார்பன்களின் இருப்பில் -60-70% ஆகும். உலகக் கடல்களின் அடியில் (சோஷலிச நாடுகளின் அரசு எல்லைக்கு உட்பட்ட நீர்ப்பரப்பு பிரதேசங்களைச் சேர்க்காது) 550 பில்லியன் டன் எண்ணெயும் 260 டிரில்லியன் கனமீட்டர் எரிவாயு வும் இருப்பதாக மதிப்பிடப்படுகிறது. இன்றுள்ள தொழில் நுட்ப மட்டத்தில் இதிலிருந்து சுமார் 230 பில்லியன் டன் எண்ணெயையும் 200 டிரில்லியன் கன மீட்டர் எரிவாயுவையும் வெளியிலெடுக்கலாம். இதில் 60% க்கும் கூடுதலாக கண்டத் திட்டிலிருந்து கிடைக்கும். கண்டங்களின் கீழ்ப்பகுதியில் உள்ள பாறைப் படிவுகளில் எண்ணெயும் எரிவாயுவும் எவ்வளவு இருக்கின்றன என்று இன்னமும் கணக்கிடப்படவில்லை; இங்கே ஹைட்ரோகார்பன்கள் தோன்ற அனுகூலமான புவியியல் சூழ்நிலைகள் நிலவுகின்றன என்பதைக் கவனத்தில் கொள்ள வேண்டும்.

உலகக் கடல்களில் கிட்டத்தட்ட 1 மில்லியன் ச.கி. மீ. பரப்பில் ஏற்கெனவே ஆழ் கிணறுகள் தோண்டப்பட்டு எண்ணெய் தேடும் வேலை நடைபெறுகிறது; இது தவிர 4 மில்லியன் ச.கி.மீ. பரப்பில் கடலடியில் எண்ணெய் தேடும் வேலைகளை மேற்கொள்வதற்கான லைசன்சுகள் வழங்கப்பட்டுள்ளன. அடுத்த 20 ஆண்டுகளில் 3 மில்லியன் ச.கி.மீ. நீரடிப் பரப்பில் ஆழ் கிணறுகள் தோண்டத் திட்டமிடப்படுகிறது. இதனால் புதிய இடங்களில் கடலடியிலிருந்து எண்ணெயையும் எரிவாயுவையும் எடுக்கும் வாய்ப்பேற்படும். ஆனால் எண்ணெய், எரிவாயு வின் தேவைகள் தொடர்ந்து அதிகரித்து வருவதால், பூர்வாங்க மதிப்பீடுகளின்படி, 20ஆம் நூற்றாண்டின் இறுதியில் கடலிலிருந்து கிடைக்கும் எண்ணெயும் எரிவாயுவும் வளர்ச்சியடைந்த முதலாளித்துவ நாடுகளின் தேவைகளைப் பாதி மட்டுமே பூர்த்தி செய்ய முடியும். வழக்கமாக எண்ணெயும் எரிவாயுவும் எடுக்கப்பட்டு வந்த நிலப் பகுதிகளில் இவற்றின் இருப்புகள் படிப்படியாகத் தீர்ந்து வருவதால் கடலடி இருப்புகளின் முக்கியத்துவம் அதிகரித்து வருகிறது.

நீண்ட நெடுங்காலமாகவே பல நாடுகளில் நிலக்கரி ஒரு முக்கிய திட எரிபொருளாகப் பெருமளவில் பயன்படுத்தப்பட்டு வருகிறது. அடுத்த சில பத்தாண்டுகளுக்கு உலக எரிபொருள் - மின்விசைத் துறையில் இதற்கு ஒரு முக்கியப் பங்குண்டு. சுமார் 8-9 டிரில்லியன் டன் உலக நிலக்கரி இருப்புகள் இருப்பதாக மதிப்பிடப்பட்டுள்ளது. இவற்றில் 50% எடுத்துப் பயன்படுத்த ஆதாயமானது.

உலகின் மொத்த நிலக்கரி எடுப்பில் சுமாராக 2% நீரடியிலிருந்து எடுக்கப்படுகிறது; இதற்கு சுரங்க முறை பயன்படுத்தப்படுகிறது. கரையிலிருந்து நிலக்கரி அடுக்குகள் உள்ள இடங்களை நோக்கி சாய்வான சுரங்கங்கள் தோண்டப்படுகின்றன. ஓரிடத்தில் மொத்த நிலக்கரி இருப்பின் மதிப்பு 100 மில்லியன் டாலர்களுக்குக் குறையாமலிருந்து, நிலக்கரியின் விலை ஒரு டன்னிற்கு 10-16 டாலர்களாக இருந்தால், இத்தகைய சுரங்கங்கள் கரையிலிருந்து 25 கி.மீ. தொலைவில் தள்ளியிருக்கையில் இன்றைய தொழில் நுட்ப மட்டத்தில் இங்கிருந்து நிலக்கரி எடுப்பது ஆதாயமானது. கடலின் ஆழம் 250 மீட்டர் அல்லது அதற்கு அதிகமாக இருக்கலாம். கரையிலிருந்து 50 கி.மீ. தூரம் வரை தள்ளியுள்ள இடங்களிலிருந்து நிலக்கரியை எடுக்கவும் திட்டமிடப்படுகிறது. கடலடியில் நிலக்கரி அடுக்குகள் உள்ள இடத்தின் மேல் நேரடியாக கடலிலேயே சுரங்கம் அமைக்கும் திட்டமும் உள்ளது.

உலகக் கடல்களின் கரையோரப் பகுதிகளில் 100க்கும் மேற்பட்ட இடங்களில் நீரடியில் நிலக்கரி கண்டுபிடிக்கப்பட்டுள்ளது. ஜப்பானும் பிரிட்டனும் கடலடியிலிருந்து கணிசமான அளவு நிலக்கரியை எடுக்கின்றன. ஜப்பான் தன் மொத்த நிலக்கரி உற்பத்தியில் 30 சதவிகிதத்தையும் பிரிட்டன் 10 சதவிகிதத்தையும் கடலடி சுரங்கங்களிலிருந்து பெறுகின்றன. சீனா, கானடா, அமெரிக்க ஐக்கிய நாடு, ஆஸ்திரேலியா, அயர்லாந்து, துருக்கி ஆகிய நாடுகளின் கரையருகேயுள்ள பிரதேசங்களில் கணிசமான அளவும் கிரீஸ், பிரான்சின் கரை அருகே சற்று குறைவாகவும் நீரடியிலிருந்து நிலக்கரி எடுக்கப்படுகிறது. நிலப்பகுதியில் உள்ள நிலக்கரியின் இருப்புகள் அதிகம், கடலடியில் உள்ள நிலக் கரியைக் காட்டிலும் நிலப்பகுதியிலிருந்து இதை எடுப்பது வாணிப் ரீதியில் எளிது என்பதால் போதுமான அளவு நிலக்கரி இல்லாத நாடுகள் மட்டுமே இன்று கடலடியிலிருந்து இதை எடுப்பதில் ஈடுபட்டுள்ளன. ஒரு சில நாடுகளில் (உதாரணமாக பிரிட்டனில்) நிலப்பகுதியில் உள்ள நிலக்கரி இருப்புகள் தீர்ந்து விட்டதால் நீரடியிலிருந்து இதை எடுப்பதன் மீது கவனம் செலுத்தப்படுகிறது.

மொத்தத்தில், நீரடியிலிருந்து நிலக்கரியை எடுப்பது அதிகரித்து வருகிறது.

கண்டத் திட்டின் அடிப்பகுதியில், சாதாரணமாக பல மீட்டர் உயரமுள்ள படிவுப் பாறைகளின் கீழ் உப்புக்களால் சூழப்பட்ட நிலையில் கந்தகம் கிடைக்கிறது. நீரடியில் இதன் இருப்புகள் பல நூறு மில்லியன் டன்கள் இருக்கலாம் என்று மதிப்பிடப்பட்டுள்ளது. இன்று மெக்சிக்கோ வளைகுடாவில் சுமார் 15 மீட்டர் ஆழத்திலிருந்து கந்தகம் எடுக்கப்படுகிறது. இந்த இடத்திலிருந்து அமெரிக்காவின் மொத்த கந்தக உற்பத்தியில் 15-20% கிடைக்கிறது; இது மொத்த உலக உற்பத்தியில் 4% ஆகும். தொழில் துறை முறையில் பயன்படுத்தப்படக் கூடிய கந்தகம் அடங்கிய உப்புப் பாறைகள் பாரசீக வளைகுடா, செங்கடல், காஸ்பியன் கடல் ஆகிய இடங்களிலும் கண்டுபிடிக்கப்பட்டுள்ளன.

கண்டத் திட்டின் கரையோரப் பகுதிகளில் நீரடி **இரும்புத் தாதுவும்** கண்டுபிடிக்கப்பட்டுள்ளது. கரையிலிருந்து கண்டத் திட்டின் அடிப் பகுதியை நோக்கி சாய்வாகச் செல்லும் சுரங்கங்களின் மூலம் இது வெளியில் எடுக்கப்படுகிறது. கானடாவில், நியூ பவுன்ட்லேன்டின் கிழக்கு கரையில் (வபானா) கடலடியிலிருந்து கணிசமான அளவு இரும்புத் தாது எடுக்கப்படுகிறது. இங்கு 2 பில்லியன் டன் இரும்புத் தாது இருப்பதாகக் கணக்கிடப்பட்டுள்ளது; இங்கிருந்து ஆண்டுதோறும் சுமார் 3 மில்லியன் டன் இரும்புத் தாது எடுக்கப்படுகிறது. இது தவிர கானடாவில் ஹாட்ஸன் வளைகுடாவிலிருந்தும் ஜப்பானில் கியூஷூ தீவிலிருந்தும் பின்லாந்தில் பின்லாந்து வளைகுடாவின் நுழைவாயிலிலிருந்தும் இரும்புத் தாது எடுக்கப்படுகிறது. உலகில் மொத்தமாக எடுக்கப்படும் இரும்புத் தாதுவில் இந்நாடுகள் மொத்தமாக நீரடியிலிருந்து 1% தருகின்றன. ஆப்பிரிக்கா, இந்தியத் தீபகற்பம், ஆஸ்திரேலியா, தென் அமெரிக்கா ஆகியவற்றின் கண்டத் திட்டுகளிலும் இரும்புத் தாது எடுக்கப்படலாம்.

நீரடிச் சுரங்கங்களிலிருந்து **செம்பும் நிக்கலும்** குறைந்த அளவில் எடுக்கப்படுகின்றன. கானடாவில் ஹாட்ஸன் வளைகுடாவிலும் சர்ச்சில் எனுமிடத்திற்கு அருகேயும், பிரிட்டனில் கர்னோல் தீபகற்பத்திற்கு அருகேயும் இவை எடுக்கப்படுகின்றன. துருக்கியில் ஏஜியன் கடலின் கரையில் **பாதரசத் தாது** எடுக்கப்படுகிறது. போட்னிக் வளைகுடாவில் நீரடியிலிருந்து **இரும்பு, செம்பு, துத்தநாகம், ஈயம், தங்கம், வெள்ளி** ஆகியவற்றை எடுக்கும்

திட்டங்களை ஸ்வீடன் தீட்டத் துவங்கியுள்ளது. வளைகுடாவின் அடிமட்டத் தரையிலிருந்து 140 - 150 மீட்டர் ஆழத்தில் சுரங்க முறையில் இந்த வேலையைச் செய்யத் திட்டமிடப்படுகிறது.

இன்று உலகக் கடல்களில் இயற்கை கனிவளங்கள் கணிசமான அளவில் மீட்கப்படுகின்றன. கரையிலிருந்து அமைக்கப்பட்ட 100க்கும் மேற்பட்ட நீரடிச் சுரங்கங்கள் உள்ளன, கடலடியில் புதைந்துள்ள கனிவளங்களை எடுப்பதற்காக செயற்கைத் தீவுகள் ஏற்படுத்தப்பட்டுள்ளன, இயற்கையாக உள்ள தீவுகள் பயன்படுத்தப்படுகின்றன. இவற்றில் சில சுரங்கங்கள் கடலடித் தரையிலிருந்து 100-120 மீட்டர் ஆழமானவை. கரையிலிருந்து 8 கி.மீ. தூரம் வரையும் கடல் நீர் மட்டத்திலிருந்து 30 மீட்டர் முதல் 240 மீட்டர் ஆழம் வரையும் தள்ளியுள்ளன. எதிர்காலத்தில் புதிய இடங்களில் இன்னமும் அதிக ஆழத்திற்கு நீரடிச் சுரங்கங்களைத் தோண்ட திட்டமிடப்படுகிறது.

கடல் படுகையில் உள்ள கனிவளங்கள்

கடல் படுகையை மூடியுள்ள வண்டல் மண்ணில் வட்ட வடிவமான, முட்டை வடிவமான, தட்டையான, இன்னும் பல்வேறு வடிவங் களாலான உரு அமைவுகள் காணப்படுகின்றன; இவையெல்லாம் சேர்ந்துதான் தாதுப்படிவுகள் என்றழைக்கப்படுகின்றன. முதல் முதலாக இவை 'சேலின்ஜர்' எனும் பிரிட்டிஷ் விஞ்ஞான ஆராய்ச்சிக் கப்பலால் கடல் படுகையிலிருந்து மீட்டெடுக்கப்பட்டன. இக்கப்பல் 1872-1876இல் உலகக் கடல்களின் பல்வேறு பகுதிகளில் ஆராய்ச்சிகளை நடத்தி வந்தது. அன்று தாதுப்படிவுகள் இயற்கையாராய்ச்சி நோக்கில் மட்டுமே முக்கியமானவையாக இருந்தன. 1950க்களின் இறுதியில் இவற்றின் கட்டமைப்பும் உள்ளடக்கமும் ஆராயப்பட்ட பின்தான் இவை தொழில் துறைக்கேற்ற ஒரு வித பல் உலோகத் தாதுக்கள் என்பது தெளிவாயிற்று.

நவீன ஆராய்ச்சிகளின்படி தாதுப்படிவுகளின் உட்கரு அல்லது எந்த அடித்தளத்தின் மீது உலோக ஆக்சைடுகள் படிகின்றனவோ அந்த அடித்தளம் எரிமலை அல்லது மற்ற பாறைப் படிவுகளின் துண்டுகள், பல்வேறுவிதமான உயிரின மீதமிச்சங்கள் (சுறா மீன்களின் பற்கள், திமிங்கிலங்களின் எலும்புத் துண்டுகள் முதலியவை), சுண்ணாம்பு கட்டிகளின் பகுதிகள், பொரமினீபெராச் சிப்பிகள் போன்றவற்றால் ஆனது. இது தவிர தாது அல்லாத அம்சங்கள் பல்வேறு அளவுகளில் தாதுப் பொருளிலேயும் சுயமான அடுக்குகளாகவும் மேலுறைகளாகவும்

அட்டவணை 7

கடலடித் தாதுப்படிவுகளில் உள்ள
முக்கிய மூலகங்கள் (சதவிகிதத்தில்)

மூலகம்	அளவு வரம்புகள்	சராசரி அளவு		
		பசிபிக் பெருங் கடல்	அட்லாண்டிக் பெருங் கடல்	இந்தியப் பெருங் கடல்
மாங்கனிசம்	7.9 – 49.90	24.20	16.30	15.40
இரும்பு	2.4 – 26.80	14.00	17.50	14.50
கோபால்ட்டு	0.01 – 2.30	0.35	0.31	0.25
நிக்கல்	0.16 – 2.00	0.99	0.42	0.45
செம்பு	0.03 – 1.60	0.53	0.20	0.15
ஈயம்	0.02 – 0.36	0.10	0.10	0.07
சிலிக்கன்	1.3 – 20.10	9.40	11.00	9.40
அலுமினியம்	0.8 – 6.90	2.90	3.10	3.00

உள்ளன. தாதுப்படிவுகள் பல்வேறு இரசாயன, தாதுப் பொருள், கற்பாறை உள்ளடக்கமுடையவையாகும்.

இந்த தாதுப்படிவுகளில் சுமார் 30 பல்வேறு மூலகங்கள் கண்டுபிடிக் கப்பட்டுள்ளன. இவற்றின் அளவு இடத்திற்கிடம் வேறுபடும். என்றாலும் மாங்கனிசமும் இரும்பும் மற்ற மூலகங்களை விட அதிகமாக உள்ளன.

உலகக் கடல்களில் ஏராளமான தாதுப்படிவுகள் உள்ளன. ஜி.மேரோவின் மதிப்பீட்டின்படி இவற்றின் இருப்புகள் 350 பில்லியன் டன் முதல் 1,700 பில்லியன் டன் வரை இருக்கலாம். இவை குத்துமதிப்பானவை தான், ஏனெனில் எல்லா இருப்புகளும் இங்கு கணக்கில் கொள்ளப்படவில்லை.

இன்று எல்லாப் பெருங்கடல்களிலும் தாதுப்படிவுகள் கண்டுபிடிக்கப்பட்டுள்ளன. கடலடியில் இவை எப்படி அமைந்திருக்கின்றன என்பதில் சில பொதுவான நியதிகள் உள்ளன. சாதாரணமாக இவை மிகக் குறைந்த வேகத்தில் படிவுகள் திரளும் பகுதிகளில் காணப்படுகின்றன. இவை பெரும்பாலும் 3,000 மீட்டருக்கும் அதிகமான ஆழத்தில் உள்ளன; பொடிப்பொடியான படிவுகளின் வருகை இல்லாத இடங்களில் (உதாரணமாக பிளேய்க் பீடபூமியிலும் ஹான்ஷூ தீவின் நீரடிச் சரிவிலும்) இவை குறைவான ஆழங்களிலும் உள்ளன. என்றாலும் கடல்களின் ஆழங்களில்தான் இவை உருவாவதற்குப் பெரிதும் அனுகூலமான சூழ்நிலைகள் நிலவுகின்றன. 3,000 மீட்டருக்கும் அதிகமான ஆழமுள்ள இடங்கள் பசிபிக் பெருங்கடலில் சுமார் 150 மில்லியன் ச.கி.மீ. பரப்பிலும்

அட்லாண்டிக் பெருங்கடலில் 70 மில்லியன் ச.கி.மீ. பரப்பிலும் இந்தியப் பெருங்கடலில் சுமார் 60 மில்லியன் ச.கி.மீ. பரப்பிலும் உள்ளன. எனவே வளமான தாதுப்படிவுகள் பசிபிக் பெருங் கடலில் தான் இருக்க வேண்டுமென இதிலிருந்து கூறலாம். உண்மை யிலும் இப்படித்தான் உள்ளது.

நிலப்பகுதியில் கிடைக்கும் மாங்கனிசத் தாதுவில் உள்ளதை விட கடலடி தாதுப்படிவுகளில் உள்ள மாங்கனிசத்தின் அளவு இரு மடங்கு குறைவானதாகும். எனவே எந்த நாடுகளில் தரைப் பகுதியில் மாங் கனிசம் கிடைக்கவில்லையோ, இதை இறக்குமதி செய்ய அதிகம் செலவாகுமோ, அதே சமயம் இது அதிகம் தேவைப்படுகிறதோ, அந்த நாடுகளுக்கு மட்டுமே தாதுப்படிவுகளிலிருந்து மாங்கனிசத்தை எடுப்பது ஆதாயமானது. தாதுப்படிவுகளில் உள்ள கோபால்ட்டு, செம்பு, நிக்கல் ஆகியவைதான் முக்கியமானவை. ஆனால் தாதுப்படிவுகளில் இவற்றின் அளவு 3%க்கு குறையாமலிருந்து, இவற்றின் அடர்வு 1 ச.மீ. கடல் படுகையில் 5-10 கிலோகிராமாக இருந்தால் தான் மேற்கூறிய மூலகங்களை எடுப்பது உகந்ததாயிருக்கும். தாதுப்படிவுகளை வெற்றிகரமாகப் பயன்படுத்துவதில், கடல் படுகையின் பரப்பில் எப்படிப்பட்ட மேடுபள்ளங்கள் உள்ளன என்பது பெரிதும் முக்கியமாகும். தாதுப்படிவுகளைச் சேகரித்து மேலெடுக்கும் எந்திரங்கள் வேலை செய்ய இப்பரப்பு இடையூறாக இருக்கக் கூடாது.

நீரடிச் சுரங்கங்களைப் பயன்படுத்துவது எவ்வளவு லாபகரமானது எனும் பிரச்சினை இன்று உடனடிப் பிரச்சினையாக முன்நிற்கிறது. ஆண்டுதோறும் குறைந்தபட்சம் 3 மில்லியன் டன் தாதுப்படிவுகளை எடுத்து இவற்றிலிருந்து 2.5 லட்சம் டன் மாங்கனிசம், 0.25 லட்சம் டன் செம்பு, 4,000 டன் கோபால்ட்டு ஆகியவற்றைப் பெற்றால் இது ஆதாயமானதென அமெரிக்கப் பொருளாதார நிபுணர்கள் வி.வான் ரேன்ஸ்பர்கும் ஏ.கிரேன்வில்லும் கருதுகின்றனர். 1 மில்லியன் டன் தாதுப்படிவுகளை எடுத்து சுத்திகரிக்க 150 மில்லியன் டாலர்கள் செலவாகும் என்று மதிப்பிடப்படுகிறது. இன்னொரு அமெரிக்க விஞ்ஞானி ஆர். மோஃபிட்டின் கருத்துப்படி சாலச்சிறந்த "சுரங்கம்" நாளொன்றிற்கு 5,000 டன் தாதுப்படிவுகளைத் தர வேண்டும், இவற்றின் சராசரி அடர்வு 1 ச.மீ. கடல் படுகையில் 10 கிலோ கிராமாக இருக்க வேண்டும்; நாளொன்றிற்கு 1 ச.கி. மீ. பரப்பிலிருந்து இவற்றை எடுக்க வேண்டும். இப்படிப்பட்ட

சாலச்சிறந்த 'சுரங்கம்' ஆண்டொன்றிற்கு சுமார் 1.5 மில்லியன் டன் தாதுப்படிவுகளை தர வேண்டும், இவற்றிலிருந்து பெறப்படும் உலோகத்தின் அளவு 90%க்கு குறையாமல் இருக்க வேண்டும். இப்படியிருக்கும் பட்சத்தில் இந்தச் ''சுரங்கம்'' ஆண்டிற்கு 4 லட்சம் டன் மாங்கனிசத்தைத் தரும், இது லாபகரமானதாயிருக்கும்.

கடல் படுகையிலுள்ள இச்செல்வங்களின் மீது பல நாடுகள் அக்கறை செலுத்துகின்றன. குறிப்பாக அமெரிக்க ஐக்கிய நாடும் ஜப்பானும் அதிக அக்கறை செலுத்துகின்றன. இந்த இரு நாடுகளும் ஏற்கெனவே இத்திசையில் செயலில் இறங்கியுள்ளன.

உலகக் கடல்களின் படுகையில் உள்ள இரும்பு - மாங்கனிசத் தாதுப் படிவுகளைத் தொழில் துறை ரீதியாக பதப்படுத்துவதற்காக 1975 இல் நீரடித் தாதுப் பொருட்களை எடுக்கும் சங்கம் தோற்றுவிக்கப்பட்டது. இதில் 37 அமெரிக்க, ஜப்பானிய, மேற்கு ஜெர்மானிய கம்பெனிகள் இடம் பெற்றன. இதற்காக ஹவாய்த் தீவுகளுக்குத் தென் கிழக்கே 5,000 மீட்டர் ஆழத்தில் 90,000 ச.கி. மீ. பரப்புள்ள பிரதேசம் தேர்ந்தெடுக்கப்பட்டது.

இரும்பு - மாங்கனிசத் தாதுப்படிவுகள், இவற்றைத் தொழில் துறை ரீதியாக எடுத்துப் பயன்படுத்தும் வாய்ப்புகள் பற்றிய தீவிரப் பன்முக ஆராய்ச்சிகள், இந்தத் தாதுகளின் இருப்புகள் முன்னர் நினைத்தப்படி அவ்வளவு அதிகமில்லை என்று காட்டின. நவீன முறைகளைப் பயன்படுத்தி எடுக்கத்தக்க தாதுப்படிவுகளின் இருப்புகள் உலகக் கடல்களில் கண்டுபிடிக்கப்பட்ட தாதுப்படிவுப் பரப்புகளில் ஒரு சிறு பகுதி மட்டுமே. என்றாலும் இவை கடல் படுகையின் உண்மையான செல் வங்களாகும்.

உலகக் கடல்களின் எரிசக்தி வளங்கள்

உலகக் கடல்களின் எந்திரவியல் மற்றும் வெப்பச் சக்தியில் ஒரு பகுதி மக்களின் உற்பத்தி நடவடிக்கைக்குப் பயன்படக் கூடியது; இதுதான் மீண்டும் மீண்டும் புதுப்பிக்கப்படும் கடலின் எரிசக்தி வளமாகும். எந்த ஒரு நாட்டின் உற்பத்திச் சக்திகளின் வளர்ச்சிக்கும் எரிசக்தி உற்பத்தி அடிப்படையாகும். எனவே எரிசக்தி உற்பத்தியின் அதிகரிப்பு முன்னேற்றத்திற்கு அவசியமான நிபந்தனையாகும்; முன்னேற்றமோ, மேன் மேலும் வளர்ந்து வரும் எரிசக்தி நுகர்வுடன் பிரிக்க முடியாதபடி தொடர்புடையது. 1970இல் உலக எரிசக்தி நுகர்வு 9 பில்லியன் டன் நிபந்தனை எரிபொருளை எட்டியது. நிபுணர்களின் கணக்கீட்டின்படி இந்த நுகர்வு ஒவ்வொரு

10 ஆண்டும் இரு மடங்கு அதிகரித்து வருகிறது; நம் நூற்றாண்டின் இறுதியில் இது கிட்டத்தட்ட 25 பில்லியன் டன் நிபந்தனை எரிபொருளாக ஸ்திரமடையும். நம் காலத்தில் எரிசக்திச் செலவாவது இவ்வளவு விரைவாக அதிகரித்து வருவதாலும் எதிர் காலத்தில் இதன் தேவை அதிகமாக இருப்பதாலும் எரிசக்திக்குப் புதிய வழிகளைக் கண்டுபிடிக்க வேண்டியது அவசியமாகிறது. வெகு விரைவில் தெர்மோ அணுக் கிரியையும் உலகக் கடல்களும் இதில் பெரும் பங்காற்றும். பெரும் இயற்கை நிகழ்ச்சிகள் கடல்களின் சக்தியைத் தோற்றுவிக்கின்றன, எனவே இதன் மொத்த அளவு மகத்தானது, என்றாலும் எல்லா நிகழ்ச்சிகளும் ஒரே அளவு சக்தியைத் தோற்றுவிப்பதில்லை. கடல் நீரோட்டங்கள், அலைகள், கடலேற்றம், கடல் நீரின் செங்குத்தான சலனங்கள் ஆகியவற்றில் சக்தி அடங்கியுள்ளது; மேல்மட்ட நீரின் வெப்பநிலையும் கீழ்மட்டத்தில் ஆழத்திலுள்ள நீரின் வெப்பநிலையும் மாறுபடுவதால் சக்தி தோற்றுவிக்கப்படுகிறது. ஆனால் இன்றுள்ள தொழில் நுட்ப, பொருளாதார வாய்ப்புகளைக் கொண்டு மேற்கூறிய மூல ஊற்றுகள் எல்லாவற்றையும் பயன்படுத்த முடியதில்லை. நடைமுறையில் கடலேற்றத்தின் சக்தியைப் பயன்படுத்த ஆரம்பித்துள்ளனர்; மேல்மட்ட நீரின் வெப்பநிலைக்கும் ஆழத்திலுள்ள நீரின் வெப்பநிலைக்கும் இடையிலுள்ள வேறுபாட்டால் ஏற்படும் சக்தியைப் பயன்படுத்த முயற்சி செய்யப்பட்டுள்ளது; கடல் அலைகள், கரையில் வந்து மோதும் அலைகள், நீரோட்டங்களின் சக்தியைப் பயன்படுத்தத் திட்டங்கள் தீட்டப்பட்டுள்ளன.

கடலேற்றத்தின் சக்தியைப் பயன்படுத்துவது

சந்திரனும் சூரியனும் பூமியை ஈர்ப்பதால் கடலேற்றம் உண்டாகிறது. நீர்மட்ட உயரம் முறைப்படி ஏறியிறங்குவதிலும் நீரின் கிடைமட்ட அசைவிலும் இது வெளிப்படுகிறது. எனவே சமநிலையிலிருந்து இடம் மாற்றப்பட்ட நீரின் நிலை ஆற்றலும் இடம் விட்டு இடம் நகரும் நீரின் இயக்கு ஆற்றலும் சேர்ந்து கடலேற்றங்களின் சக்தியை உருவாக்குகின்றன. உலகக் கடல்களின் சக்தி வளங்களைத் திட்டவட்டமான லட்சியங்களுக்குப் பயன்படுத்துவதற்காக (உதாரணமாக மின் சக்தி உற்பத்திக்கு) கணக்கிடும் போது கடலேற்றங்களின் மொத்த சக்தி 1 பில்லியன் கிலோவாட்டாக மதிப்பிடப்படுகிறது; பூமியிலுள்ள எல்லா ஆறுகளின் மொத்த

சக்தியும் 850 மில்லியன் கிலோவாட் மட்டுமே என்பதை இங்கு குறிப்பிட வேண்டும். எனவே உலகக் கடல்களின் மிகப் பெரும் சக்தித் திறன் மனிதனுக்கு ஒரு பெரும் இயற்கை வரப்பிரசாதமாகும்.

கடலேற்றங்களின் சக்தியைப் பயன்படுத்த மனிதர்கள் நீண்ட காலமாகவே முயன்று வந்துள்ளனர். மத்தியக் கால நூற்றாண்டு களிலேயே இதை நடைமுறை காரியங்களுக்காகப் பயன்படுத்த ஆரம் பித்தனர். 10-11 ஆம் நூற்றாண்டுகளில் பிரிட்டன், பிரான்சின் கரை யோரங்களில் தோன்றிய அரவை சாதனங்களையும் மரமறுக்கும் கருவிகளையும் இயக்குவிக்க முதன் முதலாக கடலேற்றங்களின் சக்தி பயன்படுத்தப்பட்டது. இந்த எந்திரங்களின் கட்டமைப்பு எளிமையானதாக இருந்தது. சாதாரணமாக கடலோரத்தில் ஒரு சிறு குறுங்குடாவைக் கடலிலிருந்து அணையிட்டுப் பிரித்தனர். இந்த அணையில் மூடிகளுடன் கூடிய ஓட்டைகளும் கடலேற்றச் சக்தியைக் கொண்டு இயங்கும் அரவை எந்திரமும் இருந்தன. கடலேற்றம் ஏற்படும் போது திறந்த ஓட்டைகளின் வழியாக நீர் வந்து நீர்தேக்கத்தை நிரப்பியது. நீர் வற்றும்போது கடலின் பக்கம் நீர்மட்டம் குறைந்தது. ஆனால் அணையிலிருந்த ஓட்டைகள் மூடப்பட்டதால் குறுங்குடாவில் நீர் தங்கியது. இத்தருணத்தில் குறுங்குடாவிலிருந்த நீர்மட்டம் கடலில் உள்ள நீர்மட்டத்தை விட அதிகமானதாக இருந்ததால் நீர் குறுங் குடாவிலிருந்து அரவை எந்திர சக்கரத்தை சுற்றியபடியே வெளியேறியது. கடலேற்றம் ஏற்படும் போது அணைக்கட்டிலுள்ள ஓட்டை கள் திறக்க, மீண்டும் நீர் குறுங்குடாவினுள் வந்து நிரப்பியது. கடல் நீர்மட்டமும் குறுங்குடாவில் நீர்மட்டமும் சமமானதும் அரவை எந்திரம் வேலை செய்வது நின்றது. நீர் வற்ற ஆரம்பித்ததும் அரவை எந்திரத்தின் அடுத்த வேலை சுழற்சி துவங்கியது.

இவ்வாறு விட்டு விட்டு வேலை செய்யும் முறை நீண்ட காலத்திற்கு முன் இருந்த எளிய எந்திரங்களுக்கு ஏற்றதாயிருந்தது; இவை எளிய, அக்காலத்திற்குப் பயன் மிக்க பணிகளைச் செய்தான். ஆனால் நவீன தொழில் துறை உற்பத்திக்கு இம்முறை அதிகம் பயன்படாது. எனவே கடலேற்றங்களின் சக்தியை மீட்டுப் பயன்படுத்துவது நம் காலத்தில் ஒரு தீவிர விஞ்ஞான - தொழில் நுட்ப, பொருளாதாரப் பிரச்சினையாகியது. இந்தச் சக்தியைப் பயன்படுத்தி மின்சார சக்தியை உற்பத்தி செய்யக் கடல்களின் கரையோரத்தில் கடலேற்ற மின்நிலையங்களை ஏற்படுத்த வேண்டியிருந்தது.

இப்பாதையில் பெரும் இடர்ப்பாடுகள் எதிர்ப்பட்டன. முதலில் இவை கடலேற்றங்களின் தன்மையைப் பொறுத்தவை என்பதைக் குறிப்பிட வேண்டும். இவற்றை நம் விருப்பப்படி மாற்ற முடியாது, ஏனெனில் இவை வானியல் காரணிகளால் நிர்ணயிக்கப்படுகின்றன, இவை கரையோர அமைப்பு, கடலடியின் மேடுபள்ளங்கள் போன்ற வற்றைச் சார்ந்தவை. ஒரு சில பிரதேசங்களில் பலமான ஏற்ற இறக்க நீர் ஒரு நாளில் ஒரு முறை மட்டுமே வருகிறது (ஒரு நாள் கடலேற்றம்), மற்ற சில இடங்களில் இது ஒரு நாளில் இரு முறை வருகிறது (அரைநாள் கடலேற்றம்); வேறு சில இடங்களில் இது காலத்தில் மாறி மாறி வருகிறது (முறையற்ற கடலேற்றம்). சூரியன், சந்திரன், பூமி ஆகிய மூன்றும் ஒரே நேர்க்கோட்டில் இருக்கும் 7 நாட்களும் அதிகபட்ச கடலேற்றம் (சிஸிஜியன் கடலேற்றம்) ஏற்படுகிறது; பூமி மற்றும் சூரியனின் மையங்களை இணைக்கும் நேர்க்கோட்டிற்கும் பூமி மற்றும் சந்திரனின் மையங்களை இணைக்கும் நேர்க்கோட்டிற்கும் இடையே நேர்க்கோணம் இருக்குமாறு இவை மூன்றும் பிரபஞ்சத்தில் அமையும் போது குறைந்தபட்ச (குவாட்ரச்சர்) கடல் ஏற்றம் ஏற்படுகிறது. உலகக் கடல்களின் ஒரு சில கரையோர பகுதிகளில் கடலேற்றத்தின் போது நீர்மட்டம் 15-18 மீட்டர் உயருகிறது என்றால் வேறு சில இடங்களில் 10 -20 சென்டிமீட்டர் மட்டுமே நீர்மட்டம் உயருகிறது. கடலேற்றத்தின் சுற்று சந்திர நாளைப் பொறுத்தது; சக்தியைப் பயன்படுத்துவதோ, மனிதர்களின் உற்பத்தி நடவடிக்கை, அன்றாட வாழ்க்கையோடு தொடர்புடையது, சூரிய நாளைப் பொறுத்தது. இச்சூரிய நாள் சந்திர நாளை விட 50 நிமிடம் குறைவானது. எனவே கடலேற்றச் சக்தியின் அதிகப்பட்சமும் குறைந்தபட்ச மும் வெவ்வேறு நேரங்களில் வருகின்றன, இதனால் இதைப் பயன்படுத்துவது மிகவும் சிக்கலானது. இறுதியாக, எந்தக் கடலேற்றங்களில் உயர் நீர்மட்டத்திற்கும் கீழ் நீர்மட்டத்திற்கும் இடையில் வேறுபாடு 0.5 மீட்டராக உள்ளதோ அவைதான் சக்தி முக்கியத்துவமுடையவையாகும். இதை எல்லா இடங்களிலும் எல்லா நேரங்களிலும் காண முடியாது.

இவ்வளவு இடர்ப்பாடுகள் இருந்தபோதிலும் கடலேற்றங்களின் சக்தியைப் பயன்படுத்த மனிதர்கள் மும்முரமாக ஈடுபட்டுள்ளனர். இன்று கடலேற்ற மின்நிலையங்களைக் கட்ட சுமார் 300 பல்வேறு தொழில் நுட்ப திட்டங்கள் முன்வைக்கப்பட்டுள்ளன. இம்மின்நிலையங்களில் சோவியத் விஞ்ஞானி எல்.பி. பெர்ஷ்டைன் முன்மொழிந்த டர்பைனைப் பயன்படுத்துவது விவேகமானது,

பொருளாதார ரீதியில் அதிகபட்சம் பயன்தரவல்லது என்று நிபுணர்கள் கருதுகின்றனர்.

இத்தகைய டர்பைன்கள் இரண்டு திசைகளிலும் நீர் செல்லும் போதும் இயங்க வல்லவை; இது தவிர தேக்கத்தினுள் நீரை இறைக்கும் பம்புகளாகவும் இவை வேலை செய்கின்றன. இதனால் ஒரு நாளின் பல நேரங்களைப் பொறுத்தும் கடலேற்றங்களின் உயரம், சுழற்சிக கட்டங்களுக்கு ஏற்றபடியும் இவற்றின் இயக்கத்தை சரி செய்யலாம். கடலேற்றங்களின் சந்திர சந்தத்தை விட்டு விலகி மனிதர்கள் பின்பற்றும் சூரிய நேரத்திற்கு வரலாம். இத்தகைய எந்திரங்களின் உதவியால் இரவில் நீர் இறைக்கப்பட்டு நிரப்பப்படுகிறது; இரவில் எரிசக்தி அதிகம் தேவையில்லையாதலால் இந்த எந்திரங்கள் முழுமையாக இயங்க வேண்டிய அவசியமில்லை; இந்த நீர் பெரும்பாலும் அதிகப்பட்சத் தேவை உள்ள நேரத்தில் மின்சாரத்தை உற்பத்தி செய்யப் பயன்படுத்தப்படுகிறது. இதன் மூலம் கடலேற்ற மின்நிலையத்தை இயக்குவிப்பது சம்பந்தமான முக்கிய பொருளாதாரப் பிரச்சினைகளில் ஒன்று தீர்க்கப்படுகிறது; அதாவது, பம்புகள் இயங்கத் தேவையான மின் சக்திக்காகும் செலவு சரிகட்டப்படுகிறது.

மேற்கூறிய டர்பைன்கள், அதிகபட்ச ஏற்றம் வந்து பின் குறைந்தபட்ச ஏற்றம் வரும்போது குறையும் சக்தியை ஈடு செய்வதில்லை; இதனால் கடலேற்ற மின்நிலையத் திறன் விட்டு விட்டு மாறுபடுகிறது. இதை இயக்குவிப்பதில் இது ஒரு இடர்ப்பாடாகும்.

கடலேற்ற மின்நிலையங்களின் இயக்கத்தையும் பல்லாண்டுகளாக ஒழுங்குபடுத்தப்படும் நீர்த் தேக்கங்களை உடைய ஆற்று மின்நிலையங் களின் இயக்கத்தையும் இணைத்தால் இக்குறையை அகற்றலாமென சோவியத் எரிசக்தித் துறையினர் காட்டியுள்ளனர். கடலேற்றங்களின் சக்தி ஒரு நாளின் பல்வேறு நேரங்களிலும் வெவ்வேறு நாட்களிலும் வெவ்வேறானது என்றாலும் எந்த ஒரு மாதத்திற்கும் ஆண்டிற்குமான இதன் சராசரி அளவு ஒரே மாதிரியானது. ஆறுகளின் சக்தி ஆண்டிற்காண்டு ஒவ்வொரு பருவகாலமும் மாறுபடுகிறது. இந்த இரண்டு வகை மின் நிலையங்களின் பணியையும் இணைத்தால் நீர்க் குறைவான பருவக் காலங்களிலும் ஆண்டுகளிலும் ஆற்று மின்நிலையத்திற்குக் கடல் சக்தி உதவும், கடலேற்ற மின்நிலைய இயக்கத்தில் நாளுக்கு நாள் ஏற்படும் தொய்வை ஆறுகளின் சக்தி ஈடு செய்யும்.

2.4 லட்சம் கிலோவாட் திறனுள்ள உலகின் முதல் தொழில் துறை ரீதியான கடலேற்ற மின்நிலையம் 1967 இல் பிரான்சில் கட்டப்பட்டு இயக்குவிக்கப்பட்டது. இது பிரேட்டனியில் ரான்ஸ் ஆற்று முகப்பில் லா மான்ஷ் கரையோரமாக அமைந்துள்ளது; இங்கே கடலேற்றத்தின் அளவு (கடல் ஏற்ற மட்டத்திற்கும் நீர் வற்ற மட்டத்திற்கும் இடையிலான வேறுபாடு) 13.5 மீட்டரை எட்டுகிறது. இங்கு ஆற்றின் அகலம் 750 மீட்டர். அணையில் தலா 10,000 கிலோவாட் திறனுள்ள 24 ஜெனரேட்டர்கள் உள்ளன. நீர்தேக்கத்தின் பரப்பு 22 ச.கி.மீ. ஆகும். கடலேற்றம் ஏற்படும் போது இதனுள் 184 மில்லியன் கன மீட்டர் நீர் வருகிறது. இம்மின் நிலையத்தில் கிட்டத்தட்ட முழு மின்சாரமும் இது அதிகபட்சம் தேவைப்படும் தருணத்தில் உற்பத்தி செய்யப்படுகிறது. இங்கே ஓராண்டில் 544 மில்லியன் கிலோவாட் மணி மின்சாரம் உற்பத்தி செய்யப்படுகிறது, என்றாலும் இதன் அடக்கவிலை அணு மின் நிலையங்களில் உற்பத்தி செய்யப்படும் மின்சாரத்தின் அடக்கவிலையை விட அதிகம். அத்தோடு கூட அதிகபட்சத் தேவைத் தருணத்தில் சக்தியின் விலையும் இங்கு அதிகமாகும்; இப்பிரதேசத்தில் கடலேற்ற மின் நிலையத்தைக் கட்ட இது ஓர் ஆதாரமாக அமைந்தது.

இந்த முதல் கடலேற்ற மின்நிலையத்தின் பல்லாண்டுப் பணி இத்தகைய நிலையங்களின் யதார்த்தத்தை மெய்ப்பித்தது, இவற்றின் மேம்பாடுகளையும் குறைகளையும் காட்டியது. இந்நிலையங்களின் ஒப்பீட்டள வில் குறைவான திறன் இந்தக் குறைகளில் ஒன்றாகும். இதன் தொடர்பாக திறன் மிக்க புதிய தொழில் துறை ரீதியான கடலேற்ற மின் நிலையங்களைக் கட்டும் திட்டங்கள் பல நாடுகளில் தீட்டப்பட்டன, தீட்டப்பட்டு வருகின்றன. நிபுணர்களின் கருத்துப்படி 23 நாடுகளில் இதற்கேற்ற இடங்கள் உள்ளன. உதாரணமாக, சீனாவில் இரண்டு சுழற்சிகளையுடைய கடலேற்ற மின்நிலையம் ஏற்கெனவே கட்டப்பட்டுள்ளது. இது 24 மணி நேரமும், கடலேற்றத்தின் போதும் கடல் நீர் வற்றும்போதும் மின்சாரத்தைத் தருகிறது. இம்மின்நிலையம் சீன நிபுணர்களால் வடிவமைக்கப்பட்டு கட்டப்பட்டது.

பிரிட்டனில் பிரிஸ்டல் வளைகுடாவில் சேவர்ன் ஆற்றின் முகப்பில் இத்தகைய மின்நிலையத்தைக் கட்டுவதற்கான திட்டம் தீட்டப்பட்டுள்ளது; இங்கு கடலேற்றத்தின் உயரம் 13.5 மீட்டரை எட்டுகிறது. நெதர்லாந்து, ஜெர்மன் சமஷ்டிக் குடியரசு, அமெரிக்க ஐக்கிய நாடு, கானடா, ஆர்ஜென்டீனா, இன்னும் சில நாடுகளில்

கடலேற்ற மின்நிலையங்களைக் கட்டும் திட்டங்கள் உள்ளன. உதாரணமாக, கானடாவிலும் அமெரிக்க ஐக்கிய நாட்டிலும் ஃபான்டி வளைகுடாவில் 1 மில்லியன் கிலோவாட் திறனுள்ள நிலையத்தைக் கட்ட திட்டமிடப்பட்டுள்ளது; இதில் உற்பத்தி செய்யப்படும் 1 கிலோவாட் மணி மின்சாரத்தின் அடக்கவிலை 0.015 டாலர் ஆகும். இது கனடாவில் அனல் மின்நிலையங்களிலிருந்து பெறப்படும் மின்சாரத்தின் அடக்கவிலையை விடக் குறைவு, அணுமின் நிலையங்களில் உற்பத்தியாகும் மின் சக்தியின் அடக்கவிலைக்குக் கிட்டத்தட்டச் சமமானது. ஆர்ஜென்டீனாவில் சான் ஹோசே வளைகுடாவில் ஆண்டிற்கு 10 பில்லியன் கிலோவாட் மணி மின் சக்தியை உற்பத்தி செய்யவல்ல கடலேற்ற மின் நிலையத்தைக் கட்டத் திட்டமிடப்பட்டுள்ளது. இந்தியாவில் இத்தகைய மின்நிலையத்தைக் கட்டும் நோக்கத்தோடு காம்பேயில் ஆராய்ச்சிகள் நடைபெறுகின்றன.

சோவியத் யூனியன், பிரான்ஸ், பிரிட்டன் ஆகிய நாடுகளில் கடலேற்ற மின்நிலையங்கள் கட்டப்பட்டதன் அனுபவ அடிப்படையில் ஆஸ்திரேலியாவின் மேற்கில் குறுகிய வளைகுடாக்களில் (இங்கு கடலேற்றத்தின் உயரம் 9-12 மீட்டரை எட்டுகிறது) நான்கு கடலேற்ற மின்நிலையங்களைக் கட்டத் திட்டமிடப்படுகிறது. இவற்றின் மொத்த மின் உற்பத்தி 11.5 பில்லியன் கிலோவாட் மணிகளாகும். அதாவது நாட்டின் மொத்த மின் உற்பத்தியில் இது 16% க்கும் அதிகமாகும்.

இன்று கடலேற்ற எரிசக்தித் துறையின் பரவலான வளர்ச்சிக்குத் தடையாக இருக்கும் இயற்கை இடர்ப்பாடுகளைத் தவிர தீவிரமான பொருளாதார மற்றும் சமூக-அரசியல் காரணங்களும் உள்ளன. இப்படிப்பட்ட மின் நிலையங்களைக் கட்டப் பெரும் முதலீடுகள் தேவை; இது எப்போதும் சாத்தியமில்லை. 3-15 மில்லியன் கிலோவாட் அல்லது இதை விட அதிகத் திறனுள்ள கடலேற்ற மின்நிலையங்களும் மற்ற வகையான மின்நிலையங்களுடன் கலந்து இருப்பதுதான் ஆதாயமானதாகும்; இதற்கு மின் சக்தியைப் பயன்படுத்தும் பெரும் தொழில் நிறுவனங்கள் தேவை. இம்மாதிரி அதிக எரிசக்தியைப் பயன்படுத்தும் தொழில் நிறுவனங்களும் கடலேற்ற மின்நிலையங்களுடன் இணைந்து செயல்படவல்ல திறன் மிக்க மற்ற வகையான மின்நிலையங்களும் பல நாடுகளில் இல்லை. எனவே ஒன்றுக்கும் மேற்பட்ட அரசுகள் கூட்டாக எரிசக்தி அமைப்புகளைத் தோற்றுவித்து இவற்றின் மின் சக்தியைப்

பங்கு போட்டுக் கொள்ளும் ஒப்பந்தங்கள் இன்று ஏற்பட்டு வருகின்றன; இவற்றில் கடலேற்ற மின்நிலையங்களும் அடங்கும். ஆனால் முதலாளித்துவ நாடுகளுக்கு இடையிலான முரண்பாடுகள் இத்திட்டங்களை நிறைவேற்றத் தடையாக உள்ளன. கடலேற்ற மின்நிலையங்களுக்குப் பல மேம்பாடுகள் இருந்தபோதிலும் (இவற்றிற்காக விசேஷ நீர்த் தேக்கங்கள் தேவையில்லை, வேறுவிதங்களில் பயன்படத்தக்க நிலப் பரப்பை வீணாக்கத் தேவையில்லை, இவை சுற்றுப் புறத்தை அசுத்தப்படுத்துவதில்லை, இத்தியாதி) இன்று மொத்த எரிசக்தி உற்பத்தியில் இவற்றின் பங்கு மிகவும் குறைவு. என்றாலும் இத்துறையில் இப்போதே நல்ல முன்னேற்றம் தென்படுகிறது, இதற்கு நல்ல எதிர்காலம் உண்டு என்பதில் சந்தேகமில்லை.

அலைகளின் சக்தியைப் பயன்படுத்துவது

காற்று கடலின் மேற்பரப்பில் அலைகளை ஏற்படுத்துகிறது. கடலில் உள்ள அலைகளிலும் கரையில் வந்து மோதும் அலைகளிலும் பெருமளவில் சக்தி அடங்கியுள்ளது. அமெரிக்க ஆராய்ச்சியாளர்களின் மதிப்பீட்டின்படி உலகக் கடல்களில் உள்ள அலைகளின் மொத்த எரிசக்தித் திறன் 90 பில்லியன் கிலோவாட் ஆகும்.

உலகக் கடல்களில் உள்ள அலைகளின் இவ்வளவு மகத்தான ஆற்றலை நடைமுறையில் பயன்படுத்தும் எண்ணம் நீண்ட காலமாகவே மனிதனின் சிந்தனையில் இருந்து வந்துள்ளது. ஆனால் இது ஒரு சிக்கலான காரியமாகும். பெரிய அளவில் இப்பணி இன்னமும் முழுமையாக நிறைவேற்றப்படவில்லை.

தற்போதைக்கு குறைந்த திறனுள்ள அமைப்புகளுக்கு மின்சக்தியைத் தருவதற்காக கடல் அலைகளின் ஆற்றலைப் பயன்படுத்துவதில் மட்டுமே குறிப்பிடத்தக்க வெற்றிகள் கிட்டியுள்ளன. ஜப்பானிய நிபுணர்கள் முன்மொழிந்துள்ள உபகரணத்தில் அலை ஜெனரேட்டரும் மின் சேமக்கலமும் சேர்ந்து உள்ளன. முதலில் தக்கையின் அசைவை மின்சக்தியாக மாற்றக் கூடிய ஒருசில வாட் திறனுள்ள பென்டுல ஜெனரேட்டர் உருவாக்கப்பட்டது. பின்னர் 40-50 வாட் திறனுள்ள ஜெனரேட்டர் உருவாக்கப்பட்டது; இது நீண்டகாலம் கடலில் தானாகவே இயங்குகிறது. இதில் செங்குத்தான குழாயில் இருக்கும் பிஸ்டன் அலைகளின் தாக்கத்தால் மேலும் கீழுமாக அசைகிறது. இது குழாயில்

உள்ள காற்றை அமுக்குகிறது; இதனால் மின்சார ஜெனரேட்டருடன் இணைக்கப்பட்டிருந்த டர்பைன் சுழல்கிறது. இத்தகைய அலை - காற்று ஜெனரேட்டர்கள் கடலில் இயங்குகின்றன. இவற்றின் வேறு நவீன மாதிரிகள் தரையில் பயன்படுத்தப்படுகின்றன. கரையில் வந்து மோதும் அலைகளினால் இயங்கவல்ல மாதிரியும் முன்மொழியப்பட்டுள்ளது.

கலங்கரை விளக்குகள், மிதவைக் குறிகள், கடலில் உள்ள அடையாள விளக்குகள், கரையிலிருந்து தள்ளி கடலில் நிலையாக ஓரிடத்தில் உள்ள உபகரணங்கள் போன்றவற்றிற்குத் தேவையான மின் சக்தியை வழங்க அலை எரிசக்தி எந்திரங்கள் பயன்படுத்தப்படுகின்றன. சாதாரண மின்சேமக் கலங்கள், பேட்டரிகள், மற்ற மின்சார மூல ஊற்றுகளுடன் ஒப்பிடுகையில் இவை மலிவானவை, நம்பகரமானவை, இவற்றிற்கு அடிக்கடி மனித கவனிப்பு தேவையில்லை. ஜப்பானில் அலைகளின் சக்தி மிகவும் பரவலாகப் பயன்படுத்தப்படுகிறது; இங்கு 300 க்கும் மேற்பட்ட மிதவைக் குறிகள், கலங்கரை விளக்குகள், இன்னும் பல அமைப்புகள் இவ்வழியில் மின் சக்தியைப் பெறுகின்றன. சென்னையில் உள்ள மிதக்கும் கலங்கரை விளக்கத்தில் அலை மின்சார ஜெனரேட்டர் வெற்றிகரமாகப் பயன்படுத்தப்பட்டு வருகிறது.

இம்மாதிரியாக மின் சக்தியை உற்பத்தி செய்யும் உபகரணங்களை உருவாக்கி, அவற்றை மேம்படுத்தும் பணி பல நாடுகளில் நடைபெறு கிறது. கடல் அலைகளைப் பயன்படுத்தும் வாய்ப்புகள் பெரும் திறனுள்ள நவீன எந்திரங்களை உற்பத்தி செய்வதுடன் தொடர்புடையவை. சமீப ஆண்டுகளில் இது சம்பந்தமாக பல்வேறு தொழில் நுட்பத் திட்டங்கள் முன்வைக்கப்பட்டுள்ளன. உதாரணமாக, பிரிட்டிஷ் விஞ்ஞானிகள் உருவாக்கியுள்ள எந்திரம் சிலிண்டர் வடிவிலான கான்க்ரீட் அமைப்பாகும்; 1 கி.மீ. நீளமுள்ள இதில் 40 துடுப்புச் சக்கரங்கள் உள்ளன. இச்சக்கரங்கள் அலைகளின் தாக்கத்தால் சுற்றக் கூடியவையாகும். இதனால் ஜெனரேட்டர் இயங்கத் துவங்கி, மின்சாரம் உற்பத்தி செய்யப்படுகிறது. விஞ்ஞானிகளின் கருத்துப்படி பிரிட்டனின் மேற்குக் கரையோரமாக 10 மீட்டர் ஆழத்தில் வைக்கப்படும் 10 இத்தகைய எந்திரங்களைக் கொண்டு 3 லட்சம் மக்கள்தொகையுடைய ஒரு நகருக்குத் தேவையான மின் சக்தியை அளிக்கலாம்.

விஞ்ஞான - தொழில் நுட்ப வளர்ச்சியின் இன்றைய கட்டத்தில், குறிப்பாக எதிர்காலத்தில் கடல் அலைகளின் ஆற்றலைப் பயன்படுத்துவதன் மீது உரிய கவனம் செலுத்தினால் இது பல நாடுகளின் எரிசக்தி உற்பத்தியில் முக்கியப் பங்காற்றும் என்பதில் சந்தேகமில்லை.

கடல்களின் வெப்ப சக்தியைப் பயன்படுத்துவது

உலகக் கடல்களின் பல்வேறு பிரதேசங்களில் நீர்ப்பரப்பு பெருமளவு சூரிய வெப்பத்தைக் கிரகிக்கிறது. இதில் பெரும் பகுதி நீரின் மேல் மட்டத்திலேயே தங்கி விடுகிறது. சிறு அளவுதான் நீரின் கீழ்மட்டத்திற்குச் செல்கிறது. எனவே மேல்மட்ட நீருக்கும் ஆழத்தில் உள்ள நீருக்கும் இடையில் வெப்பநிலையில் பெரும் வேறுபாடுகள் தோன்றுகின்றன. குறிப்பாக இது வெப்ப மண்டலப் பிரதேசங்களில் நன்கு வெளிப்படுகிறது. இங்கே மேல்மட்ட நீரின் வெப்பநிலை 28-29°C எட்டும் போது 400-500 மீட்டர் ஆழத்தில் நீரின் வெப்பநிலை 8-10°C ஆக மட்டுமே உள்ளது. எனவே வெப்பநிலை வேறுபாடு கிட்டத்தட்ட 20°C எனலாம். தண்ணீர் மேலெழும் பகுதிகளில் செங்குத்து மட்டத்தில் இந்த வேறுபாடு இன்னமும் அதிகமானது.

இவ்வளவு பிரம்மாண்டமான அளவு நீரின் வெப்பநிலையில் நிலவும் கணிசமான மாறுபாட்டில் பெரும் உள்ளாற்றல் உள்ளது. அழுத்தம் குறையும் போது நீரின் கொதிநிலையும். எனவே நீராவி தோன்றும் வெப்பநிலையும் குறைகின்றன என்பது தெரிந்ததே. 28°C வெப்ப நிலையுள்ள நீர் 0.01 வளியழுத்தமுள்ள வெற்றிடத்தால் உள்ளிழுக்கப்படும் போது அது கொதிக்க ஆரம்பிக்கிறது; அப்போது உண்டாகும் நீராவி, ஜெனரேட்டருடன் இணைக்கப்பட்டுள்ள டர்பைனைச் சுற்றும். இங்கு வெளியேறும் நீராவி குளிர்விக்கப்படுகிறது; இதற்குத் தேவையான குளிர்ந்த நீர் ஆழத்திலிருந்து குழாய்கள் மூலம் கொண்டுவரப்படுகிறது.

நீர்வெப்ப (கடல் வெப்ப) நிலையம் இந்த அடிப்படையில் தான் செயல்படுகிறது. இம்மாதிரியான முதல் நிலையம் 1927இல் பிரான்சில் மாஸ் ஆற்றில் கட்டப்பட்டது. 30ஆம் ஆண்டுகளில் பிரேசிலின் வட கிழக்கு கரையில் கடல் வெப்ப நிலையத்தைக் கட்டத் துவங்கினர்; ஆனால் ஒரு விபத்தின் காரணமாய் வேலை நிறுத்தப்பட்டது. இரண்டாவது உலக யுத்தத்திற்குப் பின்

ஆப்பிரிக்காவின் அட்லாண்டிக் கரையோரமாக அபிஜான் எனும் நகரத்தின் அருகே (கோட் டிவுவார்) 14,000 கிலோவாட் திறனுள்ள கடல்வெப்ப மின்நிலையம் கட்டப்பட்டது, ஆனால் எந்திரக் கோளாறு காரணமாக இந்நிலையம் இப்போது செயல்படவில்லை.

ஜப்பானிய நிபுணர்கள் ஒரு விசேஷ கடல்வெப்ப எந்திரத்தை உருவாக்கினார்கள். இதன் கொதிகலத்தில் குறைவான கொதிநிலையை உடைய ஃப்ரீவோனை நிரப்பி அதை வெதுவெதுப்பான கடல் நீரின் மேல்மட்டத்தில் மூழ்கச் செய்கின்றனர்; திரவ ஃப்ரீவோன் வேகமாக ஆவியாகி, இந்த ஆவி, ஜெனரேட்டருடன் இணைக்கப்பட்டுள்ள டர்பைனைச் சுற்றுகிறது. வெளியே வரும் ஃப்ரீவோன் ஆவி, கீழ்மட்ட நீரால் குளிர்விக்கப்பட்டு திரவமாகி மீண்டும் கொதிகலத்துக்கே திரும்புகிறது. அமெரிக்காவிலும் கடல் வெப்ப மின் நிலையங்களின் திட்டங்கள் தீட்டப்படுகின்றன. இங்கே மிதக்கும் நிலையங்களைத் தோற்றுவிப்பதன் மீது கவனம் செலுத்துகின்றனர். இவ்விஷயத்தில் தொழில் நுட்பப் பிரச்சினைகளின் மீது மட்டுமின்றி, இத்தகைய நிலையங்களில் உள்ள எந்திரங்களின் விலையைக் குறைத்து, திறனை அதிகப்படுத்துவதன் மீதும் நிபுணர்கள் கவனம் செலுத்துகின்றனர். கடல்வெப்ப நிலையங்களில் உற்பத்தி செய்யப்படும் மின் சக்தி மற்ற மின்நிலையங்களில் உற்பத்தி செய்யப்படும் மின் சக்தியை விட ஆதாயமானதாய் இருக்க வேண்டும்.

இந்நிலையங்களை ஐக்கிய எரிசக்தி - தொழில் துறை இணையத்தில் சேர்ப்பதுதான் பொருளாதார ரீதியில் விவேகமானதாயிருக்கும் என்று அனுபவம் காட்டுகிறது. மின்சக்தி உற்பத்தி, கடல் நீரை நல்ல நீராக்குதல், சாதாரண உப்பு, மாக்னிசியம், ஜிப்சம், மற்ற இரசாயனப் பொருட்களை எடுப்பது, கடல் தொழிலில் ஈடுபடுவது ஆகியவை இந்த இணையத்தில் இடம் பெறலாம். கடல்வெப்ப நிலையங்களுடைய வளர்ச்சியின் முக்கிய வாய்ப்புகள் அனேகமாக இதில் தான் அடங்கியுள்ளன எனலாம்.

உலகக் கடல்களின் போக்குவரத்து, தொடர்புச் சாதனங்கள் கடல் கட்டுமானம்

நவீன போக்குவரத்து கப்பல்கள்

கடல் துறைமுகங்கள்

கடல் மார்க்கங்களும்
சரக்கு மற்றும் பயணிகள் போக்குவரத்தும்

கடற்பரப்பின் மீதான வான் போக்குவரத்து,
உலகக் கடல்களில்
தகவல் தொடர்புச் சாதனங்கள்

கடல்களில் தொழில்துறை கட்டுமானம்

கடல் நீர், கடலடி மற்றும் கடல் தரைப்பகுதிக்கு கீழிருந்து பல்வேறு இயற்கை வளங்களை மீட்பதற்கு மட்டும் மனிதர்கள் உலகக் கடல்களைப் பயன்படுத்தவில்லை. கடல் நீர்ப்பரப்பை மனிதன் இயற்கைப் போக்குவரத்து மார்க்கங்களாகவும் பயன்படுத்துகிறான். கடல்களால் மனிதனுக்கு ஏற்படும் பயன்களில் இது ஒரு முக்கிய இடத்தை வகிக்கிறது.

நீண்ட நெடுங்காலமாகவே பல்வேறு கண்டங்கள், நாடுகளுக்கு இடையிலான பண்டமாற்று கடல்கள் மூலம் நடைபெற்று வந்துள்ளது. கடல் போக்குவரத்தில் தொழில் நுட்ப முன்னேற்றமானது ஆயிரக்கணக்கான மைல்கள் தள்ளியிருக்கும் நாடுகளுக்கு இடையிலான பொருளாதாரத் தொடர்புகளை வலுப்படுத்த மட்டுமே செய்துள்ளது. இன்று உலகக் கடல்கள் நாடுகளையும் மக்களினங்களையும் பிரிப்பதை விட இணைக்கின்றன எனலாம். நவீன கப்பல் போக்குவரத்து சர்வதேசப் பொருளாதார, கலாசார, தொழில் நுட்பப் பரிவர்த்தனையின் ஒரு முக்கிய அங்கம்; இது சர்வதேச நிலவரத்துடனும் அரசியல் உறவுகளுடனும் நெருக்கமாக தொடர்புடையது.

உலகக் கடல்களின் மேலுள்ள வான்பரப்பின் வழியாகப் பல்வேறு விமான மார்க்கங்கள் செல்கின்றன. கடல்களின் அடியில் தந்தி, தொலைபேசிக் கம்பிகள் போடப்பட்டுள்ளன. கடல் மற்றும் வான் போக்குவரத்தின் வளர்ச்சியும் கடல்களில் தகவல் தொடர்பு சாதனங் களின் வளர்ச்சியும் கடல்கள் பொருளாதார ரீதியில் எவ்வளவு தூரம் பயன்படுத்தப்படுகின்றன என்பதைக் காட்டுகின்றன. கடல்களில் கப்பல் போக்குவரத்திற்கு ஒரு பெரும் பங்குண்டு. கப்பல் போக்குவரத்து நடைபெறக் குறிப்பிட்ட பொருளாயத-தொழில் நுட்ப அடித்தளமும் (கப்பல்களும் துறைமுகங்களும்) பொதுவான பொருளாயத நிபந்தனைகளும் (கடல்கள்) தேவை. இவை ஒவ்வொன்றிற்கும் தனித்தனி சிறப்பு அம்சங்கள் உண்டு; எனவே இவை ஒவ்வொன்றையும் தனித்தனியே பார்ப்போம்.

நவீன போக்குவரத்துக் கப்பல்கள்

கடல் போக்குவரத்தில் கப்பல்கள் முக்கியப் பங்காற்றுகின்றன. சரக்குகளையும் பயணிகளையும் ஏற்றிச் செல்லப் பல்வேறு விதமான கப்பல்கள் உள்ளன; இவற்றின் அளவுகளும் நோக்கங்களும் பல வகையானவை. பின்வரும் எடை மற்றும் அளவுக் குறியீடுகள் ஒரு கப்பலைப் பற்றிய விவரங்களை அறிவதில் முக்கியமானவை. **இடப்பெயர்ச்சி** - கப்பலால் இடப்பெயர்ச்சி செய்யப்பட்ட நீரின் பொருண்மை (எடை), இது கப்பலின் பொருண்மைக்கு (எடைக்கு) சமமானது, டன்களில் குறிப்பிடப்படுகிறது. **முழு பாரத்திறன்** அல்லது டெட்வெயிட் - எரிபொருள், நீர், சப்ளைகள் உட்பட கப்பல் எடுத்துச் செல்லக் கூடிய அதிகபட்ச சரக்கின் எடை, இதுவும் டன்களில் குறிப்பிடப்படுகிறது. **கப்பலின் கொள்ளளவு** - கப்பலில் சரக்கை வைக்கும் இடங்களின் அளவு, இது கன மீட்டரில் குறிப்பிடப்படுகிறது. **ரெஜிஸ்டர் கொள்ளளவு** - கப்பலில் உள்ள சரக்கு இடங்களின் அளவு, இது ரெஜிஸ்டர் (பரிமாண) டன்களில் குறிப்பிடப்படுகிறது (ஒரு ரெஜிஸ்டர் டன் 2.83 கன மீட்டர் ஆகும்). இது மொத்த அல்லது முழு (குரோஸ்) ரெஜிஸ்டர் கொள்ளளவு என்றும் நிகர (நெட்) ரெஜிஸ்டர் கொள்ளளவு என்றும் பிரிக்கப்படுகிறது. கடைசியில் குறிப்பிடப்பட்ட குறியீடு துறைமுகங்களில் வரிகள், தீர்வைகள் கணக்கிடப்படும் போது பயன்படுத்தப்படுகிறது.

கப்பல்கள் எதற்குப் பயன்படுத்தப்படுகின்றன என்ற அடிப்படையில் பல வகைகளாகப் பிரிக்கப்படுகின்றன. இது முக்கியமான ஒரு பிரிவாகும். லாயிடு பட்டியல் எல்லாக் கப்பல்களையும் எப்படிப் பிரிக்கின்றது என்று அட்டவணை 8இல் காட்டப்பட்டுள்ளது.

கப்பல் போக்குவரத்தின் சிக்கலும் பன்முகத் தன்மையும் இந்த அட்டவணையிலிருந்து தெளிவாகின்றன.

இந்நூற்றாண்டின் ஆரம்பத்திலிருந்து கப்பல்களின் எண்ணிக்கையும் இவற்றின் மொத்த ரெஜிஸ்டர் கொள்ளளவும் பொதுக் கொள்ளளவும் கணிசமாக அதிகரித்துள்ளன. உதாரணமாக, இந்நூற்றாண்டின் ஆரம்பத்தில் கப்பல்களின் ரெஜிஸ்டர் கொள்ளளவு 30 மில்லியன் ரெஜிஸ்டர் டன்களுக்கு சற்றே கூடுதலாக இருந்தது; 1950இல் 84.6ஆக அதிகரித்த இது 1984இல் 418.9 மில்லியன் ரெஜிஸ்டர் டன்களை எட்டியது (இங்கு 100 ரெஜிஸ்டர் டன்கள் மற்றும் அதற்கு

அதிகமான மொத்த அளவைக் கொண்ட கப்பல்கள் மட்டுமே கணக்கில் கொள்ளப்பட்டன). இக்கால கட்டத்தில் (1950-1984) லாயிடு புள்ளிவிவரத்தால் கணக்கெடுக்கப்பட்ட கப்பல்களின் எண்ணிக்கை 30,852 முதல் 76,068 வரை உயர்ந்தது. 1985இல் உலகிலுள்ள கப்பல்களின் மொத்த ரெஜிஸ்டர் கொள்ளளவு 416.2 மில்லியன் டன்னாக இருந்தது, கப்பல்களின் எண்ணிக்கை 76,395 வரை உயர்ந்தது. கப்பல்களின் எண்ணிக்கை கூடிய நேரத்தில் இவற்றின் மொத்த கொள்ளளவு குறையக் காரணம் பெரிய கப்பல்

உலகிலுள்ள கப்பல்களின் வகைகள் (1985) அட்டவணை 8

கப்பலின் வகை	எண்ணிக்கை	மொத்த கொள்ளளவு (மில்லியன் ரெஜிஸ்டர் டன்)	உலக கப்பல்களின் மொத்த கொள்ளளவுடனான விகிதம் (%)
எண்ணெய்ப் பொருட்களை எடுத்துச் செல்லும் கப்பல்கள்	6,156	134.9	32.4
வாயு எடுத்துச் செல்லும் கப்பல்கள்	776	10.0	2.4
இரசாயனப் பொருட்களை எடுத்துச் செல்லும் கப்பல்கள்	863	3.4	0.8
திரவநிலையிலுள்ள பல்வேறு சரக்குகளை எடுத்துச் செல்லும் கப்பல்கள்	583	3.9	0.9
திடப் பொருட்களையும் திரவப் பொருட்களையும் எடுத்துச் செல்லும் கப்பல்கள்	384	23.7	5.7
திடநிலையிலுள்ள சரக்குகளை எடுத்துச் செல்லும் கப்பல்கள்	5,007	110.3	26.5
சில்லறை சரக்குகளுக்கான கப்பல்கள்:			
ஒரு தளக் கப்பல்கள்	10,774	19.4	4.7
பல தளக் கப்பல்கள்	10,361	55.6	13.4
சரக்குகளையும் பயணிகளையும் ஏற்றிச் செல்லும் கப்பல்கள்	174	0.7	0.2
கண்டெய்னர்களை எடுத்துச் செல்லும் கப்பல்கள் (லைட்டர்களை* எடுத்துச் செல்லும் கப்பல்கள் உட்பட)	1,011	18.6	4.4
கார், லாரி, பேருந்துகளை ஏற்றிச் செல்லும் கப்பல்கள்	313	3.9	0.9
மீன்களைப் பதப்படுத்தும் கப்பல்களும் மீன்களை எடுத்துச் செல்லும் கப்பல்களும்	872	3.7	0.9
மீன்பிடிக் கப்பல்கள் (மீன் பிடிப்பு இழுவைப் படகுகள் உட்பட)	21,251	9.4	2.3
ஃபெர்ரிக் கப்பல்களும் பயணிக் கப்பல்களும்	3,815	8.3	2.0
சப்ளைக் கப்பல்களும் கப்பல்களுக்கான எரிபொருளை எடுத்துச் செல்லும் கப்பல்களும்	2,146	1.4	0.3
இழுவைக் கப்பல்கள்	7,737	2.6	0.6
குழிதோண்டும் கப்பல்கள்	769	1.6	0.4
கால்நடைகளை எடுத்துச் செல்லும் கப்பல்கள்	111	0.4	0.1
பனிக்கட்டி உடைப்புக் கப்பல்கள்	88	0.4	0.1
ஆராய்ச்சிக் கப்பல்கள்	718	0.8	0.2
இதர கப்பல்கள்	2,486	3.4	0.8
மொத்தம்	76,395	416.2	100.0

* லைட்டர்– சரக்குகளை எடுத்துச் செல்வதற்காகப் பயன்படும் கப்பல்; இது தானாக செல்லாது. இழுவைக் கப்பல்களால் இழுத்துச் செல்லப்படும் இது துறைமுகத்திற்குள் வர இயலாமல் நுழைவாயில்களில் நிற்கும் கப்பல்களிலிருந்து சரக்குகளை ஏற்றி இறக்கவும் இது பயன்படுகிறது.- மொ-ர்.

களை, குறிப்பாக பிரம்மாண்டமான எண்ணெய்க் கப்பல்களைக் கட்டுவதை நிறுத்தியதாகும்.

கப்பல் கட்டுமானத் துறையில் ஏற்பட்ட தொழில் நுட்ப முன்னேற்றம் ஒரு கப்பலைக் கட்ட ஆகும் நேரத்தை 3-3.5 ஆண்டுகள் வரை குறைக்க உதவியதோடு கூட கப்பல்களை நவீனமயப்படுத்தவும் இவற்றின் வசதிகளைப் பெருக்கவும் உதவியது. இன்று சராசரியாக 10 ஆண்டு வரை இயங்கவல்ல கப்பல் சாதாரணமானதாகக் கருதப்படுகிறது. சமீப ஆண்டுகளாக மொத்த கப்பல் எண்ணிக்கையில் பழைய கப்பல்களின் பகுதி பெருகி வருகிறது. உதாரணமாக, 10 ஆண்டுகளுக்குக் குறைவான வயதையுடைய கப்பல்களின் கொள்ளளவு 1978இல் உலகக் கப்பல்களின் மொத்த கொள்ளளவில் 64%க்கு அதிகமாக இருந்ததெனில் 1985இல் இது 44.7% ஆக இருந்தது.

இன்று 150 க்கும் அதிகமான நாடுகளைச் சேர்ந்த கப்பல்கள் உலகக் கடல்களில் நீந்திக் கொண்டிருக்கின்றன. ஒவ்வொரு நாட்டின் வசமும் உள்ள கப்பல்களின் எண்ணிக்கையும் இவற்றின் மொத்த கொள்ளளவும் வெவ்வேறானவை. 1.5 மில்லியன் ரெஜிஸ்டர் டன்னிற்குக் குறையாத மொத்த கொள்ளளவைக் கொண்ட கப்பல்கள் 39 நாடுகளின் கொடிகளுடன் கடலில் வலம் வருகின்றன; இது மொத்த உலகக் கப்பல்களின் கொள்ளளவில் 94% ஆகும்; முதல் பத்து நாடுகளின் கப்பல்களின் கூட்டு கொள்திறன் உலகிலுள்ள கப்பல்களின் மொத்த கொள் திறனில் 66% ஆகும்.

பாரம்பரியக் கடல் நாடுகளாகிய ஜப்பான், பிரிட்டன், அமெரிக்க ஐக்கிய நாடு, கிரீஸ், நார்வே, பிரான்ஸ், ஸ்பெயின் ஆகியவற்றின் வசம் நிறைய வர்த்தகக் கப்பல்கள் உள்ளன. இதற்கு பூகோள ரீதியான காரணங்களும் பொருளாதார ரீதியான காரணங்களும் இருக்கின்றன; இந்நாடுகளுக்குத் தேவையான பல மூலப்பொருட்கள் அயல் நாடுகளிலிருந்து கடல் மூலம்தான் வருகின்றன, இந்நாடுகளிலிருந்து விளை பொருட்களைப் பிற நாடுகளுக்கு ஏற்றுமதி செய்யவும் கடல் வழி மிக அவசியம்.

அதே சமயம், தொழில் துறை ரீதியாக அதிக வளர்ச்சி பெறாத, பெரும் அயல் நாட்டு வர்த்தகத்தில் ஈடுபடாத நாடுகளாகிய லைபீரியா, பனாமா, சைப்ரஸ் போன்றவற்றிடமும் நிறைய கப்பல்கள் உள்ளன. இங்கு ஒரு அம்சத்தைக் குறிப்பிட வேண்டும். அதாவது லாயிடு புள்ளி விவரம், ஒரு கப்பல் உண்மையிலேயே எந்த நாட்டிற்குச் சொந்தமானது என்பதைக் கணக்கில் எடுத்துக் கொள்வதில்லை; எந்த நாட்டின் கொடி அக்கப்பலில் பறக்கிறது

என்பதையே கணக்கில் கொள்கிறது. லைபீரியா, பனாமா, சைப்ரஸ், இன்னும் சில நாடுகள், ஒப்பீட்டளவில் குறைந்த அளவு தொகை கொடுத்தால் அயல் நாட்டு போக்குவரத்துக் கப்பல்கள் தம் கொடியின் கீழ் பதிவு செய்து கொள்ள அனுமதி வழங்குகின்றன. இது அயல் நாட்டுக் கப்பல் சொந்தக்காரர்களுக்கு அனுகூலமானது; ஏனெனில் வரிக் குறைப்பு, கப்பலில் பணிபுரிபவர்களுக்குக் குறைந்த ஊதியம், குறைவான தொழில் நுட்ப மற்றும் தேர்ச்சித் தரங்கள் போன்றவற்றின் மூலம் இவர்கள் கப்பல்களைப் பராமரிப்பதற்கான தம் செலவுகளைக் குறைத்து கொள்கின்றனர். உதாரணமாக, ஒரு அமெரிக்கக் கப்பல் லைபீரிய நாட்டுக் கொடியில் பயணம் செய்யும்போது மொத்த வருமானத்தில் 2% மட்டுமே வரியாக வசூலிக்கப்படுகிறது; இதே கப்பல் அமெரிக்கக் கொடியில் பயணம் செய்யும்போது இவ்வரி 30-50% ஆகிறது.

பல வளர்ச்சியடைந்த முதலாளித்துவ நாடுகளின் கப்பல் முதலாளிகள் தமக்கு “வசதியான” கொடிகளைப் பரவலாகப் பயன்படுத்துகின்றனர். இது கடல் போக்குவரத்து துறையில் மூலதன ஏற்றுமதியின் ஒரு விசேஷ வடிவமாகும். ஐ.நா. சபையின் புள்ளிவிவரங்களின்படி 1985இல் உலகிலிருந்த கப்பல்களின் முழு பாரத்திரனில் 30.6% ‘‘வசதியான’’ கொடிகளின் கீழிருந்தது.

60ஆம் ஆண்டுகளின் துவக்கத்தில் கப்பல்களின் எண்ணிக்கை அதிகரித்து தரம் உயர ஆரம்பித்த போது உலக கப்பல் கட்டுமானத் துறையில் குறிப்பிட்ட சில போக்குகள் தென்படலாயின. குறிப்பாக, கப்பல்களின், அதுவும் எண்ணெய், வாயுக் கப்பல்களின் அளவுகள் அதிகரிக்கலாயின. சிறு, நடுத்தர கப்பல்களை விடப் பெரிய கப்பல் களைப் பயன்படுத்துவது பொருளாதார ரீதியில் ஆதாயமானது. பெரிய சரக்குக் கப்பல்கள் நன்கு நிலையாக, அதே சமயம் அதிக வேக மாகச் செல்லக் கூடியவை, இவை பருவநிலையால் அதிகப் பாதிப்பிற்கு ஆளாவதில்லை. இதனால் சரக்குகளை விரைவாக எடுத்துச் செல்ல முடியும்; இது தேய்மானம், எரிபொருள், ஊழியர்களுக்கான ஊதியம் ஆகியவற்றின் ஒப்பு அளவை (அதாவது 1 டன் சரக்கிற்கு ஆவதை) குறைக்கிறது. இது தவிர, பெரிய கப்பல்களைப் பொறுத்தமட்டில் போக்குவரத்திற்காகும் ஒப்பு செலவுகள் சரக்குகளின் அளவு அதிகரிப்பதால் குறைகின்றன. ஆக, கப்பல்களின் கொள் அளவைப் பெருக்குவதானது கடல் போக்குவரத்தில் உற்பத்தித் திரட்சியின் வடிவங்களில் ஒன்றாகும்.

அதே நேரத்தில், கப்பல்களின் கொள்ளளவைப் பெருக்குவதால் வேறுவிதமான விளைவுகளும் ஏற்படுகின்றன. ஒருசில துறைமுகங்களில் மட்டுமே பிரம்மாண்டமான கப்பல்கள் நுழைய முடியும்; சில ஜலசந்திகளில் இக்கப்பல்களால் செல்ல முடியாது; இத்தகைய கப்பல்களைப் பழுது பார்க்கவல்ல கப்பல் தளங்களின் எண்ணிக்கை குறைவு; பெரிய கப்பல்களுக்கு விபத்தேற்பட்டாலோ, இவை நின்று போனாலோ பெரும் இழப்புகள் ஏற்படும். என்றாலும் 1984இல் உலகில் 139 சூப்பர் எண்ணெய்க் கப்பல்கள் இருந்தன; இவற்றின் பாரத் திறன் 3 லட்சம் டன்னிற்கும் அதிகமாகும்.

இன்று புது வகையான கப்பல்களைக் கட்டுவதன் மீது கவனம் செலுத்தப்படுகிறது. கண்டெய்னர்களை எடுத்துச் செல்லும் கப்பல்கள், லைட்டர் கப்பல்கள், கிடைமட்ட நிலையில் சரக்குகளை ஏற்றி இறக்கும் வசதியை உடைய கப்பல்கள், திடப் பொருட்களை எடுத்துச் செல்லும் கப்பல்கள், எண்ணெயையும் தாதுப் பொருளையும் எடுத்துச் செல்ல வல்ல கப்பல்கள் ஆற்றிலும் கடலிலும் செல்லும் கப்பல்கள் போன் றவை இவற்றிலடங்கும். இவையெல்லாம் கடல் போக்குவரத்தின் பொருளாதார செயல்வன்மையை உயர்த்துகின்றன; இதனால் சரக்குகள் மலிவாக, விரைவாக எடுத்துச் செல்லப்படுகின்றன, சரக்குப் போக்குவரத்து அதிகமாகியுள்ளது, கப்பல்கள் வெறுமனே நிற்கும் நேரம் குறைந்துள்ளது.

உதாரணமாக, கண்டெய்னர் முறையிலான சரக்குப் போக்குவரத்தில் செலவுகள் குறைகின்றன. ஏனெனில் கண்டெய்னர் முறையில் தனியான சரக்குப் பெட்டிகள் தேவையில்லை, எனவே சரக்குகளைப் பெட்டியில் போட்டு, பிரிக்கும் அவசியம் அகலுகிறது. லைட்டர் கப்பல்கள் குறைந்த ஆழமுள்ள துறைமுகங்களில் இயங்குகின்றன, அல்லது ஓரிடத்தில் நிலையாக நிற்காமல் அங்குமிங்கும் சென்று தம் வேலையைச் செய்கின்றன. எண்ணெயையும் தாதுப் பொருளையும் எடுத்துச் செல்ல வல்ல கப்பல்களும் மற்ற பல்நோக்குக் கப்பல்களும் வெற்றுக் கப்பல் போக்குவரத்தைத் தவிர்க்க உதவுகின்றன.

முதலாளித்துவ நாடுகளின் பொருளாதாரத்திற்கே உரித்தான நெருக்கடிகள், செலாவணி ஏற்ற இறக்கங்கள், போட்டி போன்றவை இவற்றில் கப்பல் துறை வளர்ச்சி மீது கணிசமான தாக்கம் செலுத்துகின்றன. உதாரணமாக, கடந்த சில ஆண்டுகளாக கப்பல்களின் சரக்கு எடுத்துச் செல்லும் திறன் அளவிற்கதிகமாக உள்ளது தெரிய வருகிறது; கப்பல்களின் கொள்ளளவு முறையாக உரிய வகையில்

பயன்படுத்தப்படவில்லை என்பதை இது காட்டுகிறது. குறிப்பாக முதலாளித்துவ நாடுகளில் உள்ள எண்ணெய்க் கப்பல்கள் கடும் வீழ்ச்சியால் பாதிக்கப்பட்டுள்ளன. எண்ணெய் மற்றும் எண்ணெய்ப் பொருட்கள் எடுத்துச் செல்லப்படுவது குறைந்துள்ளதுதான் இதற்குக் காரணமாகும். 1983ஆம் ஆண்டின் நடுப்பகுதியில் எண்ணெய்க் கப்பல்களில் கிட்டதட்ட 1/3 (82 மில்லியன் டன்) காலியாக நின்றன. புதிய விதமான ஒரு தொழில் கூட ஆரம்பமாகியுள்ளது, அதாவது காலியாக உள்ள எண்ணெய்க் கப்பல்களை நீண்ட காலத்திற்கு நிறுத்தி வைக்க உரிய துறைமுகங்களின் இடங்களை வாடகைக்கு எடுக்க ஆரம்பித்துள்ளனர். சில சந்தர்ப்பங்களில் கப்பல்களைத் துறைமுகங்களில் நிறுத்த அதிகச் செலவாவதால் கப்பல் முதலாளிகள் இவற்றைத் திறந்தவெளிக் கடலில் நிறுத்தி வைத்துள்ளனர்.

விஞ்ஞான - தொழில் நுட்பப் புரட்சியின் தாக்கத்தின் கீழ் கப்பல் போக்குவரத்து தொடர்ந்து வளர்ந்து நவீனமயப்பட்டு வருகிறது. இப்போதுள்ளதைப் போன்ற இடப்பெயர்ச்சிக் கப்பல்கள் தான் இன்னும் சிறிது காலத்திற்கு உலகில் முக்கிய வகை கப்பல்களாக தொடர்ந்து இருக்கும். ஆனால் இவை நவீனமயமாக்கப்படும், இவை விரைந்து செல்லக் கூடியவையாக இருக்கும், சிக்கனமானவையாக, வசதியானவையாக, எந்தப் பருவநிலையிலும் நம்பகரமானவையாக இருக்கும், கடல் நீரை அசுத்தப்படுத்தாமலிருப்பதற்கான சாதனங்கள் இவற்றில் வைக்கப்பட்டிருக்கும். 5,000 டன் இடப்பெயர்ச்சித் திறனை உடைய, **“பிரிந்து இணைய வல்ல”** கப்பல் புதிய வகையான கப்பலுக்கு உதாரணமாகும். இதன் இரண்டு பகுதிகளும் அடியில் இணைக்கப்பட்டுள்ளன, இவை பிரியும் போது V வடிவ திறப்பை ஏற்படுத்துகின்றன, இதனுள் எண்ணெய்க் கசிவுகள் செல்ல, கடல் சுத்தப்படுத்தப்படுகிறது. இவ்வாறு எண்ணெயை அகற்ற வேண்டிய தேவை இல்லாதபோது ஒன்றாக இணைக்கப்பட்ட இரண்டு பகுதிகளும் சேர்ந்து சாதாரண எண்ணெய்க் கப்பலை உருவாக்குகின்றன.

நீரடி இறக்கைகளைக் கொண்ட கப்பல்களையும் காற்றுப் படுக்கையின் மீது இயங்க வல்ல கப்பல்களையும் தோற்றுவிக்கும் திசையில் கப்பல் போக்குவரத்து வளர்ந்து வருகிறது. இத்துறைக்கு நல்ல எதிர்காலம் உண்டு. இவற்றின் வேகம் சாதாரண கப்பல்களின் வேகத்தை விட மும்மடங்கு அதிகமாகும். ஆனால் இவற்றின் பாரத் திறன் குறைவு (2 - 3 ஆயிரம் டன்); குறைந்த அலைகள் இருக்கும் போது மட்டுமே இவற்றால் கடலில் செல்ல முடியும்.

இக்கப்பல்களின் கட்டமைப்பை மேம்படுத்தினால் இவற்றைப் பரவலாக நடைமுறையில் பயன்படுத்த இயலும்.

பருவநிலையைச் சாராது எல்லா நேரங்களிலும் கடலிலுள்ள பனிக்கட்டிகளின் கீழும் இயங்க வல்ல நீர்மூழ்கிப் போக்குவரத்துக் கப்பல்களைத் தோற்றுவிப்பதன் மீதும் கவனம் செலுத்தப்படுகிறது. இவ்வாறாக எதிர்காலக் கப்பல்கள் கடல்களைப் போக்குவரத்திற்காகப் பயன்படுத்தும் வாய்ப்புகளை அதிகப்படுத்தும்.

கடல் துறைமுகங்கள்

ஒவ்வொரு கப்பலும் தன் பயணத்தைத் துறைமுகத்திலிருந்து துவங்கி துறைமுகத்தில் முடிக்கிறது. துறைமுகம் என்பது கரையோரமான இடமாகும். இங்கு குறிப்பிட்ட நிலப்பரப்பும் (துறைமுகத்தின் எல்லை) இதை ஒட்டியுள்ள நீர்ப்பரப்பும் ஒன்று சேர்க்கப்பட்டுள்ளன; இங்கு கப்பல்கள் அபாயமின்றி பாதுகாப்பாக நிற்கவும் இவற்றைக் கவனித்துக் கொள்ளவும் இவற்றிற்கு சப்ளை செய்யவும் சரக்குகளை ஏற்றியிறக்கவும் சகலவித வசதிகளும் செய்யப்பட்டுள்ளன.

நவீன கடல் துறைமுகம் என்பது மிகவும் எந்திரமயப்படுத்தப்பட்ட கூட்டு நிறுவனம் மற்றும் பெரிய போக்குவரத்து மையமாகும். இங்கு இயற்கையான மற்றும் செயற்கையாக அமைக்கப்பட்ட கப்பல் துறைகள், சரக்குகளை ஏற்றியிறக்கும் எந்திரங்கள், கப்பல்களுக்குத் தேவையான எரிபொருள், நீர் மற்றும் உணவுப் பொருட்களை வழங்கும் அமைப்புகள், கிடங்குகள், எலிவேட்டர்கள், குளிர்ப்பதன கிடங்குகள், மற்ற பல விசேஷ கட்டுமானங்கள் ஆகியவை உள்ளன. இது தவிர தொழில் நுட்பப் பணி, கப்பல் போக்குவரத்து, சட்டம் மற்றும் வர்த்தக விஷயங்கள் ஆகியவற்றைக் கவனிக்கும் நிர்வாக அலுவலகங்களும் துறைமுக எல்லைக்குள் இருக்கின்றன.

கப்பல் துறைகள், கிடங்குகளை ஒட்டி இருப்புப் பாதைகள், சாலைகள், குழாய்கள் ஆகியவை உள்ளன. இவை கடல் போக்குவரத்தையும் தரைப் போக்குவரத்தையும் இணைக்கின்றன. இதனால் துறைமுகம் தனது முக்கியப் பணிகளில் ஒன்றை, அதாவது சரக்குகளைக் கடலிலிருந்து தரைக்கும் தரையிலிருந்து கடலுக்கும் இடம் பெயர்க்கும் பணியை நிறைவேற்ற முடிகிறது. துறைமுகம் கப்பல்கள், ரயில் வண்டிகள், மற்ற போக்குவரத்து சாதனங்களிலிருந்து சரக்குகளை ஏற்றியிறக்குகிறது, சரக்குகளைப் பேணிக் காக்கிறது, கப்பல்களுக்குத் தேவையான எரிபொருள், நீர், உணவுப் பொருள்,

மற்ற கப்பலோட்ட பயன்படும் சாதனங்களை வழங்குகிறது. இது தவிர கப்பல் கட்டுமான மும் கப்பல்களைப் பழுது பார்ப்பதும் துறைமுகத்துடன் பிரிக்க முடியாதபடி தொடர்புடையவையாகும்.

ஒரு துறைமுகத்தின் வேலையைப் பற்றிக் கூறும் போது சரக்கு இடப்பெயர்வுத் திறன், துறைமுகத்தின் மொத்த சரக்குப் போக்குவரத்து, மொத்தக் கப்பல் போக்குவரத்து எனும் மூன்று முக்கியக் குறியீடுகளைக் குறிப்பிட வேண்டும். **துறைமுகத்தின் சரக்கு இடப் பெயர்வுத் திறன்** - ஒரு குறிப்பிட்ட காலகட்டத்தில் (கப்பல் ஆண்டு, சாதாரண ஆண்டு, மாதம், நாள்) துறைமுகத்தால் எவ்வளவு டன் சரக்குகளைக் கப்பல்களில் ஏற்றியிறக்க முடியும் என்பதை இது காட்டுகிறது. **துறைமுகத்தின் மொத்த சரக்குப் போக்குவரத்து** - ஒரு குறிப்பிட்ட காலகட்டத்தில் (கப்பல் ஆண்டு, சாதாரண ஆண்டு, மாதம், நாள்) நடைமுறையில் துறைமுகத்தின் வழியே எவ்வளவு டன் சரக்குகள் செல்கின்றன என்பதை இது காட்டுகிறது. **மொத்தக் கப்பல் போக்குவரத்து** - ஒரு குறிப்பிட்ட காலகட்டத்தில் (நாள், மாதம், ஆண்டு) துறைமுகத்தில் எவ்வளவு கப்பல்கள் வந்து செல்ல முடியுமென இது காட்டுகிறது.

காற்று, அலைகளிலிருந்து துறைமுகம் எப்படி இயற்கையால் பாதுகாக்கப்பட்டுள்ளது, துறைமுக நீர்ப்பரப்பு மற்றும் இதை ஒட்டியுள்ள கடலின் ஆழம், கப்பல் போக்குவரத்து ஆண்டு முழுவதும் சாத்தியமா அல்லது குறிப்பிட்ட பருவகாலங்களில் மட்டும் சாத்தியமா என்பதைப் போன்ற இயற்கைக் காரணிகள் துறைமுக வேலையின் மீது தாக்கம் செலுத்துகின்றன.

பொருளாதார முக்கியத்துவத்தின்படி - இது பெரும்பாலும் துறைமுகத்தின் மொத்த சரக்குப் போக்குவரத்தால் நிர்ணயிக்கப்படுகிறது - துறைமுகங்கள் உலக முக்கியத்துவம் வாய்ந்தவை, பிரதேச முக்கியத்துவம் வாய்ந்தவை, உள்நாட்டு துறைமுகங்கள், ஸ்தல துறைமுகங்கள் என்று பிரிக்கப்படுகின்றன. **உலக முக்கியத்துவம் வாய்ந்த துறைமுகங்கள்** மிகப் பெரும் சரக்குப் போக்குவரத்தைக் கையாளுகின்றன, பெரும்பாலும் கண்டங்களுக்கு இடையில் சரக்குகளை எடுத்துச் செல்லும் கப்பல்கள் இவற்றில் தங்கியிருக்கின்றன. **பிரதேச முக்கியத்துவம் வாய்ந்த துறைமுகங்கள்** ஒரு குறிப்பிட்ட பிரதேசத்தில் அல்லது அருகிலுள்ள கடல்களில் இருக்கும் நாடுகளை இணைக்கின்றன. **உள்நாட்டு துறைமுகங்கள்** ஒரு நாட்டின் உள்ளே பல்வேறு பகுதிகளை இணைக்கின்றன. **ஸ்தல துறைமுகங்கள்** கரையோரப் போக்குவரத்தில் மட்டும் ஈடுபட்டுள்ளன.

ஒரு நாட்டின் வர்த்தகத் துறைமுகம் அந்நாட்டுப் பொருளாதார வளர்ச்சியின் மட்டத்தையும் நாடு எதற்குப் பெயர் போனது என்பதையும் ஓரளவு பிரதிபலிக்கிறது. துறைமுகம் எந்த அளவிற்கு வேலை செய்கிறது என்பது இதையொட்டியுள்ள உள்நாட்டு மற்றும் வெளி நாட்டு பிரதேசங்கள் எவ்வளவு வளர்ச்சியடைந்துள்ளன என்பதைப் பெரிதும் பொறுத்துள்ளது. துறைமுகத்தின் வழியாக எந்தப் பொருட்கள், எவ்வளவு செல்ல வேண்டும் என்பது துறைமுகத்தை ஒட்டியுள்ள உள்நாட்டுப் பிரதேசத்தில் நிர்ணயமாகிறது. இந்தப் பிரதேசம் உருவாவதன் மீது பூகோள, பொருளாதார, அரசியல் காரணிகள் தாக்கம் செலுத்துகின்றன.

துறைமுகத்தை ஒட்டியுள்ள உள்நாட்டுப் பிரதேசத்தின் எல்லைகள் நிபந்தனைக்கு உட்பட்டவை எனலாம். துறைமுகத்திலிருந்து ஒரே அளவு தூரத்தில் விலகியிருப்பதை வைத்தோ அல்லது துறைமுகத்தை வந்தடைய ஒரே நேரமாகும் இடங்களை இணைக்கும் கோடுகளிலிருந்தோ அல்லது துறைமுகத்திற்கு எந்த வழியில் சரக்குகளைக் கொண்டு வர குறைந்தபட்ச செலவாகுமோ அதை கொண்டோ அல்லது இது போன்ற பிற வழிகளிலோ மேற்கூறிய எல்லைகள் நிர்ணயிக்கப்படுகின்றன. ஒரு சில துறைமுகங்களைச் சார்ந்துள்ள இம்மண்டலங்கள் ஒன்றையொன்று குறுக்கிடக் கூடும். இச்சந்தர்ப்பங்களில் முதலாளித்துவ நாடுகளின் துறைமுகங்கள் கடும் போட்டியில் இறங்குகின்றன. சோஷலிசப் பொருளாதார முறையிலோ, துறைமுகங்கள் அதிகபட்சம் ஆதாயமாக இயங்கும் வகையில் இவற்றை ஒட்டியுள்ள உள்நாட்டு பிரதேசங்கள் வரையறுக்கப்படுகின்றன. இந்தப் பிரதேசங்களின் எல்லை கள் காலப்போக்கில் மாறக் கூடும்.

துறைமுகத்தை ஒட்டியுள்ள வெளிநாட்டுப் பிரதேசம் என்பது துறைமுகத்தின் வெளியுறவுகளைக் குறிக்கிறது; அதாவது கப்பல்கள் வழியே எந்த நாடுகளுக்கு இத்துறைமுகத்திலிருந்து சரக்குகள் செல்கின்றனவோ, அவையும் எங்கிருந்தெல்லாம் இங்கு வருகின்றனவோ அவையும் இதிலடங்கும். துறைமுகத்தைச் சாரும் உள்நாட்டு பிரதேசத்தைப் போலன்றி இதற்கு எல்லைகள் கிடையாது, ஏனெனில் உலகின் எந்தப் பகுதியும் இதில் வரலாம். காலப் போக்கில் மற்ற துறைமுகங்களுடன் தொடர்புகள் ஏற்பட்டு வளரும் போது துறைமுகத்தை ஒட்டிய வெளிநாட்டு பிரதேசம் மாற்றமடைகிறது. சில நேரங்களில் ஒரு குறிப்பிட்ட துறைமுகத்துடன் ஓரளவு நிலையான கடல் தொடர்புகளை

ஏற்படுத்தும் பிரதேசங்களும் உருவாவதுண்டு; இவை கிட்டத் தட்ட மாற்றமின்றி அப்படியே இருக்கும்.

இன்று உலகில் 7,000க்கும் மேற்பட்ட துறைமுகங்களும் 5,500க்கும் அதிகமான சிறு துறைமுகப் பகுதிகளும் உள்ளன. இத்துறைமுகங்கள் உலகின் பல பகுதிகளில் எப்படி அமைந்துள்ளன என்பதன் மீது பௌதீக-பூகோளக் காரணிகள், பொருளாதார, வரலாற்று, அரசியல் காரணிகள், இன்னும் பல அம்சங்கள் தாக்கம் செலுத்துகின்றன. திட்டவட்டமான வரலாற்றுச் சூழ்நிலைக்கு ஏற்ப இக்காரணிகள் ஒவ்வொன்றின் பங்கும் ஒவ்வொரு விதமானதாய் இருந்து வந்துள்ளது. எனவேதான் உலகக் கடல்களின் ஓரமாக துறைமுகங்கள் சமமற்று சிதறிக் கிடக்கின்றன. உலகின் மிகப் பெரும் துறைமுகங்களில் 2/3 பகுதி அட்லாண்டிக் பெருங்கடலின் ஓரமாக உள்ளது.

சாதாரணமாக, துறைமுகங்கள் கண்டங்களின் கரையோரமாக, தொழில் துறை ரீதியாக வளர்ச்சியடைந்த நாடுகளில், நன்கு வளர்ச்சியடைந்த போக்குவரத்துடன் கூடிய, அடர்த்தியான மக்கள் தொகை உடைய பிரதேசங்களில் காணப்படுகின்றன. உதாரணமாக, அமெரிக்க ஐக்கிய நாட்டில் அட்லாண்டிக் கரையில் ஒரு துறைமுகம் கரையிலிருந்து 150 கி.மீ. தள்ளியும் பசிபிக் கரையோரத்தில் கரையிலிருந்து 300 கி.மீ. தள்ளியும் உள்ளது. ஐரோப்பாவில் கரையோரமாகப் பல துறைமுகங்கள் உள்ளன. ஆசியாவில் ஜப்பானை ஒட்டி ஏராளமான துறைமுகங்கள் காணப்படுகின்றன, கண்டக் கரையோரமாக இவை குறைவாகவே உள்ளன. பாரசீக வளைகுடா, ஓமன் வளைகுடா ஆகிய பிரதேசங்களில் பல விசேஷ எண்ணெய்த் துறைமுகங்கள் உள்ளன; இவற்றின் மொத்த சரக்குப் போக்குவரத்து பெரிதும் அதிகம். இவை பெரும்பாலும் எண்ணெய்க் குழாய்கள் கடலை வந்தடையும் இடங்களில் உள்ளன; இங்குதான் எண்ணெய்க் கப்பல்கள் நின்று கொண்டிருக்கும். இத்துறைமுகங்கள் எண்ணெயை எடுத்துச் செல்வதற்கு மட்டுமே மிகவும் முக்கியமாக பங்காற்றுகின்றன.

நவீன உலகில் துறைமுகங்களின் பணி வளர்ந்து வருகிறது. உலகிலுள்ள துறைமுகங்களின் மொத்த சரக்குப் போக்குவரத்து ஆண்டிற்கு 10 பில்லியன் டன்னை எட்டியுள்ளது இதற்குச் சான்று. இதில் பெரும் பகுதி திறந்தவெளிக் கடலோரமாக உள்ள துறைமுகங்கள் மூலம்தான் செல்கிறது. திறந்தவெளிக் கடலுடன் மட்டாக இணைக்கப்பட்ட கடல்களின் கரைகளில் உள்ள

துறைமுகங்களின் மூலம் மொத்த சரக்குப் போக்குவரத்தில் 35% மட்டுமே செல்கிறது. மத்திய தரைக் கடல், வட கடல், கரீபியன் கடல், மெக்சிக்கோ வளைகுடா, பாரசீக வளைகுடா, ஓமன் வளைகுடா ஆகியவற்றின் கரையோரமாக உள்ள துறைமுகங்கள் இவற்றிலடங்கும். இவற்றில் பலவற்றின் வழியாகவும் பெரும் சரக்குப் போக்குவரத்து நடைபெறுகிறது.

பல கடல் துறைமுகங்கள் ஆண்டில் சில ஆயிரம் டன் முதல் பல மில்லியன் டன் வரையிலான சரக்குகளைப் பெற்று அனுப்புகின்றன. பெரும்பாலான துறைமுகங்களின் மொத்த சரக்குப் போக்குவரத்து ஆண்டிற்கு 1 மில்லியன் டன்னிற்கும் குறைவு; 530 துறைமுகங்களைப் பொறுத்தவரை இது 1 மில்லியன் டன்னிற்கும் அதிகம்; 150 துறைமுகங்களில் இது 10 மில்லியன் டன்னிற்கும் அதிகம் (இதில் மூன்றில் ஒரு பங்கிற்கும் மேற்பட்ட துறைமுகங்களில் மொத்த சரக்குப் போக்குவரத்து

அட்டவணை 9

உலகின் மிகப் பெரும் துறைமுகங்கள் (1984) *

துறைமுகம்	நாடு	சரக்குப் போக்குவரத்து (மில்லியன் டன்)		மொத்த கப்பல் போக்குவரத்து (கப்பல்களின் எண்ணிக்கை)	பயணிகள் போக்குவரத்து (பயணிகளின் எண்ணிக்கை)
		மொத்த சரக்கு	சர்வதேச சரக்கு		
ரோட்டர் டாம்	நெதர்லாந்து	239.7	239.7	30,958	17,00,000
கொபே	ஜப்பான்	157.1	47.1	91,489	—
நியூ அர்லியான்	அமெரிக்க ஐக்கிய நாடு	151.9	61.3	3,933	—
யோக்க ஹாமா	ஜப்பான்	117.6	57.5	65,939	57,607
சிங்கப்பூர்	சிங்கப்பூர்	111.9	111.9	28,727	1,66,484
அன்ட் வேர்பன்	பெல்ஜியம்	90.3	90.3	16,802	—
மர்சேல்ஸ்	பிரான்ஸ்	88.0	84.8	9,728	12,54,574
வன்குவேர்	கானடா	59.3	52.3	—	2,09,262
காவ்ர் ,	பிரான்ஸ்	54.0	50.4	7,885	10,14,844
ஹாம்பர்க்	ஜெர்மன் சமஷ்டிக் குடியரசு	53.5	52.4	14,020	—

* ஆதாரம்: *Journal de la Marine Marchande*, 1985.

30 மில்லியன் டன்னை விஞ்சுகிறது). ஒரு சில பெரும் துறைமுகங்களின் மொத்த சரக்குப் போக்குவரத்து 50 மில்லியன்

டன்னிற்கும் அதிகம், இன்னும் சிலவற்றின் மொத்த சரக்குப் போக்குவரத்தோ ஆண்டிற்கு 100 மில்லியன் டன்னை, ஏன் 200 மில்லியன் டன்னைத் தாண்டுகிறது. உலகிலுள்ள ஒரு சில பெரும் துறைமுகங்களின் மொத்த சரக்குப் போக்குவரத்து அட்டவணை 9இல் காட்டப்பட்டுள்ளது.

சாதாரணமாக ஒரு துறைமுகத்தின் மொத்த சரக்குப் போக்குவரத்து வெளிநாட்டு சரக்குப் போக்குவரத்தால் நிர்ணயிக்கப்படுகிறது. குறிப்பாக இது மேற்கு ஐரோப்பாவின் கண்டப் பகுதியில் உள்ள துறைமுகங்களுக்குப் பெரிதும் பொருந்தும். உதாரணமாக ரோட்டர்டாம், அன்ட்வேர்பன் போன்ற மிகப் பெரும் துறைமுகங்களில் சரக்குப் போக்குவரத்து முழுவதுமே வெளிநாட்டு சரக்குப் போக்கு வரத்தாகும்; மர்சேல்சில் இதன் பங்கு 96%, காவரில் 93% ஆகும். தீவு அரசுகளின் துறைமுகங்கள், அமெரிக்க ஐக்கிய நாடு மற்றும் கனடாவின் அட்லாண்டிக் கரையோரத் துறைமுகங்கள் ஆகியவற்றில் உள்நாட்டு சரக்குப் போக்குவரத்து அதிகமாக உள்ளது. உதாரணமாக, லண்டனில் இதன் பங்கு 32%, நியூயார்க்கில் 55%, மான்ட்ரியலில் 49% ஆகும்.

துறைமுகத்தினுள் வரும் சரக்குகளுக்கும் அங்கிருந்து வெளியேறும் சரக்குகளுக்கும் உள்ள விகிதம் திட்டவட்டமான பொருளாதாரச் சூழ்நிலைகளைப் பொறுத்தது. சாதாரணமாக, வளர்ச்சியடைந்த முதலாளித்துவ நாடுகளின் துறைமுகங்களில் பெரும்பாலும் எரிபொருட்களும் மூலப்பொருட்களும் அதிகமாகக் கொண்டு வரப்படும்; வளர்முக நாடுகளின் துறைமுகங்களில் இவை முக்கிய ஏற்றுமதிப் பொருளாயிருக்கும், உணவுப் பொருட்களும் தயாரான தொழில் துறைப் பொருட்களும் இறக்குமதியாகும்.

இன்றைய துறைமுகங்களின் நடவடிக்கையில் குறிப்பிடத்தக்கதொரு அம்சம் அதிகபட்ச சரக்குகள், ஆண்டிற்கு 50 மில்லியன் டன்னிற்கும் கூடுதலான சரக்குப் போக்குவரத்தை உடைய துறைமுகங்களின் வழியாகச் செல்வதாகும். உதாரணமாக, ஐரோப்பாவில் இவ்வகைத் துறைமுகங்களின் வழியே இக்கண்டத்தின் மொத்த சரக்குப் போக்கு வரத்தில் 34.8%மும் ஆசியாவில் 54.8% மும் வட அமெரிக்காவில் 33.7%மும் செல்கின்றன. அதே நேரத்தில் ஆண்டிற்கு 10 மில்லியன் டன் வரையிலான சரக்குப் போக்குவரத்தையுடைய துறைமுகங்களின் பங்கு குறைந்துள்ளது. இது குறிப்பாக கடந்த 20 ஆண்டுகளில் நன்கு வெளிப்பட்டுள்ளது. முதலாளித்துவ நாடுகளைச் சேர்ந்த ஒரு சில மிகப் பெரும் துறைமுகங்களில் இவற்றின் மொத்த தேசிய

சரக்குப் போக்குவரத்தில் கணிசமான பகுதி குவிந்துள்ளது. உலகக் கடல் போக்குவரத்தில் பெருமளவில் எடுத்துச் செல்லப்படும் சரக்குகளின் பங்கு அதிகரிப்பதால் தான் இவ்வாறு நடைபெறுகிறது. வளர்ச்சியடைந்த எண்ணெய் பதப்படுத்தும் துறை, இரசாயனத் துறை, உலோகத் தொழில் துறை, எந்திரக் கட்டுமானம் ஆகிய துறைகள் அடங்கிய பிரதேசங்களில் இருக்கும் துறைமுகங்களில் இது தெட்டத் தெளிவாக வெளிப்படுகிறது. ஏனெனில் இத்துறைகளின் பொருட்கள் அங்கே அமைந்திருக்கும் துறைமுகங்களின் வழியே செல்கின்றன. பல்நோக்கமுடைய கடல் துறைமுகங்கள் திடநிலையிலும் திரவநிலையிலும் உள்ள பல்வேறு விதமான சரக்குகளைக் கையாளுகின்றன, பல்வேறு பயணிக் கப்பல்கள் இங்கு வந்து செல்கின்றன. இங்கு சரக்குகளை ஏற்றி இறக்கும் வேலை பெருமளவில் எந்திரமயப்படுத்தப்பட்டுள்ளது, இங்கு பல தானியங்கி எந்திரங்கள் செயல்படுகின்றன, பயணிகளுக்குப் பல்வேறு வசதிகள் செய்து தரப்பட்டுள்ளன, கப்பல் துறைகள் வசதியானவை. இத்தகைய துறைமுகங்களில் பல சேவை வசதிகள் நன்கு வளர்ச்சியடைந்துள்ளன.

உலகில் மிகப் பெரும் சரக்குப் போக்குவரத்தை உடைய துறைமுக மாகிய ரோட்டர்டாம் (நெதர்லாந்து) ரைன் சமவெளியின் வட ஆற்றங் காலில், வட கடலிலிருந்து 33 கி.மீ. தொலைவில் உள்ளது. 19 மீட்டர் ஆழமுடைய (நீர் வற்றத்தின் போது) ஒரு கால்வாய் இத்துறைமுகத்தை வட கடலுடன் இணைக்கிறது. இங்கு கடலேற்றம் 1.8 மீட்டரை எட்டுகிறது. ரோட்டர்டாம் துறைமுகம் ஒரு பெரும் துறைமுக இணையமாகும். இதில் ஆற்றுத் துறைமுகம், கடல் துறைமுகம், புற துறைமுகம், சுமார் 50 துறைகள், துறைமுக நுழைவாயில்கள் போன்றவை உள்ளன. துறைமுகத்தின் ஒரு பகுதி ரோஸென்பர்க் எனும் தீவில் உள்ளது, இது ஐரோபோர்ட் எனப்படுகிறது. இது ஒரு தொழில் துறைப் பிரதேசமாகும்; இங்கு பெரும் உலோகத் தொழிற்சாலைகளும் எண்ணெய் சுத்திகரிப்பாலைகளும் உள்ளன. ரோட்டர்டாம் துறைமுக வரம்புகளுக்குள் ஏராளமான கப்பல் துறைகளும் விசேஷ கப்பல் நிற்குமிடங்களும் ஓடத்துறைகளும் இருக்கின்றன. கப்பல் துறைகளின் மொத்த நீளம் 30 கிலோமீட்டருக்கும் அதிகம். இத்துறைமுகத்தில் உள்ள கிடங்குகளின் மொத்தப் பரப்பு 5 லட்சம் சதுர மீட்டரை விஞ்சும்; இங்கு 5 மில்லியன் கன மீட்டருக்கும் கூடுதலான எண்ணெய்ப் பொருட்களை சேமித்து வைக்கலாம். 10க்கும் மேற்பட்ட எலிவேட்டர்கள், ஒரு சில பெரும் குளிர்பதனப்

பெட்டிகள், இன்னும் இது போன்ற கிடங்குகள் ஆகியவையும் இங்குள்ளன. இத்துறைமுகம் ஒரே நேரத்தில் 375 கப்பல்களைக் கையாள வல்லது. 2.5 லட்சம் டன் வரையிலான பாரத் திறன் உடைய பெரும் எண்ணெய்க் கப்பல்களும் இங்கு வந்து செல்ல வசதியுள்ளது; இவை ஐரோபோர்ட்டிற்கு வருகின்றன. நிலக்கரி, தாதுப் பொருட்கள், மரங்கள் முதலியவற்றை ஏற்றி வரும் பெரும் கப்பல்களுக்கு இங்கு விசேஷ துறைகள் உள்ளன. ரைன் ஆற்று மார்க்கங்கள், நன்கு வளர்ச்சியடைந்த இருப்புப் பாதைகள், நெடுஞ் சாலைகள், எண்ணெய்க் குழாய் ஆகியவை ரோட்டர்டாம் துறைமுக இணையத்தை உள்நாட்டுடன் இணைக்கின்றன. தன் தன்மையில் இது ஒரு இடைநிலைத் துறைமுகமாகும்; இங்கே கடல் மூலம் வந்த பெரும் சரக்குகள் ஆற்றில் செல்லும் கப்பல்களுக்கும் எண்ணெயும் எண்ணெய்ப் பொருட்களும் எண்ணெய்க் குழாய்க்கும் மாற்றப்படுகின்றன. அத் துறைமுகத்தின் மொத்த சரக்குப் போக்குவரத்தில் 50%க்கும் மேற்பட்டவை திரவநிலையிலுள்ள சரக்குகளாகும்; திடநிலையிலுள்ள சரக்குகளில் பல்வேறு தாதுப் பொருட்களும், நிலக்கரியும் தானியமும் சில்லறை சரக்குகளும் விஞ்சி நிற்கின்றன. ஓராண்டில் இத்துறைமுகத்தின் வழியே சுமார் 1.7 மில்லியன் பயணிகள் செல்கின்றனர். ரோட்டர்டாம் ஐரோப்பிய பொதுச் சந்தையின் முக்கியத் துறைமுகமாக மாறியதால் இதன் சரக்குப் போக்குவரத்து அதிகரித்தது, துறைமுகம் புனரமைக்கப்பட்டது. சமீப ஆண்டுகளின் நெருக்கடிகா இந்த மாபெரும் துறைமுகத்தையும் பாதித்துள்ளன என்பதையாம் இங்கு குறிப்பிட வேண்டும்.

இன்னொரு ஐக்கிய துறைமுக இணையம் - **டோக்கியோ - யோகஹாமா - கவாசாகி - தீபா** - ஜப்பானில் டோக்கியோ வளைகுடாவின் கரையில் உள்ளது. இதில் டோக்கியோ மைய இடத்தை வகிக்கிறது வெளிநாட்டுச் சரக்குகளுக்கான புற துறைமுகமாக யோக்கஹாமா விளங்குகிறது; இது கெய்ஹின் கால்வாயால் டோக்கியோ துறைமுகத்துடன் இணைக்கப்பட்டுள்ளது; கவாசாகியும் தீபாவும் இந்த இணையத்தின் தொழில் துறைத் துறைமுகங்களாகும். இந்த இணையத்தில் 200க்கும் மேற்பட்ட கப்பல் துறைகள் உள்ளன; இவற்றில் பெரு பகுதி யோக்கஹாமாவில் உள்ளது. மேற்கூறிய துறைமுகங்கள் ஒவ்வொன்றிலும் உள்ள கப்பல் துறைகளில் ஒரு பகுதி விசேஷ வசதிகளைக் கொண்டுள்ளது. உதாரணமாக, ஆசியாவிலேயே பெரிய கண்டெய்னர் டெர்மினல் டோக்கியோவில் தோற்றுவிக்கப்பட்டுள்ளது தீபாவில் 2 லட்சம் டன் வரையிலான

பாரத்திறனைக் கொண்ட எண்ணெய்க் கப்பல்கள் நிற்பதற்காக தீவு கப்பல் துறை உருவாக்கபட்டுள்ளது, இது நீரடி எண்ணெய்க் குழாய்களால் கரையுடன் இணைக்கப்பட்டுள்ளது; யோக்கஹாமாவில் இரசாயனப் பொருட்கள் தானியம் இதரவற்றை ஏற்றி இறக்க விசேஷ கப்பல் துறைகள் இருக்கின்றன. இத்துறைமுகத்தில் இறக்குமதியாகும் முக்கியப் பொருட்கள் எண்ணெய், எண்ணெய்ப் பொருட்கள், பாக்சைட்டுகள், பால்பரைட்டுகள், கம்பளம் ஆகியவையாகும்; இங்கிருந்து ஏற்றுமதியாகும் பொருட்களில் உலோகம், எந்திரங்கள், பட்டு, துணிகள், இன்னும் சிறு தொழில் துறை பண்டங்கள் முக்கிய இடம் வகிக்கின்றன. பயணிகள் போக்குவரத்து இந்தத் துறைமுக இணையத்தின் இயக்கத்தில் குறிப் பிடத்தக்கதொரு அம்சமாகும். ஜப்பானின் பரப்பு சிறியது, எனவே இத்துறைமுகங்களை ஒட்டிய உள்நாட்டுப் பரப்பும் அளவில் சிறியது. ஆனால் இவற்றின் வெளித் தொடர்புகள் பரவலானவை; ஏனெனில் இந்நாட்டின் தொழில் துறை பெரும்பாலும் வெளியிலிருந்து வரும் மூலப்பொருட்களின் அடிப்படையில் தான் இயங்குகிறது, தயாரான பொருட்களில் கணிசமான பகுதியையும் இது தொலை தூரங்களில் உள்ள வெளிச் சந்தைகளில் தான் விற்கிறது.

இன்று விசேஷ துறைமுகங்கள் மேன்மேலும் முக்கியமானவையாக மாறி வருகின்றன. இங்கே குறிப்பிட்ட ஒரு வகையான சரக்கு மட்டுமே ஏற்றியிறக்கப்படுகிறது. சில சந்தர்ப்பங்களில் இத்தகையதொரு துறைமுகம் ஒரே விதமான சரக்கை ஏற்றியிறக்கும் பெரும் மையமாக வளருகிறது, இதற்கு நாட்டின் உட்பிரதேசங்களுடன் நெருங்கிய பொருளாதாரத் தொடர்புகள் ஏற்படுகின்றன. குறிப்பாக இது மூலப் பொருட்களை ஏற்றி அனுப்பும் துறைமுகங்களுக்குப் பொருந்தி வரும். விசேஷ துறைமுகங்களில் ஆழமான டெர்மினல்கள் மேன்மேலும் அதிகமாகத் தோற்றுவிக்கப்படுகின்றன.

பல்வேறு வகையான விசேஷ துறைமுகங்கள் கப்பல்கள் நிற்கும் நேரத்தையும் சரக்குகளை ஏற்றி இறக்கும் செலவுகளையும் குறைக்கவும் எந்திரங்கள், கம்ப்யூட்டர்களைப் பரவலாகப் புகுத்தவும் உதவுகின்றன. இதனால் சாதாரண துறைமுகங்களை விட விசேஷ துறைமுகங்களில் சரக்குகளை ஏற்றி இறக்கும் வேலை விரைவாக நடைபெறுகிறது. ஒரு சில விசேஷ துறைமுகங்களின் சரக்குப் போக்குவரத்து பெருமளவுகளை எட்டுகிறது. உதாரணமாக, மேனா-ஏல்-அஹ்மாதி என்னும் குவெய்த் நாட்டு எண்ணெய்த் துறைமுகத்தின் சரக்குப் போக்குவரத்து நார்வே மற்றும் டென்மார்க்

ஆகிய நாடுகளில் உள்ள எல்லாத் துறைமுகங்களின் மொத்த சரக்குப் போக்குவரத்தை விட அதிகம். ஆனால் இத்துறைமுகத்தை உலக முக்கியத்துவம் வாய்ந்த பெரும் துறை முகமாகக் கருத முடியாது, ஏனெனில் இதில் துறைமுக இணையம் முழுவதும் போதுமான அளவு வளர்ச்சியடையவில்லை, இது முறையான கடல் மார்க்கங்களின் தளமாகத் திகழவில்லை, இது ஒரு பெரிய நகரமும் அல்ல.

நவீன விசேஷ துறைமுகங்கள் பெரும்பாலும் எரிபொருளையும் மூலப் பொருளையும் ஏற்றுமதி செய்கின்றன. இவற்றில் எண்ணெய்த் துறைமுகங்கள் அதிகம் உள்ளன. இவற்றில் பெரும் பகுதி பாரசீக வளைகுடாவிலும் ஓமன் வளைகுடாவிலும் உள்ளன. இவற்றில் ரஸ் தனூரா (சவுதி அரேபியா), ஹார்க் (இரான்), மேனா - ஏல் - அஹமாதி (குவெய்த்), ஹோர் - ஏல் - அமாயா (இராக்) போன்றவை முக்கியமாகக் குறிப்பிடத்தக்கவை. பின்வரும் பெரும் எண்ணெய்த் துறைமுகங்கள் வடக்கு மற்றும் தெற்கு அமெரிக்காவில் உள்ளன : லாசாலினா, புயெர்ட்டோ மிராண்டா (வெனிசுவேலா), அரானியஸ்டாட் (அரூபா தீவு), வில்லெம் ஸ்டாட் (நெதர்லாந்தின் வசமுள்ள கியூரசாவோ தீவு), ஹியூஸ்டன், போமான்ட் (அமெரிக்க ஐக்கிய நாடு, மெக்சிக்கோ வளைகுடா). வடக்கு ஆப்பிரிக்காவில் உள்ள பெரிய எண்ணெய்த் துறைமுகங்களாவன : பெஜாயியா (அல்ஜீரியா), செஹிரா (துனீஷியா), மார்சா-பிரேகா, எஸ் சிடெர் (லிபியா). மேற்கு ஆப்பிரிக்காவில் போன்னி (நைஜீரியா) பெரும் எண்ணெய்த் துறைமுகமாகும். பாலிக்கப்பான், பிளாத்ஜூ , துமாய் முதலியவை இந்தோனீசியாவில் உள்ள எண்ணெய் ஏற்றுமதித் துறைமுகங்களாகும்.

விசேச எண்ணெய்த் துறைமுகங்களில் நுழைவாயில் துறைகள், இடம் விட்டு இடம் நகரும் மிதவைகள், புறப் பகுதி துறைகள் ஆகியவை கட்டப்படுகின்றன; பெரும் எண்ணெய்க் கப்பல்கள் வந்து தங்கவும் கரையிலுள்ள எண்ணெய்க் கிடங்குகளிலிருந்து குழாய்கள் மூலம் கப்பல்களுக்கு எண்ணெயைக் கொண்டு வரவும் வசதிகள் செய்யப்பட்டுள்ளன. இதனால் அதிக எண்ணிக்கையில் எண்ணெய்க் கப்பல்கள் வந்து செல்ல முடியும், அதிக சரக்குகளை ஏற்றி இறக்க முடியும்.

திடநிலையிலுள்ள சரக்குகளுக்கான விசேஷ துறைமுகங்களில் பெருமளவிலான, முக்கியமாக இறைந்து போகும் சரக்குகளை ஏற்றி இறக்க வசதிகள் உள்ளன, இதற்கேற்ற கிடங்குகளும்

எந்திரங்களும் இருக்கின்றன. குவேபெக், மாண்ட்ரியல், செயின்ட் ஜான், ஹாலிஃபாக்ஸ் (கானடா), ஹியூஸ்டன், ஹால்விஸ்டன், நியூ அர்லியான் (அமெரிக்கா), ஃப்ரீமான்டல், போர்ட் அடிலெயிடு (ஆஸ்திரேலியா), பாங்காக் (தாய்லாந்து), ரங்கூன் (பர்மா) ஆகியவை பெரும் தானியத் துறைமுகங் களாகும்.

தாதுப் பொருட்களை ஏற்றி இறக்கும் துறைமுகங்களில் வலியோ (ஸ்வீடன்), கிர்கேனேஸ் (நார்வே), பொர் - கார்தியே (கானடா), மன்ரோவியா (லைபீரியா), கனாக்ரி (கினி), சென்னை, விசாகப் பட்டினம் (இந்தியா) ஆகியவை முக்கியமானவை.

ஹெம்ப்டன் ரோட்ஸ் (அமெரிக்கா), சிட்னி, போர்ட் கேம்பிலா, நியூ கேசல் (ஆஸ்திரேலியா) ஆகிய துறைமுகங்களின் மூலம் பெருமளவு நிலக்கரி அனுப்பப்படுகிறது.

பின்லாந்து, ஸ்வீடன் மற்றும் கானடாவின் துறைமுகங்களின் வழியே பெருமளவில் மரமும் மற்ற மரப் பொருட்களும் ஏற்றுமதி ஆகின்றன; வெப்ப மண்டல மர வகைகள் ஆப்பிரிக்கத் துறைமுகங் களில் இருந்து ஏற்றுமதியாகின்றன.

நவீன துறைமுக வளர்ச்சியில் புதியவற்றின் கட்டுமானத்தை விட பழையவற்றைப் புதுப்பிப்பது அதிக முக்கியத்துவம் வாய்ந்ததாக விளங்குகிறது. இப்போக்கு அனேகமாக எதிர்காலத்திலும் தொடரும். துறைமுகங்களை நவீனமயப்படுத்தும் போது துறைமுகங்களின் நுழை வாயில்களை ஆழப்படுத்துவது, பெரும் கப்பல்கள் நுழைய வசதிகள் செய்வது, சரக்குகளை ஏற்றி இறக்கும் நடவடிக்கைகளை எந்திரமயப்படுத்துவது, துறைமுகத்திற்கு வரும் இருப்புப் பாதைகள், சாலைகளை வளர்ப்பது முதலியவற்றின் மீது முக்கியக் கவனம் செலுத்தப்படுகிறது. இதனால் துறைமுகங்களை இன்னமும் அதிகமாகப் பயன்படுத்த இயலும்.

கடல் மார்க்கங்களும் சரக்கு மற்றும் பயணிகள் போக்குவரத்தும்

கடல் மார்க்கங்கள் என்பவை துறைமுகங்களுக்கு இடையில் கப்பல்கள் செல்லும் பாதைகளாகும். தரை மீதுள்ள போக்குவரத்து மார்க்கங்களிலிருந்து இவை மாறுபடுகின்றன. கடல் மார்க்கங்கள் இயற்கையால் தோற்றுவிக்கப்பட்டவையாதலால் இவற்றைக் கட்டவோ, பராமரிக்கவோ, பழுது பார்க்கவோ எவ்விதச் செலவும் கிடையாது. கடல்கள் விரிந்து பரந்தவையாதலால் நடைமுறையில் எவ்வளவு கப்பல்கள் வேண்டுமானாலும் இவற்றில் செல்லலாம்.

கடல் மார்க்கங்களின் வழியே எவ்வளவு எடையுள்ள சரக்குகளை வேண்டுமானாலும் எடுத்துச் செல்லலாம். ஒரு சில ஜலசந்திகள், கால்வாய்களைத் தவிர மற்ற கடல் மார்க்கங்களின் சரக்கு இடப்பெயர்வுத் திறன் வரம்பற்றது. எவ்விதச் சரக்கையும் எடுத்துச் செல்லவல்ல பெரும் சரக்குக் கப்பல்கள் இம்மார்க்கங்களின் வழியே செல்லலாம்.

கடல் மார்க்கங்களுக்குப் பல அனுகூலங்கள் இருந்த போதிலும் இங்கும் நெருக்கடிகள் உண்டு. இவற்றைப் பயன்படுத்துவதன் மீது இயற்கைச் சூழ்நிலைகள் கணிசமான தாக்கம் செலுத்துகின்றன. உலகக் கடல்களின் பல பிரதேசங்களில் ஆண்டு முழுவதும் கப்பல் போக்குவரத்து சாத்தியமில்லை. ஒரு குறிப்பிட்ட காலம் மட்டுமே இது சாத்தியமாயுள்ளது. இதனால் கப்பல்கள் செயலற்று நிற்கின்றன, சரக்குகள் துறைமுகங்களில் தேங்குகின்றன.

துறைமுகங்களுக்கு இடையிலான தூரங்களைக் குறைப்பதற்காக கடல் மார்க்கங்கள் ஜலசந்திகளின் ஊடாகப் போடப்படுகின்றன. உதாரணமாய், லாமான்ஷ் ஜலசந்தி வழியே பெரும் கப்பல் போக்கு வரத்து நடைபெறுகிறது. நாளொன்றிற்கு இதன் வழியே 1,000க்கும் மேற்பட்ட கப்பல்கள் செல்கின்றன. ஜிப்ரால்டர் ஜலசந்தி வழியாக நாள்தோறும் 400க்கும் மேற்பட்ட கப்பல்கள் செல்கின்றன. பாப்-ஏல் மன்தேப் ஜலசந்தி ஒரு முக்கியப் போக்குவரத்து மார்க்கமாகியுள்ளது. பஸ்போர், தார்தனேல்ஸ் ஜலசந்திகளும் முக்கியப் போக்குவரத்து மார்க்கங்களாகத் திகழுகின்றன.

சில சமயம் செயற்கைக் கால்வாய்களின் மூலம் கடல் பாதைகளைக் குறைக்க நேரிடுகிறது. உதாரணமாக, பனாமாக் கால்வாய் அட்லாண்டிக் பெருங்கடலுக்கும் பசிபிக் பெருங்கடலுக்கும் இடையிலான தூரத்தை 14,000 கி.மீ. குறைக்கிறது. சூயஸ் கால்வாய் இந்தியப் பெருங்கடலிலிருந்து அட்லாண்டிக் பெருங்கடலுக்குச் செல்லும் தூரத்தைக் கிட்டத்தட்ட 9,000 கி.மீ. குறைக்கிறது. கீல் கால்வாய் பால்டிக் கடலுக்கும் வட கடலுக்கும் இடையிலான தூரத்தை 685 கி.மீ. குறைக்கிறது. இது கடல் மார்க்கங்களை நன்கு பயன்படுத்த உதவுகிறது. பல்வேறு விதமான கடல் மார்க்கங்கள் ஏராளமான எண்ணிக்கையில் இருந்தாலும், இவற்றின் வர்த்தக முக்கியத்துவம் ஒரே மாதிரியானதல்ல. எனவே, இவை எந்தப் பிரதேசங்களின் வழியாகச் செல்கின்றன என்பதையும் இவற்றின் போக்குவரத்துப் பணியையும் பொறுத்து இவை சில வகைகளாகப் பிரிக்கப்படுகின்றன.

உலகக் கடல் மார்க்கங்கள் ஒன்று அல்லது அதற்கு மேற்பட்ட கடல்களின் வழியே செல்கின்றன. இவை பல்லாயிரம் மைல்கள் நீளமுடையவை, வெவ்வேறு கண்டங்களில் உள்ள துறைமுகங்களை இணைக்கின்றன.

பிரதேசக் கடல் மார்க்கங்கள் குறிப்பிட்ட வரம்புகளுக்குள் இருக்கும் கடல்களின் வழியாகச் செல்லுகின்றன; பல நூறு மைல்கள் நீளமுடைய இவை பல்வேறு நாடுகளில் உள்ள துறைமுகங்களை இணைக்கின்றன. ஹாம்பர்க் - லண்டன் மார்க்கம் இதற்கு நல்ல உதாரணமாகும்.

கரையோரக் கடல் மார்க்கங்கள் ஒரே நாட்டின் துறைமுகங்களுக்கு இடையிலானவை. இவை ஒன்று அல்லது அதற்கு மேற்பட்ட நீர்த் தேக்கங்கள் வழியாகவோ (சிறு கரையோரக் கடல் மார்க்கம்) அல்லது சில கடல்கள் வழியாகவோ (பெரும் கரையோரக் கடல் மார்க்கம்) செல்லலாம்.

இன்று உலக மற்றும் பிரதேசக் கடல் மார்க்கங்கள் தான் முக்கிய மானவையாகத் திகழுகின்றன. ஒரே நாட்டுக் கரையோரக் கடல் மார்க்கங்கள் அவ்வளவு முக்கியமானவையல்ல.

உலகக் கடல்களில் கடல் மார்க்கங்கள் பெரிதும் சமமற்றுப் பரவியுள்ளன. ஒரு சில பிரதேசங்களில் மட்டுமே இம்மார்க்கங்கள் மிகுந்து திரண்டு காணப்படுகின்றன.

கடல் மார்க்கங்கள் எங்கு எப்படி இருக்கின்றன என்பது ஒரு புறம் பல்வேறு இயற்கைக் காரணிகளாலும் மறுபுறம் பல்வேறு சமூக பொருளாதாரக் காரணிகளாலும் நிர்ணயிக்கப்படுகிறது. முந்தியவற்றில் கரையோர அமைப்பு, கப்பல் போக்குவரத்தின் மீது தாக்கம் செலுத்தும் நீர்ப்பரப்பு மற்றும் பருவநிலைச் சூழ்நிலைகள், கப்பல்கள் செல்ல வல்ல ஜலசந்திகளும் செயற்கைக் கால்வாய்களும் இருப்பது ஆகிய வற்றைக் குறிப்பிட வேண்டும். பிந்தியவற்றில் நாட்டின் பூகோள நிலை, எந்தத் துறையில் இந்நாடு தனிக் கவனம் செலுத்துகிறது எனும் அம்சம், மூலப்பொருட்களின் இருப்பு, துறைமுகங்கள் இருப்பது, சர்வதேச மற்றும் அரசுகளுக்கு இடையிலான உறவுகள் ஆகியவை குறிப்பிடத்தக்கவை.

கடல் மார்க்கங்கள் காலத்தில் நிலையானவை அல்ல. தனிப்பட்ட நாடுகள் அல்லது முழு பிரதேசங்களின் சமமற்ற வளர்ச்சியின் விளைவாகவும் சர்வதேச நிலவரம், அரசியல் உறவுகள், பொருளாதார, கலாசார, தொழில் நுட்பப் பரிவர்த்தனை ஆகியவற்றில் ஏற்படும் மாற்றங்களின்

விளைவாகவும் இம்மார்க்கங்களும் மாறுகின்றன. கப்பல்கள் மேம்படுத்தப்பட்டு வருவதாலும் இம்மாற்றங்கள் ஏற்படுகின்றன.

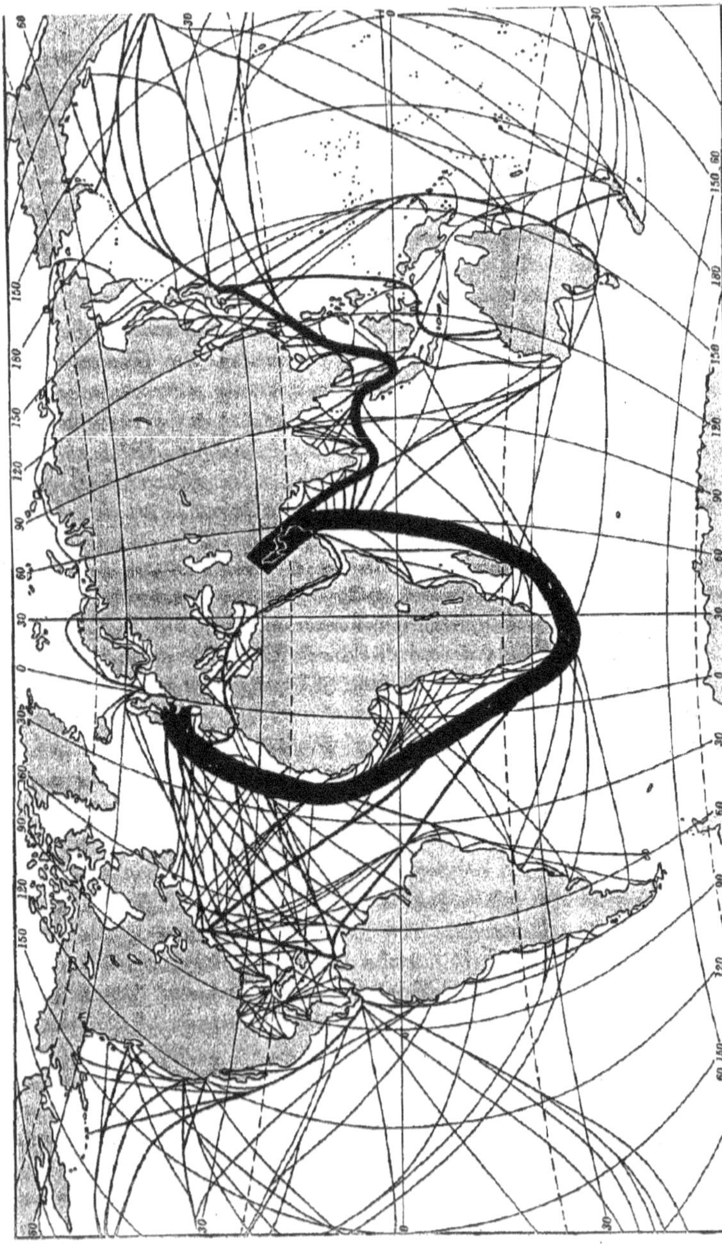

உலகக் கடல்களில் முக்கிய மார்க்கங்களும் சரக்குப் போக்குவரத்தும்

உதாரணமாக, மிகப் பெரும் பாரத் திறனுள்ள நவீன கப்பல்களால் (2.5-3.0 லட்சம் டன்) சூயஸ், பனாமா, கீல் கால்வாய்களின் மூலம் செல்ல முடியாது. எனவே இவை சுற்றி வளைத்து, நீண்ட தூரம் செல்ல வேண்டி வருகிறது.

கப்பல் போக்குவரத்தில், முறைப்படி செல்லும் கப்பல் போக்குவரத்து, அவ்வப்போது செல்லும் கப்பல் போக்குவரத்து எனும் இரண்டு வடிவங்கள் வரலாற்று ரீதியாக உருவாகியுள்ளன. முறைப்படி செல்லும் கப்பல் போக்குவரத்தில் ஒரு கப்பலோ, ஒன்றிற்கும் மேற்பட்ட கப்பல்களோ குறிப்பிட்ட துறைமுகங்களுக்கு இடையில் முறைப்படி, குறிப்பிட்ட கால அட்டவணைக்கேற்ப செல்லும். எந்த நிலையான மார்க்கங்களில் இரண்டு திசைகளிலும் சரக்குப் போக்குவரத்து நடைபெறுகிறதோ அங்கெல்லாம் இத்தகைய கப்பல் போக்குவரத்து நிலவுகிறது. இது சுமார் 800 மார்க்கங்களில் உள்ளது, திடநிலையில் உள்ள சரக்குகளை எடுத்துச் செல்லும் கப்பல் களில் 30% இம்மார்க்கங்களில் இயங்குகின்றன. அவ்வப்போது செல்லும் கப்பல் போக்குவரத்து முறையில் கப்பல்கள், விசேஷ ஒப்பந்தங்களின்படி முடிவு செய்யப்படும் மார்க்கங்களில் ஓரிரு முறை செல்கின்றன. நிலையற்ற போக்குவரத்து - பொருளாதாரத் தொடர்புகள் நிலவும் போதும் குறைந்த அளவில் சரக்குகள் அனுப்பப்படும் போதும் இம்முறை பயன்படுத்தப்படுகிறது. இந்த இரு வகைகளில் முறைப்படி செல்லும் கப்பல் போக்குவரத்து மேம்பாடடைந்துள்ளது, ஏனெனில் இதனால் கப்பல்களை ஆதாயம் தரும் வழியில் பயன்படுத்த முடியும்.

கடல் போக்குவரத்தின்போது சரக்குப் போக்குவரத்து. என்றொரு கருத்தினம் தோன்றுகிறது. இது குறிப்பிட்ட கால அலகில் குறிப்பிட்ட திசையில் எடுத்துச் செல்லப்படும் சரக்குகளின் அளவைக் குறிக்கிறது. அளவு, கட்டமைப்பு, திசை எனும் மூன்று குறியீடுகள் சரக்குப் போக்குவரத்தில் அடங்கும். இக்குறியீடுகள், எந்த மாதிரியான போக்குவரத்து சாதனங்கள் எவ்வளவு தேவை என்றும் சரக்குகள் எம்மாதிரியானவை என்றும் நிர்ணயிக்கின்றன; எந்தப் பிரதேசங்களுக்கு சரக்குகள் செல்கின்றன என்பதையும் இவை சுட்டிக் காட்டுகின்றன. சரக்குப் போக்குவரத்தின் சம அளவு மட்டம் காலத்தில் இது எப்படி மாறுபடுகிறது என்பதைப் பிரதிபலிக்கிறது. இக்குறியீட்டின்படி சரக்குப் போக்குவரத்தை, ஆண்டு பூராவும் நடைபெறும் சரக்குப் போக்குவரத்து, குறிப்பிட்ட பருவகாலங்களில்

நடைபெறும் சரக்குப் போக்குவரத்து, அவ்வப்போது நடைபெறும் சரக்குப் போக்குவரத்து என்று பிரிக்கலாம்.

சர்வதேச உழைப்புப் பிரிவினையின் பயனாய் உலக கப்பல் சரக்குச் சந்தை உருவாகியுள்ளது; உலகப் பொருளாதாரப் பரிவர்த்தனைக்கு உதவும் உலகச் சந்தை எனும் மாபெரும் முறையில் இது அடங்கியுள்ளது. இந்த இரண்டும் ஒன்றன் மீது ஒன்று பரஸ்பரம் தாக்கம் செலுத்துகின்றன.

கப்பல்களின் தன்மைக்கேற்ப உலக கப்பல் சரக்குச் சந்தை, முறைப்படி திடநிலையிலுள்ள சரக்குகளை எடுத்துச் செல்லும் கப்பல் சந்தை, அவ்வப்போது சரக்குகளை எடுத்துச் செல்லும் கப்பல்களின் சந்தை, எண்ணெயை எடுத்துச் செல்லும் கப்பல்களின் சந்தை, குளிர்ப்பதனப் பெட்டிகளில் சரக்குகளை எடுத்துச் செல்லும் கப்பல்களின் சந்தை, வாயுவை எடுத்துச் செல்லும் கப்பல்களின் சந்தை, இன்னபிற சந்தைகள் என்று பிரிக்கப்படுகிறது. இச்சந்தைகளில் ஒவ்வொன்றும் தனித்தனியான பூகோளப் பகுதிகளால், அதாவது குறிப்பிட்ட சரக்கு பெருமளவில் கையாளப்படும் பிரதேசங்களால் ஆனது. உதாரணமாக, வட அமெரிக்கப் பகுதி, பசிபிக் பகுதி, தென் அமெரிக்கப் பகுதி, வட ஐரோப்பியப் பகுதி, மத்திய தரைக் கடல் பகுதி, தொலை கிழக்குப் பகுதி, இந்தியப் பகுதி, ஆஸ்திரேலியப் பகுதி ஆகியவைதான் திடசரக்குப் போக்குவரத்து சம்பந்தமான சந்தையின் முக்கியப் பூகோளப் பகுதிகளாகும். இப்பகுதிகள் உருவாவதும் பிரிக்கப்படுவதும் வெறும் பூகோளப் பிரச்சினை மட்டுமல்ல, ஏனெனில் ஒவ்வொரு பகுதியும் உருவாவதில் பூகோள நிலையைத் தவிர இன்னும் சில காரணிகளும் பங்காற்றுகின்றன. எடுத்துச் செல்லப்படும் சரக்குகளின் கட்டமைவு, அளவு, துறைமுகங்களின் தொழில்நுட்ப வாய்ப்புகள், எந்த நேரத்தில் எந்தச் சரக்கு வேண்டுமென்ற தேவை, இன்னும் சில காரணிகள் ஆகியவைதான் இப்பகுதியில் செல்லும் கப்பல்களின் வகைகளையும் கொள்ளளவையும் நிர்ணயிக்கின்றன.

இவ்வாறாக, உலக கப்பல் சரக்குச் சந்தை ஒரு சிக்கலான பொருளாதார முறை எனலாம். இதில் தனிப்பட்ட கப்பல்களின் பாரத்திறன் மற்றும் பூகோளப் பகுதிகள் பல்வேறு சார்பு இழைகளால் பிணைக்கப்பட்டுள்ளன; இவை ஒன்றின் மீது ஒன்று பரஸ்பரம் தாக்கம் செலுத்துகின்றன.

கப்பல்களின் பாரத்திறன் சரக்குகளின் எடையை விட அதிகமாக இருக்கும்போது அது கப்பல் சரக்குச் சந்தை நிலவரத்தின் மீது

கணிசமான தாக்கம் செலுத்துகிறது. இதனால் சரக்குக் கட்டணங்களில் பெரும் மாற்றங்கள் ஏற்படுகின்றன, முதலாளித்துவ நாடுகளின் கப்பல் கம்பெனிகளுக்கு இடையில் போட்டி வலுக்கிறது.

அதே நேரத்தில் சோஷலிச நாடுகளுக்கு இடையிலான ஒத்துழைப்பு வளர்ந்து வருவதால், கப்பல்களின் வாய்ப்புகள் (கப்பல் வகைகள், இவற்றின் கொள்ளளவு, எண்ணிக்கை) சரக்குப் போக்குவரத்தின் தேவைகளுக்கு ஏற்றபடி இருக்குமாறு செய்து தம் சரக்குப் போக்குவரத்து நடவடிக்கைகளை அமைத்துக் கொள்ள இவற்றால் முடிகிறது.

இரண்டாவது உலக யுத்தத்திற்குப் பிந்தைய ஆண்டுகளில் கப்பல் களின் பாரத்திறனும் கப்பல் வகைகளும் கணிசமாக மாறின, கடல் வழியே எடுத்துச் செல்லப்படும் சரக்குகளின் அளவும் பெருகியது. உதாரணமாக, 1950க்கும் 1984 க்கும் இடைப்பட்ட காலத்தில் சர்வதேசக் கடல் சரக்குப் போக்குவரத்து 0.5 பில்லியன் டன்னிலிருந்து 3.4 பில்லியன் டன்னாக, அதாவது கிட்டத்தட்ட 7 மடங்கு அதிகரித்தது. உலகப் பொருளாதார வளர்ச்சி, உலக அரங்கில் ஏற்பட்ட சமூக பொருளாதார மற்றும் அரசியல் மாற்றங்கள், குறிப்பாக, உலக சோஷலிச அமைப்பு உருவானது, காலனியாதிக்க முறை தகர்ந்து விழுந்தது, விஞ்ஞான- தொழில் நுட்பப் புரட்சி, இதனால் இதுவரை காணாத அளவிற்கு உற்பத்திச் சக்திகள் வளர்ந்தது, உலக மக்கள் தொகை அதிகரித்தது. முதலாளித்துவ உலகில் மூடிய அரசியல் மற்றும் பொருளாதாரக் குழுக்கள் தோற்றுவிக்கப்பட்டது ஆகியவையெல்லாம் இந்த அதிகரிப்பிற்குக் காரணங்களாகும். உலகக் கடல்களின் வழியாக எடுத்துச் செல்லப்படும் சரக்குகளின் அளவு எதிர்காலத்தில் இன்னமும் கணிசமாகப் பெருகும் என்று எதிர்பார்க்கப்படுகிறது.

இன்று உலகக் கடல்களின் வழியே செல்லும் சரக்குப் போக்கு வரத்தில் வளர்ச்சியடைந்த முதலாளித்துவ நாடுகள் முக்கியப் பங்காற்றுகின்றன. இவை இறக்குமதியில் முதலிடத்தையும் ஏற்றுமதியில் இரண்டாவது இடத்தையும் வகிக்கின்றன. ஏற்றுமதியில் முக்கிய இடங்களை வகித்து வந்த மேற்கு ஐரோப்பிய நாடுகள் இன்று பின்னுக்குத் தள்ளப்பட்டு விட்டன. சமீப ஆண்டுகளாக எண்ணெய் மற்றும் தாதுப் பொருட்களின் ஏற்றுமதியைக் கணிசமாக அதிகரித்த ஆசிய நாடுகள் இந்த இடங்களைப் பிடித்தன. ஆப்பிரிக்க, லத்தீன் அமெரிக்க நாடு களில் இருந்து நடைபெறும் எரிபொருள் மற்றும் மூலப்பொருள்

1984இல் கடல்களின் வழியே உலகில் எடுத்துச் செல்லப்பட்ட முக்கிய சரக்குகள்

1 — எண்ணெயும் எண்ணெய் பொருட்களும்; 2 — இரும்புத் தாது; 3 — நிலக்கரி; 4 — தானியம்; 5 சில்லறை சரக்குகள்; 6 — இதரவை

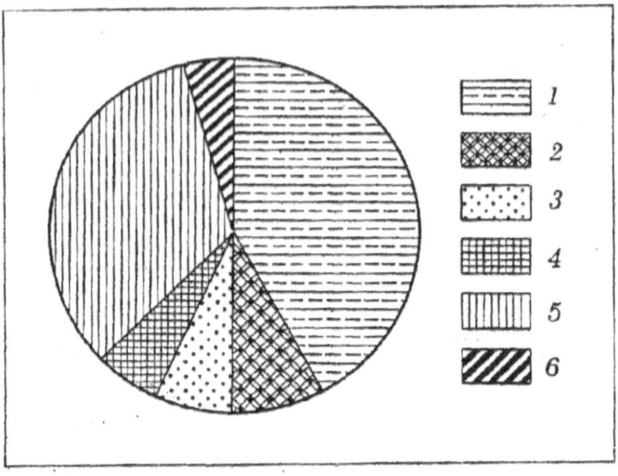

ஏற்றுமதி பெரிதும் கூடியுள்ளது. இங்கிருந்து நடைபெறும் ஏற்றுமதியின் அளவு மேற்கு ஐரோப்பா, வட அமெரிக்காவிலிருந்து நடைபெறும் ஏற்றுமதியின் அளவிற்குச் சமமானதாகியுள்ளது, ஒரு சில சரக்குகளைப் பொறுத்தமட்டில் இந்த அளவை விஞ்சியும் நிற்கிறது. ஆஸ்திரேலியாவின் மூலப்பொருள் ஏற்றுமதியும் குறிப்பிடத்தக்க அளவு அதிகரித்துள்ளது.

கடல்மூலம் என்னென்ன பொருட்கள் எடுத்துச் செல்லப்படுகின்றன என்பது படம் 15இல் காட்டப்பட்டுள்ளது. இதிலிருந்து இன்று திடநிலையிலுள்ள சரக்குகளின் அளவு திரவ நிலையிலுள்ள சரக்குகளின் அளவை சிறிது விஞ்சி நிற்பது தெரிகிறது. திட சரக்குகளில், இறைந்து போகும் சரக்குகளை விட சில்லறைப் பொருட்களின் அளவு அதிகரிக்கும் போக்கு தென்படுகிறது. திரவநிலையிலுள்ள சரக்குகளையும் திடநிலையிலுள்ள சரக்குகளையும் எடுத்துச் செல்வதில் சில சிறப்பு அம்சங்கள் உண்டு. இவற்றை சுருக்கமாகப் பார்ப்போம்.

கடல் வழியே நடைபெறும் திரவ நிலையிலுள்ள சரக்குகளின் போக்குவரத்து

திரவ நிலையிலுள்ள சரக்குகளில் பெரும் பகுதி எண்ணெயும் எண்ணெய்ப் பொருட்களுமாகும். இன்று உலகில் முக்கிய

எண்ணெய் எடுப்பு மையங்கள் மத்திய கிழக்கு, மேற்கு மற்றும் வட ஆப்பிரிக்கா, தென் கிழக்கு ஆசியா ஆகிய பிரதேசங்களில் உள்ளன, வட கடலின் எண்ணெய் முக்கியத்துவம் அதிகரித்து வருகிறது. லத்தீன் அமெரிக்க நாடுகள் பின்னுக்குச் சென்றுள்ளன. முன்னர் முக்கிய எண்ணெய் ஏற்றுமதி நாடாயிருந்த வெனிசுவேலா இவற்றில் ஒன்றாகும். முன்பு பல நாடுகளுக்கு எண்ணெய் சப்ளை செய்து வந்த அமெரிக்க ஐக்கிய நாடு இதை இன்று கிட்டத்தட்ட நிறுத்திவிட்டது; கடந்த 8-10 ஆண்டுகளில் இது முக்கிய எண்ணெய் இறக்குமதி நாடுகளில் ஒன்றாகியுள்ளது. இன்று உலகின் மொத்த எண்ணெய் இறக்குமதியில் 4/5 பங்கு வளர்ச்சியடைந்த முதலாளித்துவ நாடுகளுக்கு இறக்குமதியாகிறது. அமெரிக்காவைத் தவிர மேற்கு ஐரோப்பிய நாடுகளும் ஜப்பானும் இதை முக்கியமாக இறக்குமதி செய்கின்றன.

எண்ணெயில் 60%க்கும் மேற்பட்ட பகுதி கடல் மார்க்கங்களின் மூலம் தான் எடுத்துச் செல்லப்படுகிறது. சோஷலிச நாடுகள் அல்லாத மற்ற நாடுகளில் இன்று எண்ணெய் எடுப்பு மையங்களும் எண்ணெய் நுகர்வு மையங்களும் அமைந்திருக்கும் தன்மை, உலகக் கடல்களில் முக்கிய எண்ணெய் சரக்குப் போக்குவரத்து பூகோள ரீதியாக குவிந்து இருப்பதற்கு வகை செய்தது. மத்திய கிழக்கு எண்ணெயில் பெரும் பகுதி (ஏற்றுமதியில் 80%) கடல் வழியே நன்னம்பிக்கை முனையைச் சுற்றிக் கொண்டுதான் மேற்கு ஐரோப்பாவிற்கு வருகிறது; இதனால் 20,000 கிலோமீட்டருக்கும் மேற்பட்ட தூரத்தைக் கடக்க வேண்டியுள்ளது. இவ்வளவு அதிகமான சரக்குப் போக்குவரத்து (ஆண்டுதோறும் ஒரு சில நூறு மில்லியன் டன்) இவ்வளவு நீண்ட தொலைவைக் கடந்து வர நேரிடுவதற்கு சில காரணங்கள் உண்டு. ஒரு புறம், மத்திய கிழக்கில் நிலவும் அரசியல் பதட்ட நிலையின் காரணமாக, எண்ணெய்ப் பிரதேசங்களையும் மத்திய தரைக் கடல் துறைமுகங்களையும் இணைக்கும் குழாய்களை முழு அளவில் பயன்படுத்த முடிவதில்லை. இக்குழாய்களில் சில ஏற்கெனவே பல்லாண்டுகளாக இயங்காத நிலையில் உள்ளன, மற்ற குழாய்களைப் பொறுத்தமட்டிலோ, அவற்றின் வேலைப்பளு மிகவும் குறைவானது. மறு புறம் சூயஸ் கால்வாய் அதிக ஆழமில்லாததால் அதன் வழியே 60,000-70,000 டன் பாரத்திறனுள்ள கப்பல்கள் மட்டுமே செல்ல முடியும்; நவீன சூப்பர் எண்ணெய்க் கப்பல்களோ, 1,00,000 டன் அல்லது

அதற்கும் அதிகமான பாரத் திறன் கொண்டவை. எனவே இவை ஆப்பிரிக்காவைச் சுற்றிச் செல்ல நேரிடுகிறது. சூயஸ் கால்வாய் வழியே ஆண்டுதோறும் 30 மில்லியன் டன்னுக்கு சற்று கூடுதலான எண்ணெயும் எண்ணெய்ப் பொருட்களும் மட்டுமே எடுத்துச் செல்லப்படுகின்றன.

ஆப்பிரிக்காவைச் சுற்றிச் செல்லும் முக்கிய எண்ணெய்ப் போக்கு வரத்து மார்க்கத்திலிருந்து சிறு இழைகள் பிரிந்து லத்தீன் அமெரிக்க நாடுகளுக்கும் கானடாவிற்கும் செல்கின்றன; ஒரு முக்கியப் பாதை அமெரிக்காவிற்குச் செல்கிறது. அதே நேரம் மத்திய தரைக் கடல் மற்றும் வடக்கு ஆப்பிரிக்கத் துறைமுகங்களிலிருந்து வரும் எண்ணெயில் கணிசமான பகுதி ஜிப்ரால்டர் ஜலசந்திக்கு வடக்கே செல்லும் முக்கிய சரக்குப் போக்குவரத்தில் சேருகிறது. இந்த எண்ணெய் எல்லாம் ஒன்று சேர்ந்து பிரான்ஸ், ஜெர்மன் சமஷ்டிக் குடியரசு, பிரிட்டன், நெதர்லாந்து ஆகிய மேற்கு ஐரோப்பிய நாடுகளுக்குச் செல்கிறது. மத்திய கிழக்கு எண்ணெயில் கணிசமான பகுதி கடல் வழியே ஜப்பானுக்கு எடுத்துச் செல்லப்படுகிறது; இது தவிர ஜப்பான் இந்தோனேசியாவிலிருந்தும் கடல் வழியே எண்ணெய் இறக்குமதி செய்கிறது. வெனிசுவேலா - கரீபியன் கடல் - அமெரிக்க ஐக்கிய நாட்டின் கிழக்கு கரை - செயின்ட் லோரன்ஸ் ஆற்றுமுகம் (கானடா) மார்க்கத்தில் வழக்கமான ஒரு பெரிய எண்ணெய்ப் பாதை செல்கிறது.

அனேகமாக இன்னும் சிறிது காலத்திற்கு மத்திய கிழக்கு நாடு களிலிருந்து மேற்கு ஐரோப்பா, ஜப்பான், அமெரிக்க கண்டத்தை நோக்கிச் செல்லும் எண்ணெய்ப் போக்குவரத்து தொடர்ந்து முக்கிய இடத்தை வகிக்கக் கூடும் (புதுப்பிக்கப்படும் சூயஸ் கால்வாய் ஒருவேளை அதிக அளவு பயன்படுத்தப்படலாம்). அதே நேரத்தில் வட கடல், மெக்சிக்கோ, தென் கிழக்கு ஆசியா (இந்த இடங்களில் கண்டத் திட்டில் எண்ணெய் தேடும் வேலை மும்முரமாக நடந்து வருகிறது) ஆகிய பிரதேசங்களில் இருந்து எண்ணெய் எடுத்துச் செல்லப்படுவதும் அதிகரிக்கக் கூடும். எண்ணெய் மற்றும் எண்ணெய்ப் பொருட்களைத் தவிர (எண்ணெய்ப் பொருட்கள் குறைந்த அளவில் தான் எடுத்துச் செல்லப்படுகின்றன, ஏனெனில் பல நாடுகள் எண்ணெயைத் தாமாகவே பதப்படுத்த துவங்கியுள்ளன) இறுக்கப்பட்ட வாயு, குடி நீர், ஸ்பிரிட், மதுபானம் போன்ற பல திரவப் பொருட்களும்

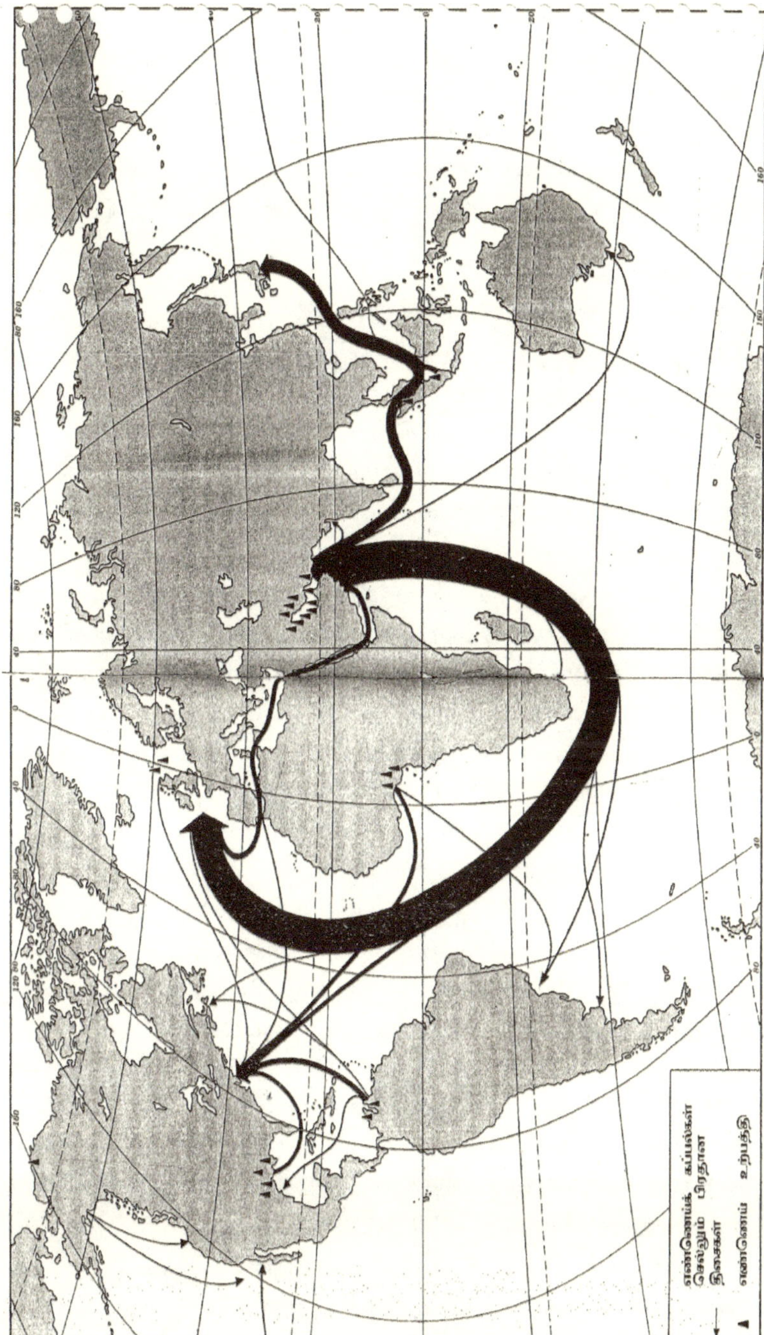

உலக எண்ணெய் சரக்குப் போக்குவரத்து

கடல் வழியே எடுத்துச் செல்லப்படுகின்றன. வாயுக்களில் மீதேன், பிரோப்பேன், பியூட்டேன் ஆகியவை திரவ நிலையில் முக்கியமாக மேற்கு ஐரோப்பாவிற்கும் ஜப்பானுக்கும் எடுத்துச் செல்லப்படுகின்றன. ஆண்டுதோறும் சுமார் 4 மில்லியன் டன் குடி நீர் அருபா, கியூரசாவோ தீவுகளுக்கு எடுத்துச் செல்லப்படுகிறது. அல்ஜீரியாவிலிருந்து பிரான்சிற்கு மதுபானம் கடல் வழியே செல்கிறது.

கடல் வழியே நடைபெறும் முக்கிய திட சரக்குகளின் போக்குவரத்து

பல்வேறுவிதமான சில்லறை சரக்குகளும் இறைந்து போகும் சரக்குகளும் இந்தத் திட சரக்குகளில் அடங்கும். இவை ஒவ்வொன்றிற்கும் அதனதன் சிறப்பு அம்சம் உண்டு, இவற்றின் கட்டமைவுகள், அளவுகள், சரக்குப் போக்குவரத்தின் முக்கியத் திசைகள் வெவ்வேறானவை.

மேற்கூறியவற்றில் இரும்புத் தாது முக்கிய இடத்தை வகிக்கிறது. கடல் வழியே எடுத்துச் செல்லப்படும் இறைந்து போகும் சரக்குகளின் அளவில் சுமாராக பாதிப் பகுதி (250 மில்லியன் டன்னிற்கும் கூடுதலாக) இரும்புத் தாதுவாகும். இந்தத் தாது எடுக்கப்படுவது அதிகரித்ததும் உலகச் சந்தையில் இதன் வரவு கூடியது; கடந்த 20-25 ஆண்டுகளில் இவ்வரவு மும்மடங்கு அதிகரித்துள்ளது. எனவே கடல் வழியே இதை எடுத்துச் செல்வதும் அதிகரித்துள்ளது. இன்று இரும்புத் தாதுவின் சர்வதேச சப்ளைகளில் 4/5 பங்கு கடல்களின் மூலம் எடுத்துச் செல்லப்படுகிறது.

மிக அதிகமான இரும்புத் தாதுப் போக்குவரத்து (50 மில்லியன் டன்னுக்கும் அதிகமாக) ஆஸ்திரேலியாவிலிருந்து ஜப்பானிற்குச் செல்கிறது. இந்தியா, தென் கிழக்கு ஆசிய நாடுகள், தெற்கு அமெரிக்க நாடுகள் ஆகியவற்றிலிருந்தும் இரும்புத் தாது ஜப்பானிற்கு வருகிறது. பொதுச் சந்தை நாடுகளுக்குத் தாதுப் பொருள் ஸ்வீடன், பிரேசில், மேற்கு ஆப்பிரிக்க நாடுகள் (லைபீரியா, மாரிட்டானியா) ஆகியவற்றிலிருந்து கப்பல் மூலம் வருகிறது. அமெரிக்க ஐக்கிய நாடு கானடாவிலிருந்தும் லத்தீன் அமெரிக்க, மேற்கு ஆப்பிரிக்க நாடுகளிலிருந்தும் - தாதுப் பொருளைப் பெறுகிறது.

சமீப காலமாக இரும்புத் தாதுவை எடுத்துச் செல்லும் கடல் மார்க்கங்களின் நீளம் அதிகரித்துள்ளது. நவீன பெருவிகித உலோகத் தொழில்

பறவைகளுக்கும் கடல் உணவளிக்கிறது

கப்பல் தன் பாதையில் பயணமாகிறது

திட சரக்குகளை எடுத்துச் செல்லும் கப்பல்

திறந்தவெளிக் கடலில் கார்கள்

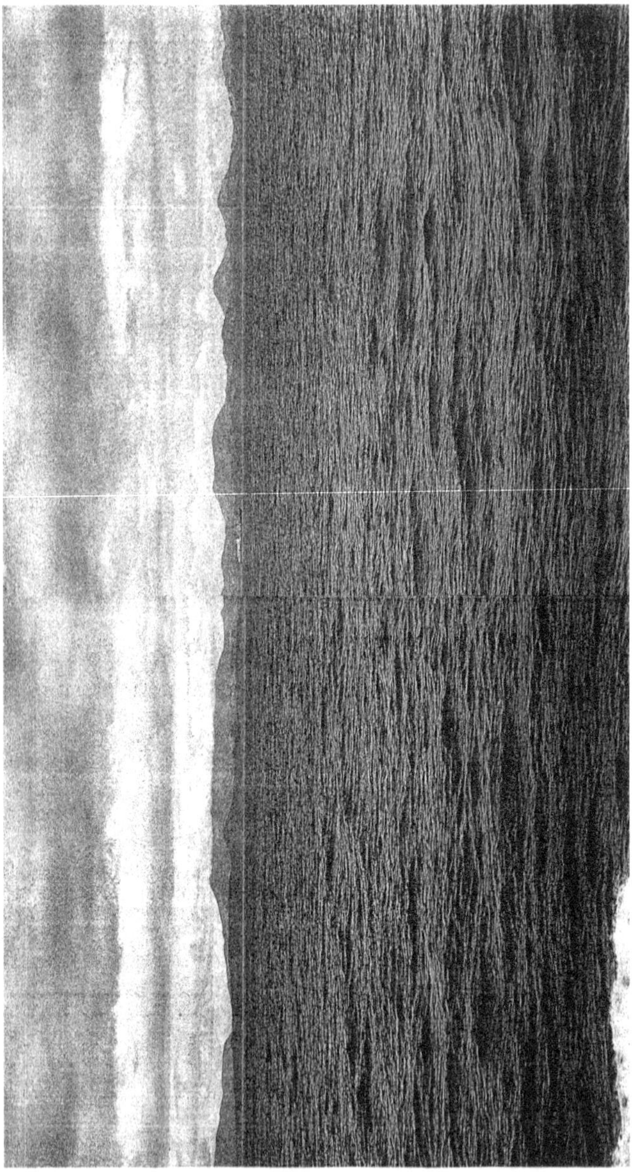

அஹோத்ஸ்க் கடல் அபூர்வமாகத்தான் அமைதியாக இருக்கும்

ஏடன் மீன்பிடித் துறைமுக கப்பல்துறை

கல்கத்தா துறைமுகத்தில் சோவியத் மாலுமிகளை இந்திய நண்பர்கள் அன்போடு வரவேற்கின்றனர்

கண்டெய்னர் கப்பல் துறைமுகத்தை நெருங்குகிறது

சோவியத் எண்ணெய்க் கப்பல் ''துவப்ஸே''

கடலின் பின் சூரியன் மறைவது கண்கொள்ளாக் காட்சி

மிதக்கும் துளையிடும் எந்திரம் ''ஸகலீன்ஸ்கயா''

யமால் தீபகற்பத்தில் பனிக் கப்பல் துறையில் கப்பலிலிருந்து சரக்கு இறக்கப்படுகிறது

இரவு நேர விளாடிவஸ்தோக் துறைமுகம்

துறைமுகத்தில் வேலை 24 மணி நேரமும் நடக்கிறது

விளாடிவஸ்தோக்கின் சுற்றுப்புறங்கள் மனதைக் கவருபவை

சோவியத் ரோல்கெர் கப்பல் ''தி ஃபுரூன்ஸே'' ஜெர்மன் சமஷ்டிக் குடியரசின் கடல் வாயிலாகிய ஹ துறைமுகக் கப்பல் துறையில் நிற்கிறது

சோவியத் மோட்டார் கப்பல் "தோனியா பன்தாச்சுக்'' கானடா துறைமுகம் தரோண்டோவில் சரக்குகளை ஏற்றிக் கொள்கிறது

அமெரிக்க பண்ணை விவசாயிகள் மத்தியில் பிரபலமான சோவியத் ''பைலோருஷ்யா'' டிராக்டர்கள் மிலுவோக்கி (அமெரிக்கா) துறை முகத்தில் இறக்கப்படுகின்றன

நீகாத்தா (ஜப்பான்) துறைமுகத்தில் கப்பல்கள்

தேம்ஸ் ஆற்றில் உள்ள தற்காப்பு அமைப்பு லண்டனை வெள்ளத்திலிருந்து காக்கிறது

சோவியத் தொலை கிழக்கில் கடல் இயற்கை சரணாலயத்தின் ஒரு பகுதி

துறை பெரும்பாலும் இறக்குமதி செய்யப்படும் தாதுப் பொருளின் அடிப்படையில் அமைந்திருப்பதுதான் இதற்குக் காரணமாகும். உலோகத் துறை கம்பெனிகள் தாதுப் பொருட்களை எடுத்துச் செல்லும் பெரும் கப்பல்களை வாங்க ஆரம்பித்துள்ளன; இதன் மூலம் உற்பத்தியையும் மூலப்பொருள் சப்ளையையும் தம் கரங்களில் இவை வைத்துக் கொள்கின்றன.

மாங்கனிச மற்றும் குரோமியத் தாதுப் பொருட்களும் கணிசமான அளவில் எடுத்துச் செல்லப்படுகின்றன. மாங்கனிசத் தாது இந்தியா, பிரேசில், காபூன், மொராக்கோ, கானா, ஜாயிர் ஆகிய நாடுகளி லிருந்து அமெரிக்கா, ஜப்பான், மேற்கு ஐரோப்பிய நாடுகளுக்கு ஏற்றுமதியாகிறது. குரோமியத் தாது துருக்கி, பிலிப்பைன்சிலிருந்து மேற்கூறிய வளர்ச்சியடைந்த முதலாளித்துவ நாடுகளுக்குச் செல்கிறது.

கடல் மார்க்கங்களின் மூலம் பாக்சைட்டுகளும் பெருமளவில் எடுத்துச் செல்லப்படுகின்றன. அளவில் இவை இரும்புத் தாதுவிற்கு அடுத்தபடியாக இரண்டாவது இடத்தை வகிக்கின்றன. இந்த பாக்சைட்டுகள் பெரும்பாலும் ஜமைக்கா, கயானா, ஆஸ்திரேலியாவிலிருந்து அமெரிக்கா, கானடா, ஜப்பான், மேற்கு ஐரோப்பிய நாடுகளுக்குச் செல்கின்றன. உலகில் எடுக்கப்படும் பாக்சைட்டுகளில் 70% ஏற்றுமதி செய்யப்படுகிறது.

இரண்டாவது உலக யுத்தத்திற்கு முன் நிலக்கரிதான் கடல் மார்க்கங்களில் பெருமளவில் எடுத்துச் செல்லப்படும் முக்கிய சரக்காக இருந்தது. இது பெரும்பாலும் ஐரோப்பாவிலிருந்து உலகின் எல்லாப் பிரதேசங்களுக்கும் ஏற்றுமதிச் செய்யப்பட்டது. ஐம்பதாம் ஆண்டுகளின் இறுதியிலிருந்து உலகின் எரிபொருட்களில் நிலக்கரியின் பங்கு கணிசமாகக் குறைந்தது; இதனால் கடல் சரக்குப் போக்குவரத்தில் இதன் அளவுகளும் திசைகளும் மாற்றமடைந்தன. இன்று உலகில் எடுக்கப்படும் நிலக்கரியில் சுமார் 14% (சுமாராக 200 மில்லியன் டன்) கடல் மூலம் எடுத்துச் செல்லப்படுகிறது.

வளர்ச்சியடைந்த முதலாளித்துவ நாடுகளின் மத்தியில் நிலக்கரி ஏற்றுமதியில் அமெரிக்கா, கானடா, ஆஸ்திரேலியா ஆகியவை முன்னணியில் நிற்கின்றன. அமெரிக்காவிலிருந்தும் கானடாவிலிருந்தும் பெருமளவில் நிலக்கரி மேற்கு மற்றும் தெற்கு ஐரோப்பிய நாடுகள், ஜப்பான், தென் அமெரிக்காவிற்கு எடுத்துச் செல்லப்படுகிறது. ஆஸ்திரேலியாவிலிருந்து ஜப்பானிற்கு நிறைய நிலக்கரி கடல் மூலம் செல்கிறது. கடல் வழியே செல்லும்

உலகின் மொத்த நிலக்கரிப் போக்குவரத்தில் கிட்டத்தட்ட 40% ஜப்பானுக்குச் செல்கிறது.

காடுகளிலிருந்து கிடைக்கும் பல்வேறுவிதமான பொருட்களின் ஏற்று மதி இறக்குமதியும் குறிப்பிடத்தக்கதாகும். பல்வேறுவிதமான மரங்கள், செல்லுலோஸ், பிளைவுட் முதலியவை இவற்றில் அடங்கும். ஊசியிலைக் காட்டு மரக்கட்டைகள், கெட்டியான மரக்கட்டைகள் (பெரும்பாலும் இலைகளடர்ந்த மர வகைகள்), வெப்ப மண்டல மரக்கட்டைகள் ஆகியவை எடுத்துச் செல்லப்படுகின்றன. இவற்றில் காகிதத் தொழிற்சாலைக்கான மூலப்பொருளாக விளங்கும் ஊசியிலைக் காட்டு மரக்கட்டைகள் அதிகமாக எடுத்துச் செல்லப்படுகின்றன.

இன்று ஆண்டுதோறும் கடல் மூலமாக சுமார் 23-25 மில்லியன் டன் காடு சம்பந்தப்பட்ட பொருட்கள் எடுத்துச் செல்லப்படுகின்றன.

உலகிலுள்ள எல்லா நாடுகளும் மரக்கட்டைகளையும் மரப் பொருட்களையும் ஏதாவது ஒரு அளவில் பயன்படுத்துவதால் பல்வேறு கடல் மார்க்கங்களின் வழியே இவை எடுத்துச் செல்லப்படுகின்றன. சோவியத் நாட்டிலுள்ள துறைமுகங்களில் இருந்தும் காடுகள் நிறைந்த கானடா, பின்லாந்து, ஸ்வீடன் ஆகிய நாடுகளின் துறைமுகங்களில் இருந்தும் மேற்கு ஐரோப்பிய நாடுகளுக்கும் ஜப்பானுக்கும் பெருமளவில் மரப் பொருட்கள் அனுப்பப்படுகின்றன. சமீப ஆண்டுகளாக ஆஸ்திரேலியா, வெப்ப மண்டல ஆப்பிரிக்க நாடுகளிலிருந்து மேற்கு ஐரோப்பிய நாடுகள், ஜப்பானிற்கு அனுப்பப்படும் மரப் பொருட்களின் ஏற்றுமதியும் அதிகரித்துள்ளது. நிபுணர்களின் கருத்துப்படி கடல் வழியே எடுத்துச் செல்லப்படும் மரக்கட்டைகள் மற்றும் மரப் பொருட்களின் அளவுகளும் போக்குகளும் எதிர்காலத்திலும் இதே மாதிரி இருக்கும்.

கடல் வழியே எடுத்துச் செல்லப்படும் பொருட்களில் நீண்ட நெடுங்காலமாக விவசாயப் பொருட்கள் முக்கிய இடம் வகிக்கின்றன. இவற்றில் தானியம், குறிப்பாக கோதுமை, மக்காச்சோளம், பார்லி, ஓட்ஸ், அரிசி ஆகியவை குறிப்பிடத்தக்கவையாகும். உலகில் சாகுபடி செய்யப்படும் தானியத்தில் 10% கடல் வழியே எடுத்துச் செல்லப்படுகின்றன. குறிப்பிட்ட பருவக்காலங்களில் தானியம் பெருமளவில் வெவ்வேறு திசைகளில் எடுத்துச் செல்லப்படுகிறது. இன்று தானியத்தைப் பெருமளவில் விளைவித்து ஏற்றுமதி செய்யும்

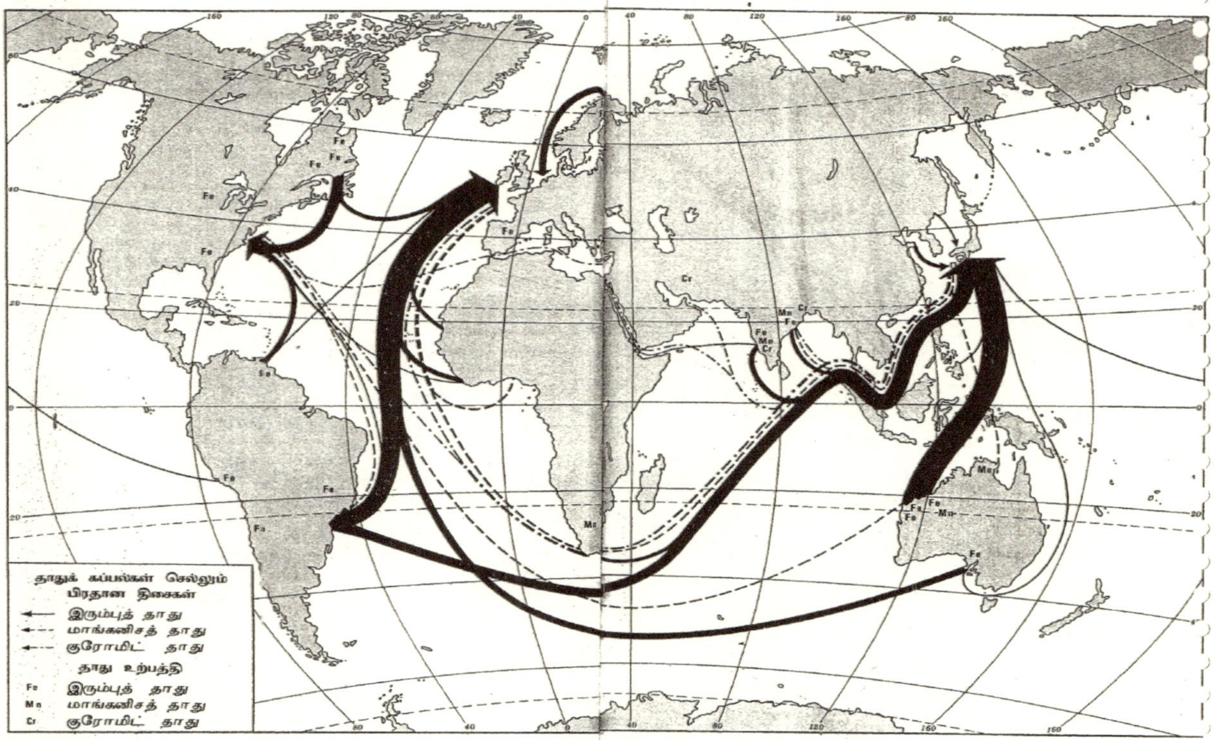

இரும்புத் தாதுக்களின் உலக சரக்குப் போக்குவரத்து

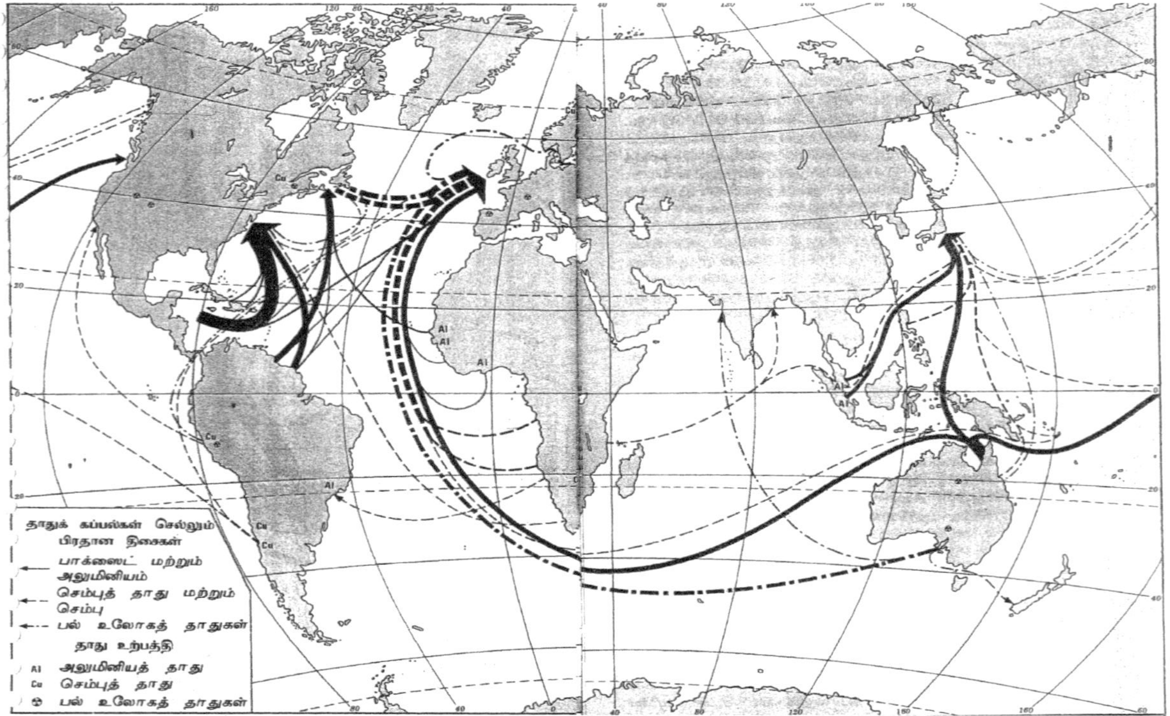

ரும்பல்லா உலோகத் தாதுக்களின் உலக சரக்குப் போக்குவரத்து

பெரிய நாடுகள் அமெரிக்க ஐக்கிய நாடு, கானடா (இவையிரண்டும் உலகில் உற்பத்தி செய்யப்படும் தானியத்தில் பெரும் பங்கை உலக சந்தைக்கு அளிக் கின்றன), ஆஸ்திரேலியா, ஆர்ஜென்டீனா ஆகியவையாகும். மேற்கு ஐரோப்பிய நாடுகள் (35%), ஜப்பான் (17%) மற்றும் தெற்காசிய நாடுகள் தானியத்தை இறக்குமதி செய்யும் முக்கிய நாடுகளாகும். எனவே பெருமளவு தானியம் (கோதுமை) அமெரிக்கா, கனடாவின் அட்லாண்டிக் துறைமுகங்களில் இருந்து மேற்கு ஐரோப்பா, தென் கிழக்கு ஆசியா, தெற்கு ஆப்பிரிக்காவை நோக்கி எடுத்துச் செல்லப்படுகிறது. இது தவிர அமெரிக்கா, கானடாவிலிருந்து ஜப்பானை நோக்கியும் அர்ஜென்டீனாவிலிருந்து ஐரோப்பா, தென் கிழக்கு ஆசியாவை நோக்கியும் பெருமளவில் தானியம் கடல் வழியே செல்கிறது.

தானியத்தைத் தவிர சர்க்கரை, தேயிலை, காப்பி, கோக்கோ, கொழுப்புப் பொருட்கள், பழங்கள் போன்றவையும் கடல் வழியே எடுத்துச் செல்லப்படுகின்றன. இவற்றின் அளவுகள் வெவ்வேறானவை, இவை அந்தந்த நாடுகள் வாங்குவதைப் பொறுத்தவையாகும்.

கணிசமான அளவு பருத்தியும் கம்பளியும் கடல் வழியே எடுத்துச் செல்லப்படுகின்றன.

மொத்தம் கடல் மூலம் எடுத்துச் செல்லப்படும் சரக்குகளில் 20% சில்லறை சரக்குகளாகும். இவை பெரும்பாலும் கண்டெய்னர்களில் அனுப்பப்படுகின்றன. இதனால் இவை சேதமின்றி செல்கின்றன, துறைமுகங்களில் சரக்குகளை ஏற்றி இறக்கும் வேலையும் விரைவாக நடைபெறுகிறது. கண்டெய்னர் முறைக்கு ஓரளவு அதிக முதலீடுகள் தேவைப்பட்டாலும் இது பரவலாகப் பயன்படுத்தப்படுகிறது; கப்பல் போக்குவரத்தில் விஞ்ஞான - தொழில் நுட்ப முன்னேற்றத்தின் வெளிப்பாடுகளில் இதுவும் ஒன்றாகும். அமெரிக்காவிலும் ஐரோப்பாவிலும் உள்ள ஒரு சில பெரும் துறைமுகங்களுக்கு இடையிலும் ஐரோப்பிய அட்லாண்டிக் துறைமுகங்களுக்கும் மத்திய தரைக் கடல் துறைமுகங்களுக்கும் இடையிலும் அமெரிக்காவிற்கும் ஜப்பானுக்கும் இடையிலும் பெரும் சரக்கு கண்டெய்னர் மார்க்கங்கள் உள்ளன. சில்லறைச் சரக்குகளை எடுத்துச் செல்ல லைட்டர் கப்பல்களும் பயன்படுத்தப்படுகின்றன; பெரும் ஆறுகளின் முகப்புகளில் உள்ள துறைமுகங்களுக்கு சரக்குகளை எடுத்துச் செல்ல இவை பெரிதும் பயன்படும்.

கடல் பயணிகள் போக்குவரத்து

இன்று உலகக் கடல்களில் உள்ள 50 - 60 மார்க்கங்களின் வழியாகத் தான் பெரும்பாலான பயணிகள் செல்கின்றனர். இவற்றில் சுமார் பாதி அட்லாண்டிக் பெருங்கடலில் உள்ளன. அமெரிக்க ஐக்கிய நாட்டிற்கும் மேற்கு ஐரோப்பிய நாடுகளுக்கும் இடையிலான பயணிகள் மார்க்கங்கள் தான் நெரிசல் மிக்கவை. சந்தடி மிக்க மார்க்கங்கள் கனடாவையும் தெற்கு அமெரிக்க நாடுகளையும் மேற்கு ஐரோப்பாவுடனும் ஐரோப்பாவின் அட்லாண்டிக் கரையோர நாடுகளை மத்திய தரைக் கடல் நாடுகளுடனும் இணைக்கின்றன. இந்தியப் பெருங்கடல் வழியாகவும் ஏராளமான பயணிகள் செல்கின்றனர்; இங்கே முக்கிய மார்க்கங்கள் ஆப்பிரிக்காவின் கிழக்குக் கரையோரமாகவும் செங்கடலிலிருந்து இந்தியா, ஆஸ்திரேலியா, தென்கிழக்காசிய நாடுகளை நோக்கியும் செல்கின்றன. பசிபிக் பெருங்கடலின் வழியாகச் செல்லும் பயணிகளின் எண்ணிக்கை ஓரளவு குறைவுதான். பயணிகள் மார்க்கங்கள் முக்கியமாக அமெரிக்கா - தொலை கிழக்கு, அமெரிக்கா - ஜப்பான், அமெரிக்கா - ஆஸ்திரேலியா, ஜப்பான் - தெற்கு அமெரிக்கா, ஐரோப்பா - ஆஸ்திரேலியா (பனாமாக் கால்வாய் வழியே) ஆகிய திசைகளில் செல்கின்றன.

வான் போக்குவரத்து வளர்ச்சியடைந்துள்ளதால் வழக்கமான கடல் - மார்க்கங்களில் பயணிகளின் எண்ணிக்கை ஓரளவு குறைவானது, இது மேன்மேலும் குறைந்து வருகிறது. அதே சமயம் கடந்த 20 ஆண்டுகளில் கடல் சுற்றுலாப் பயணம் பிரபலமாகியுள்ளது. கப்பலில் சுற்றுலாப் பயணம் செல்பவர்களின் எண்ணிக்கை இடையறாது அதிகரித்து வருகிறது. இவ்வகைக் கப்பல்களின் எண்ணிக்கை கூடி வருகிறது, இவை செல்லும் பிரதேசங்கள் விரிந்து பரந்து வருகின்றன. இன்று உலகக் கடல்களின் கிட்டத்தட்ட எல்லாப் பிரதேசங்களின் வழியாகவும் சுற்றுலாப் பயண மார்க்கங்கள் செல்கின்றன. இம்மார்க்கங்கள் பால்டிக் கடல், வட கடல், மத்திய தரைக் கடல், கரீபியன் கடல், வட மற்றும் தென் அமெரிக்காவின் அட்லாண்டிக் கரையோரம் ஆகியவற்றின் வழியாகச் செல்கின்றன, ஸ்காண்டினேவியாவின் வட கரைகளுக்கும் ஜப்பானிய கரையோரங்களுக்கும் பசிபிக் பெருங்கடலின் வெப்ப மண் டலத் தீவுகளுக்கும் மற்ற கவர்ச்சிகரமான பிரதேசங்களுக்கும், ஏன் அண்டார்க்டிக்கிற்கும் செல்கின்றன.

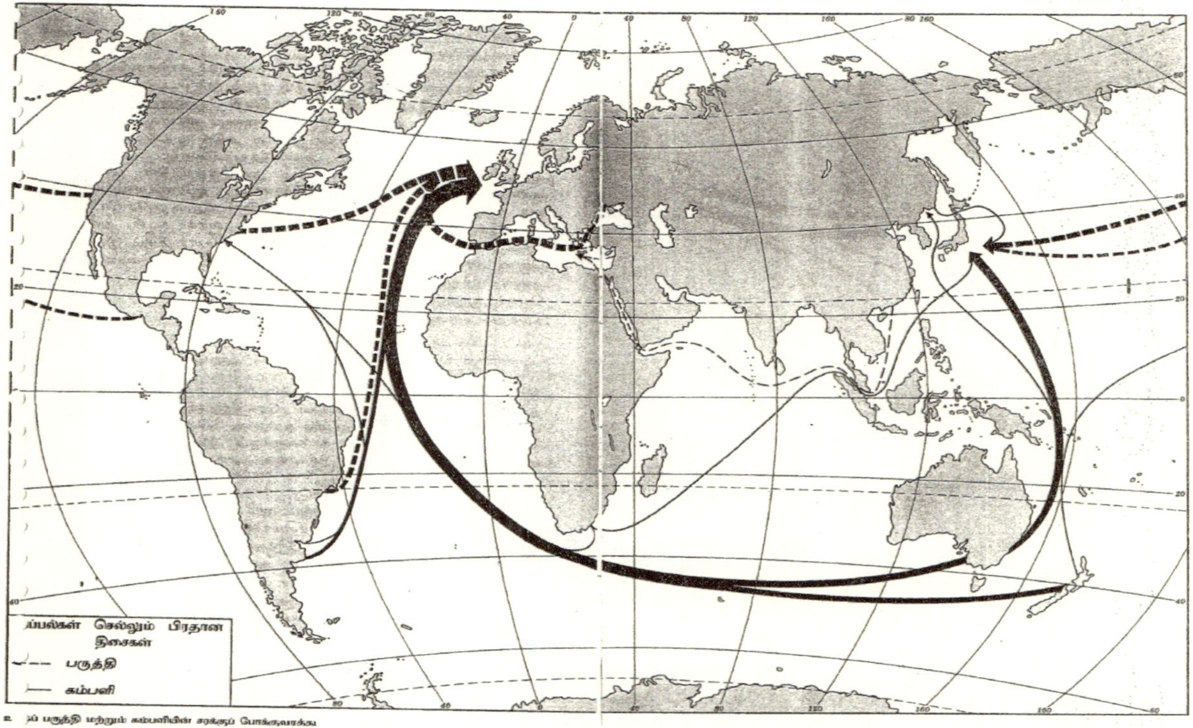

உலகப் பருத்தி மற்றும் கம்பளியின் சரக்குப் போக்குவரத்து

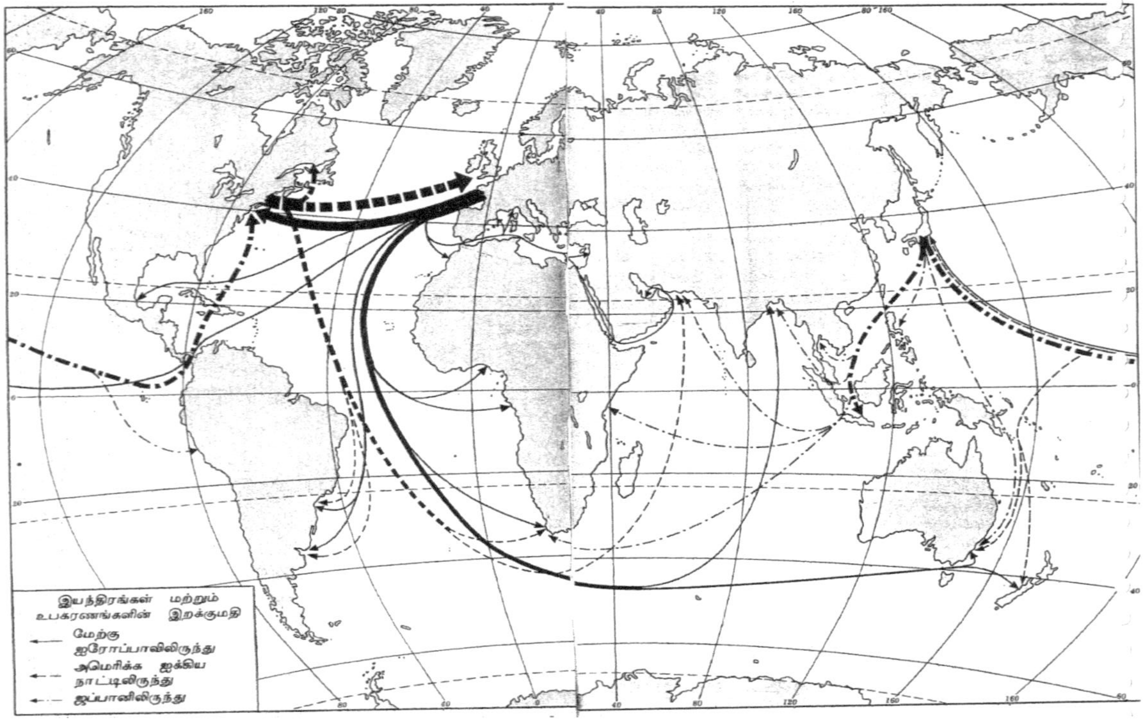

மேற்கு ஐரோப்பிய நாடுகள், அமெரிக்கா, ஜப்பானிலிருந்து எந்திரங்கள், உபகரணங்களின் ஏற்றுமதி

பெரும்பாலான நாடுகள் கடல் சுற்றுலாவிற்கு ஊக்கமளிப்பதால் இது பெரிதும் வளர்ந்துள்ளது. கடற்கரையோரங்கள் பொழுதுபோக்கு இடங்களாகப் பயன்படுத்தப்படுவதோடு கூட கடல் சுற்றுலா நல்ல எதிர் காலமுள்ள ஒரு முக்கிய துறையாகி வருகிறது.

கடற்பரப்பின் மீதான வான் போக்குவரத்து

உலகக் கடல்களில் தகவல் தொடர்பு சாதனங்கள்

விரைந்து வளர்ந்து வரும் நம் சகாப்தத்திற்குக் கப்பல்களின் வேகம் போதாது. எனவே போக்குவரத்துச் சாதனம் என்ற வகையில் இவை விமானங்களுக்கு இடம் விட்டன. விமான மார்க்கங்கள் தரைப் பரப்பின் மீது மட்டுமின்றி கடற்பரப்பின் மீதும் செல்கின்றன.

இன்று விமான மார்க்கங்கள் பெரிதும் விரிந்து பரந்தவை. உலகம் பூராவையும் சுற்றி வரும் விமான மார்க்கங்கள் இன்று உள்ளன. உதாரணமாக, இத்தகைய ஒரு மார்க்கத்தின் நீளம் 37,000 கி.மீ. ஆகும். ‘பான் - அமெரிக்கன்’ என்ற கம்பெனியின் மார்க்கம் நியூயார்க் அல்லது பிலடெல்பியா அல்லது போஸ்டனில் துவங்கி லண்டன் (அல்லது பாரிஸ்), ரோம், இஸ்தான்பூல், டெஹ்ரான், கராச்சி, கல்கத்தா, ரங்கூன், பாங்காக், சின்கான் (ஹாங்காங்), டோக்கியோ, ‘ஹோனலூலு வழியே சென்று லாஸ் ஏஞ்செல்ஸ், சான்பிரான்சிஸ்கோ, சியாட்டிலில் முடிவடைகின்றது. இந்த உலகந் தழுவிய மார்க்கங்களிலிருந்து கண்டங்களின் உட்பகுதிகளை நோக்கியும் தனிப்பட்ட தீவுகளுக்கும் கிளை மார்க்கங்கள் செல்கின்றன.

பயணிகளைத் தவிர ஏராளமான சிறு அளவிலான சரக்குகள், அவசரமாகச் செல்ல வேண்டிய சரக்குகள், தபால் முதலியவற்றையும் விமானங்கள் ஏற்றிச் செல்கின்றன.

சரக்கு விமான மார்க்கங்கள் இயற்கைக் காரணிகளை, குறிப்பாக விமானம் பறந்து செல்லும் உயரத்தில் நிலவும் பருவநிலையை வைத்து நிர்ணயம் செய்யப்படுகின்றன. உலகக் கடல்களின் மீது விமானங்கள் பறக்கும் போது இவற்றிற்குத் தேவையான பருவநிலை விவரங்களை அளிப்பதில் “பருவநிலைக் கப்பல்கள்” என்று அழைக்கப்படும் விசேஷ கப்பல்கள் மட்டுமின்றி ஸ்புட்னிக்குகளும் பங்கேற்கின்றன. இவ்வாறாக வானிலும் கடலிலும் மனிதர்களுக்கு இடையே நிலவும் பரஸ்பர ஒத்துழைப்பு வான் போக்குவரத்தைக் கடல்களில் நடைபெறும் பொருளாதார நடவடிக்கையுடன் குறிப்பிட்ட அளவு தொடர்புபடுத்துகிறது.

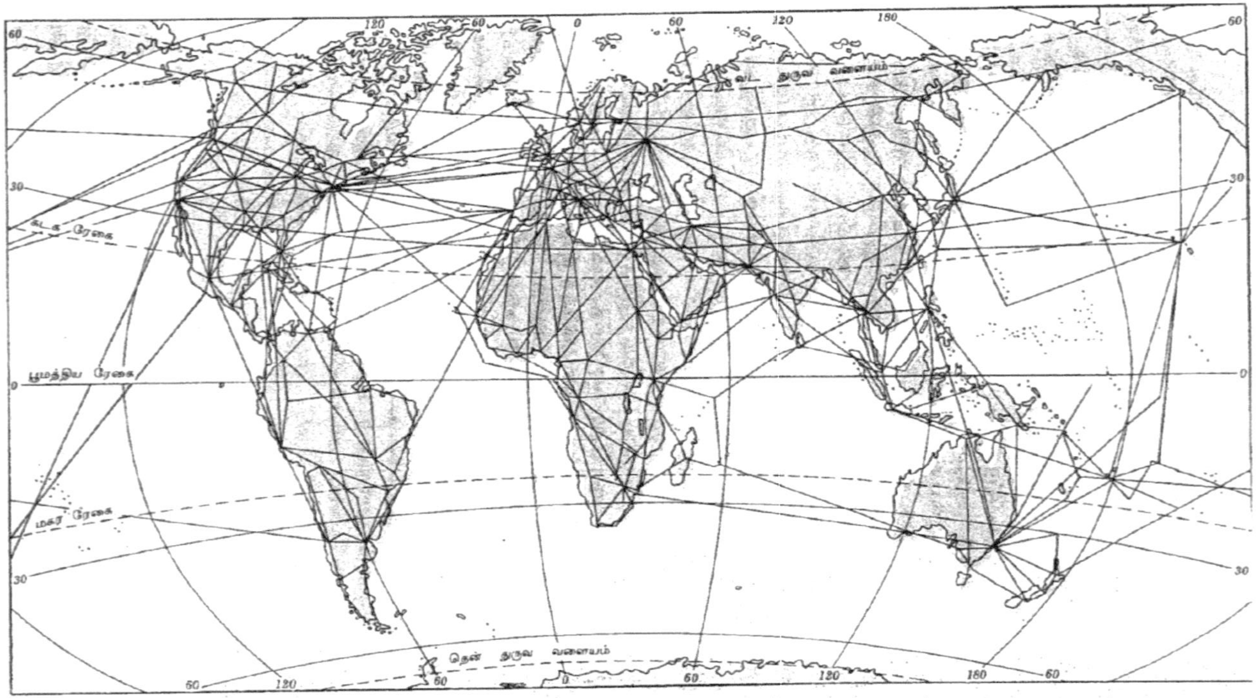

உலகக் கடல்களின் மீது செல்லும் முக்கிய விமான மார்க்கங்கள்

19ஆம் நூற்றாண்டின் இரண்டாவது பாதி வரை கப்பல் போக்கு வரத்து மட்டுமே கடல்களால் பிரிக்கப்பட்ட நாடுகளை இணைத்தது. ஆனால் அன்று நிலவிய சர்வதேச சூழலில், குறிப்பாக அன்றிருந்த தீவிர பொருளாதாரத் தொடர்புகளுக்கு மேற்கூறிய இணைப்பு, தகவல் பரிவர்த்தனை போதுமானதாயில்லை. ஏற்கெனவே நிலவிய தந்தி முறையைக் கடல்களில் பயன்படுத்தும் அவசியம் ஏற்பட்டது. இதற்குக் கடலடியில் கம்பிகளைப் போட வேண்டி வந்தது. நீரின் ஆழம் அதிகமான தாயிருந்த இடங்களில் இது ஒரு சிக்கலான தொழில் நுட்பக் கடமையாக இருந்தபோதிலும் இப்பணி வெற்றிகரமாக நிறைவேற்றப்பட்டது.

முதல் தந்திக் கம்பி அட்லாண்டிக் பெருங்கடலில் 1857 - 1866இல் அயர்லாந்திற்கும் நியூபவுன்ட்லேன்டிற்கும் இடையில் போடப்பட்டது. 1891 இல் முதல் கடலடி தொலைபேசிக் கம்பி பிரிட்டனையும் பிரான்சையும் இணைத்தது; என்றாலும் 1950களின் இரண்டாவது பாதியில் தான் அட்லாண்டிக் பெருங்கடல் வழியே தொலைபேசித் தொடர்பு ஏற்படுத்தப்பட்டது. 60ஆம் ஆண்டுகளின் இறுதியில் பசிபிக் பெருங் கடலிலும் இந்தியப் பெருங்கடலிலும் கடலடியில் தொலைபேசிக் கம்பிகள் போடப்பட்டன. இவ்வாறாக இன்று உலகக் கடல்களின் பல பிரதேசங்களில் தந்தி, தொலைபேசிக் கம்பிகள் பெருமளவு போடப் பட்டுள்ளன; இவை உலகக் கடல்கள் இன்று பொருளாதார ரீதியாகப் பயன்படுத்தப்படுவதற்கான முக்கியக் குறியீடாகும். இத்தகைய தகவல் தொடர்புக் கம்பிகளைக் கடலடியில் அமைக்கும் பணி தொடருகிறது.

கடல்களில் தொழில்துறை கட்டுமானம்

கடல்களில் பல்வேறு அமைப்புகளைக் கட்டுவதானது சாதாரணமாக உலகக் கடல்களின் இயற்கை வளங்களை மீட்பதுடனும் இவற்றின் போக்குவரத்துப் பணிகளுடனும் தொடர்புடையது.

கரையோரப் பிரதேசங்களில் தான் மிகப் பரவலாக நீரியல் தொழில் நுட்பப் பணிகள் நடக்கின்றன. இப்பகுதிகளில் நீண்ட நெடுங்காலமாகவே கரைகள் பலப்படுத்தப்படுகின்றன, கப்பல் துறைகள், அலை தாங்கிகள், அலை உடைப்பான்கள் கட்டப்படுகின்றன, பல்வேறு நீரியல் - தொழில் நுட்ப அமைப்புகள் எழுப்பப்படுகின்றன. இவையெல்லாம் பரவலாக நடைமுறைக்குக் கொண்டு வரப்பட்டுள்ளன. ஆனால் திறந்த வெளிக் கடல்களில் பல்வேறு அமைப்புகளைக் கட்டுவதில் இப்போதுதான் முதலடிகள் எடுத்து வைக்கப்படுகின்றன.

சமீப ஆண்டுகளாக கடலில் எண்ணெயும் எரிவாயுவும் கிடைக்கும் இடங்களுக்கு அருகே நீரடி சேமிப்புக் கிடங்குகளைக் கட்டத் துவங்கியுள்ளனர். உதாரணமாக, பாரசீக வளைகுடாவில் 100 மீட்டர் ஆழத்தில் எண்ணெய் சேமிப்பு கிடங்கு ஒன்று கட்டப்பட்டுள்ளது.

செயற்கைத் தீவு ஒன்றை ஏற்படுத்த பிரிட்டனும் ஹாலந்தும் ஒரு கூட்டுத் திட்டத்தைத் தீட்டியுள்ளன. இதன்படி இங்கு சாதாரண மற்றும் தொழில் துறைக் கழிவுப் பொருட்களை பயனுள்ள பொருட் களாக மாற்றும் ஒரு ஆலை கட்டப்படும். சுமார் 2 கி.மீ. நீளமும் 900 மீட்டர் அகலமும் உடைய இத்தீவை வட கடலில் நெதர்லாந்தி லிருந்து 50 கி.மீ. தொலைவில் ஏற்படுத்த எண்ணியுள்ளனர். பிரிட்டனிலும் நெதர்லாந்திலும் கிடைக்கும் தொழில் துறைக் கழிவுப் பொருட்களில் 20% வரை இங்கு பதப்படுத்தலாமென இத்திட்டம் தீட்டியவர்கள் எதிர்பார்க்கின்றனர்.

லா மான்ஷ் ஜலசந்தியின் அடியில் போக்குவரத்து சுரங்கப் பாதையை அமைக்கும் யோசனையையும் திட்டத்தையும் முதன் முதலாக சுமார் 180 ஆண்டுகளுக்கு முன் பிரெஞ்சு பொறியியலாளர் அல்போர் மாதியே வெளியிட்டார். அது முதல் இந்த ஜலசந்தியின் ஊடாக சுரங்கப் பாதை அல்லது பாலம் அமைப்பது சம்பந்தமான 31 திட்டங்கள் பரிசீலிக்கப்பட்டு நிராகரிக்கப்பட்டுள்ளன. 1986 ஜனவரியில் பிரெஞ்சு ஜனாதிபதி பி. மிட்டரானிற்கும் பிரிட்டிஷ் பிரதமர் மார்கரெட் தேட்சருக்கும் இடையில், லா மான்ஷ் சுரங்கப் பாதை கட்டுவதைப் பற்றிய ஒப்பந்தம் செய்து கொள்ளப்பட்டது. இதன்படி 7.3 மீட்டர் விட்டமுள்ள, 50 கி.மீ. நீளமுள்ள இரட்டை சுரங்கப் பாதை பிரான்சையும் பிரிட் டனையும் இணைக்கும். இதன் வழியே பயணி ரயில்களும் சரக்கு ரயில்களும் மணிக்கு 160 கி.மீ. வேகத்தில் செல்லும். இவை லா மான்ஷை 30 நிமிடங்களில் கடக்கும். இவற்றின் மூலம் ஆண்டிற்கு 30 மில்லியன் பயணிகள் பயணம் செய்வார்களென எதிர்பார்க்கப்படுகிறது. 1993 இல் இச்சுரங்கப் பாதையின் கட்டுமானத்தை முடிக்கத் திட்டமிடப்பட்டுள்ளது.

ஜப்பானில் ஹொக்காய்டோ தீவையும் ஹான்ஷூ தீவையும் இணைக்கும் “சேய்கன்” எனும் சுரங்கப் பாதையை த்சுகாரு எனும் ஜலசந்தியின் கீழ் அமைப்பது சம்பந்தமான ஆராய்ச்சிப் பணிகள் 1946இல் துவங்கின. சுமார் 230 மீட்டர் ஆழத்தில் 54.2 கி.மீ. நீளத்திற்கு இதைக் கட்டத் திட்டமிடப்பட்டது. கட்டுமானப் பணிகள் 1964இல் துவங்கின, இந்தக் கட்டுமானப் பணிகள் 1987இல் முடிவடைந்தன. “சேய்கன்” சுரங்கப் பாதை மூன்று

தனித்தனி சுரங்கப் பாதைகளால் ஆனது. சர்வீஸ் சுரங்கப் பாதை பிரதான சுரங்கப் பாதையிலிருந்து 30 மீட்டர் தள்ளியுள்ளது. குறிப்பிட்ட இடைவெளிகளில் இவையிரண்டும் விசேஷ வழிகளால் இணைக்கப்பட்டுள்ளன; விபத்து நேர்ந்தால் இவ்வழிகளின் மூலம் வெளியிலிருந்து உதவ வரலாம். துணை சுரங்கப் பாதை பிரதான பாதைக்குக் கீழே செல்கிறது. உலகிலேயே மிக நீளமான இந்த சுரங்கப் பாதை ஜப்பானின் முக்கியப் போக்குவரத்து மார்க்கமாக மாற வேண்டும்.

ஐரோப்பாவையும் ஆசியாவையும் இணைக்கும் ஒரு பாலம் பஸ்போர் வழியே 1974இல் கட்டி முடிக்கப்பட்டது. இதன் நீளம் சுமார் 2 கி.மீ. ஆகும். இதன் வழியே நாளொன்றிற்கு 20,000 வாகனங்கள் செல்ல முடியுமென திட்டமிடப்பட்டது. ஆனால் இது போதுமானதாக இல்லாததால் புதிய ஒரு பாலம் அமைப்பது அல்லது ஜலசந்தியின் அடியில் சுரங்கப் பாதை அமைப்பது பற்றி இன்று விவாதிக்கப்படுகிறது.

மேற்கூறியவை கடல் கட்டுமானம் பற்றிய பல்வேறு திட்டங்களுக்கான ஒரு சில உதாரணங்கள் மட்டுமே. இவை நம் காலத்தில் உலகக் கடல்கள் மேன்மேலும் எப்படி அதிகமாகப் பயன்படுத்தப்படுகின்றன என்பதற்கு சான்று பகர்கின்றன.

இந்தியப் பெருங்கடல்

நவீன இந்தியப் பெருங்கடலின்
பொருளாதார - பூகோள நிலையின்
சிறப்பியல்புகள்

கடல் இந்தியப் பெருங்கடலின் வளங்களைப்
பொருளாதார ரீதியில் பயன்படுத்துதல்

இந்தியப் பெருங்கடலின்
போக்குவரத்து பூகோள அம்சங்கள்

ஒவ்வொரு கடலிலும் ஏதாவதொரு விதத்தில் பொருளாதார நடவடிக்கை வளர்ச்சியடைந்துள்ளது; இந்நடவடிக்கைக்கு என்று ஸ்தல தனிச் சிறப்பியல்புகள் உண்டு. இவை இயற்கை, பொருளாதார, அரசியல், மற்ற காரணிகளின் தாக்கத்தால் உருவாகின்றன. இதன் பயனாய் கடலுக்கென தனியான பொருளாதார - பூகோள அம்சங்கள் உண்டாகின்றன.

கடலின் பொருளாதார - பூகோள நிலை பெரும் முக்கியத்துவம் வாய்ந்ததாகும். இது குறிப்பிட்ட ஒரு கடலுக்கும் இதற்கு வெளியிலிருந்து எடுக்கப்பட்ட ஏதாவது சில குறியீடுகளுக்கும் இடையிலுள்ள உறவைக் குறிக்கிறது. இதனால் அந்தக் குறிப்பிட்ட கடலுக்கும் வெளியிலிருந்து நாம் தேர்ந்தெடுத்த குறியீடுகளுக்கும் இடையிலான தொடர்பை நிலைநாட்டவும் அதன் மூலம் கடலின் பூகோள நிலையினால் ஏற்படும் வசதிகள் அல்லது வசதிக் குறைவுகளின் பொருளாதார முக்கியத்துவத்தைத் தெளிவுபடுத்தவும் முடிகிறது. கடலின் பொருளாதார - பூகோள நிலை மாறாத்தல்ல, இது காலப்போக்கில் மாற்றமடைகிறது. பொருளாதார சூழ்நிலைகள், புதிய போக்குவரத்து மார்க்கங்கள் (செயற்கைப் பாதைகள் உட்பட) கண்டுபிடிக்கப்படுதல், சர்வதேச உறவுகள், இராணுவ நடவடிக்கைகள் போன்றவற்றைப் பொறுத்து இது மேம்படுத்தப்படலாம் அல்லது மோசமடையலாம். உதாரணமாக, சூயஸ் கால்வாய் கட்டப்பட்டதால் இந்தியப் பெருங்கடலின் பொருளாதார - பூகோள நிலை மேம்பட்டது, இராணுவ நடவடிக்கைகளின் பயனாய் இப்பாதை தற்காலிகமாக செயலற்று போனபோது இதனால் இந்தியப் பெருங்கடலின் பொருளாதார - பூகோள நிலை பாதிக்கப்பட்டது.

சாதாரணமாக, ஒரு கடலை ஒட்டியுள்ள கண்டங்கள், இவற்றில் இருக்கும் அரசுகள், முக்கிய இயற்கை வளங்களை எடுத்து பயன்படுத்தும் மையங்கள் ஆகியவற்றைப் பொறுத்தும் மற்ற கடல்கள், இவற்றுடனான போக்குவரத்துத் தொடர்புகளின் வாய்ப்புகள் போன்றவற்றைப் பொறுத்தும் உள்ள கடலின் நிலைதான் பொருளாதார பூகோள நிலையின் முக்கிய அம்சமாகும்.

கடலைப் பொருளாதார ரீதியாகப் பயன்படுத்துவதில் சமூக அரசியல் சூழ்நிலைகளும் முக்கியப் பங்காற்றுகின்றன. கரையோர அரசுகளின் அரசியல் அமைப்பு, பொருளாதார மற்றும் விஞ்ஞான-தொழில் நுட்ப வளர்ச்சி மட்டம், மக்கள் தொகை, கடலோர நாடுகளின் சர்வதேச உறவுகள் போன்றவை இவற்றில் அடங்கும்.

இந்தியப் பெருங்கடலின் பொருளாதார - பூகோள நிலையின் சிறப்பியல்புகள்

இந்தியப் பெருங்கடலின் மிகப் பெரும் பகுதி தென் கோளார்த்தத்தில் உள்ளது. வடக்கே இது முற்றிலுமாக யுரேஷியாவுடன் நின்று விடுகிறது, நேரடியாக ஆர்க்டிக் கடலுடன் இது இணையவில்லை. மேற்கே ஆப்பிரிக்கக் கரை இதன் எல்லையாக உள்ளது; தென் மேற்கே 200 கிழக்கு தீர்க்கரேகை (நன்னம்பிக்கை முனையிலிருந்து அண்டார்க்டிக் வரை) இதன் எல்லையாகும்; கிழக்கே இதன் எல்லை மலாக்கா ஜலசந்தியின் வட பகுதி, பெரிய மற்றும் சிறிய ஸான்ட் தீவுகளின் தென் மேற்கு, தெற்குக் கரைகள், நியூ கினியின் தென் மேற்கு கரை, தோரஸ் ஜலசந்தி, ஆஸ்திரேலியாவின் மேற்குக் கரை ஆகியவற்றின் வழியே செல்கிறது; தென் கிழக்கே 147° கிழக்கு தீர்க்கரேகை (டாஸ்மேனியா தீவின் தென் கோடி முதல் அண்டார்க்டிக் வரை) இதன் எல்லையாகும்.

இந்தியப் பெருங்கடல் தீர்க்கரேகைகளில் ஓரளவு குறைந்த தூரமே பரவியுள்ளது. வடக்கே இது கிட்டத்தட்ட கடகரேகையைத் தாண்டுவதில்லை, எனவே இதன் வட பகுதி பூமத்தியரேகை மண்டலத்திலும் இதற்கு அருகிலுள்ள பிரதேசங்களிலும் உள்ளது; தென் பகுதியோ, அண்டார்க்டிற்கு அருகேயுள்ள அட்சரேகைகள் வரை செல்கிறது. இக்கடலின் வட பகுதியைச் சுற்றி மிகப் பெரும் நிலப்பரப்புகள் உள்ளதால் இது கண்டத்தின் கணிசமான தாக்கத்திற்கு உட்படுகிறது; இங்கே தெட்டத்தெளிவாகத் தென்படும் பருவக்காற்றுகள், மழைக் காலங்களில் இது வெளிப்படுகிறது. இதுதான் இந்தியப் பெருங்கடலின் வட பகுதியில் உள்ள தட்பவெப்ப நிலையின் குறிப்பிடத்தக்க அம்சமாகும். தெற்கே இக்கடல் அண்டார்க்டிக்கைப் பரவலாகத் தொட்டு நிற்பதால் இது அண்டார்க்டிக்கின் குளிர்விப்பிற்கு நன்கு ஆளாகிறது, இந்தியப் பெருங்கடல் கடினமான தட்பவெப்பநிலைப் பிரதேசங்கள் இங்குதான் உள்ளன.

இந்தியப் பெருங்கடல் பொதுவாக தெற்கில் உள்ளதும் வட துருவ நீர்ப்பரப்புகளுடன் இதற்கு நேரடியான தொடர்பு இல்லாததும் இதன் வட பகுதிகளில் நிலவும் வளிமண்டலத்தின் பருவச் சுற்றும் இக்கடலின் நீரியல் தன்மைகளைப் பெரிதும் முன்நிர்ணயிக்கின்றன. இந்தியப் பெருங் கடலின் வட பகுதியில் உள்ள நீர் அதிகபட்சம் சூடாகிறது, இங்கு குளிர் நீரின் வருகை இல்லை, எனவே இங்கு மேல்மட்டத்தில் உள்ள நீர் வெதுவெதுப்பானது (27-28°C). இதே அட்சரேகையில் உள்ள மற்ற கடல்களின் நீரின் வெப்பநிலையை விட இது அதிகம். இந்தியப் பெருங் கடலின் மேல் மட்ட நீரின் சராசரி வெப்பநிலை 17°C ஆகும். அண்டார்க்டிக் நீரின் பெரும் குளிர்விப்புத் தாக்கம்தான் இதற்குக் காரணமாகும். இக்கடலின் பல பிரதேசங்களில் நீரின் மேல்மட்டத்தில் உப்பளவு, உலகக் கடல்களின் சராசரி உப்பளவை விட அதிகம். செங்கடலிலோ உப்பளவு 40%. ஆகும். அண்டார்க்டிக்கை ஒட்டிய பிரதேசங்களிலும் வங்காள விரிகுடாவிலும் மட்டுமே உப்பளவு 34%0 மற்றும் அதற்குக் குறைவாக இறங்குகிறது.

இந்தியப் பெருங்கடலின் வட பகுதியில் மேல்மட்ட நீரோட்டங்களின் குறிப்பிடத்தக்க அம்சம் பருவக்காற்றுகளின் தாக்கத்தின் கீழ் இவற்றில் ஏற்படும் கணிசமான பருவக் கால மாற்றங்களாகும். வட கோளார்த்தத்தில் குளிர்காலமாக இருக்கும் போது, இந்தியப் பெருங்கடலின் வட பகுதியில் குளிர்கால, வட கிழக்குப் பருவக் காற்று வீசும் போது சாதாரணமாக நீரோட்டம் மேற்குத் திசையில் (பருவக்காற்றைச் சார்ந்த நீரோட்டம்) செல்கிறது. இந் நீரோட்டத்தின் ஒரு பகுதி ஆப்பிரிக்கக் கரையை அடைந்து தெற்கு நோக்கிப் பாய்ந்து சோமாலி நீரோட்டத்திற்கு மூல ஊற்றாகிறது. சுமாராக 3 தெற்கு அட்சரேகையின் அருகே நிலையான தெற்குக் காற்றைச் சார்ந்த நீரோட்டத்தைச் சந்திக்கும் இந்த சோமாலி நீரோட்டம் கிழக்கே திரும்பி பூமத்தியரேகை எதிர் நீரோட்டத்தை ஏற்படுத்துகிறது. வட கோளார்த்தத்தில் கோடைக்காலம் வரும் போது பூமத்தியரேகை எதிர் நீரோட்டம் மறைந்து பொதுவான கிழக்கு பருவக்காற்றைச் சார்ந்த நீரோட்டத்திற்கு இடம் விடுகிறது.

இந்தியப் பெருங்கடலின் தென் பகுதியில் உள்ள நீரோட்டங்கள் இடஞ் சுழித்து வலமிருந்து இடம் நோக்கிச் செல்கின்றன. இந்தச் சுற்றோட்டத்தின் வட பகுதி நிலையான தெற்குக் காற்றைச் சார்ந்த நீரோட்டமாகும்; இது சுமாராக 5-20° தெற்கு அட்சரேகைகளுக்கு இடையில் கிழக்கிலிருந்து மேற்கு நோக்கிச் செல்கிறது.

சுற்றோட்டத்தின் தென் பகுதியில் உள்ள மேற்கு காற்றுகளின் குளிர் நீரோட்டம் உலகக் கடல்கள் பூராவும் மேற்கிலிருந்து கிழக்காக செல்கிறது. ஆஸ்திரேலியா அருகே இந்நீரோட்டத்தின் ஒரு பிரிவு குளிர்ந்த மேற்கு ஆஸ்திரேலிய நீரோட்டமாக வடக்கு நோக்கித் திரும்புகிறது.

கடல் ஆழத்தில் உள்ள நீர் மேல்மட்டத்திற்கு எழும்பும் பிரதேசங் களில் (உதாரணமாக, சோமாலியின் கிழக்குக் கரையில்) செங்குத்தான நீர் அசைவுகள் தோன்றுகின்றன. இந்தியப் பெருங்கடலின் வட மேற்குப் பகுதியில் நீர் ஆவியாவதால் மேல்மட்டத்தில் கணிசமான உப்பு படிவதன் விளைவாக மேற்கூறிய நீர் அசைவுகளைக் காணலாம். வெப்ப- இயக்கவியல் நிகழ்ச்சிப் போக்குகள் கடல்களில் செங்குத்தான நீர் பரிமாற்றத்திற்கு வழிகோலுகின்றன, ஆங்காங்கே பெரும் உயிரியல் வளம் மிக்க மண்டலங்களை ஏற்படுத்துகின்றன.

இந்தியப் பெருங்கடலின் இயற்கை சிறப்பு அம்சங்கள் தான் இதில் பொருளாதார நடவடிக்கையின் போக்குகளைப் பெரிதும் முன் நிர்ணயம் செய்கின்றன. இந்நடவடிக்கை ஓரளவிற்கு சமூக- பொருளாதார மற்றும் அரசியல் காரணிகளையும் சார்ந்தது.

சுற்றிலுமுள்ள நிலப்பரப்பைப் பொறுத்தமட்டில் இந்தியப் பெருங் கடலின் பொருளாதார-பூகோள நிலைக்குத் தனிப்பட்ட சிறப்பு அம்சங்கள் உண்டு. இதன் நீர் மூன்று கண்டங்களைத் தொடுகிறது. இக்கண்டங்களின் கரையோரமாக சுமார் 40 அரசுகள் உள்ளன. இவற்றில் 1 பில்லியனுக்கும் கூடுதலான மக்கள் வாழுகின்றனர்.

இந்தியப் பெருங்கடல் பண்டைய நாகரிகங்கள் நிலவிய பிரதேசங்களில் ஒன்றாகும். 6,000-7,000 ஆண்டுகளுக்கு முன்னரே இதன் கரைகளில் வாழ்ந்த மக்கள் இதைப் பயன்படுத்தத் துவங்கினர். மத்திய காலத்தில் திறந்தவெளிக் கடற்பரப்பிலும் மக்கள் பயணம் செய்யலாயினர். என்றாலும் 20ஆம் நூற்றாண்டின் நடுப்பகுதி வரை இது அதிகம் ஆராயப்படவில்லை, மற்ற கடல்களின் இயற்கைச் செல்வங்களைப் பயன்படுத்தியதை விட இங்குள்ளவற்றைப் பெரிதும் குறைவாகவே பயன்படுத்தினர். பல நூற்றாண்டுகளாக இந்தியப் பெருங்கடல் பெரும்பாலும் மேற்கு ஐரோப்பிய அரசுகளின் காலனிகளுக்குச் செல்லும் கடல் பாதையாகவே இருந்தது.

காலனியாதிக்க முறை வீழ்ச்சியடைந்து, பல ஆசிய, ஆப்பிரிக்க நாடுகள் சுதந்திரமடைந்த பின்தான் இதன் ஆராய்ச்சிகள் துவங்கின, இங்கிருந்து இயற்கைச் செல்வங்கள் மீட்கப்படலாயின. மேற்கூறிய நாடுகளில் சில முதலாளித்துவமற்ற வளர்ச்சிப் பாதையைத் தேர்ந்

தெடுத்துள்ளன, இந்நாடுகளில் மக்களின் நலன்களுக்கேற்ற, தேசிய சுதந்திரத்தை வலுப்படுத்தி இவற்றின் பொருளாதாரத்தை வளர்ப்பதை நோக்கமாகக் கொண்ட சமூக மாற்றங்கள் நிறைவேற்றப்படுகின்றன.

இப்பிரதேசத்தில் உள்ள வளர்முக அரசுகளில் இந்தியா ஒரு முக்கிய இடத்தை வகிக்கிறது. இந்தியா ஒரு விவசாய தொழில் துறை நாடு, பல்வேறு விதமான பெரும் இயற்கை வளங்களை உடையது. இந்தியப் பொருளாதாரத்தில் அரசுத் துறை வளர்ந்து வருகிறது. இன்று நாட்டின் மொத்த தேசியப் பொருளில் 15% அரசுத் துறையிலிருந்து கிடைக்கிறது. சோவியத் யூனியனின் உதவியோடு கட்டப்பட்ட அல்லது கட்டப்பட்டு வரும் தொழில் நிறுவனங்கள்தான் இந்த அர்சுத் துறையின் அடிப்படையாக விளங்குகின்றன.

தென் கிழக்கு ஆசிய நாடுகள், உதாரணமாக, பர்மாவும் இந்தோனேசியாவும் பெரும் இயற்கை வளங்களைக் கொண்ட விவசாய நாடுகளாகும். இந்நாடுகளில் உள்ள உழைக்கும் திறனுடைய மக்களில் 65-70% விவசாயத் துறையில் ஈடுபட்டுள்ளனர். பர்மியப் பொருளாதாரத்தில் அரசுத் துறையும் கூட்டுறவுத் துறையும் பெரும் பங்காற்றுகின்றன. இந்தோனீசியப் பொருளாதாரத்தினுள் அன்னிய முதலீடுகள் பெருமளவில் ஈர்க்கப்படுகின்றன. பல்வேறு கனிவளங்கள், தாதுப் பொருட்களை எடுக்கும் தொழில் நிறுவனங்கள் தான் பர்மிய, இந்தோனீசியத் தொழில் துறையின் அடிப்படையாகத் திகழுகின்றன.

வளர்ச்சியடைந்த தொழில் துறை - விவசாய முதலாளித்துவ நாடாகிய ஆஸ்திரேலியாவின் மேற்குக் கரைகளை இந்தியப் பெருங்கடல் தொடுகிறது. முக்கியப் பொருளாதாரக் குறியீடுகளில் ஆஸ்திரேலியா வளர்ச்சியடைந்த முதல் பத்து முதலாளித்துவ நாடுகளில் ஒன்றாக விளங்குகிறது. ஆஸ்திரேலியாவில் நிலக்கரி, எரிவாயு, யுரேனியம், டிட்டேனியம், நிக்கல், தங்கம், இன்னும் சில இயற்கை கனிவளங்களின் இருப்புகள் கணிசமான அளவில் உள்ளன. ஏகாதிபத்திய ஏகபோகங்கள் இந்நாட்டின் பொருளாதாரத்தில் நுழைய இது உந்துசக்தியாக விளங்கியது. ஆஸ்திரேலியாவின் மூலப்பொருட்களுக்காக அமெரிக்க, பிரிட்டிஷ் மற்றும் ஜப்பானிய கம்பெனிகள் கடுமையாகப் போராடுகின்றன.

இரான், இராக், குவெய்த், ஐக்கிய அரேபிய எமிரேட்டுகள், சவுதி அரேபியா ஆகிய மத்திய கிழக்கு நாடுகள் இன்று உலகில் முக்கிய எண்ணெய் எடுப்பு மையங்களாகும். இந்த எண்ணெய் இன்று இவற்றின் பொருளாதார வளர்ச்சியைப் பெரிதும் நிர்ணயிக்கிறது.

இரான், இராக் ஆகிய இரண்டு நாடுகளைத் தவிர மற்ற நாடுகளில் எண்ணெய் எடுத்தல், பதப்படுத்துதல், இதைக் கொண்டு செல்லுதல் ஆகிய வேலைகளில் அயல் நாட்டு எண்ணெய்க் கம்பெனிகள் ஈடுபடுத்தப்படுகின்றன.

ஆப்பிரிக்காவின் கிழக்குக் கரையில் உள்ள அரசுகள் ஓரளவு குறைவான பொருளாதார வளர்ச்சி மட்டத்தைக் கொண்ட விவசாய நாடுகளாகும். இந்நாடுகளில் பல இயற்கைச் செல்வங்கள் உள்ளன என்றாலும் இவை இன்னமும் போதுமான அளவு கண்டுபிடிக்கப் படவில்லை. இந்நாடுகளில் சில இன்னமும் ஏகாதிபத்திய அரசுகளைப் பொருளாதார ரீதியாகவும் அரசியல் ரீதியாகவும் சார்ந்துள்ளன, மற்ற நாடுகள் சோஷலிசத் திசையமைவுப் பாதையில் நடைபோடுகின்றன.

இந்தியப் பெருங்கடலின் கரையோரப் பிரதேசம் பெரும்பாலும் (ஆஸ்திரேலியாவைத் தவிர) வளர்முக நாடுகளால் ஆனது; இவற்றின் பொருளாதார வளர்ச்சி மட்டம் ஓரளவு தாழ்வானது, இந்நாடுகளின் பொருளாதாரத்தில், இவற்றின் தேசிய செல்வங்களைக் கொள்ளையடிக்கும் ஏகபோக மூலதனம் இன்னமும் பெரும் இடத்தை வகிக்கிறது. ஏகாதிபத்திய வல்லரசுகளின் விஸ்தரிப்பு நாட்டங்கள் இந்நாடுகளை இலக்காகக் கொண்டு செயல்படுகின்றன. இதுதான் இந்தியப் பெருங்கடலின் பொருளாதார - பூகோள நிலையில் முக்கியமாகக் குறிப்பிடத்தக்க அம்சமாகும்.

இந்தியப் பெருங்கடலின் கரையோரப் பகுதிகளிலும் இதிலிருந்து தள்ளியுள்ள தரைப்பகுதியிலும் பெருமளவு இயற்கை வளங்கள் காணப்படுகின்றன. எண்ணெய், எரிவாயு, இரும்பு மற்றும் இரும்பல்லா உலோகத் தாதுக்கள், வைரம், மற்ற விலையுயர்ந்த கற்கள், பயன்மிகு மரங்களை உடைய காடுகள், வெப்பமண்டலப் பழ மரங்கள், செடிகள் போன்றவை இவற்றிலடங்கும். இங்கு முக்கியமானது என்னவெனில் ஏற்றுமதிக்காக இந்த இயற்கை வளங்களை எடுப்பதாகும். ஆஸ்திரேலியாவிலும் இந்தியாவிலும் மட்டுமே தாதுப் பொருட்கள் செறிவூட்டப்படுகின்றன.

இந்தியப் பெருங்கடலின் கரையோரம் பூராவும் பல்வேறு இயற்கை வளங்கள் கிடைக்கின்றன, ஆனால் இவை மிகவும் அதிகமாக எடுக்கப் படும் பெரும் மையங்கள் இக்கடலின் வடக்குக் கரைகளின் ஓரமாக உள்ளன. இது இந்தியப் பெருங்கடலின் பொருளாதார - பூகோள நிலையின் இன்னுமொரு முக்கிய அம்சமாகும்.

மூலப்பொருட்களை ஏற்றுமதி செய்யும் முக்கிய நாடுகள் உள்ள இந்தியப் பெருங்கடலின் வட பகுதியில் தான் அட்லாண்டிக் பெருங் கடலுக்கும் பசிபிக் பெருங்கடலுக்கும் செல்லும் சுருக்கமான கடல் வழிகள் (சூயஸ் கால்வாய், தீவுகளைப் பிரிக்கும் குறுகலான ஜலசந்திகள்) உள்ளன. கரைகளிலிருந்து தள்ளியுள்ள தென் பிரதேசங்களில் இந்தியப் பெருங்கடல் பசிபிக் பெருங்கடலுடனும் அட்லாண்டிக் பெருங்கடலுடனும் தங்குதடையின்றி இணைந்துள்ளது. ஆனால் இப்பிரதேசங்கள் பெரும் தொலைவில் உள்ளதால் இவற்றின் நீர்ப்பரப்பைப் போக்குவரத்திற்காகப் பயன்படுத்துவது அவ்வளவு ஆதாயமானதாக இல்லை. எனவே உலகக் கப்பல் போக்குவரத்தின் முக்கிய மார்க்கங்களைப் பொறுத்தமட்டில் இந்தியப் பெருங்கடலின் வடக்குப் பகுதி மட்டுமே வசதியான வகையில் உள்ளது. இது இந்தியப் பெருங்கடலின் பொருளாதார- பூகோள நிலையில் இன்னுமொரு குறிப்பிடத்தக்க அம்சமாகும்.

இந்தியப் பெருங்கடலின் வளங்களைப் பொருளாதார ரீதியில் பயன்படுத்துதல்

பல்வேறு இயற்கை நிகழ்ச்சிப் போக்குகளின் தாக்கத்தால் இந்தியப் பெருங்கடலில் அந்தந்த இயற்கை வளங்கள் உருவாகி, ஆங்காங்பே காணப்படுகின்றன. இக்கடலைச் சுற்றியுள்ள நாடுகளின் சமூக பொருளாதார நிலை, இங்கு கிடைக்கும் இயற்கை வளங்களைத் தே எடுத்துப் பயன்படுத்துவதில் அன்னிய மூலதனம் இன்று பரவலாக ஈடுபடுத்தப்படுவதை முன்நிர்ணயம் செய்கிறது. இவ்வளங்கள் ஒவ்வொன்றிற்கும் ஒவ்வொரு சிறப்பு அம்சம் உண்டு, இவை வெவ்வேறு அளவுகளில் எடுக்கப்படுகின்றன, கடல் பொருளாதாரத்தில் இவற்றின் முக்கியத்துவம் வெவ்வேறானது.

உயிரியல் வளங்கள்

இந்தியப் பெருங்கடலின் பெரும் பகுதி வெப்ப மண்டலத்திலோ, மிதவெப்ப மண்டலத்திலோ இருப்பதால் இங்குள்ள அனுகூலமான தட்பவெப்ப மற்றும் நீரியல் சூழ்நிலைகள் பல்வேறுவிதமான உயிரினங்கள் வளர உதவுகின்றன. இங்கே கண்டத்தை ஒட்டிய பரவலான கடல் பிரதேசங்களே கிட்டத்தட்ட இல்லை, கண்டத் திட்டோ ஒப்பீட்டளவில் குறுகலானது; என்றாலும் கண்டத் திட்டின் நீரும் கடலடிப் பகுதியும் பெரும் உயிரியல் முக்கியத்துவம் உடையவை. மொத்தத்தில் இந்தியப் பெருங்கடலின் ஆக்கவளம்

அதிகமானதல்ல (ஒரு சதுர கிலோமீட்டருக்கு 35-40 கிலோகிராம்). என்றாலும் கண்டத் திட்டில் இது 350 கிலோகிராம் வரையும் கரையோரப் பகுதியில் 250 கிலோகிராம் வரையும் உயரக் கூடும். இந்தியப் பெருங்கடலின் வட மேற்குப் பகுதியில் உள்ள கரையோர நீர்ப் பகுதி, கிழக்கு ஆப்பிரிக்காவின் கரையோர மண்டலம், மடகாஸ்கர் மற்றும் சேய்ஷெல் தீவுகளின் கரையோரப் பகுதிகள், கடலின் திறந்தவெளிப் பகுதியில் அண்டார்க்டிக் அருகே பல்வேறு நீர்ப்பரப்புகள் ஒன்று கலக்குமிடங்கள் ஆகியவை ஆக்கவளம் மிக்கவையாகும்.

இந்தியப் பெருங்கடலின் வட பகுதியில் தான் பெரும்பாலும் மீன் களும் மற்ற நீர்வாழ் உயிரினங்களும் பிடிக்கப்படுகின்றன. இவற்றின் அளவுகள் ஆண்டிற்காண்டும் இடத்திற்கிடமும் மாறுபடுகின்றன. ஐ.நா. சபையின் கீழுள்ள உணவு மற்றும் விவசாயம் பற்றிய ஸ்தாபனம் இந்தியப் பெருங்கடலில் குறிப்பிட்டுள்ள முக்கிய மீன் பிடிப்புப் பிரதேசங்களில் பிடிபடும் மீன்கள், மற்ற நீர்வாழ் உயிரினங்கள் பற்றிய புள்ளி விவரங்கள் இதைக் காட்டுகின்றன.

அட்டவணை 10

இந்தியப் பெருங்கடலின் வெவ்வேறு பகுதிகளில்
பிடிக்கப்படும் மீன்களும் மற்ற நீர்வாழ் உயிரினங்களும்
(ஆயிரம் டன்)

பிரதேசம்	1980	1981	1982	1983	1984
இந்தியப் பெருங்கடல் (மொத்தம்)	3,691	3,698	3,747	4,061	4,326
மேற்குப் பகுதி	2,091	2,007	2,022	2,172	2,454
கிழக்குப் பகுதி	1,461	1,514	1,542	1,779	1,872
அண்டார்க்டிக் பகுதி	139	177	183	110	—

இந்தியப் பெருங்கடலில் மொத்த மீன் பிடிப்பு அதிகரித்து வருவது அட்டவணையிலிருந்து தெரிகிறது. உலகில் மொத்தமாகப் பிடிக்கப்படும் மீன்கள் மற்ற கடல் பொருட்களில் இந்தியப் பெருங்கடலின் பங்கு 5% ஆகும், ஆனால் இக்கடலின் பல்வேறு பகுதிகளில் மீன் பிடிப்பு அளவு ஆண்டிற்கு ஆண்டு வேறுபடுகிறது.

இங்கு கிடைக்கும் மீன்கள் பல்வேறு வகையானவை என்றாலும் ரோக் மீன்கள், ஸ்லேப் மீன்கள், ஸர்டீன் மீன்கள், பனீடோ மீன்கள், டன்னி மீன்கள் மிகுந்து காணப்படுகின்றன. மற்ற நீர்வாழ் உயிரினங் களில் இறால் மீன்கள் முக்கிய இடம் வகிக்கின்றன; மொத்தமாகக் கிடைக்கும் கடல் பொருட்களில் சுமார் 84% இறால் மீன்களாகும். குறைந்த அளவில் சீப்பு மாதிரியான உயிரினங்கள், ஸ்க்விட்

மீன்கள், சிப்பிகள், நண்டுகள், மற்ற முதுகெலும்பில்லா பிராணிகள், நீர்ப்பாசிகள் ஆகியவை பிடிக்கப்படுகின்றன.

ஆசிய மற்றும் ஆப்பிரிக்கக் கரைகளிலும் தீவுகளிலும் வாழும் மக்கள் நீண்ட நெடுங்காலமாகவே மிக எளிய கருவிகளைக் கொண்டு கடலில் வாழும் பிராணிகளைப் பிடித்தனர், தாவரங்களை எடுத்துப் பயன்படுத்தினர். இன்றும் இம்மாதிரி பழைய முறைகளில் மீன் பிடிப்பதும் கடலில் கிடைக்கும் மற்ற வளங்களை எடுப்பதும் இப்பிரதேசத்திலுள்ள பல நாடுகளின் பொருளாதாரத்தில் முக்கிய இடம் வகிக்கின்றன; இப்படிப் பிடிபடுபவற்றில் பெரும் பகுதியை மீனவர்களும் அவர்களுடைய குடும்பத்தினருமே பயன்படுத்துகின்றனர்.

அதே நேரத்தில் சமீப ஆண்டுகளில் இந்தியா, பாகிஸ்தான், பங்களாதேஷ், தாய்லாந்து, இந்தோனேசியா, இன்னும் சில அரசுகள் தம் மீன்பிடிப்புத் துறையை மும்முரமாக வளர்க்கத் துவங்கியுள்ளன, மோட்டார் பொருத்தப்பட்ட புதிய படகுகள், நவீன மீன்பிடிப் படகுகளை வாங்கத் துவங்கியுள்ளன. நவீன மீன் பிடிப்புச் சாதனங்களைப் பயன்படுத்த ஆரம்பித்ததால் இங்கு மீன் பிடிப்பு கணிசமாக அதிகரித்துள்ளது. இந்தியப் பெருங்கடலோரமாக இல்லாத மற்ற அரசுகளும் இங்கு பெருமளவில் மீன் பிடிக்கின்றன. இவற்றின் காரணமாய் இங்கு பிடிக்கப்படும் மீன்கள், மற்ற நீர்வாழ் உயிரினங்களின் அளவு பெரிதும் கூடியுள்ளது.

இந்தியப் பெருங்கடலில் மீன் பிடிக்கும் நாடுகள் ஒவ்வொன்றும் எவ்வளவு மீன் பிடிக்கின்றன என்பது அட்டவணை 11இல் காட்டப் பட்டுள்ளது. இதிலிருந்து பெரும்பாலும் இந்தியப் பெருங்கடலின் மேற்குப் பகுதியில் மீன் பிடிக்கப்படுவது தெரிகிறது; இக்கடலின் மொத்த மீன் பிடிப்பில் 56% இங்கு கிடைக்கிறது. இங்குள்ள அனுகூலமான நீரியல், உயிரியல் சூழல் தான் இதற்குக் காரணம். இந்தியப் பெருங் கடலின் கரையோர நாடுகள் தான் இங்கு முக்கியமாக மீன் பிடிக்கின்றன. இக்கடலின் மேற்குப் பகுதியின் மொத்த மீன் பிடிப்பில் 95 சதவிகிதமும் கிழக்குப் பகுதியின் மொத்த மீன் பிடிப்பில் 98 சதவிகிதமும் இந்நாடு களைச் சாரும். முக்கிய மீன் பிடிப்புப் பகுதிகள் தம் சொந்த மீன்

அட்டவணை 11

பல்வேறு நாடுகள் இந்தியப் பெருங்கடலில் பிடிக்கும் மீன்கள், மற்ற நீர்வாழ் உயிரினங்களின் அளவு, 1984 (ஆயிரம் டன்)

மேற்குப் பகுதி		கிழக்குப் பகுதி	
இந்தியா	1,254	இந்தியா	518.0
பாகிஸ்தான்	308	பர்மா	469.0
ஸ்ரீலங்கா	140	பங்களாதேஷ்	172.0
மொசம்பிக்	37	இந்தோனீசியா	192.0
ஐக்கிய அரேபிய எமிரேட்டுகள்	73	தாய்லாந்து	372.0
		ஆஸ்திரேலியா	108.0
சோவியத் யூனியன்	36	சோவியத் யூனியன்	0.1
ஜப்பான்	21	ஜப்பான்	2.5
தென் கொரியா	49	தென் கொரியா	3.0

பிடிப்புத் துறையை வளர்த்துவரும் அரசுகளின் அதிகார வரம்பிற்குள் உள்ளது இதற்குக் காரணமாகும்.

தான் தீவிரமாகப் பயன்படுத்தும் குறுகிய கரையோர மண்டலத்திலிருந்து கிட்டத்தட்ட முழு அளவு மீன்களையும் பெறும் அரசிற்கு சிறந்த உதாரணம் இந்தியாவாகும். 1947இல் இந்திய மீனவர்கள் 0.4 மில்லியன் டன் மீன் பிடித்தார்கள் என்றால் 1984இல் இது கிட்டத்தட்ட 1.8 மில்லியன் டன் வரை உயர்ந்த து. 1973-1980ஆம் ஆண்டுகளில் இந்தியாவின் மொத்த மீன் பிடிப்பு ஆண்டிற்கு ஆண்டு மாறுபட்டது. இயற்கை மற்றும் பொருளாதாரக் காரணிகள் தான் இதற்குக் காரணமாகும்.

இந்தியாவில் மீன் பிடிப்பைக் கணிசமாகக் கூட்ட திட்டமிடப்படுகிறது. 1990இல் 12.5 மில்லியன் டன் மீன் பிடிக்கப்படுமென எதிர்பார்க்கப்படுகிறது. இதில் பாதிப் பகுதி கடல்களிலும் மீதிப் பாதி உள்நாட்டு நீர்ப்பரப்புகளிலும் பிடிக்கப்படும். இந்தியா தன் மீன் பிடிப்புத் துறையை வளர்ப்பதற்காக தன் கண்டத் திட்டில் (இதன் பரப்பு 4 லட்சம் சதுர கி.மீ.) மட்டுமின்றி திறந்தவெளிக் கடல்களிலும் மீன் பிடிப்பை அதிகரிக்கத் திட்டமிடுகிறது. இதற்காக இது போலந்து, பல்கேரியா போன்ற நாடுகளுடன் ஒத்துழைப்பை வளர்த்து வருகிறது; இவை கடல் வாழ் உயிரினங்களைப் பிடிப்பதில் இந்தியாவிற்கு உதவுகின்றன.

ஐ.நா. உணவு மற்றும் விவசாயம் பற்றிய ஸ்தாபனத்தின் மதிப்பீட்டின்படி இந்தியப் பெருங்கடலில், குறிப்பாக இதன் கிழக்குப் பகுதியில் அயல் நாட்டு மீன் பிடிப்பு வளருமென்று எதிர்பார்க்கப்படவில்லை. ஏனெனில் இங்கு மீன் பிடித்தல் அதிகப் பயன் தராது, இப்பிரதேசத்திற்கு மீன் பிடிப்புக் கப்பல்களை

அனுப்புவதற்கு அதிக செலவாகும், அதிலும் எரிபொருள் விலை கூடி வரும் போது இச்செலவுகள் கணிசமானவையாக இருக்கும். எனவே பொருளாதாரக் காரணங்கள், இந்தியப் பெருங்கடலின் உயிரியல் வளங்களைப் பயன்படுத்துவதை அதிகரிக்கும் வாய்ப்புகளைக் கட்டுப்படுத்தக் கூடும்.

இரசாயன வளங்களும் கடல் நீரின் உப்பையகற்றுதலும்

இந்தியப் பெருங்கடலில் பல்வேறு விதமான இரசாயனச் செல்வங்கள் பெருமளவில் உள்ளன. ஆனால் இப்பிரதேசத்திலுள்ள நாடுகள் இவற்றை முழுமையாக மீட்டெடுக்கவில்லை. கடல் இரசாயன உற்பத்தியின் சிக்கல் தான் இதற்குக் காரணமாகும். இன்று இந்தியப் பெருங்கடலின் இரசாயன மீட்பு பற்றி ஒரு சில விவரங்கள் மட்டுமே தெரிய வந்துள்ளன.

அதே நேரத்தில் பரவலான அளவில் கடல் நீரின் உப்பையகற்றி நல்ல நீரைப் பெறும் பணி நடைபெறுகிறது. குறிப்பாக, கடும் நல்ல நீர் பற்றாக்குறை உள்ள மத்திய கிழக்கு நாடுகளில் இது பெரிதும் நடைபெறுகிறது. சிறிது காலத்திற்கு முன் குவெய்த் நாட்டில் ஒரு டன் எண்ணெயின் விலை இராக்கிலிருந்து தருவிக்கப்பட்ட ஒரு டன் நல்ல நீரின் விலையை விட குறைவானதாக இருந்தது. இங்கே பொருளாதாரக் குறியீடுகள் இரண்டாம் பட்சமானவை; நல்ல நீர் மக்களின் வாழ்க்கைக்கு அவசியமானது என்பதுதான் இங்கு முக்கியம். எனவேதான் கடல் நீரிலிருந்து உப்பையகற்றி நல்ல நீரைப் பெறலாயினர். கடல் நீரின் உப்பையகற்றும் எந்திரங்களின் எண்ணிக்கையையும் திறனையும் உயர்த்தியதால் தண்ணீர் எடுப்பு அதிகரித்தது; இதனால் எண்ணெய் எடுக்கும் நாடுகளில் எண்ணெய் எடுப்பு அதிகரித்தது, பாலை நிலங்கள், வறண்ட பிரதேசங்களில் தொழில் துறை வளர்ச்சியடைந்தது, மக்கள் தொகை கூடியது. குவெய்த் நாட்டில் தான் உலகிலேயே கடல் நீரிலிருந்து அதிகபட்சம் நல்ல நீர் பெறப்படுகிறது; இங்குள்ள உப்பகற்றும் எந்திரங்கள் நாளொன்றிற்கு 2.12 லட்சம் கன மீட்டருக்கும் அதிகமான நல்ல நீரைத் தருகின்றன. இவை நாடு பூராவுக்கும் தேவையான நல்ல நீரை அளிக்கின்றன. சவுதி அரேபியாவிடமும் சக்தி வாய்ந்த உப்பகற்றும் எந்திரங்கள் உள்ளன. இது கடல் நீரிலிருந்து நல்ல நீரைப் பெறுவதை விரிவுபடுத்தும் ஒரு பெரிய செயல் திட்டத்தை நிறைவேற்றி வருகிறது.

இந்தியாவில் குறைவான திறனுடைய ஸ்தல உப்பகற்றும் எந்திரங்கள் உள்ளன. உதாரணமாக, குஜராத் மாநிலத்தில் உள்ள ஒரு உப்பகற்றும் எந்திரம் சூரிய வெப்பத்தால் இயங்குகிறது; நாளொன்றிற்கு 5,000 லிட்டர் நல்ல நீரைத் தரவல்ல இது 500 குடும்பங்களின் குடிநீர் தேவையைப் பூர்த்தி செய்கிறது. ஒரு சில இந்திய கிராமங்களில் விசேஷ சவ்வுகளுடன் கூடிய உப்பகற்றும் அமைப்புகள் உள்ளன; கடல் நீரை இவற்றின் வழியே செலுத்தும் போது உப்புகள் சவ்வின் மேல் பரப்பிலேயே தங்கிவிட, மறுபுறம் நல்ல நீர் கிடைக்கிறது. இத்தகைய ஒரு அமைப்பின் உதவியால் நாளொன்றிற்கு 10,000-15,000 லிட்டர் நல்ல நீரைப் பெறலாம்.

நிபுணர்களின் கருத்துப்படி, கடல் நீரிலிருந்து உப்பகற்றும் தொழில் நுட்பத்தை மேற்கொண்டு வளர்ப்பதால் அதிகமான அளவில் நல்ல நீர் கிட்டுவதோடு கூட கடல் நீரிலிருந்து ஒரு சில இரசாயனப் பொருட்களையும் பெறலாம்.

புவியியல் வளங்கள்

புவியியல் நிகழ்ச்சிப் போக்குகளின் விளைவாய் இந்தியப் பெருங்கடலின் கரைகள், கண்டத் திட்டு மற்றும் கடலடிப் படுகையின் பரவலான பகுதிகளில் பல்வேறு விதமான திட கனிவளங்கள் உருவாகி குவிந்தன. இவற்றில் சில கண்டுபிடிக்கப்பட்டு, ஆராயப்பட்டுள்ளன; சில தொழில் துறை அளவில் ஏற்கெனவே எடுக்கப்படுகின்றன.

கரையோரக் கடல் படிவுகளில் உள்ள கனரக கனிப்பொருட்களும் உலோகங்களும் அதிகமாகப் பயன்படுத்தப்படுகின்றன; இவை ஆஸ்திரேலியாவின் தென் மேற்குக் கரைகளில் பரவியுள்ளன. இந்தத் தாதுப் பொருட்களில் இல்மினைட்டு மேலோங்கியுள்ளது; ஜர்க்கான், ருட்டீல், மோனஸைட்டு ஆகியவையும் எடுக்கப்படுகின்றன. இந்தப் படிவுகளில் கனிப்பொருட்களின் அளவு சராசரியானது என்று கருதப்படுகிறது. என்றாலும் இவற்றை எடுக்கும் முறையும் செறிவூட்டும் முறையும் உயர்வானதாய் இருப்பதால் இங்கு பெருமளவில் உற்பத்திப் பொருட்கள் கிடைக்கின்றன. இவை முக்கியமாக அமெரிக்கா, பிரிட்டன், பிரான்ஸ், கனடா, ஜப்பான், ஜெர்மன் சமஷ்டிக் குடியரசு, இன்னும் சில நாடுகளுக்கு ஏற்றுமதி செய்யப்படுகின்றன.

இந்தியாவின் தென் மேற்கிலும் இலங்கையின் கிழக்குக் கரைகளிலும் உள்ள இல்மினைட்டு - மோனஸைட்டு மற்றும்

இல்மினைட்டு ஜர்க்கான் கரையோரக் கடல் படிவுகளில் ஏராளமான கனிமவளங்கள் உள்ளன. இந்த இடங்களில் உள்ள படிவுகளில் முக்கிய கனிமவளங்களின் செறிவு உயர்வானதாகும். இவை எடுக்கப்பட்டு பல நாடுகளுக்கு அனுப்பப்படுகின்றன. வெள்ளீயத் தாது அடங்கிய கஸ்ஸிட்டெரைட்டின் கரையோர மற்றும் நீரடிப் படிவுகள் பர்மா, தாய்லாந்து, இந்தோனேசியாவின் ஒரு சில பிரதேசங்களில் பரவியுள்ளன; இங்கு இவை பெருமளவில் எடுக்கப்படுகின்றன.

இந்தியப் பெருங்கடலின் கண்டத் திட்டு மண்டலத்தின் பல்வேறு பகுதிகளில் பாஸ்பரைட்டுப் படிவுகள் கண்டுபிடிக்கப்பட்டுள்ளன. இவற்றின் திரட்டுகள் அரேபியத் தீபகற்பத்தின் பிரதேசத்திலும் இந்தியாவின் மலபார் கரையருகேயும் வடக்கு அந்தமான் தீவுகளின் பிரதேசத்திலும் ஆஸ்திரேலியாவின் மேற்கு கரையருகிலும் இந்தோனேசியாவிற்குத் தெற்கேயுள்ள நீரடி மலைகளின் சிகரங்களிலும் காணப்படுகின்றன. கடலடிப் பகுதியிலிருந்து இப்போது பாஸ்பரைட்டுகள் வெளியில் எடுக்கப்படுவதில்லை; என்றாலும் இவை விவசாய இரசாயன மூலப்பொருளாகப் பயன்படக் கூடும் என்பதால் இவற்றிற்கு முக்கியத்துவம் அளிக்கப்படுகிறது.

இந்தியப் பெருங்கடலின் படுகையில், பெரும்பாலும் சுமார் 4,000 மீட்டர் ஆழத்தில் இரும்பு- மாங்கனிசத் தாதுப்படிவுகள் உள்ளன. வெவ்வேறு இடங்களில் இவை வெவ்வேறு அடர்த்தியுள்ள திரட்டுகளை ஏற்படுத்துகின்றன. இந்தியப் பெருங்கடல் பகுதியிலுள்ள தாதுப்படிவுகளின் தரம் அவ்வளவு உயர்வானதல்ல. இவற்றில் பெரும்பாலும் 10-20% இரும்பு, 10-20% மாங்கனிசம், 20-40% சிலிக்கன், 5-10% அலுமினிய ஆக்சைடு, 0.1-0.3% கோபால்ட்டு, 1% வரை நிக்கல், 1.8% வரை செம்பு, 0.06% துத்தநாகம், இன்னும் சில உலோகங்கள் ஆகியவை உள்ளன. சமீபத்தில் இங்கு கண்டுபிடிக்கப்பட்ட சில தாதுப் படிவுகள் இவற்றில் அடங்கியுள்ள இரும்பல்லா உலோகங்களின் அளவில் சிறந்த பசிபிக் தாதுப்படிவுகளுக்கு எவ்விதத்திலும் குறைவற்றவையாக இருக்கின்றன.

எதிர்காலத்தில் எடுக்க வல்ல தாதுப்படிவுகள் படர்ந்துள்ள சில பிரதேசங்கள் இந்தியப் பெருங்கடலில் கண்டுபிடிக்கப்பட்டுள்ளன. மத்திய இந்தியப் பள்ளம், வோர்டன் பள்ளம், மேற்கு ஆஸ்திரேலியப் பள்ளம், சோமாலி பள்ளம், அரேபியப் பள்ளம் ஆகியவை இவற்றிலடங்கும்.

ஒருவித விசேஷ கனிமப்பொருள் (உலோகங்களடங்கிய சூடான உவர்நீரும் வண்டல் மண்ணும்) செங்கடல் அடியில் ஒரு சில பள்ளங்களில் கண்டுபிடிக்கப்பட்டுள்ளது. கூழ்நிலையில் உள்ள இதில் 50-94% வரை உவர்நீர் அடங்கியுள்ளது. இந்த உவர்நீர் இரும்பு, மாங்கனிசம், துத்தநாகம், ஈயம், செம்பு, வெள்ளி, தங்கம், மற்ற மூலகங்களால் செறிவூட்டப்பட்டது. நிபுணர்களின் மதிப்பீட்டின்படி இந்த உலோகங்களின் இருப்பு 130 மில்லியன் டன்னாகும். தாதுப் பொருட்கள் அடங்கிய இந்த உவர்நீரையும் வண்டல் மண்ணையும் அதற்குள் மூலப்பொருட்களின் கணக்கில் சேர்த்து விடக் கூடாது, ஏனெனில் இவற்றை வெளியிலெடுப்பது சம்பந்தமான தொழில் நுட்ப, பொருளாதாரப் பிரச்சினைகளும் மற்ற பிரச்சினைகளும் இன்னமும் தீர்க்கப்படவில்லை.

இந்தியப் பெருங்கடலின் ஓரங்களில் உள்ள ஒரு சில பிரதேசங்களின் புவியியல் வரலாற்றிற்கு உரித்தான சக்தி வாய்ந்த படிவுத் திரட்சி, இங்கு பெரும் எண்ணெய், எரிவாயு அடுக்குகள் தோன்றுவதற்கு அனுகூலமான சூழலை ஏற்படுத்தியது. இந்த எரிபொருட்களின் (குறிப் பாக எண்ணெய்) இருப்பிலும் இவற்றை எடுப்பதிலும் இப்பிரதேசம் உலகக் கடல்களிலேயே முதலிடம் வகிக்கிறது. ஆனால் இந்தியப் பெருங்கடல் பிரதேசத்தின் வெவ்வேறு இடங்களில் உள்ள எண்ணெய், எரிவாயுவின் அளவு பெரிதும் வெவ்வேறானது, எனவே நீரடியிலிருந்து இவை எடுக்கப்படும் அளவும் இடத்திற்கிடம் வேறுபடுகிறது.

குவைத், இரான், இராக், சவுதி அரேபியா ஆகிய மத்திய கிழக்கு நாடுகளிலும் இவற்றின் அருகேயுள்ள கடல்களிலும் ஏராளமான எண்ணெயும் எரிவாயுவும் கிடைக்கும் இடங்கள் உள்ளன. உலகிலுள்ள மொத்த எண்ணெய் இருப்பில் (சோஷலிச நாடுகளின் எண்ணெய் இருப்புகளைச் சேர்க்காமல்) பாதிக்கும் மேல் இங்கிருக்கிறது. இதில் பாரசீக வளைகுடாவைத் தனியாகக் குறிப்பிட வேண்டும். இங்கு நடத்தப்பட்ட ஆரம்ப ஆராய்ச்சிகளிலிருந்து மட்டும் பாரசீக வளைகுடா வின் அடியில் 10.6 பில்லியன் டன் எண்ணெய் இருப்பது தெரிய வந்துள்ளது. 516 எண்ணெய்க் கிணறுகளின் உதவியால் இங்கு 1.35 பில்லியன் டன் எண்ணெய் எடுக்கப்பட்டது. 1932க்கும் 1974க்கும் இடைப்பட்ட காலத்தில் பாரசீக வளைகுடாவில் 42 இடங்களில் (எரிவாயு கிடைக்கும் ஓரிடம் உட்பட) எண்ணெய் கண்டுபிடிக்கப்பட்டது. இவற்றில் 20 இடங்களில் ஏராளமான எண்ணெய் உள்ளது; 6 இடங்கள் ஈடு

இணையற்றவை, 1 பில்லியன் டன்னிற்கும் கூடுதலான எண்ணெய் இருப்பை உடையவை; 3.8 பில்லியன் டன் எண்ணெயை உடைய உலகின் மிகப் பெரிய கடல் எண்ணெய் இருப்பிடமான சஃபானியா - ஹஃப்ஜி இங்குதான் உள்ளது. சஃபானியாவிற்குத் தெற்கே இங்கு 1.55 பில்லியன் டன் எண்ணெய் உள்ளதாகக் கணக்கிடப்பட்டுள்ளது. இன்று இங்கு நாளொன்றிற்கு 7,000 டன்னிற்கும் மேலான எண்ணெய் எடுக்கப்படுகிறது. பாரசீக வளைகுடாவின் மேற்குக் கரையிலிருந்து 50 கி.மீ. தொலைவில் அபூ சஃபா என்ற பெரும் எண்ணெய் இருப்பிடம் கண்டுபிடிக்கப்பட்டுள்ளது. 1958இல் தாஸ் எனும் தீவிற்குக் கிழக்கே 35 கி.மீ. தொலைவில் 15 மீட்டர் ஆழத்தில் ஊம் ஷேய்ஃப் என்றொரு எண்ணெய் இருப்பிடம் கண்டுபிடிக்கப்பட்டுள்ளது. 1963 இல் ஊம் ஷேய்ஃபிற்குத் தென் கிழக்கே 86 கி.மீ. தொலைவில் ஸாக்கும் என்ற பெரும் எண்ணெய் இருப்பிடம் கண்டுபிடிக்கப்பட்டது. இங்கு ஆண்டுதோறும் 9 மில்லியன் டன் வரை எண்ணெய் எடுக்கலாம். இந்த இரண்டு எண்ணெய் இருப்பிடங்களும் அபூதாபி சிற்றரசிற்கு சொந்தமானவை. இது 1980இலேயே ஆண்டிற்கு 65.5 மில்லியன் டன் எண்ணெய் எடுத்தது, இதில் 40% கடலடியிலிருந்து எடுக்கப்பட்டது.

சமீப காலத்தில் பாரசீக வளைகுடாவில் இன்னும் சில முக்கிய எண்ணெய் இருப்பிடங்கள் கண்டுபிடிக்கப்பட்டுள்ளன. இவற்றில் மிக முக்கியமானது ஐக்கிய அரேபிய எமிரேட்டுகளில் உள்ள முபாரக் என்னும் இருப்பிடமாகும். இங்கிருந்து ஏற்கெனவே நாளொன்றிற்கு சராசரியாக 7,350 டன் எண்ணெய் எடுக்கப்படுகிறது. 1976இல் கத்தார் கரையருகே ‘ஷெல்’ கம்பெனி எரிவாயு இருப்பிடத்தைக் கண்டு பிடித்தது; இங்கு 1 டிரில்லியன் கன மீட்டருக்கும் கூடுதலான எரிவாயு இருப்பதாக மதிப்பிடப்பட்டுள்ளது.

பாரசீக வளைகுடா பகுதியில் உள்ள எண்ணெய்க் கிணறுகளிலிருந்து அசாதாரணமாக அதிக அளவில் எண்ணெய் பீறிடுகிறது. பூமியடியில் உள்ள பெரும் நீர் இயக்கவியல் அழுத்தம்தான் இதற்குக் காரணமாகும். அமெரிக்காவில் எண்ணெய்க் கிணறுகளிலிருந்து நாளொன்றிற்கு சராசரியாக 2.5 டன்னும் கனடாவில் 13.6 டன்னும் சவுதி அரேபியாவில் 1,590 டன்னும் இராக்கில் 1,960 டன்னும் இரானில் 2,300 டன்னும் எண்ணெய் கிடைக்கிறது என்பதை இங்கு குறிப்பிட வேண்டும். எனவே பாரசீக வளைகுடா பிரதேசத்தில் குறைந்த எண்ணிக்கையிலான எண்ணெய்க் கிணறுகளிலிருந்தே ஆண்டிற்குப் பெருமளவு

எண்ணெய் எடுக்கலாம். உதாரணமாக, அமெரிக்காவில் 5 லட்சம் எண்ணெய்க் கிணறுகளும் சவுதி அரேபியாவில் 700க்கும் குறைவான எண்ணெய்க் கிணறுகளும் உள்ளன. ஆனால் இரண்டின் எண்ணெய் உற்பத்தியும் கிட்டத்தட்ட சமமானது. எனவேதான் பாரசீக வளைகுடா பிரதேசத்தில் எடுக்கப்படும் எண்ணெயின் அடக்கவிலை ஒப்பீட்டளவில் குறைவானது.

கடலில் எண்ணெய் இருப்பிடங்கள் வளைகுடாவின் கரையோரப் பகுதியில், பெரும்பாலும் அதிக ஆழமில்லா இடங்களில் (60-70 மீட்டர்) உள்ளன. இப்பிரதேசத்தில் நல்ல பருவநிலை (கடல் அமைதியாக சலனமின்றி இருத்தல், காற்று குறைவாக வீசுதல்) அநேகமாக இருப்பதால் எண்ணெய் எடுப்பது இங்கு இலகுவானது; இதனால் செலவுகளும் குறைவு. இங்கே ஒரு சில மத்திய கிழக்கு அரசுகள் நீரடியிலிருந்து எண்ணெய் எடுப்பதில் ஈடுபட்டுள்ளன.

செங்கடலில் உள்ள சூயஸ் வளைகுடாவின் அடியில் இருக்கும் எண்ணெய், எரிவாயு இருப்புகள் பாரசீக வளைகுடாவில் இருப்பவற்றை விடக் குறைவானவை. இன்று இங்கு கடலில் 6 எண்ணெய், எரிவாயு இருப்பிடங்கள் கண்டுபிடிக்கப்பட்டுள்ளன. இவற்றில் ஏல் மார்கன் என்பது ஒரு பெரும் இருப்பிடமாகும்; சுமார் 151 மில்லியன் டன் எண்ணெயைத் தரவல்ல இந்த இடத்திலிருந்து இன்று ஆண்டுதோறும் சுமார் 3 மில்லியன் டன் எண்ணெய் எடுக்கப்படுகிறது. 1975இல் இங்கு இன்னமும் அதிக எண்ணெயை உடைய இருப்பிடம் கண்டுபிடிக்கப்பட்டது. இங்கு தோண்டப்பட்ட இரண்டு எண்ணெய்க் கிணறுகளிலிருந்து நாளொன்றிற்கு 3,030 டன் எண்ணெய் கிடைக்கிறது. செங்கடலின் கண்டத் திட்டில் எத்தியோப்பியா, சவுதி அரேபியா ஆகிய நாடுகளின் கரையருகே இன்னும் மூன்று எண்ணெய் இருப்பிடங்கள் கண்டுபிடிக்கப்பட்டுள்ளன.

பாகிஸ்தான், பங்களாதேஷ், தாய்லாந்து, பர்மா ஆகிய நாடுகளின் கண்டத் திட்டுகளில் தீவிரமாக எண்ணெய் தேடப்பட்டு வருகிறது. சாதாரணமாக இதற்காக அமெரிக்கா, ஜப்பான், பிரான்ஸ், ஜெர்மன் சமஷ்டிக் குடியரசு, இத்தாலி போன்ற மற்ற அரசுகளின் உதவி நாடப்படுகிறது.

இந்தியப் பெருங்கடல் பகுதியிலேயே இந்தோனேசியாவின் கண்டத் திட்டுகளில் தான் நிறைய எண்ணெய் உள்ளது. முக்கியமாக ஜாவாக் கடலில் எண்ணெயும் எரிவாயுவும் தேடப்படுகின்றன. அர்ஜூனா, த்சின்தா, அத்தாக்கா, கீத்தி ஆகிய இடங்களில் நிறைய

எண்ணெய் உள்ளது. 1974இல் இந்தோனேசியாவில் இந்த எண்ணெய் இருப்பிடங்களில் மட்டும் பூமியடியிலிருந்து 11 மில்லியன் டன் எண்ணெய் எடுக்கப்பட்டது; இங்கு தொடக்கக் கட்டத்தில் 123 மில்லியன் டன் எண்ணெய் எடுக்கலாம் என்று மதிப்பீடுகள் காட்டுகின்றன.

இறுதியில் ஆஸ்திரேலியக் கண்டத் திட்டுப் பகுதியைக் குறிப்பிட வேண்டும். முதலில் 1960இல் பாஸ் ஜலசந்தியில் இங்கு எண்ணெய் தேடும் பணி துவங்கியது; விரைவிலேயே வெற்றி கிட்ட, கிப்ஸ்லேண்ட் என்னுமிடத்தில் எரிவாயு கண்டுபிடிக்கப்பட்டது. 1967இல் கிங்ஃபிஷ், ஹேம்புட் என்னும் இரண்டு பெரும் எண்ணெய் இருப்பிடங்கள் கண்டுபிடிக்கப்பட்டன; இங்கிருந்து முறையே 120 மில்லியன் டன், 82 மில்லியன் டன் எண்ணெய் எடுக்க முடியும் என்று கணக்கிடப்பட்டது. 1971 இறுதியில் ஆஸ்திரேலியா, கடலிலிருந்து கிடைத்த எண்ணெயைக் கொண்டு தன் தேவையில் 60% பூர்த்தி செய்தது. இங்கு இப்போது 330 மில்லியன் டன் எண்ணெயும் 290 பில்லியன் கன மீட்டர் எரிவாயுவும் இருப்பதாகக் கண்டுபிடிக்கப்பட்டுள்ளது. ஆஸ்திரேலியாவின் வடக்கே திமோர் கடலின் வரம்புகளுக்குள் உள்ள கண்டத் திட்டும் எண்ணெய் வளம் மிக்கது. ஆஸ்திரேலியாவின் வட மேற்குக் கண்டத் திட்டில் ஐந்து எண்ணெய், எரிவாயு இருப்பிடங்கள் கண்டுபிடிக்கப்பட்டுள்ளன. இவற்றில் மிகப் பெரியது ரான்கின் எனும் எரிவாயு இருப்பிடமாகும்; இங்கு 223 பில்லியன் கன மீட்டர் எரிவாயு உள்ளது. இப்பிரதேசத்தில் மொத்தமாக கடலடியில் 618 பில்லியன் கன மீட்டர் எரிவாயுவும் 34 மில்லியன் டன் எண்ணெயும் உள்ளன.

கிழக்கு ஆப்பிரிக்காவின் கண்டத் திட்டிலும் புவியியல் - புவிபௌதிக ஆராய்ச்சிகள் நடைபெறுகின்றன. இங்கும் எண்ணெயும் எரிவாயுவும் இருப்பது தெரிய வந்துள்ளது. எனவே இங்கிருந்து எதிர்காலத்தில் எண்ணெயும் எரிவாயுவும் எடுக்கும் வாய்ப்புகள் உள்ளன.

இந்தியப் பெருங்கடலின் அலைகள், கடலேற்றங்கள், கடலில் நடைபெறும் மற்ற நீரியல் இயக்க நிகழ்ச்சிப் போக்குகளில் அடங்கியுள்ள உள்ளாற்றல் மகத்தானது. ஆனால் சென்னைத் துறைமுகத்தின் அருகே அடையாள மிதவைகளுக்குத் தேவையான மின்சாரத்தை உற்பத்தி செய்வதற்காக உள்ள, அலை சக்தியால் இயங்கும் குறைந்த திறன் கொண்ட ஒரு சில எந்திரங்களைத் தவிர இந்த உள்ளாற்றலைப் பயன்படுத்த இதுவரை அனேகமாக எந்த

ஏற்பாடும் செய்யப்படவில்லை. கடல் சக்தித் துறை எதிர்காலத்தில் தான் வளர்ச்சியுற வேண்டும்.

இந்தியப் பெருங்கடலின் போக்குவரத்து பூகோள அம்சங்கள்

இந்தியப் பெருங்கடலின் விசேஷ இயற்கைத் தன்மை, இதன் விசேஷ பொருளாதார - பூகோள நிலை, இதன் மீது ஏகாதிபத்திய நாடுகள் காட்டும் அளவிற்கதிகமான அக்கறை ஆகியவை இதன் போக்குவரத்து அம்சத்தின் முக்கிய முன்நிபந்தனைகளை நிர்ணயிக்கின்றன. இதன் வழியாக பெரிய துறைமுகங்களை இணைக்கும் கப்பல் மார்க்கங்கள் வெவ்வேறு திசைகளில் செல்கின்றன. 80ஆம் ஆண்டுகளின் துவக்கத்தில் முதலாளித்துவ நாடுகளின் மொத்த துறைமுக சரக்குப் போக்குவரத்தில் சுமார் 20% இம்மார்க்கங்களின் வழியாக எடுத்துச் செல்லப்பட்டது. சமீப ஆண்டுகளில், மத்திய கிழக்கு நாடுகளிலிருந்து எடுத்துச் செல்லப்படும் எண்ணெயின் அளவு தொடர்ந்து அதிகரிப்பதால் தான் மேற்கூறிய சரக்குப் போக்குவரத்து கூடி வருகிறது. ஒப்பீட்டளவில் குறைவான எண்ணிக்கையிலான போக்குவரத்துக் கப்பல்கள் தான் இந்தியப் பெருங்கடலின் துறைமுகங்களில் பதிவு செய்யப்பட்டுள்ளன, ஏனெனில் இங்குள்ள பெரும்பான்மையான கரையோர அரசுகளிடம் நவீன கப்பல்கள் கணிசமான எண்ணிக்கையில் இல்லை.

கடல் போக்குவரத்தில் இப்பகுதியில் உள்ள நாடுகளில் இந்தியா பெரும் பங்கு வகிக்கிறது. ஏராளமான சொந்த வாணிகக் கப்பல்களை உடைய இந்தியா உலகில் பெரும் வாணிகக் கப்பற்படையை வைத்திருக்கும் முதல் 20 நாடுகளில் ஒன்றாகும். இந்தியக் கொடிகளுடன் செல்லும் கப்பல்கள் நாட்டின் மொத்த சர்வதேச சரக்குப் போக்குவரத்தில் சுமார் 30% எடுத்துச் செல்கின்றன. அரசு கம்பெனிகளுக்கு சொந்தமான கப்பல்கள் அருகில் உள்ள அந்தமான், நிக்கோபார், லட்சத் தீவுகளின் துறைமுகங்களுக்கு மட்டுமின்றி மொம்பாசா, தாரு சலாம் போன்ற ஆப்பிரிக்கத் துறைமுகங்களுக்கும் செங்கடல், பாரசீக வளைகுடாவின் துறைமுகங்களுக்கும் சிங்கப்பூர், மலேசியாவிற்கும் செல்கின்றன. இந்தியாவிற்கும் இலங்கைக்கும் இடையில் ஃபெரி மார்க்கங்கள் உள்ளன.

சோவியத் - இந்தியக் கப்பல் மார்க்கம் 28 ஆண்டுகளுக்கும் மேலாக இருந்து வருகிறது. 1956இல் இம்மார்க்கத்தில் 6 சோவியத் கப்பல்களும் 6 இந்தியக் கப்பல்களுமாக 12 கப்பல்கள் ஆண்டிற்கு 1.4

லட்சம் டன் சரக்கை எடுத்துச் சென்றன. இன்றோ இந்த மார்க்கத்தில் செல்லும் இந்தியக் கப்பல்கள் மட்டும் ஆண்டொன்றிற்கு 3-4 லட்சம் டன் பல்வேறு விதமான சரக்குகளை எடுத்துச் செல்கின்றன. கப்பல் போக்குவரத்துத் துறையில் சோவியத் யூனியனுக்கும் இந்தியாவிற்கும் இடையில் நிலவும் உறவுகள் பரஸ்பர ஆதாய அடிப்படையில் இரு நாடுகளுக்கு இடையிலான பயன்மிகு பொருளாதார ஒத்துழைப்பிற்கு நல்ல உதாரணமாக விளங்கக் கூடும்.

இந்தியப் பெருங்கடலின் போக்குவரத்து மார்க்கங்களுக்கு என்று தனியம்சங்கள் உண்டு. பிரதான கடல் மார்க்கங்கள் சூயஸ் கால்வாய் - மலாக்கா ஜலசந்தி - ஆஸ்திரேலியாவின் தென் மேற்கு கோடி - ஆப்பிரிக்காவின் தென் பகுதி - சூயஸ் கால்வாய் என்று ஒரு நாற்கோணத்தை உருவாக்குவது போல் அமைந்துள்ளன. அதே சமயம் இங்கு பெரிதும் நீளமான கடல் மார்க்கங்கள் (நன்னம்பிக்கை முனை - மலாக்கா ஜலசந்தி, சூயஸ் கால்வாய் - ஆஸ்திரேலியாவின் தென் மேற்கு கோடி) குறுக்காகச் செல்கின்றன. பெரும் கடல் மார்க்கங் களைத் தவிர இங்கே சிறிய, ஆனால் போக்குவரத்து மிகுந்த மார்க்கங் களும் உள்ளன. இவை குறிப்பாக இந்தியப் பெருங்கடலின் வட பகுதியில் அதிகமாக உள்ளன; இவற்றின் திசைகள் பருவக் காற்றோடு தொடர்புடைய பருவ மாற்றங்களால் நிர்ணயிக்கப்படுகின்றன. இம் மார்க்கங்களில் சரக்குகளை ஏற்றிச் செல்ல இன்னமும் சிறு பாய்மரக் கப்பல்கள் பரவலாகப் பயன்படுத்தப்படுகின்றன. இதுதான் இந்தியப் பெருங்கடலின் குறிப்பிடத்தக்க போக்குவரத்து அம்சமாகும்.

கண்டங்களுக்கு இடையிலான மார்க்கங்கள் மற்ற பெருங்கடல்களை விட இந்தியப் பெருங்கடலில் முக்கிய இடத்தை வகிக்கின்றன. இவற்றின் வழியே அட்லாண்டிக், பசிபிக் துறைமுகங்களுக்கு இடையில் ஒப்பீட்டளவில் அதிக சரக்குகள் எடுத்துச் செல்லப்படுகின்றன. இவை பெரும்பாலும் வட பகுதியில் இருக்கின்றன, குறுகிய பாதைகளில் அமைந்திருக் கின்றன. இந்தியப் பெருங்கடலின் மத்தியப் பகுதியிலும் குறிப்பாக தென் பகுதியிலும் கடல் மார்க்கங்கள் குறைவாகவே உள்ளன; கிழக்குப் பகுதியை விட மேற்குப் பகுதியில் இவை அடர்த்தியாக உள்ளன, பெருமளவில் பயன்படுத்தப்படுகின்றன. மொத்தத்தில் கப்பல் போக்கு வரத்தின் வளர்ச்சியிலும் சரக்குப் போக்குவரத்து அளவிலும் இந்தியப் பெருங்கடல் அட்லாண்டிக் பெருங்கடலுக்கும் பசிபிக் பெருங்கடலுக்கும் விட்டுக் கொடுத்தாலும் ஒரு சில

சரக்குகளின் (எண்ணெய்) விஷயத்தில் இது மற்ற இரண்டையும் விஞ்சுகிறது.

எரிபொருள், மற்ற பல்வேறு விதமான மூலப்பொருட்களின் எடுப்பு மேலோங்கியுள்ள, ஆனால் இவற்றை குறைந்த அளவில் பதப்படுத்தும் இந்தியப் பெருங்கடல் நாடுகளின் பொருளாதார சிறப்பியல்புகள், இந்த மூலப்பொருட்களை எடுக்கும் தொழில் நிறுவனங்கள் அமைந்துள்ள விதம், ஒரு சில தொழில் நுட்பக் காரணிகள், சர்வதேச நிலவரம் - இவையெல்லாம் கடல் மார்க்கங்களின் பூகோள அம்சங்கள், இவற்றில் எடுத்துச் செல்லப்படும் சரக்குகளின் அளவுகள், கட்டமைப்பு ஆகியவற்றை நிர்ணயிக்கின்றன. இங்கே மிக முக்கிய போக்குவரத்துப் பாதைகள் ஒரு சில முக்கிய திசைகளின்படி பிரிக்கப்படுகின்றன.

இவற்றில் ஒன்று - மத்திய கிழக்கு மார்க்கம் - பாரசீக வளைகுடா, செங்கடல், சூயஸ் கால்வாயை இணைக்கிறது. இம்மார்க்கத்தில் புறப்படும் இடத்திற்கும் சேருமிடத்திற்கும் இடையிலான தூரம் ஒப்பீட்டளவில் குறைவானது, இங்கு தீவிர கப்பல் போக்குவரத்து நடைபெறுகிறது,

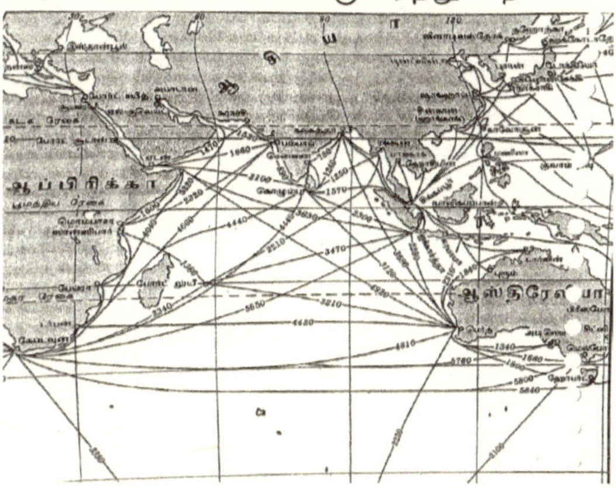

இந்தியப் பெருங்கடலின் போக்குவரத்து மார்க்கங்கள்

பெரும்பாலும் திரவ நிலையிலுள்ள சரக்குகள் (எண்ணெயும் எண்ணெய்ப் பொருட்களும்) இதன் வழியே எடுத்துச் செல்லப்படுகின்றன...

பாரசீக வளைகுடா பிரதேச நாடுகளில் எண்ணெய் எடுப்பதும் இதை ஏற்றுமதி செய்வதும் பெரிதும் அதிகரித்ததால் ஏற்கெனவே இருந்த துறைமுகங்களை மாற்றி நவீனமயப்படுத்த வேண்டிய

அவசியம் ஏற்பட்டது, எண்ணெய் அனுப்பவல்ல புதிய விசேஷத் துறைமுகங்களை ஏற்படுத்த நேரிட்டது. இவற்றிலிருந்து பெரும் எண்ணெய்க் கப்பல்கள் பல்வேறு நாடுகளுக்கும் எண்ணெயை எடுத்துச் செல்கின்றன. நீண்ட காலமாகவே சூயஸ் கால்வாய் மூலம் மேற்கு ஐரோப்பிய நாடுகளுக்கு எண்ணெயும் மற்ற சரக்குகளும் பெருமளவில் எடுத்துச் செல்லப்பட்டன. அதே போல் அந்நாடுகளிலிருந்தும் சரக்குகள் சூயஸ் கால்வாய் வழியே திருப்பி எடுத்து வரப்பட்டன. உதாரணமாக, 1966இல் சூயஸ் கால்வாய் வழியே 241.8 மில்லியன் டன் சரக்குகள் எடுத்துச் செல்லப்பட்டன. இதில் 194.1 மில்லியன் டன் தெற்கிலிருந்து வடக்கு நோக்கியும் (80% எண்ணெய்), 47.7 மில்லியன் டன் வடக்கிலிருந்து தெற்கு நோக்கியும் சென்றன. 1967இல் இஸ்ரேலின் ராணுவ ஆக்கிரமிப்பின் விளைவாய் சூயஸ் கால்வாய் பகுதியில் கப்பல் போக்குவரத்து நிறுத்தப்பட்டது; 1975 இல் கால்வாய் மீண்டும் திறக்கப்படும் வரை கப்பல்கள் ஆப்பிரிக் காவைச் சுற்றி சென்றன.

ஆனால் பெரும் எண்ணெய்க் கப்பல்கள் செல்ல சூயஸ் கால்வாயின் ஆழம் போதாததால் 1976 முதல் எண்ணெய் மற்றும் எண்ணெய்ப் பொருட்களின் போக்குவரத்து 34 மில்லியன் டன் வரை குறைந்தது. கால்வாயைப் புனரமைக்கும் முதல் கட்டப் பணி முடிந்ததும் 1.5 லட்சம் டன் வரையிலான சரக்கை எடுத்துச் செல்ல வல்ல கப்பல்கள் இதன் வழியே செல்லும் வாய்ப்பு ஏற்பட்டது; இதனால் சரக்குப் போக்குவரத்தின் அளவு கணிசமாகக் கூடியது.

தொலை கிழக்குப் போக்குவரத்து மார்க்கம் பாரசீக வளைகுடா விலிருந்து இலங்கைத் தீவுற்குத் தெற்காக மலாக்கா, சிங்கப்பூர் ஜலசந்திகள் அல்லது ஸான்ட் ஜலசந்தி வழியே தென் சீனக் கடலுக்கு வந்து தொலை கிழக்குத் துறைமுகங்களுக்குச் செல்கிறது. இப்பாதையின் நீளம் அதிகமானது; மலாக்கா, சிங்கப்பூர் ஜலசந்திகளில் ஆழம் குறைவானதாகையால் 17.5 மீட்டர் ஆழம் வரை மூழ்கிச் செல்லும் கப்பல்கள் மட்டுமே இவற்றின் வழியே செல்ல முடியும்; ஜலசந்திகளின் குறுகிய இடங்களில் கப்பல் போக்குவரத்து ஒழுங்குப்படுத்தப்படுகிறது. இவற்றின் காரணமாய் இங்குள்ள கடல் மார்க்கங்களின் போக்குவரத்து வாய்ப்புகள் குறைகின்றன.

இத்திசையில் எடுத்துச் செல்லப்படும் சரக்குகளில் எண்ணெயும் எண்ணெய்ப் பொருட்களும் முக்கிய இடத்தை வகிக்கின்றன. இவை பெரும்பாலும் பாரசீக வளைகுடா துறைமுகங்களிலிருந்து

ஜப்பானிற்கும் குறைந்த அளவு மற்ற தென்கிழக்காசிய, தொலை கிழக்கு நாடுகளுக்கும் செல்கின்றன. இப்பாதையில் முக்கியமாக பிரம்மாண்டமான ஜப்பானிய எண்ணெய்க் கப்பல்கள் பயன்படுத்தப்படுகின்றன; இவை ஆழமான லம்போக், மக்காஸர் ஜலசந்திகள் வழியாகச் செல்கின்றன. இந்தோனேசியாவிலிருந்து எண்ணெயை எடுத்துச் செல்லவும் இம்மார்க்கங்களை ஜப்பான் ஓரளவிற்கு பயன்படுத்துகிறது.

இந்தியா, தாய்லாந்து, இந்தோனேசியாவிலிருந்து உலோகத் தாதுகளும் மற்ற வகையான மூலப்பொருட்களும் பெருமளவில் ஜப்பானிற்கும் தென்கிழக்காசிய நாடுகளுக்கும் எடுத்து செல்லப்படுகின்றன. செங் கடல், இந்தியா, பங்களாதேஷ், தாய்லாந்து ஆகியவற்றின் துறைமுகங்களிலிருந்து வரும் மார்க்கங்கள் தொலை கிழக்குத் திசையில் செல்லும் பிரதான மார்க்கத்துடன் இணைகின்றன. மொத்தத்தில் இங்கு அட்லாண்டிக் மற்றும் பசிபிக் பெருங்கடல்களிலிருந்து வரும் இடை மார்க்கங்கள், முடியுமிடங்கள் பின்னிப் பிணைந்து நிற்கின்றன. இவ்வாறாக இன்று சரக்குப் போக்குவரத்தைப் பார்த்தால் இந்தியப் பெருங்கடல் பிரதேச நாடுகளிலிருந்து மூலப்பொருட்கள் எடுத்துச் செல்லப்படுவதும் தொழில் துறைப் பொருட்கள் வெளியிலிருந்து இங்கு கொண்டு வரப்படுவதும் தெளிவு.

தென் ஆப்பிரிக்கத் திசையிலான மார்க்கம் பாரசீக வளைகுடாவில் துவங்கி அரேபிய தீபகற்பம் வழியே சொகோத்திராத் தீவையடைந்து, பின் ஆப்பிரிக்கக் கரை வழியே நன்னம்பிக்கை முனையை அடைகிறது. சுமார் 5,000 மைல் நீளமுள்ள இம்மார்க்கத்தில் நிலவும் சூழ்நிலைகள் கப்பல் போக்குவரத்திற்கு உதவியாக உள்ளன.

இத்திசையில் எடுத்துச் செல்லப்படும் சரக்குகளில் மத்திய கிழக்கு எண்ணெய் முக்கிய இடத்தை வகிக்கிறது. இதில் 80% மேற்கு ஐரோப்பிய நாடுகளுக்கும் வட அமெரிக்க அரசுகளின் கிழக்குப் பகுதிகளுக்கும் செல்கிறது. சூயஸ் கால்வாய் வழியாகச் செல்லுவதுடன் ஒப்பிடும் போது இந்த மார்க்கத்தில் செல்ல சுமார் 10,000 மைல்களைக் கடக்க வேண்டி வருகிறது. 6-10 நாட்கள் அதிகம் தேவைப்படுகிறது.

எண்ணெய்ப் பொருட்களைத் தவிர ஆப்பிரிக்க நாடுகளிலிருந்து கனிப்பொருட்கள் இம்மார்க்கத்தின் வழியே எடுத்துச் செல்லப்படு கின்றன. திரும்பி வரும் பாதையில் தொழில் துறை சரக்குகள் எடுத்து வரப்படுகின்றன.

ஆஸ்திரேலியத் திசையிலான மார்க்கம், கப்பல்கள் செல்வதற்கு அனுகூலமான சூழ்நிலைகள் நிலவும் மூன்று கடல் பாதைகளை இணைக்கிறது.

செங்கடல், பாரசீக வளைகுடா - ஃப்ரீமான்டல் துறைமுகம் எனும் மார்க்கத்தில் ஆஸ்திரேலியாவிற்கு மத்திய கிழக்கின் எண்ணெய் முக்கியமாகச் செல்கிறது; ஆஸ்திரேலியாவிலிருந்து தானியம் அனுப்பப்படுகிறது. வங்காள விரிகுடா - ஃப்ரீமான்டல் துறைமுகம் மார்க்கத்தில் பர்மிய அரிசியும் பங்களாதேஷின் சணலும் முக்கியமாக எடுத்துச் செல்லப்படுகின்றன; ஆஸ்திரேலியாவிலிருந்து பல்வேறு விதமான சரக்குகள் திரும்பி வரும் பாதையில் செல்கின்றன. நன்னம்பிக்கை முனை - ஆஸ்திரேலியாவின் தென் மேற்குக் கோடி மூன்றாவது மார்க்கமாகும். சூயஸ் கால்வாய் மூடப்பட்டிருந்த போது இந்த மார்க்கத்தில் போக்குவரத்து அதிகமாயிருந்தது. இப்போது இந்த நெரிசல் இங்கு குறைந்து விட்டது. மேற்கிலிருந்து கிழக்கு நோக்கிய திசையில் பெரும்பாலும் மேற்கு ஐரோப்பிய நாடுகளின் தொழில் துறைப் பொருட்கள் எடுத்துச் செல்லப்படுகின்றன. ஆஸ்திரேலியாவிலிருந்து வரும் கப்பல்களில் தானியம், கம்பளம், தாதுப் பொருட்கள், ஓரளவு மரங்கள் முதலியன இருக்கும். இத்திசையில் செல்லும் சரக்குப் போக்குவரத்து மிக்க மார்க்கங்கள் மத்திய கிழக்கு நாடுகளையும் ஆஸ்திரேலியாவின் மேற்கு கரையையும் இணைக்கின்றன.

பெருங்கடலின் குறுக்கே செல்லும் நீண்ட மார்க்கங்களைத் தவிர குறுகிய கடல் மார்க்கங்களும் இந்தியப் பெருங்கடலின் கப்பல் போக்குவரத்தில் (குறிப்பாக வட கிழக்குப் பகுதியில்) முக்கியப் பங்காற்றுகின்றன. இங்கே வெளி சரக்குகளைத் தவிர கணிசமான அளவில் சொந்தச் சரக்குகளும் எடுத்துச் செல்லப்படுகின்றன. உதாரணமாக, மலேசியாவிலிருந்து வெள்ளீயம், ரப்பர், இரும்புத் தாது ஆகியவை எடுத்துச் செல்லப்படுகின்றன. தாம்பிர் துறைமுகத்திலிருந்து (ஆஸ்திரேலியாவின் வட மேற்குக் கரை) பெருமளவில் இரும்புத் தாது ஜப்பானுக்கு அனுப்பப்படுகிறது. தேயிலை, ரப்பர், கொப்பரை முதலியவை கொழும்புத் துறைமுகத்திலிருந்தும் உலோகத் தாதுக்கள், சணல், தேயிலை முதலியவை கல்கத்தாவிலிருந்தும் அனுப்பப்படுகின்றன. பல் வேறு நாடுகளிலிருந்து தொழில் துறைப் பொருட்கள் இத்துறைமுகங்களில் இறக்குமதியாகின்றன.

இந்தியப் பெருங்கடலின் மேலுள்ள வான் பரப்பு விமானப் போக்குவரத்திற்குப் பயன்படுத்தப்படுகிறது. இந்த விமான

மார்க்கங்களின் ஒரு குறிப்பிடத்தக்க பூகோள அம்சம், இவை ஒரு சில பிரதேசங்களில் மிகுந்திருப்பதும் மற்ற இடங்களில் குறைவாக இருப்பதுமாகும். இவை பெரும்பாலும் கிழக்கு, வடக்குப் பகுதிகளில் குவிந்துள்ளன, மத்தியப் பகுதியில் குறைவாயுள்ளன, மேற்குப் பகுதியிலோ அபூர்வமாகத்தான் காணப்படுகின்றன. நீண்ட தொலைவு செல்லும் விமான மார்க்கங்கள் ஐரோப்பாவை டெல்லி, பம்பாய், பாங்காக், கோலாலம்பூர் போன்ற விமான நிலையங்களின் மூலம் தொலை கிழக்கு நாடுகளுடனும் தென் கிழக்காசிய நாடுகளுடனும் ஆஸ்திரேலியாவுடனும் இணைக்கின்றன. ஜோகானஸ்பர்கிலிருந்து பம்பாய், பாங்காக், கொழும்புவிற்கும் நைரோபியிலிருந்து பம்பாய், கராச்சிக்கும் செல்லும் விமான மார்க்கங்கள் இந்தியப் பெருங்கடலின் மீது செல்கின்றன. ஓரளவு குறுகிய விமான மார்க்கங்கள் கிழக்கு ஆப்பிரிக்க நாடுகளை மடகாஸ்கருடனும் இந்தியப் பெருங்கடலின் மற்ற தீவுகளுடனும் இணைக்கின்றன. மொத்தமாகப் பார்த்தால் இந்தியப் பெருங்கடல் நாடுகளில் சிவில் விமானங்கள் ஏறியிறங்க (இவை பெரும்பாலும் சர்வதேச மார்க்கங்களில் பறப்பவை) சுமார் 70 விமான நிலையங்கள் உள்ளன.

விமானங்கள் பயணிகளையும் சரக்குகளையும் ஏற்றிச் செல்கின்றன. சரக்குகளில் பழங்கள், காய்கறிகள், மலர்கள், புதிய மீன், விலங்குகள், கம்பளி, நுகர்வுத் துறைப் பொருட்கள் ஆகியவை அதிகம் உள்ளன. இப்பிரதேசத்தின் கிழக்குப் பகுதியில் எடுத்துச் செல்லப்படும் பொருட்களில் எந்திரங்களும் உபகரணங்களும் முக்கிய இடத்தை வகிக்கின்றன. விமானம் மூலமான சரக்குப் பரிவர்த்தனை சர்வதேச வர்த்தக வரம்புகளினுள் நடைபெறுகிறது.

இந்தியப் பெருங்கடலில் நீரடிக் கம்பிகள் அதிகம் போடப்படவில்லை. ஒரு சில கம்பிப் பாதைகள் பிரிட்டனையும் இந்தியாவையும் இணைக்கின்றன. சேய்ஷெல் தீவுகள், மொரீஷியஸ், கோகஸ் தீவுகளில் மைய நிலையங்களுடன் கூடிய பெருங்கடலின் குறுக்கே செல்லும் கம்பிப் பாதை ஒன்று உள்ளது. தாய்லாந்தை மலேசியாவுடனும் சிங்கப்பூருடனும் இணைக்கும் நீரடிக் கம்பிப் பாதை போட்டு முடிக்கப்பட்டுள்ளது.

ஆகவே, இந்தியப் பெருங்கடல் பிரதேசத்தின் பொருளாதாரக் கட்டமைப்பில் எண்ணெய் எடுப்பு மேலோங்கியுள்ளது. இதை விட கணிசமான அளவு குறைவாகத்தான் திட நிலையிலுள்ள கனிவளங்கள் எடுக்கப்படுகின்றன. எண்ணெய், தாதுப் பொருள்,

மற்ற மூலப்பொருட்களை இந்தியப் பெருங்கடல் நாடுகளிலிருந்தும் தொழில் துறைப் பொருட்களை மறு திசையிலும் எடுத்துச் செல்வதில் இப்பெருங்கடல் முக்கியப் பங்காற்றுகிறது. இந்தியப் பெருங்கடல் பிரதேசத்தின் நவீன பொருளாதாரத்திற்குரிய அம்சம் இவற்றில் தான் அடங்கியுள்ளது.

அட்லாண்டிக் பெருங்கடல்

அட்லாண்டிக் பெருங்கடலின்
பொருளாதார - பூகோள நிலையின்
சிறப்பியல்புகள்

அட்லாண்டிக் பெருங்கடலின் வளங்களைப்
பொருளாதார ரீதியில் பயன்படுத்துதல்

அட்லாண்டிக் பெருங்கடலின்
போக்குவரத்து பூகோள அம்சங்கள்

உலகிலுள்ள பெருங்கடல்களில் அட்லாண்டிக் பெருங்கடல் தான் உலகக் கப்பல் போக்குவரத்திலும் சர்வதேச வர்த்தகத்திலும் முக்கிய இடம் வகித்தது. இன்றும் வகித்து வருகிறது. இந்த முக்கியத்துவம் வரலாற்று ரீதியாக உருவானது. பண்டைய காலத்திலிருந்தே மனிதன் அட்லாண்டிக் பெருங்கடலைப் பயன்படுத்தத் துவங்கினான். கி.மு. இரண்டாயிரமாண்டிலேயே இதன் கரையோரப் பகுதிகளில் கடற் பயணம் செய்தனர், மீன் பிடித்தனர், கடல் வளங்களை சேகரித்தனர். கடற்பயணம் மற்றும் மீன் பிடிப்பின் தேவைகளுக்காக இங்கு நீண்ட காலமாகவே கடல் ஆராய்ச்சிகள் நடைபெற்று வருகின்றன.

அட்லாண்டிக் பெருங்கடலின் மீட்பிற்குப் பல காரணங்கள் உண்டு என்றாலும் இரண்டு காரணங்கள் முக்கியமாகக் குறிப்பிடத்தக்கவை. ஒரு புறம் இதன் பல பகுதிகளில் நிலவும் கடற்பயணத்திற்கு அனுகூல மான இயற்கைச் சூழ்நிலைகள், மறு புறம் மேற்கு ஐரோப்பிய நாடுகளின் ஒப்பீட்டளவில் துரிதமான சமூக - பொருளாதார வளர்ச்சி வேகங்கள் ஆகியவையே இந்த இரண்டு காரணங்களாகும். மாபெரும் பூகோள கண்டுபிடிப்புகளின் சகாப்தத்திலிருந்து (15-16ஆம் நூற்றாண்டுகள்) காலனிகளைப் பிடிக்கத் துவங்கிய மேற்கு ஐரோப்பிய நாடுகள் அடலாண்டிக் பெருங்கடலை சிக்கலான பொருளாதார, சமூக நிகழ்ச்சிப் போக்குகளின் மண்டலமாக்கின.

அட்லாண்டிக் பெருங்கடலின் பொருளாதார - பூகோள நிலையின் சிறப்பியல்புகள்

உலகின் மற்ற கடல்களிலிருந்து அட்லாண்டிக் பெருங்கடல் மேற்கே வட மற்றும் தென் அமெரிக்கக் கரைகளாலும் கிழக்கே ஐரோப்பா, ஆப்பிரிக்காவாலும் பிரிக்கப்பட்டுள்ளது. வடக்கிலும் தெற்கிலும் அட்லாண்டிக் பெருங்கடலுக்கும் ஆர்க்டிக் மற்றும் அண்டார்க்டிக் கடல்களுக்கும் இடையிலான எல்லைகள் அடையாள நிபந்தனைக் கோடுகள் வழியே செல்கின்றன.

அட்லாண்டிக் பெருங்கடல் தீர்க்கரேகைகளில் நீண்ட தூரம் (சுமார் 8,000 மைல்) பரவியுள்ளது, S வடிவத்தில் இருக்கிறது. இதனால் இது பூமத்திய ரேகைக்கு சற்றே தொலைவிலுள்ள மிதமண்டலங்களிலும் தொலைவிலுள்ள மண்டலங்களிலும் ஓரளவு பரந்தும் பூமத்திய ரேகைக்கு அருகில், தென் அமெரிக்க, ஆப்பிரிக்க கரைகளுக்கு இடையில் குறுகியும் உள்ளது. தீர்க்கரேகையில் இது பரந்து உள்ளதால் இங்கு வடக்கு மித்துருவ தட்ப வெப்ப நிலை முதல் தென் துருவ தட்பவெப்ப நிலை வரை கிட்டத்தட்ட எல்லாத் தட்பவெப்ப மண்டலங்களும் உள்ளன. என்றாலும் அட்லாண்டிக் பெருங்கடலின் மிகப் பெரும் பகுதி 40° வடக்கு அட்சரேகைக்கும் 42° தெற்கு அட்சரேகைக்கும் இடையில் உள்ளதால் இங்கு மிதவெப்ப மண்டல, வெப்ப மண்டல மற்றும் பூமத்திய ரேகைத் தட்பவெப்ப நிலைகள்தான் அதிகம் காணப்படுகின்றன.

அட்லாண்டிக் பெருங்கடலின் நீரியல் சூழ்நிலைகள் சிக்கலானவை, பல்வேறு விதமானவை, இங்கு மேல் மட்ட நீரின் சராசரி வெப்பநிலை 16.5 C. இது பசிபிக் பெருங்கடலிலும் இந்தியப் பெருங்கடலிலும் உள்ள மேல்மட்ட நீரின் வெப்பநிலையை விட குறைவானதாகும். மேல் மட்டத்தில் சராசரி உப்பளவு 35.3% ஆகும். இது மொத்தத்தில் உலகக் கடல்களின் சராசரி உப்பளவை ஒத்துள்ளது. அட்லாண்டிக்கில் பொதுவான நீர்ச் சுற்றோட்டம் பெரும் நீர்ச் சுற்றுகளின் வடிவத்தில் வெளிப்படுகிறது. கல்ஃஃப்ஸ்ட்ரீம், வட அட்லாண்டிக், கனேரி நீரோட்டங்களும் நிலையான காற்றைச் சார்ந்த வட மற்றும் தென் நீரோட்டங்களும் பிரேசில், பென்கெல் நீரோட்டங்களும் மேற்கு காற்றின் நீரோட்டமும் மேற்கூறிய நீர்ச் சுற்றுகளின் ஓரங்களில் உள்ளன. இப்பெருங்கடலின் வட பகுதியில் 100 -200 கி.மீ. கிடைமட்ட அளவையுடைய நிலையற்ற சுழிப்புகள் கண்டுபிடிக்கப்பட்டுள்ளன. அட்லாண்டிக் பெருங்கடல் முழுவதும் செங்குத்தான நீரியக்கங்கள் நன்கு வளர்ச்சியடைந்துள்ளன. தீவிரமான பொது நீர்ச் சுற்றோட்டம் இங்கு பரவலான இடங்களில் நல்ல உயிரியல் ஆக்கவளம் நிலவ உதவுகிறது.

மேற்கூறிய இயற்கையம்சங்கள் இதன் அனுகூலமான பொருளாதார பூகோள நிலையை மேலும் சிறப்பிக்கின்றன. மூன்று கண்டங்கள் அட்லாண்டிக் பெருங்கடலை ஒட்டியுள்ளன; இவற்றில் 1.3 பில்லியனுக்கும் கூடுதலான மக்கள் வாழும் 70க்கும் மேற்பட்ட கரையோர அரசுகள் உள்ளன. இந்த அரசுகள் சோஷலிச அரசுகள்,

வளர்ச்சியடைந்த முதலாளித்துவ அரசுகள் மற்றும் வளர்முக அரசுகளாகும்.

சோவியத் யூனியனும் அட்லாண்டிக்கை ஒட்டிய சோஷலிச நாடாகும். சோவியத் யூனியன் பெரும் இயற்கை வளங்களையும் (நிலக்கரி, எண்ணெய், எரிவாயு, இரும்புத் தாது, மாங்கனிசத் தாது போன்றவை), பல்வேறு விதமான பெரும் தொழில் துறைகளையும், ஐக்கியப் போக்குவரத்து அமைப்பையும் (இதில் கப்பல் போக்குவரத்து ஒரு முக்கிய இடத்தை வகிக்கிறது) கொண்ட ஒரு உயர்வளர்ச்சியடைந்த தொழில் துறை நாடாகும். சோவியத் யூனியனின் மக்கள் தொகை மிக்க, பொருளாதார ரீதியில் நன்கு வளர்ச்சியடைந்த மேற்கு மற்றும் மத்தியப் பிரதேசங்கள் அட்லாண்டிக் பெருங்கடலை நோக்கி அமைந்துள்ளன. இந்த அம்சம் இப்பெருங்கடலைப் பயன்படுத்துவதன் மீது தாக்கம் செலுத்துகிறது.

அட்லாண்டிக் நீர்ப்பரப்பு போலந்து, ஜெர்மன் ஜனநாயகக் குடியரசு, பல்கேரியா, ருமேனியா, யூகோஸ்லாவியா, ஆல்பேனியா, கியூபா ஆகிய சோஷலிச நாடுகளின் கரைகளையும் தொடுகிறது. இவை உயர் பொருளாதார வளர்ச்சியடைந்த நாடுகள், இந்நாடுகளின் பொருளா தாரத்தில் கடல் துறைகள் முக்கியப் பங்காற்றுகின்றன.

உயர்வளர்ச்சியடைந்த தொழில் துறையையும் கடல் போக்குவரத்தையும் கொண்ட முக்கிய முதலாளித்துவ நாடாகிய அமெரிக்காவின் கிழக்குப் பிரதேசங்களும் அட்லாண்டிக் பெருங்கடலை நோக்கியுள்ளன. அமெரிக்காவில் கணிசமான அளவிற்கு இயற்கை வளங்கள் இருந்த போதிலும் இது பெருமளவில் மூலப்பொருட்களையும் எரிபொருட்களையும் இறக்குமதி செய்யும் நாடுகளில் ஒன்றாகத் திகழுகிறது. அமெரிக்காவைத் தவிர பிரிட்டன், கனடா, பிரான்ஸ், இத்தாலி, ஸ்பெயின், ஜெர்மன் சமஷ்டிக் குடியரசு ஆகிய வளர்ச்சியடைந்த முதலாளித்துவ நாடுகளும் ஆர்ஜென்டீனா, பிரேசில், வெனிசுவேலா ஆகிய தென் அமெரிக்க நாடுகளும் அட்லாண்டிக் பெருங்கடல் ஓரமாக உள்ளன.

அட்லாண்டிக்கை ஒட்டிய வளர்முக நாடுகள் பெரும்பாலும் ஆப் பிரிக்காவின் மேற்கு கரைகளிலும் மத்திய தரைக் கடல் கரைகளிலும் உள்ளன. இந்நாடுகள் ஒப்பீட்டளவில் சமீபத்தில் தான் சுதந்திரம் பெற்றன. இவற்றில் பல நாடுகளில் பல்வேறு விதமான இயற்கை வளங்கள் ஏராளமாக உள்ளன; தற்போது இவ்வளங்கள் இன்னும் அன்னிய மூலதனத்தால் சுரண்டப்படுகின்றன. அதே சமயம் இந்நாடு

களின் தேசியப் பொருளாதாரமும் இடையறாது வளர்ந்து வருகிறது. அட்லாண்டிக் பெருங்கடலின் கரையோரமாக பெரும்பாலும் பொருளாதார வளர்ச்சியடைந்த நாடுகள் இருப்பதுதான் இதன் பொருளாதார - பூகோள நிலையின் குறிப்பிடத்தக்க அம்சங்களில் ஒன்றாகும்.

அட்லாண்டிக் பெருங்கடலைச் சுற்றியுள்ள நாடுகளில் ஏராளமான இயற்கை வளங்கள் உள்ளன. இவற்றை அந்நாடுகள் ஓரளவு எடுத்துப் பயன்படுத்துகின்றன. மூலப்பொருட்களை எடுக்கும் மையங்கள் ஓரளவு சமமாக இருந்தாலும் இவற்றைப் பதப்படுத்தும் முக்கியப் பிரதேசங்கள் அட்லாண்டிக்கின் வட பகுதியில் உள்ள அரசுகளில் தான் குவிந்துள்ளன. இது அட்லாண்டிக் பெருங்கடலுக்குரிய பொருளாதார - பூகோள நிலையின் இன்னுமொரு குறிப்பிடத்தக்க அம்சமாகும்.

மற்ற பெருங்கடல்களுடன் அட்லாண்டிக் பெருங்கடலுக்கு உள்ள இயற்கைத் தொடர்புகள் துருவப் பிரதேசங்களுக்குக் கீழுள்ள பகுதிகளில் இருக்கின்றன. மத்தியப் பகுதியில் அட்லாண்டிக் பெருங்கடல் பனாமாக் கால்வாயால் பசிபிக் பெருங்கடலுடனும் மத்திய தரைக் கடல், சூயஸ் கால்வாய், செங்கடலால் இந்தியப் பெருங்கடலுடனும் இணைந்துள்ளது. பனாமாக் கால்வாயும் சூயஸ் கால்வாயும் பாதையைக் குறைக்கின்றன. ஆனால் இவற்றின் ஆழம் குறைவு, ஆதலால் சில கப்பல்கள், குறிப்பாக பெரும் பாரத்திறன் கொண்ட நவீன கப்பல்கள் இவற்றின் வழியாகச் செல்ல முடியாது. அட்லாண்டிக் பெருங் கடலின் வட பகுதியிலும் தென் பகுதியிலும் எவ்வித இடையூறுமின்றி எந்த கப்பலும் மற்ற பெருங்கடல்களுக்குச் செல்லலாம்.

மொத்தத்தில் மற்ற பெருங்கடல்களைப் பொறுத்தமட்டில் அட்லாண்டிக் பெருங்கடல் வசதியான நிலையில் உள்ளது. எனவே மற்ற பெருங்கடல்களுடன் போக்குவரத்துத் தொடர்பு கொள்ளும் வாய்ப்புகள் இதற்கு அதிகம்.

இயற்கைச் சூழ்நிலைகள் மற்றும் பொருளாதார - பூகோள நிலையின் காரணமாய் அட்லாண்டிக் பெருங்கடல் உலகக் கடல்களில் ஒரு மைய இடத்தை வகிக்கிறது எனலாம். குறிப்பாக, இது ஒப்பீட்டளவில் குறுகிய அட்சரேகைகளில் அடங்கியுள்ளது, பொருளாதார ரீதியாக வளர்ச்சியடைந்த பல நாடுகள் இதையொட்டியுள்ளன என்பதை இங்கு கவனத்தில் கொள்ள வேண்டும்.

அட்லாண்டிக் பெருங்கடலின் வளங்களைப் பொருளாதார ரீதியில் பயன்படுத்துதல்

இயற்கை மற்றும் சமூக - பொருளாதார முன் நிபந்தனைகள் அட்லாண் டிக்கின் நீரிலும் கடலடிப் பகுதிகளிலும் கரையோரப் பிரதேசங்களிலும் பல்வேறு விதமான இயற்கை வளங்கள் ஏராளமாக நிலவ வழிகோலுகின்றன, இவற்றைப் பயன்படுத்துவதற்காக பரவலான வாய்ப்புகளை ஏற்படுத்துகின்றன. இந்த வளங்களில் ஒவ்வொன்றையும் மீட்டெடுத்துப் பயன்படுத்துவது இடத்திற்கிடம் மாறுபடுகிறது, ஒவ்வொன்றிற்கும் தனித்தனி தொழில் நுட்ப சிறப்பியல்புகளும் குறிப்பிட்ட பொருளாதாரக் குறியீடுகளும் உண்டு.

உயிரியல் வளங்கள்

அட்லாண்டிக் பெருங்கடலின் பெரும் பகுதியில் உயிரின வாழ்க்கைக்கு அனுகூலமான சூழ்நிலைகள் நிலவுவதால் உலகக் கடல்களிலேயே இதுதான் அதிக ஆக்கவளமுடையதாக (ஒரு சதுர கிலோமீட்டருக்கு 260 கிலோகிராம்) விளங்குகிறது. 1958ஆம் ஆண்டு வரை மீன்கள், மற்ற நீர்வாழ் உயிரினங்களைப் பிடிப்பதில் அட்லாண்டிக் பெருங் கடல்தான் முன் நின்றது. ஆனால் பல்லாண்டுகளாக தீவிரமாக மீன் பிடிக்கப்பட்டதால் மீன்வளம் பாதிக்கப்பட்டது, மீன் பிடிப்பு குறைந்தது. அதே நேரத்தில் பெருவியன் நெய்த்தோலி மீன் வகையின் பிடிப்பு மிகவும் அதிகரித்தது, அட்லாண்டிக்கிடமிருந்து முதலிடத்தை பசிபிக் பெருங்கடல் எடுத்துக் கொண்டது. 1984இல் உலக மீன் பிடிப்பில் சுமார் 35% அட்லாண்டிக் பெருங்கடலில் கிடைத்தது. மீன்கள், மற்ற நீர்வாழ் உயிரினங்களின் பிடிப்பு ஆண்டிற்கு ஆண்டு, இடத்திற்கு இடம் மாறுபடுகிறது. இது அட்டவணை 12இல் நன்கு தெரிகிறது.

அட்லாண்டிக்கின் வட கிழக்குப் பகுதி அதிகபட்ச மீன்களைத் தருவது அட்டவணை 12இலிருந்து தெரிகிறது. இதற்கு அடுத்தபடியாக வட மேற்கு, கிழக்கு மத்திய மற்றும் தென் கிழக்குப் பிரதேசங்கள் வருகின்றன. சமீப ஆண்டுகளாக அட்லாண்டிக் பெருங்கடலின் மத்திய மற்றும் தெற்குப் பகுதிகளின் பங்கு கணிசமாக அதிகரித்தாலும் வடக்கு அட்லாண்டிக்தான் முக்கிய மீன் பிடிப்புப் பிரதேசமாக இருந்தது, தொடர்ந்து இருந்து வருகிறது.

கேபலின் மீன், அட்லாண்டிக் காட் மீன், புடேசியன் மீன், அட் லாண்டிக் ஹெர்ரிங், நெய்த்தோலி இன்னும் சில வகைகள் இங்கு

அதிகமாகப் பிடிக்கப்படுகின்றன. மற்ற நீர்வாழ் உயிரினங்களின் பிடிப்பில் நண்டு - நத்தை இனப் பிரிவைச் சேர்ந்த வகைகள் (குறிப்பாக

அட்டவணை 12

அட்லாண்டிக் பெருங்கடலின் பல்வேறு பிரதேசங்களில் மீன் பிடிப்பு (ஆயிரம் டன்)

மீன் பிடிப்புப் பிரதேசம்	1980	1981	1982	1983	1984
மொத்தம்	25,783	25,602	25,419	25,712	25,366
வட மேற்குப் பகுதி	2,896	2,855	2,849	2,745	2,695
வட கிழக்குப் பகுதி	12,058	11,867	10,954	11,401	11,521
மேற்கு மத்தியப் பகுதி	1,791	1,898	2,131	2,252	2,605
கிழக்கு மத்தியப் பகுதி	3,445	3,223	3,201	3,070	2,610
மத்திய தரைக் கடலும் கருங்கடலும்	1,670	1,717	1,894	1,905	1,967
தென் மேற்குப் பகுதி	1,288	1,266	1,554	1,693	1,582
தென் கிழக்குப் பகுதி	2,182	2,389	2,375	2,339	2,161
அண்டார்க்டிக் பகுதி	453	387	461	305	225

இறால் மீன்கள்) முக்கிய இடம் வகிக்கின்றன. நண்டுகளும் லாப்ஸ்டர்களும் குறைவான அளவில் பிடிக்கப்படுகின்றன. க்ரில் பிடிப்பு அதிகரித்து வருகிறது. இரட்டை ஓட்டுடைய பிராணிகளில் சிப்பிகள், மாஸெல்கள், சீப்பு மாதிரியான கடல் இனம் ஆகியவை மிகுந்துள்ளன. கணிசமான அளவில் சிபலோபடா வகைகள் எடுக்கப்படுகின்றன. உலகில் கடல் களிலிருந்து எடுக்கப்படும் மொத்த நீர்ப்பாசிகளில் 9-10% இங்கு கிடைக்கிறது. கரும்பழுப்புக் கடற்பாசிகள் இங்கு அதிகமாக உள்ளன.

பல நாடுகள் அட்லாண்டிக் பெருங்கடலில் பெரிய அளவில் மீன் பிடிக்கின்றன. ஆண்டிற்கு 1 மில்லியன் டன்னிற்கும் அதிகமாக மீன் பிடிக்கும் முக்கிய நாடுகளில் சோவியத் யூனியன், நார்வே, அமெரிக்க ஐக்கிய நாடு, டென்மார்க், ஐஸ்லாந்து, ஸ்பெயின், கனடா முதலியவை அடங்கும். கிட்டத்தட்ட இதே அளவு மீன்களை பிரிட்டனும் பிரான்சும் பிடிக்கின்றன.

அட்லாண்டிக் கரையோர நாடுகளைத் தவிர இங்கு ஜப்பானும் தென் கொரியாவும் மீன் பிடிக்கின்றன. மற்ற முக்கிய மீன் பிடிப்பு நாடுகளுடன் ஒப்பிடுகையில் இவை இங்கு குறைந்த அளவு மீன் களைத்தான் பிடிக்கின்றன.

200 மைல் தனிப்பட்ட பொருளாதார மண்டலங்கள் நிலவுவதானது அட்லாண்டிக் பெருங்கடலில் மீன் பிடிப்பின் மீது கணிசமான தாக்கம் செலுத்துகிறது. இத்தகைய மண்டலங்களைக் கொண்டுள்ள நாடுகள் இவற்றில் வேறு நாடுகள் மீன் பிடிப்பதை மட்டுப்படுத்துகின்றன,

இதனால் இவற்றின் மீன் பிடிப்பு பாதிக்கப்படுகிறது. அட்லாண்டிக் பெருங்கடலின் வட மேற்குப் பகுதியில் போர்ச்சுகல், ஸ்பெயின், ஜெர்மன் சமஷ்டிக் குடியரசு, சோஷலிச நாடுகள் (சோவியத் யூனியன் உட்பட) ஆகியவற்றின் மீன் பிடிப்பு கணிசமாகக் குறைந்துள்ளது. வடக்கு மத்தியப் பகுதியில் கரையோரமில்லா நாடுகளின் மீன் பிடிப்பு குறைந்துள்ளது. இங்கே ஆப்பிரிக்க வளர்முக நாடுகளின் மீன் பிடிப்புகள் சிறிதளவு அதிகரித்துள்ளன, ஆனால் தனிப்பட்ட பொருளாதார மண்டலங்கள் அமல்படுத்தப்படுவதற்கு முன் இங்கே மீன் பிடித்த வெளி நாடுகளின் இழப்பை விட இந்த அதிகரிப்பு குறைவானதாகும்.

அட்லாண்டிக் பெருங்கடலில் நல்ல எதிர்காலத்தைக் கொண்ட மீன் பிடிப்புப் பிரதேசம் இதன் தென் மேற்குப் பகுதியாகும். இங்கு ஏராளமான, இன்னமும் அதிகம் பயன்படுத்தப்படாத கடல் வளங்கள் உள்ளன. இதனால் இங்கு மீன்கள், மற்ற நீர்வாழ் உயிரினங்களின் பிடிப்பை அதிகப்படுத்த முடியும்.

மொத்தத்தில் இன்று அட்லாண்டிக் பெருங்கடலின் உயிரியல் வளங்களைப் பயன்படுத்துவதானது இந்த வளங்களை மட்டுமின்றி, சட்ட மற்றும் அரசியல் காரணிகளையும் பெருமளவு பொறுத்துள்ளது.

இரசாயன வளங்களும் கடல் நீரின் உப்பையகற்றுதலும்

அட்லாண்டிக் பெருங்கடலோரமாக உள்ள பல நாடுகள் இதன் நீரிலிருந்து கனிவளங்களை எடுத்து தம் தேவைகளுக்குப் பயன்படுத்து கின்றன. கடல் நீரிலிருந்து சாதாரண உப்பெடுப்பது பெரிதும் பரவியுள்ளது. குறிப்பாக பிரிட்டன், இத்தாலி, ஸ்பெயின், மற்ற நாடுகள் இதில் ஈடுபட்டுள்ளன. கடல் நீரிலிருந்து மாக்னிசியம் எடுப்பதும் கணிசமான அளவு வளர்ச்சியடைந்துள்ளது. பிரிட்டன் தனக்குத் தேவைப்படும் மாக்னிசியத்தில் சுமார் 80% கடலிலிருந்து எடுக்கிறது. இத்தாலி, பிரான்ஸ், கனடா ஆகிய நாடுகளும் கடலிலிருந்துதான் தமக்கு வேண்டிய மக்னிசியத்தை பெறுகின்றன. பிரிட்டன், கனடா, ஆர் ஜென்டீனா ஆகிய நாடுகளில் கடலிலிருந்து புரோமைன் எடுக்கும் தொழில் துறை உள்ளது. கடல் நீரிலிருந்து யுரேனியத்தை எடுக்கும் எந்திரங்களை உற்பத்தி செய்வதில் பிரிட்டன் தீவிரமாக ஈடுபட்டுள்ளது.

தொழில் துறை முறையில் அட்லாண்டிக் நீரின் உப்பையகற்றும் பணி நடைபெறுகிறது. குறிப்பாக கரையோரமாக உள்ள வறண்ட

பிரதேசங்களிலும் நீர் குறைவாயுள்ள தீவுகளிலும் இம்முறை உபயோகத்தில் உள்ளது. கரீபியன் கடலின் கரையோரங்கள், அரூபா தீவு, கனேரித் தீவுகள், கியூபக் குடியரசு, துனீஷியா, லிபியா ஆகிய இடங்களில் பெரும் உப்பகற்றும் எந்திரங்கள் செயல்படுகின்றன. சற்றே குறைவான அளவில் பிரிட்டன், இத்தாலி, இன்னும் சில நாடுகளில் கடல் நீரின் உப்பையகற்றி நல்ல நீராக்கும் பணி நடக்கிறது. நல்ல நீர் போதுமான அளவில் கிடைக்காத போது கடல் நீரிலிருந்து இதைப் பெறுவதால் தண்ணீர் சப்ளையை ஓரளவு மேம்படுத்த முடியும்.

புவியியல் வளங்கள்

அட்லாண்டிக் பெருங்கடலின் பல கரையோரப் பகுதிகளிலும் இவற்றை ஒட்டியுள்ள நிலப்பரப்பிலும் திடநிலையிலுள்ள கனிவளங்கள் படிவு வடிவத்தில் பரவியுள்ளன. இது தவிர கண்டத் திட்டின் மேற்பகுதியிலும் அடியிலும் அட்லாண்டிக் பெருங்கடலின் ஆழமான பகுதிகளின் படுகையிலும் கனிவளங்கள் காணப்படுகின்றன. இல்மினைட்டு, ருட்டல், ஜர்க்கான், மோனஸைட்டு ஆகியவற்றை உள்ளடக்கிய பெரும் கரையோரக் கடல் படிவுகள் வட அமெரிக்காவின் கடற்கரையோரங் களிலும் கண்டத் திட்டிலும், ஃபுளோரிடா முதல் ரோட் அய்லண்ட் வரையிலும் எங்கும் பரவியுள்ளன.

மிகப் பெரிய, வளம் மிகு கனிப்பொருள் படிவுகள் ஃபுளோரிடாவின் கிழக்குக் கரையில் செயின்ட் ஜான்ஸ் ஆற்றிற்கும் நோர்த் ஆற்றிற்கும் இடையிலான முகப்பில் உள்ளன. இங்கே கடற்கரைப் படிவுகள் கடலடிப் படிவுகளுடன் இணைந்து காணப்படுகின்றன. இங்குள்ள மணலில் கனரக கனிப்பொருட்கள் அதிகமில்லையென்றாலும் ஆக்கவளம் மிக்க அடுக்கு இங்கு மிகப் பெரியது (36 மீட்டர் வரை) ஆகையால் இவற்றின் இருப்புகள் இங்கு நிறைய உள்ளன எனலாம். இதுவரை கண்டுபிடிக்கப்பட்டு பயன்படுத்தப்படும் இடங்களில் மட்டும் ஜர்க்கான் 5.5 மில்லியன் டன்னும் இல்மினைட்டு 20 மில்லியன் டன்னிற்கு அதிகமாயும் ருட்டீல் 3.0 -3.5 மில்லியன் டன்னும் இருப்பதாக மதிப்பிடப்பட்டுள்ளது. ஃபுளோரிடாவின் படிவுகள் அமெரிக்காவின் இல்மினைட்டு, ஜர்க்கான் தேவைகளைக் கணிசமான அளவு பூர்த்தி செய்கின்றன.

தென் அமெரிக்கக் கரைகளிலும் கரையோரக் கடல் படிவுகள் உள்ளன. குறிப்பாக மோனஸைட்டு, இல்மினைட்டு, ஜர்க்கான் ஆகிய கனரக கனிப்பொருட்கள் அடங்கிய வளம்மிகு படிவுகள் பிரேசிலின் அட்லாண்டிக் கரையில் ஏஸ்பிரிட்டு சான்டு, பாய்யா மாநிலங்களில் உள்ளன. இப்படிவுகள் 1,600 கி.மீ. தூரம் வரை நீண்டுள்ளன. இவற்றில் மோனஸைட்டு அதிகமாக உள்ளது. இது ஆண்டிற்கு 7,000 டன் எடுக்கப்படுகிறது. இந்தக் கனிப்பொருளை ஏற்றுமதி செய்வதில் உலகிலேயே பிரேசில் முன்னணியில் நிற்கிறது.

சற்றே குறைவான அளவில் இந்தப் படிவுகள் உருகுவே, ஆர் ஜென்டீனா, ஃபோக்லென்ட் தீவுகளின் கரைகள் அருகே உள்ளன. நார்வே, டென்மார்க், போலந்து, ஸ்பெயின், போர்ச்சுகல், இன்னும் சில நாடுகளின் கரையோரக் கடல் படிவுகளில் சிறிதளவு கனரக கனிப்பொருட்கள் காணப்படுகின்றன.

போர்ச்சுகல், நார்வே (லோஃபதென் தீவுகள்), டென்மார்க், எகிப்து ஜெர்மன் ஜனநாயகக் குடியரசு, பல்கேரியா, யூகோஸ்லாவியா, இன்னும் சில நாடுகளின் கரைகளில் கரையோர மேக்னிட்டைட்டு மற்றும் டிட்டேனிய மேக்னிட்டைட்டுப் படிவுகள் கண்டுபிடிக்கப்பட்டுள்ளன.

கனடாவில் ஏராளமான இரும்பு கலந்த மணல் (15-18 பில்லியன் டன்) உள்ளது. இங்கு ஆண்டுதோறும் சுமார் 40,000 டன் இரும்புத் தாது எடுக்கப்படுகிறது.

ஐரோப்பாவில் பிரிட்டன் (கர்னோல் தீபகற்பம்), பிரான்ஸ் (பிரேட்டனி) ஆகிய நாடுகளின் கண்டத் திட்டில் வெள்ளீயம் கலந்த மணல் எடுக்கும் வேலை துவங்கியுள்ளது. ச்யூயார்ட் எனும் தீபகற்பத்தின் அருகேயும் வெள்ளீயம் கலந்த மணல் கண்டுபிடிக்கப்பட்டுள்ளது. இங்கு சுமார் 3,000 டன் வெள்ளீயம் உள்ளதாக மதிப்பிடப்பட்டுள்ளது.

ஆப்பிரிக்காவின் தென் மேற்குக் கரையில் வைரம் கலந்த கடல் மணலின் முக்கிய இருப்பிடங்கள் உள்ளன; இங்கு இவை படிவரிசை, கடற்கரையோரங்கள் மற்றும் கண்டத் திட்டின் (120 மீட்டர் ஆழம் வரை) படிவுகளுடன் இணைந்து நிற்கின்றன. கரையோரப் படிவரிசைகளின் மணலில் 30 மில்லியன் காரட்டுகள் (1 காரட்டு 0.2 கிராமாகும்) வைரம் உள்ளதாயும் கண்டத் திட்டின் படிவுகளில் 7.9 மில்லியன் முதல் 13.6 மில்லியன் காரட்டு வரை வைரம் உள்ளதாயும் மதிப்பிடப்பட்டுள்ளது. நமீபியாவில், ஆரஞ்சு ஆற்றிற்கு வடக்கே கணிசமான அளவு கடல் படிவரிசை வைரப்

படிவுகள் உள்ளன. 60ஆம் ஆண்டுகளின் ஆரம்பத்திலிருந்து ஆப்பிரிக்க கரைகளில் வைரம் எடுக்கப்படுகிறது, இதில் ஒரு பகுதி நகை வேலைகளுக்காகப் பயன்படுத்தப்படுகிறது. உலகின் மொத்த வைர மதிப்பில் சுமார் 20 சதவிகிதமும் உலகில் எடுக்கப்படும் வைரத்தில் 5 சதவிகிதமும் இங்கு கிடைக்கின்றன.

நியூ ஸ்காட்லாந்தின் தென் கிழக்குக் கரையருகே 24-25 மீட்டர் ஆழத்தில் தங்கம் கலந்த மணல் கண்டுபிடிக்கப்பட்டுள்ளது. இதன் அளவு 30 மில்லியன் கன மீட்டராக மதிப்பிடப்பட்டுள்ளது. அமெரிக்கா, பிரிட்டனின் கரைப் பகுதியில் கட்டுமானத்திற்குத் தேவையான மணல், சிப்பி ஓடுகள், கப்பி முதலியவை பல மில்லியன் டன்களில் எடுக்கப்படுகின்றன.

வட அமெரிக்க (அமெரிக்க ஐக்கிய நாடு) மற்றும் ஆப்பிரிக்க (மொரோக்கோ, லைபீரியா, அகுல்யாஸ் எனும் திடர்) கண்டத் திட்டுகளில் உடைந்து போன பாஸ்பரைட்டுப் பாறைகளும் பாஸ்பேட்டுகள் கலந்த மணலும் கண்டுபிடிக்கப்பட்டுள்ளன. இவை 180 -400 மீட்டர், அதற்கும் அதிகமான ஆழத்தில் உள்ளன. இப்போது இவற்றை எடுப்பது ஆதாயமில்லை என்று கருதப்படுகிறது.

அட்லாண்டிக்கின் ஆழத்தில் கடல் படுகையில் இரும்பு - மாங்கனிசத் தாதுப்படிவுகள் கிடைக்கின்றன. இவை பெருங்கடலின் வட மேற்குப் பகுதியில் 200-1,000 மீட்டர் ஆழத்தில் வட அமெரிக்கப் பள்ளத்திலும் பிளேய்க் பீடபூமியிலும் பெருமளவில் உள்ளன. தென் பகுதியில் காப் - அகுல்யாஸ் எனும் பெரும் கனிப்படிவு உள்ளது. அட்லாண்டிக்கில் மொத்தமாக 45 பில்லியன் டன் இரும்பு - மாங்கனிசக் கனிபடிவுகள் உள்ள தாக மதிப்பிடப்பட்டுள்ளது. மாங்கனிசத்தின் அடர்வைப் பொறுத்தமட்டில் இப்பெருங்கடலில் கிடைக்கும் கனிப்படிவுகளின் தரம் குறைவானது, ஆனால் இவற்றிலுள்ள இரும்பு கலவாத உலோகங்களின் அடர்வைப் பொறுத்தமட்டில் இவை நிலப்பகுதியில் கிடைக்கும் இதே போன்ற தாதுப் பொருட்களுக்கு நெருக்கமானதாக உள்ளன.

அட்லாண்டிக் பெருங்கடலில் பெருமளவில் எடுக்கக் கூடிய நிலையில் உள்ள ஏராளமான எண்ணெயும் எரிவாயுவும் பல இடங்களில் கண்டுபிடிக்கப்பட்டுள்ளன. இன்றுள்ள மதிப்பீடுகளின்படி அட்லாண்டிக் பெருங்கடலில் சுமார் 1/4 பரப்பை அல்லது கிட்டத்தட்ட 23 மில்லியன் சதுர கி.மீ. பரப்பை நிறைய எண்ணெய், எரிவாயு இருக்குமிடமாகக் கருதலாம். இதில் 4 மில்லியன் சதுர கிலோமீட்டருக்கும் குறையாத கடல் பரப்பை

பெரும் எண்ணெய், எரிவாயு உள்ளாற்றல் உடைய பிரதேசமாகக் கருதலாம்.

1980களின் தொடக்கத்தில் வெளியான விவரங்களின்படி தொழில் துறை ரீதியில் வெளியில் எடுக்கத்தக்க நிலையில் உள்ள எண்ணெயும் எரிவாயுவும் 1,060 இடங்களில் கண்டுபிடிக்கப்பட்டன. சுமார் 620 எண்ணெய் இருப்பிடங்களும் 440 க்கும் மேற்பட்ட எரிவாயு இருப்பிடங் களும் இவற்றிலடங்கும். இவற்றில் முதலில் எடுக்கத்தக்க நிலையில் 18 பில்லியன் டன் எண்ணெயும் 12 டிரில்லியன் கன மீட்டர் எரிவாயுவும் இருப்பதாகக் கணக்கிடப்பட்டுள்ளது. இவை பெருங்கடலின் கண்டத் திட்டில் பல்வேறு இடங்களில் உள்ளன.

அட்லாண்டிக் பெருங்கடலின் மேற்குப் பகுதியில் மராக்காய்போ காயலின் அடியில் நிறைய எண்ணெய் உள்ளது. இங்கு 4,500க்கும் மேற்பட்ட எண்ணெய்க் கிணறுகளிலிருந்து பெருமளவில் எண்ணெய் எடுக்கப்படுகிறது. மராக்காய்போ காயலிலிருந்து இதுவரை 2.8 பில்லியன் டன் எண்ணெய் எடுக்கப்பட்டுள்ளது.

மெக்சிக்கோ வளைகுடா உலகின் மிகப் பெரிய எண்ணெய், எரிவாயு இருப்பிடங்களில் ஒன்று என்றும் இதுவரை இங்கு குறைந்த அளவு எண்ணெய், எரிவாயு மட்டுமே கண்டுபிடிக்கப்பட்டுள்ளதாயும் கருதப்படுகிறது. இங்கேயுள்ள கடலடியில் 14,500 எண்ணெய்க் கிணறுகள் தோண்டப்பட்டுள்ளன. மொத்தமாக இதுவரை இங்கு 590 மில்லியன் டன் எண்ணெயும் 679 பில்லியன் கன மீட்டர் எரிவாயுவும் எடுக்கப்பட்டுள்ளன. எதிர்காலத்தில் இவற்றின் எடுப்பு இங்கு அதிகரிக்குமென எதிர்பார்க்கப்படுகிறது.

கரீபியன் கடலின் தெற்கில் கரையோரப் பிரதேசத்திலும் வெனிசு வேலாவின் கண்டத் திட்டிலும் நீரடியில் ஒரு சில இடங்களில் எண் ணெயும் எரிவாயுவும் கண்டுபிடிக்கப்பட்டுள்ளன. இவற்றில் பெரிய எண்ணெய், எரிவாயு இருப்பிடங்கள் பரகுவானா தீபகற்பத்தின் கரை யிலும் டிரினிடாட் தீவுக்கு அருகிலும் பாரியா வளைகுடாவிலும் இருக்கின்றன.

மேற்கூறிய பிரதேசங்களைத் தவிர மேற்கு அட்லாண்டிக்கில் மூன்று பெரிய எண்ணெய், எரிவாயுப் பிரதேசங்களைக் கூறலாம். இவற்றில் ஒரு பிரதேசம் டேவிஸ் ஜலசந்தி முதல் நியூயார்க் அட்சரேகை வரை நீண்டுள்ளது. இப்பிரதேசத்தில் தொழில் துறை ரீதியில் எடுக்கத்தக்க எண்ணெய் இருப்புகள் லப்ரடோர் அருகிலும் நியூபவுன்ட்லேண்டிற்குத் தெற்கிலும் கண்டுபிடிக்கப்பட்டுள்ளன. இரண்டாவது எண்ணெய், எரி வாயுப் பிரதேசம் பிரேசிலின்

கரையோரமாக வடக்கே கால்கனியார் முனையிலிருந்து தெற்கே ரீயோடி ஜனீரோ வரை நீண்டுள்ளது. இங்கே ஏற்கெனவே 25 இடங்களில் எண்ணெய் கண்டுபிடிக்கப்பட்டுள்ளது. மூன்றாவது பிரதேசம், அர்ஜென்டீனாவின் கரையோரமாக சான்கொர்ஹே வளைகுடா முதல் மகிலான் ஜலசந்தி வரை உள்ளது. இங்கு சிறிய அளவில் தான் எண்ணெய் கண்டுபிடிக்கப்பட்டுள்ளது. இதைக் கடலடியிலிருந்து எடுப்பது இப்போது லாபகரமானதாக இல்லை. தென் அமெரிக்காவின் அட்லாண்டிக் கரையோரமாக உள்ள கண்டத் திட்டில் 28 பில்லியன் டன் எண்ணெய் இருப்பதாக மதிப்பிடப்பட்டுள்ளது.

அட்லாண்டிக்கின் கிழக்குக் கரையில் கண்டத் திட்டுப் பகுதியில் ஸ்காட்லாந்து, அயர்லாந்திற்குத் தெற்கேயும் போர்ச்சுகல் கரையிலும் பிஸ்கே வளைகுடாவிலும் எண்ணெய் இருப்பதற்கான அறிகுறிகள் கண்டுபிடிக்கப்பட்டுள்ளன. ஆப்பிரிக்கக் கண்டத்திற்கு அருகே எண்ணெய், எரிவாயு உள்ள ஒரு பெரும் பிரதேசம் இருக்கிறது. இது கினி வளைகுடாவிலிருந்து அங்கோலாவின் தெற்கே நமீபியா வரையிலும் பரவியுள்ளது. இன்று அதிகபட்ச எண்ணெய் (32 மில்லியன் டன்) நைஜீரியக் கரையிலிருந்து எடுக்கப்படுகிறது; இங்கு கடலில் 50க்கும் மேற்பட்ட இடங்களில் எண்ணெய் கண்டுபிடிக்கப்பட்டுள்ளது. அங்கோலாவிற்கு அருகேயுள்ள எண்ணெய்க் கிணறுகள் சுமார் 8 மில்லியன் டன் எண்ணெய் தருகின்றன. பெனீன், கானா, காபூன், காமெரூன், மற்ற நாடுகளின் கரைகளில் நீரடியில் எண்ணெய் கண்டுபிடிக்கப்பட்டுள்ளது.

அட்லாண்டிக் பெருங்கடலை ஒட்டிய ஒரு சில கடல்களின் அடிப்பகுதியில் ஏராளமான எண்ணெயும் எரிவாயுவும் உள்ளன. இவற்றில் வட கடல் முக்கிய இடத்தை வகிக்கிறது. நீரடியிலிருந்து எண்ணெய், எரிவாயு எடுப்பது வளர்ந்து வருவதில் இதற்கு இணை கிடையாது. 1965இல் இங்கு முதன் முதலாக வெஸ்ட் சோல் எனும் இடத்தில் எரிவாயு கண்டுபிடிக்கப்பட்டது; 1967இல் கோட், எக்கோஃபிஸ்க் எனும் இடங்களில் எண்ணெய் கண்டுபிடிக்கப்பட்டது, 1977இல் 100க்கும் மேற்பட்ட இடங்களில் தொழில் துறை ரீதியாக எடுக்கக் கூடிய அளவில் எண்ணெயும் எரிவாயுவும் இருப்பது கண்டுபிடிக்கப்பட்டது. வட கடலில் உள்ள இந்தக் கிணறுகளில் ஏராளமான எண்ணெயும் எரிவாயுவும் உள்ளன, இவை பெருமளவில் எடுக்கப்படுகின்றன. உதாரணமாக, பிரிட்டனை ஒட்டிய பகுதியில் 3.2-4.5 பில்லியன் டன் எண்ணெயும்

990 பில்லியன் கன மீட்டர் எரிவாயுவும் உள்ளதாக மதிப்பிடப் பட்டுள்ளது; 1979இல் இங்கு 78 மில்லியன் டன்னிற்கும் கூடுதலான எண்ணெய் எடுக்கப்பட்டது. நார்வே பகுதியில் 530 மில்லியன் டன் எண்ணெயும் 150 பில்லியன் கன மீட்டர் எரிவாயுவும் உள்ளதாக மதிப்பிடப்பட்டுள்ளது; இங்கு 1977இல் 14 மில்லியன் டன் எண்ணெய் எடுக்கப்பட்டது. வட கடலில் 1975இல் 4 பில்லியன் கன மீட்டர் எரிவாயு எடுக்கப்பட்டது. இக்கடலில் உள்ள எண்ணெய், எரிவாயு வளங்கள் தொடர்ந்து மேன்மேலும் அதிகமாக எடுக்கப்பட்டு வருகின்றன. எதிர்காலத்தில் கடலடியிலிருந்து ஆண்டுதோறும் 300 மில்லியன் டன் எண்ணெயும் 150 பில்லியன் கன மீட்டர் எரிவாயுவும் எடுக்கப்படுமென எதிர்பார்க்கப்படுகிறது.

மத்திய தரைக் கடலிலும் நீரடியில் கணிசமான எண்ணெயும் எரிவாயுவும் கண்டுபிடிக்கப்பட்டுள்ளன. இங்கு இப்போது 10 இடங்களில் எண்ணெயும் 17 இடங்களில் எரிவாயுவும் எடுக்கப்படுகின்றன. 1974 இல் இங்கு 3 மில்லியன் டன் எண்ணெய் எடுக்கப்பட்டது. மிகப் பெரிய எண்ணெய் இருப்பிடமாகிய அம்போஸ்தா மரீனோ ஸ்பெயின் நாட்டின் கரையருகே உள்ளது. கிரீஸ் மற்றும் துனீஷியாவின் கரைகள் அருகேயுள்ள கடல் பகுதிகளிலிருந்து கணிசமான எண்ணெய் எடுக்கப்படுகிறது. எகிப்தின் கரைகளுக்கு அருகேயுள்ள சிட்ரா வளைகுடாவிலும் இத்தாலியக் கரையோரமாக ஐட்ரியேடிக் கடலிலும் எரிவாயு எடுக்கப்படுகிறது. எதிர்காலத்தில் மத்திய தரைக் கடலிலிருந்து ஆண்டொன்றிற்கு 20 மில்லியன் டன்னுக்கும் குறையாத அளவு எண்ணெய் கிடைக்க வேண்டும்.

தொழில் துறை ரீதியில் வளர்ச்சியடைந்த, ஆனால் திரவ மற்றும் வாயு எரிபொருள் அதிகம் இல்லாத பல ஐரோப்பிய நாடுகளுக்கு வட கடல், மத்திய தரைக் கடலின் எண்ணெயும் எரிவாயுவும் பெரிதும் முக்கியமானவை. இதனால் நீரடியிலிருந்து இவற்றை எடுப்பது மேலும் அதிகரிக்கிறது.

அட்லாண்டிக் பெருங்கடலின் கண்டத் திட்டில் ஒரு சில பிரதேசங்களில் நிறைய நிலக்கரி உள்ளது. கரையிலிருந்து சாய்வான சுரங்கங்கள் மூலம் (இவை கடலடியில் சில கி.மீ. தூரம் செல்கின்றன) நிலக்கரி இங்கு எடுக்கப்படுகிறது. பிரிட்டன் தான் நீரடியிலிருந்து பெருமளவு நிலக்கரியை எடுக்கிறது. நிலக்கரி உள்ள ஒரு பெரிய இருப்பிடம் பிரிட்டனின் வட கிழக்குக்

கரையில் இருக்கிறது. கனடாவிலும் (நியூ ஸ்காட்லாந்து) நிலக்கரி எடுக்கப்படுகிறது. கேய்ப் பிரேட்டன் தீவிற்கு வட கிழக்கேயுள்ள கண்டத் திட்டில் நிலக்கரி கண்டுபிடிக்கப்பட்டுள்ளது. ஆனால் கடலிலிருந்து கிடைக்கும் எண்ணெய், எரிவாயுவைப் போல் நீரடி நிலக்கரி பொருளாதாரத்தில் அவ்வளவு முக்கியமானதல்ல.

நியூபவுன்ட்லேண்டின் கிழக்குக் கரையில் உள்ள கண்டத் திட்டுப் பகுதியில் இரும்புத் தாது ஏராளமாகக் குவிந்துள்ளது. இது வபானா என்னும் இடத்தில் கடலடியிலிருந்து எடுக்கப்படுகிறது; இங்கு 2 பில்லியன் டன் இரும்புத் தாது உள்ளதாக மதிப்பிடப்பட்டுள்ளது. இங்கே ஆண்டுதோறும் 3 மில்லியன் டன் வரை இரும்புத் தாது எடுக்கப்படுகிறது. நார்மாண்டிக் கரையருகே ஷெர்பூர் பிரதேசத்தில் கடலடியிலிருந்து பிரான்ஸ் இரும்புத் தாதுவை எடுக்கிறது.

மெக்சிக்கோ வளைகுடாவில் அமெரிக்கா நீரடியிலிருந்து கந்தகத்தை எடுக்கிறது. இங்கு கிணறுகள் தோண்டப்பட்டு, அவற்றின் மூலம் கந்தகம் உள்ள இடங்களுக்குக் கொதிநீர் அல்லது கொதியாவி அனுப்பப்படுகிறது. கந்தகம் உருகி திரவ நிலையை அடைகிறது; பின் அழுத்தப்பட்ட காற்றின் தாக்கத்தால் இக்கிணறுகள் வழியே திரவக் கந்தகம் மேலே சென்று குழாய்கள் மூலம் தோணிகளை அடைந்து, குளிர்விப்பு அமைப்புகளில் குளிர்விக்கப்படுகிறது. அமெரிக்காவின் மொத்த கந்தக உற்பத்தியில் 20%, உலக கந்தக உற்பத்தியில் 4% இங்கு கிடைக்கிறது.

அட்லாண்டிக் பெருங்கடலின் எரிசக்தி, பிரான்சில் ரான்ஸ் ஆற்றின் முகப்பிலுள்ள கடலேற்ற மின் நிலையத்தை இயக்குவிக்கப் பயன்படுத்தப்படுகிறது. எதிர்காலத்தில் ஃபான்டி வளைகுடாவில் அமெரிக்காவும் கனடாவும் சேர்ந்து பெரிய கடலேற்ற மின்நிலையத்தை அமைக்கத் திட்டமிட்டுள்ளன.

அட்லாண்டிக் பெருங்கடலின் போக்குவரத்து பூகோள அம்சங்கள்

அட்லாண்டிக் பெருங்கடலின் பொருளாதார - பூகோள நிலையின் சிறப்பு அம்சங்கள் இதன் நீர்ப்பரப்பும் கரைகளும் தீவிர போக்குவரத்திற்குப் பயன்படுத்தப்படுவதை முன்நிர்ணயிக்கின்றன. பெருங்கடலின் குறுக்கே செல்லும் பல மார்க்கங்களும் ஒரு கண்டத்திலிருந்து இன்னொரு கண்டத்திற்குச் செல்லும் கடல்

மார்க்கங்களும் இங்கு ஒன்றையொன்று குறுக்கிடுகின்றன. இம்மார்க்கங்களின் வழியே ஏராளமான சரக்குகள் செல்கின்றன, பயணிகள் பயணமாகின்றனர். பெரும் சரக்குப் போக்கு வரத்தை உடைய மிகப் பெரும் துறைமுகங்கள் அட்லாண்டிக்கின் கரைகளில் உள்ளன, உலகின் சிவில் கப்பல்களில் பெரும்பாலானவை இத்துறைமுகங்களில் தான் பதிவு செய்யப்பட்டுள்ளன.

அட்லாண்டிக் பெருங்கடலின் மேற்குக் கரைக்கும் கிழக்குக் கரைக்கும் இடையிலுள்ள தூரம் ஒப்பீட்டளவில் குறைவானது என்பதை இங்கு குறிப்பிட வேண்டும். ஐரோப்பா, அமெரிக்கா, ஆப்பிரிக்காவிற்கு இடையிலான தொடர்பு அங்கமாகத் திகழும் இப்பெருங்கடலை ஒரு நவீன கப்பல் 3-4 நாட்களில் கடந்து விடும். மாபெரும் பூகோள கண்டுபிடிப்புகளின் காலத்திலிருந்து நம் காலம் வரை அட்லாண்டிக் பெருங்கடல் போக்குவரத்து மார்க்கங்கள் குவிந்துள்ளதிலும் சரக்குப் போக்குவரத்திலும் ஒரு முக்கிய இடத்தை வகிக்கிறது. 20ஆம் நூற்றாண்டின் துவக்கத்தில் சர்வதேச கடல் போக்குவரத்தில் இதன் பங்கு 74% ஆக இருந்தது, 60ஆம் ஆண்டுகளில் இது 69% வரை குறைந்தது, இப்போது இன்னும் சிறிது குறைந்துள்ளது. இதற்குக் காரணம், கடந்த 20-25 ஆண்டுகளில் கடல் வழியே எண்ணெய் எடுத்துச் செல்லப்படுவது பெரிதும் அதிகரித்துள்ளதாகும்; இந்த எண்ணெய் இந்தியப் பெருங்கடலிலிருந்து ஐரோப்பாவிற்கு மட்டுமின்றி தொலை கிழக்கிற்கும் செல்கிறது.

அட்லாண்டிக் பெருங்கடலை ஒட்டியுள்ள நாடுகளின் பொருளாதார வளர்ச்சி மட்டமும் அரசியல் அமைப்பும் வெவ்வேறானவை. இப்பெருங் கடலின் கப்பல் மார்க்கங்களும் சரக்குப் போக்குவரத்தின் அளவுகளும் கட்டமைப்பும் இவற்றைத்தான் பொறுத்துள்ளன. வட அட்லாண்டிக்கில் கப்பல்கள் செல்வதற்கு நிலவும் ஒப்பீட்டளவில் அனுகூலமான இயற்கை சூழ்நிலைகள், - இப்பிரதேசத்தில் அட்லாண்டிக்கின் இரண்டு கரைகளிலும் உள்ள நாடுகளின் பெரும் மக்கள்தொகை மற்றும் உயர்வான பொருளாதார உள்ளாற்றல் ஆகியவற்றின் காரணமாய் 35-40 வடக்கு அட்சரேகைக்கும் 55-60° வடக்கு அட்சரேகைக்கும் இடையிலான நீர்ப்பரப்பில் போக்குவரத்து நெரிசல் மிக்க ஏராளமான கடல் மார்க்கங்கள் அமைந்துள்ளன. இங்கே மிக முக்கியமான வட அட் லாண்டிக் திசையில், முக்கியமாக ஐரோப்பாவிற்கும் வட அமெரிக்கா

விற்கும் இடையிலும், குறைந்த அளவிற்கு ஐரோப்பாவிற்கும் மத்திய அமெரிக்காவிற்கும் இடையிலும் ஏராளமான பெருங்கடல் அட்சரேகை மார்க்கங்கள் செல்கின்றன. இப்பிரதேசத்தில் அமெரிக்கா, பிரிட்டன், பிரான்ஸ், இத்தாலி, ஜெர்மன் சமஷ்டிக் குடியரசு, மற்ற நாடுகளின் நூறுக்கும் மேற்பட்ட வழக்கமான கப்பல் மார்க்கங்கள் செல்கின்றன, அவ்வப்போது செல்லும் கப்பல் போக்குவரத்தும் இங்கு தீவிரமாக நடைபெறுகிறது.

அட்லாண்டிக் பெருங்கடலின் வட பகுதி மிக சுறுசுறுப்பான உலக வர்த்தகம் நடைபெறும் பகுதியாகும். வட அமெரிக்க நாடுகளுக்கும் ஐரோப்பிய நாடுகளுக்கும் இடையிலான பெரும் சரக்குப் போக்குவரத்து இப்பகுதியின் வழியாகத்தான் நடைபெறுகிறது. ஐரோப்பிய நாடுகளின் துறைமுகங்களுக்கு எந்திரங்கள், உபகரணங்கள் போன்ற சில்லறை சரக்குகளையும் அமெரிக்க நிலக்கரியையும் கனடாவின் தாதுப் பொருளையும் இரசாயனப் பொருட்கள், தானியம், பருத்தி, மரப் பொருட்கள், இன்னும் சில கரக்குகளையும் கப்பல்கள் கொண்டு வருகின்றன. திரும்பிச் செல்லும் போது இவை கனடாவிற்கு ஐரோப்பிய எந்திரங்களையும் அமெரிக்காவிற்கு உயர்தரமான ஸ்வீடன் மற்றும் நார்வே இரும்புத் தாதுவையும் பல்வேறு விதமான தொழில் துறைப் பண்டங்கள், உணவுப் பொருட்களையும் எடுத்துச் செல்கின்றன்.

அமெரிக்காவையும் கனடாவையும் மேற்கு ஐரோப்பிய நாடு களுடன் இணைக்கும் நெரிசல் மிக்க பயணிகள் மார்க்கங்களும் இங்குதான் செல்கின்றன.

ஸ்காண்டிநேவிய தீபகற்பத்தைச் சுற்றிச் செல்லும் மார்க்கங்கள் வட அட்லாண்டிக் திசையில் வந்து சேருகின்றன. வட பிரதேசங் களுக்கும் பால்டிக் பிரதேசத்திற்கும் இடையிலான சரக்குப் போக்கு வரத்திற்கு இவற்றைத்தான் சோவியத் கப்பல்கள் அதிகபட்சம் பயன் படுத்துகின்றன. இது தவிர சோவியத் யூனியனின் வட பகுதிகளைப் பொறுத்தமட்டில், இப்பாதைகள் தான் அட்லாண்டிக்கின் எல்லாப் பிரதேசங்களுக்கும் செல்லும் வாயில்களாக விளங்குகின்றன. ஸ்காண்டிநேவியாவைச் சுற்றியுள்ள மார்க்கத்தின் சில பகுதிகள் வட ஐரோப்பிய நாடுகளுக்கு ஜீவாதார முக்கியத்துவம் வாய்ந்தவை; இந்நாடுகளில் நல்ல காடுகளும் பல்வேறுவிதமான தாதுப் பொருட்களும் ஏராளமாக உள்ளன, ஆனால் இங்கு எரிபொருள் பற்றாக்குறை நிலவுகிறது.

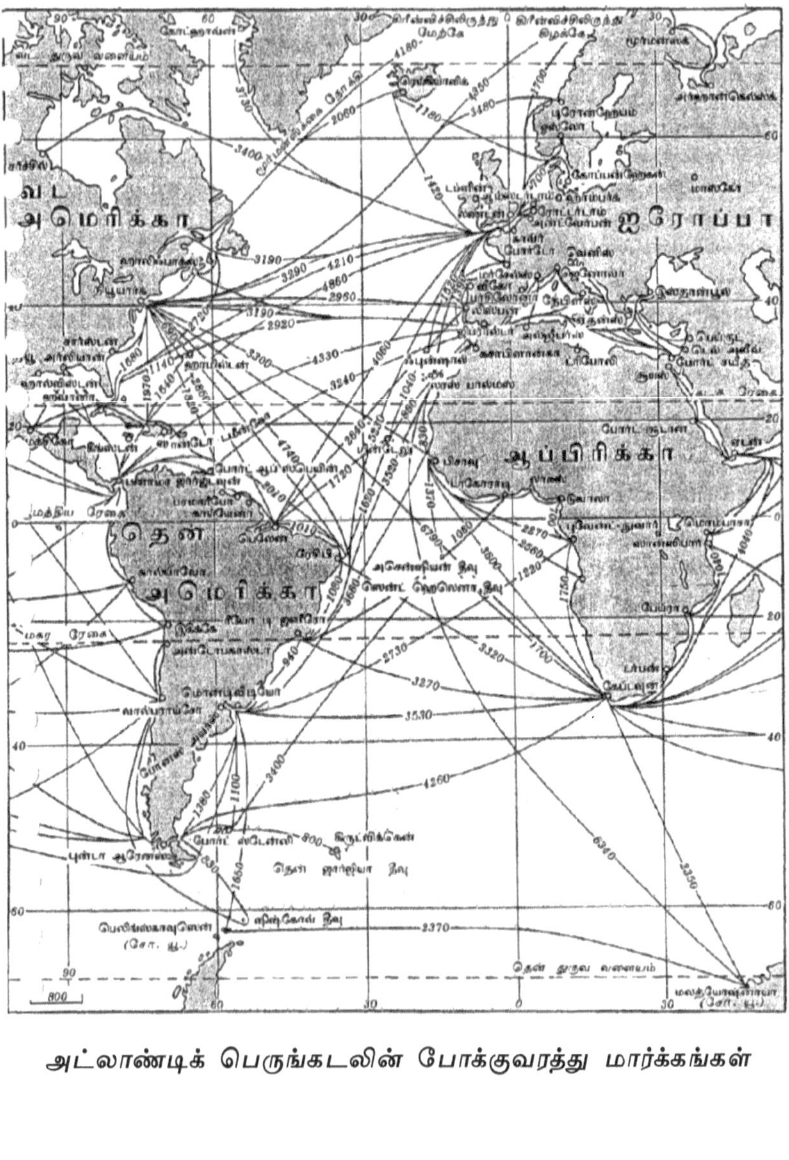

அட்லாண்டிக் பெருங்கடலின் போக்குவரத்து மார்க்கங்கள்

ஸ்காண்டிநேவியாவைச் சுற்றியுள்ள பாதைகள் வழியே நடைபெறுகிறது. அட்லாண்டிக் பெருங்கடலின் வட பகுதிக்கும் உலகக் கடல் பாதைகளின் முக்கிய மையமாகிய வட கடலுக்கும் இடையில் பரவலான போக்குவரத்துத் தொடர்புகள் நிலவுகின்றன. ஐரோப்பிய பொதுச் சந்தை நாடுகள் உட்பட வளர்ச்சியடைந்த ஐரோப்பிய முதலாளித்துவ நாடுகளின் கரைகள் வட கடலை ஒட்டி உள்ளன. இந்நாடுகளைப் பொறுத்தமட்டில் வட கடல் இவற்றை ஒன்றுடன் ஒன்று இணைக்கும் முக்கியப் போக்குவரத்துப் பாதையாக மட்டுமின்றி இவற்றை அட்லாண்டிக் கரையோர நாடுகள், மற்ற நாடுகளுடன் இணைக்கும் பாதையாகவும் விளங்குகிறது. மிகப் பெரிய சரக்குப் போக்குவரத்து வட கடல் வழியே செல்கிறது, இதன் கரைகளில் உலகின் மிகப் பெரிய துறைமுகங்கள் உள்ளன. மேற்கு ஐரோப்பாவின் பெரும் தொழில் துறைப் பிரதேசங்கள் இத்துறைமுகங்களை ஒட்டியுள்ளன.

மொத்தத்தில் வட அட்லாண்டிக் திசையிலான மார்க்கங்கள், ஸ்காண்டினேவியாவைச் சுற்றி வந்து இவற்றுடன் சேரும் மார்க்கங்கள், வட கடல் பாதைகள் ஆகியவற்றில் தான் அட்லாண்டிக் பெருங் கடலிலேயே மிகப் பெரும் சரக்குப் போக்குவரத்து நடைபெறுகின்றது.

லத்தீன் அமெரிக்கத் திசை தென் அமெரிக்கக் கரையோரமாக உள்ள கப்பல் மார்க்கங்களை இணைக்கிறது. ரேசிபியிலிருந்து ஒரு சில மார்க்கங்கள் வட மேற்கில் கரீபியன் கடல் நோக்கியும் அமெரிக்கர், கனடாவின் அட்லாண்டிக் கரைகளுக்கும் செல்கின்றன. மற்ற மார்க்கங்கள் பெருங்கடலைக் கடந்து ஒரு திசையில் ஜிப்ரால்டர் வழியே மத்திய தரைக் கடலுக்கும் இன்னொரு திசையில் ஐரோப்பிய கடல் துறைமுகங்களுக்கும் லா மான்ஷ் வழியே வட கடலுக்கும் செல்கின்றன. இத்திசையில் செல்லும் மார்க்கங்கள் பெரிதும் நீளமானவையாகும் (சுமார் 5,000 - 6,000 மைல்).

இத்திசையில் பெரும்பாலும் தெற்கு மற்றும் மத்திய அமெரிக்காவில் உள்ள வளர்முக நாடுகளிலிருந்து எரிபொருள், மூலப்பொருள், உணவுப் பொருட்கள் ஆகியவை வட அமெரிக்காவிலும் ஐரோப்பாவிலும் உள்ள தொழில் துறை முதலாளித்துவ நாடுகளுக்குக் கொண்டுவரப்படுகின்றன. எதிர்த்திசையில் தொழில் துறைப் பண்டங்கள் செல்கின்றன. உதாரணமாக, வெனிசுவேலாவிலிருந்து எண்ணெய் மற்றும்

இரும்பல்லா உலோகத் தாதுகளும் பிரேசிலிலிருந்து இரும்புத் தாது, காப்பியும் அர்ஜென்டீனாவிலிருந்து உறைவிக்கப்பட்ட இறைச்சி, இறைச்சிப் பொருட்கள், இன்னும் சில சரக்குகளும் அமெரிக்கா, கனடா, மேற்கு ஐரோப்பிய நாடுகள் ஆகியவற்றிற்குக் கடல் மூலம் வருகின்றன. எதிர்த்திசையில் பல்வேறு எந்திரங்கள், உபகரணங்கள், மரம், மரப் பொருட்கள், இரசாயனப் பொருட்கள், மற்ற தொழில்துறைச் சரக்குகள் கொண்டு செல்லப்படுகின்றன.

வட அமெரிக்கத் துறைமுகங்களுக்கும் மேற்கு ஆப்பிரிக்கத் துறைமுகங்களுக்கும் இடையிலான மார்க்கம், தென் அமெரிக்கத் துறைமுகங்களுக்கும் மேற்கு ஆப்பிரிக்கத் துறைமுகங்களுக்கும் இடையிலான மார்க்கம் ஆகிய இரண்டுமே ஆப்பிரிக்காவின் அட்லாண்டிக் கரைகளை ஒட்டியுள்ள நீர்ப்பரப்புடன் இணைந்துள்ளன. இன்னுமொரு போக்குவரத்து மார்க்கம் ஐரோப்பா, ஆப்பிரிக்காவின் மேற்குக் கரைகளின் ஓரமாகச் செல்கிறது.

பல நூற்றாண்டுகளாக காலனியாதிக்க ஆட்சியின் கீழிருந்ததால் மேற்கு ஆப்பிரிக்க நாடுகளின் பொருளாதாரம் இன்னமும் அதிகமாக வளர்ச்சியடையவில்லை. இதில் இயற்கை கனிவளங்களை எடுப்பதும் பயிர் வளர்ப்பும்தான் மேலோங்கியிருக்கின்றன. பல ஆப்பிரிக்க நாடுகளில் வாணிகக் கப்பற்படை இப்போதுதான் தோன்றிக் கொண்டிருக்கிறது, இது உலகக் கடல் போக்குவரத்தில் இன்னமும் பெரிய பங்காற்றவில்லை. இந்த அம்சங்கள் மேற்கூறிய மார்க்கங்களில் செல்லும் சரக்குப் போக்குவரத்தின் மீது தம் முத்திரையைப் பதிக்கின்றன. இம்மார்க்கங்கள் ஒவ்வொன்றிலும் ஒரே மாதிரியான சரக்குகள் தான் செல்கின்றன. எண்ணெய், தாதுப் பொருள், பாஸ்பரைட்டுகள், வெப்ப மண்டல காட்டு மரங்கள், எண்ணெய் வித்துகள், இயற்கை ரப்பர், காப்பி, கோக்கோ, பழங்கள் ஆகியவை மேற்கு ஆப்பிரிக்க நாடுகளின் ஏற்றுமதியில் வழக்கமாக இடம் பெறும் பண்டங்களாகும். இவை வட, தென் அமெரிக்க நாடுகளுக்கும் ஐரோப்பிய நாடுகளுக்கும் ஏற்றுமதியாகின்றன. சாதாரணமாக தொழில் துறைப் பொருட்கள், உணவுப் பொருட்கள், எரிபொருள் ஆகியவைதான் இறக்குமதி செய்யப்படுகின்றன. சோஷலிச நாடுகளின் கப்பல்களும் வளர்ச்சியடைந்த முதலாளித்துவ நாடுகளின் கப்பல்களும் இவற்றை எடுத்து வருகின்றன. அட்லாண்டிக் பெருங்கடலில் ஆப்பிரிக்க நாடுகளுக்கும் மற்ற நாடுகளுக்கும் இடையிலான சரக்குப் போக்குவரத்து அவ்வளவு அதிகமில்லை என்றுதான் கூற வேண்டும்.

ஏற்கெனவே மேலே கூறியபடி சமீப ஆண்டுகளாக இந்தியப் பெருங்கடலிலிருந்து ஆப்பிரிக்காவின் மேற்குக் கரைகள் வழியே எண்ணெய் எடுத்துச் செல்வது அதிகரித்துள்ளது. இந்தப் பெரிய சரக்குப் போக்குவரத்து இம்மார்க்கத்தை அட்லாண்டிக் பெருங்கடலில் மிக முக்கிய மார்க்கங்களில் ஒன்றாக்கியுள்ளது.

நாம் இதுவரை பார்த்த அட்லாண்டிக் பெருங்கடலின் பொருளாதார-பூகோள அம்சங்கள், இதன் பொருளாதாரம் பல்துறைப் பொருளாதாரம், இதில் கடல் சம்பந்தமான கிட்டத்தட்ட எல்லா நடவடிக்கைகளும் அடங்கும் என்பதை சுட்டிக் காட்டுகின்றன.

அட்லாண்டிக் பெருங்கடலின் பொருளாதாரக் கட்டமைப்பில் கடல் போக்குவரத்து முதலிடத்தை வகிக்கிறது, நீரடியிலிருந்து எண்ணெய், எரிவாயு எடுப்பது இரண்டாவது இடத்தில் உள்ளது, இதன் உயிரியல் வளங்களைப் பயன்படுத்துவது மூன்றாவது இடத்தில் உள்ளது. இத் தொடர்வரிசை அட்லாண்டிக் பெருங்கடலின் முக்கியப் பிரதேச சிறப்பு அம்சமாகும்.

பசிபிக் பெருங்கடல்

பசிபிக் பெருங்கடலின்
பொருளாதார-பூகோள நிலையின்
சிறப்பியல்புகள்

பசிபிக் பெருங்கடலின் வளங்களைப்
பொருளாதார ரீதியில் பயன்படுத்துதல்

பசிபிக் பெருங்கடலின்
போக்குவரத்து பூகோள அம்சங்கள்

பூமியின் பரப்பில் கிட்டத்தட்ட 1/3 பகுதியிலும் உலகக் கடல்களின் பரப்பில் சுமார் 1/2 பங்கிலும் வியாபித்து நிற்கும் பசிபிக் பெருங்கடல் பூமியின் ஒரு ஈடு இணையற்ற புவிப் பௌதீக அமைப்பு என்பதோடு கூட மனிதகுலத்தின் பன்முகப் பொருளாதார நடவடிக்கைக்கும் நலன்களுக்கும் ஏற்ற ஒரு பிரதேசமும் ஆகும். பசிபிக் கரையோரங்களிலும் தீவுகளிலும் வசித்த மக்கள் நீண்ட நெடுங்காலமாகவே கரையோரங்களில் இருந்த உயிரியல் வளங்களைப் பயன்படுத்தினார்கள், இப்பெருங்கடலில் சிறு பயணங்களை மேற்கொண்டார்கள். காலப்போக்கில் இதன் மற்ற வளங்களும் பொருளாதாரத்தில் பயன்படுத்தப்படலாயின, இது பரவலான தொழிற்துறை ரீதியில் நடைபெறலாயிற்று. இன்று பசிபிக் பெருங்கடல் பல நாடுகள், மக்களினங்களின் வாழ்வில் பெரும் பங்காற்றுகிறது. இதன் இயற்கைத் தன்மைகளும் பொருளாதார, அரசியல் காரணிகளும் இதற்குப் பெரிதும் வழிகோலுகின்றான்.

பசிபிக் பெருங்கடலின் பொருளாதார - பூகோள நிலையின் சிறப்பியல்புகள்

வடக்கே பசிபிக் பெருங்கடலின் பரவலான பகுதி பெரிங் ஜலசந்தியால் ஆர்க்டிக் கடலுடன் இணைந்துள்ளது. மேற்கே ஆசியக் கண்டமும் தென் மேற்கே சுமத்திரா, ஜாவா, திமோர் தீவுகளும் அவற்றையடுத்து ஆஸ்திரேலியாவின் கிழக்குக் கரைகளும் இதன் எல்லைகளாக உள்ளன; இன்னமும் தெற்கே எல்லை, நீரடி மேடுகள் வழியே அண்டார்க்டிக் வரை செல்கிறது. வட மற்றும் தென் அமெரிக்காவின் கரைகள் இப்பெருங்கடலின் கிழக்கெல்லைகளாகத் திகழுகின்றன. இப்பெருங் கடல் கோள வடிவமானது, அட்சரேகைகளில் பெரிதும் நீளமானது, தீர்க்கரேகையில் கணிசமான அளவு நீண்டுள்ளது. இப்பெருங்கடல் வடக்கே துருவ மண்டலத்திற்குக் கீழுள்ள பிரதேசத்திலிருந்து துவங்கி தென் துருவம் வரை பரவியுள்ளதால் இங்கு பல்வேறு விதமான தட்பவெப்ப நிலைகளைக் காணலாம். என்றாலும் பசிபிக் பெருங் கடலின் கணிசமான பகுதி 40° வடக்கு அட்சரேகைக்கும் 42. தெற்கு அட்சரேகைக்கும் இடையில் பூமத்திய ரேகை பிரதேசம், வெப்ப மண்டலம் மற்றும் இதை ஒட்டிய மண்டலத்தில் உள்ளது. இப்பெருங் கடலின் மேற்குப் பகுதி கிழக்குப் பகுதியை விட சற்று குளிரானதாயிருக்கும். ஆசியக் கண்டத்தின் குளிர்விப்புத் தன்மையும் வெப்ப மண்டலத்தை ஒட்டிய மற்றும் மிதவெப்ப மண்டலங்களில்

மேற்குத் திசையிலிருந்து கிழக்கு நோக்கிச் செல்லும் காற்று மிகுந்திருப்பதும் இதற்குக் காரணங்களாகும். பசிபிக் பெருங்கடலின் கணிசமான பகுதி பூமத்திய ரேகை பிரதேசத்திலும் வெப்ப மண்டலத்திலும் உள்ளதாலும் ஆர்க்டிக் கடலுடன் இதற்குள்ள தொடர்பு பெரிதும் மட்டானதாலும் இதன் மேற்பரப்பில் நீரின் வெப்ப நிலை *19.4°C* ஆகும்; இது மற்ற பெருங்கடல் களின் வெப்ப நிலையை விட அதிகமாகும். ஆவியாகும் நீரை விட அதிகமாக மழை பெய்வதாலும் பெருமளவில் ஆற்று நீர் இதில் வந்து சேருவதாலும் மற்ற பெருங்கடல்களில் உள்ளதை விட உப்பளவு இங்கு குறைவாகும். இங்கே மேல்மட்ட நீரின் சராசரி உப்பளவு *34.5%* ஆகும்.

பெருங்கடல் பரப்பின் மீது நடக்கும் பெரும் வளிமண்டல சுற்றோட்டம் மற்றும் நீரில் நடக்கும் வெப்ப இயக்கவியல் நிகழ்ச்சிப் போக்குகளின் விளைவாய் கிடைமட்ட மற்றும் செங்குத்தான நீரோட்டங்கள் ஏற்படுகின்றன. மேல்மட்ட நீரோட்டங்கள், வெப்ப மண்டலம், இதை ஒட்டிய மண்டலத்தில் ஆன்டிசைக்ளோன் சுழற்சிகளையும் நிலநடுக்கோட்டிற்கு அப்பால் தள்ளியுள்ள வட தொலைவு, மிதவெப்ப மற்றும் தென் தொலைவு மண்டலங்களில் சைக்ளோன் சுழற்சிகளையும் ஏற்படுத்துகின்றன. இப்பெருங்கடலின் வட பகுதியில் மேல்மட்ட நீரின் வளைய சுழற்சிகள் நிலையான வடக்குக் காற்றை சார்ந்த நீரோட்டம், குரோசியோ நீரோட்டம், வெதுவெதுப்பான வட பசிபிக் மற்றும் அலாஸ்கா நீரோட்டங்கள், குளிரான கலிபோர்னிய மற்றும் குரீல் நீரோட்டங்கள் ஆகியவற்றை ஏற்படுத்துகின்றன. நிலையான தெற்குக் காற்றைச் சார்ந்த வெதுவெதுப்பான நீரோட்டம், வெதுவெதுப்பான கிழக்கு ஆஸ்திரேலிய நீரோட்டம், மேற்கு காற்றுகளின் குளிர் நீரோட்டம், பெருவியன் குளிர் நீரோட்டம் ஆகியவை பசிபிக் பெருங் கடலின் தென் பகுதியில் உள்ள வட்ட நீரோட்டங்களில் அடங்கும். *2°-4* மற்றும் *8°-12°* வட அட்சரேகைகளுக்கு இடையில் செல்லும் பூமத்திய ரேகை நீரோட்டம் வட, தென் கோளார்த்தங்களின் நீரோட்ட வளையங்களை ஆண்டு பூராவும் பிரிக்கிறது.

பல்வேறுவிதமான வேகங்களையுடைய, பல காரணங்களினால் தோன்றும் செங்குத்தான நீரோட்டங்கள் இப்பெருங்கடல் பூராவும் உள்ளன. மேல்மட்ட நீரோட்டங்கள் சந்திக்கும் மண்டலங்களில் மேலேயுள்ள நீர் கீழே செல்ல, கீழேயுள்ள நீர் மேலெழும்புகிறது. மேல்மட்ட நீரோட்டங்களும் செங்குத்தான நீர் அசைவுகளும்

ஒன்றுடன் ஒன்று பரஸ்பரச் செயலாக்கம் புரிவது பசிபிக் பெருங்கடலின் நீர் கட்டமைப்பு உருவாவதற்கும் இதில் உயிரியல் ஆக்கவள மண்டலங்கள் தோன்றுவதற்கும் மிக முக்கியமான காரணிகளில் ஒன்றாகும்.

மேற்கூறிய இயற்கை அம்சங்களைத் தவிர, பசிபிக் பெருங்கடலின் பொருளாதார - பூகோள நிலையை உருவாக்கும் சமூக, பொருளாதார நிபந்தனைகளும் இதைப் பொருளாதார ரீதியில் பயன்படுத்துவதை நிர்ணயிக்கின்றன. இதை ஒட்டியுள்ள நிலப்பரப்பைப் பொறுத்தமட்டில் சில சிறப்பு அம்சங்களும் உண்டு. சுமார் 2 பில்லியன் மக்கள் வாழும் 30க்கும் மேற்பட்ட அரசுகள் கரையோரமாக அமைந்துள்ள மூன்று கண்டங்களை பசிபிக் பெருங்கடலின் நீர் தொடுகிறது. அதாவது உலக மக்கள் தொகையில் சுமார் பாதிப் பேர் இதன் கரைகளில் வாழுகின்றனர்.

சோவியத் யூனியன், கொரிய மக்கள் ஜனநாயகக் குடியரசு, வியட்நாம், சீனா ஆகிய சோஷலிச நாடுகளும் அமெரிக்க ஐக்கிய நாடு, கனடா, ஜப்பான், ஆஸ்திரேலியா ஆகிய வளர்ச்சியடைந்த முதலாளித்துவ நாடுகளும் கொலம்பியா, ஈக்வடோர், பெரு போன்ற வளர்முக நாடுகளும் பசிபிக் பெருங்கடலோரமாக உள்ளன. பசிபிக் பெருங்கடலை ஒட்டிய பல நாடுகள் ஓரளவு வளர்ச்சியடைந்த பொருளாதாரத்தை உடையவை. இந்த அம்சம் கடலைப் பயன்படுத்தும் தன்மை, இதற்கான வாய்ப்புகள் மீது தாக்கம் செலுத்துகிறது.

சோவியத் யூனியனின் பசிபிக் கரையோரத்தின் நீளம் இதன் அட்லாண்டிக் கரையோரத்தின் நீளத்தை விட மும்மடங்கிற்கும் அதிக மானது. இது தவிர மேற்கு கரையோரத்திற்கு மாறாக சோவியத் தொலை கிழக்கு கடற்கரை பிளவின்றி தொடர்ச்சியாக உள்ளதால் ஆங்காங்கே பொருளாதார நடவடிக்கைகளை மாற்றியமைப்பது எளிதாயிருக்கும். ஆனால் பசிபிக் பெருங்கடல் சோவியத் நாட்டின் முக்கியப் பொருளாதார மையங்கள், ஜன நெருக்கம் மிக்க பிரதேசங்களிலிருந்து கணிசமாக தள்ளியுள்ளது. சோவியத் நாட்டின் கிழக்குப் பிரதேசங்களில் தொழில் துறையும் போக்குவரத்தும் வளர வளர இந்தத் தூரம் குறைந்து வந்தாலும், இந்த தூரம் இப்பெருங்கடலுடன் சோவியத் நாட்டிற்குள்ள பொருளாதாரத் தொடர்புகளின் தன்மை மீது தாக்கம் செலுத்துகிறது.

கொரிய மக்கள் ஜனநாயகக் குடியரசில் இரும்பு கலந்த மற்றும் இரும்பு கலவாத உலோகத் தாதுக்கள், விலையுயர்ந்த உலோகங்கள், நிலக்கரி, மேக்னிஸைட்டு, மற்ற கனிவளங்கள் ஆகியவை ஏராளமாக உள்ளன. மக்களாட்சி காலத்தில் இந்நாட்டில் மின்விசைத் துறை, இரும்பு கலந்த மற்றும் இரும்பு கலவாத உலோகத் தொழில் துறை, நிலக்கரித் தொழில் துறை, சுரங்கத் தொழில், இரசாயனத் தொழில் துறை போன்ற தொழில் துறைகள் நன்கு வளர்ச்சியடைந்துள்ளன. இந்நாடு மீன்கள், மற்ற கடல்வாழ் உயிரினங்களைப் பெருமளவில் பிடிக்கிறது. சோவியத் யூனியன், மற்ற சோஷலிச நாடுகளுடனான ஒத்துழைப்பு இத்துறை வளர்வதற்கு உதவுகிறது.

வியட்நாம் சோஷலிசக் குடியரசு தன் சுதந்திரம், நாட்டு ஒற்றுமைக்காக நீண்ட ஆயுதப் போராட்டத்தை நடத்தியது. 1975இல் இப்போராட்டம் வெற்றியில் முடிந்ததும் நாட்டுப் பொருளாதாரத்தில் சோஷலிச மாற்றங்களை நிறைவேற்றத் துவங்கியது. இந்நாட்டில் இரும்பு கலவா உலோகங்களின் தாதுக்கள், நிலக்கரி, ஆபட்டைட்டுகள், பாஸ்பரைட்டுகள் ஆகியவை நிறைய உள்ளன. கண்டத் திட்டுப் பகுதியில் எண்ணெய் தேடப்பட்டு வருகிறது.

சீனா ஒரு தொழில் துறை-விவசாய நாடு. இங்கு நிலக்கரி, எண்ணெய், இரும்புத் தாது, இரும்பு கலவா உலோகங்கள், மற்ற கனி வளங்கள் கணிசமான அளவில் உள்ளன. இது வாணிகக் கப்பல் படையையும் கொண்டது.

அமெரிக்க ஐக்கிய நாட்டின் பசிபிக் கரை இந்நாட்டின் உயர் வளர்ச்சியடைந்த பொருளாதாரப் பிரதேசமாகும். உதாரணமாக, கலிபோர்னிய மாநிலம் தன் பொருளாதார உள்ளாற்றலில் நியூயார்க் மாநிலத்திற்கு அடுத்தபடியாக இரண்டாவது இடத்தை வகிக்கிறது. அனுகூலமான பருவநிலை நிலவுவதாலும் அமெரிக்காவில் பெரும் பாலான உள்நாட்டுப் பகுதிகள் பொருளாதார ரீதியாக நன்கு வளர்ச்சியடைந்துள்ளதாலும் அட்லாண்டிக் கரையோரத்தின் தொழில் துறை பிரதேசங்களிலிருந்து பசிபிக் கடற்கரைப் பிரதேசம் தள்ளியிருப்பது உணரப்படவில்லை. பசிபிக் பெருங்கடலின் இயற்கைச் செல்வங்களைப் பயன்படுத்துவதில் இது ஒரு குறிப்பிடத்தக்க அம்சமாகும்.

ஜப்பான் இன்னொரு வளர்ச்சியடைந்த முதலாளித்துவ நாடு. அமெரிக்க ஐக்கிய நாட்டைப் போல் இதற்கு இயற்கை வளங்கள் அதிகமில்லை. இதனால் இது மூலப்பொருள் இறக்குமதியைப்

பெரிதும் சார்ந்துள்ளது. இதனிடம் ஒரு பெரும் வாணிகக் கப்பற்படை உள்ளது. ஐ.நா. சபையின் கீழுள்ள உணவு மற்றும் விவசாயம் பற்றிய ஸ்தா பனம் தந்த புள்ளிவிவரங்களின்படி உலக மீன் பிடிப்பிலும் மற்ற கடல் பொருட்களை எடுப்பதிலும் இது முன்னணியில் நிற்கிறது.

கனடாவும் ஆஸ்திரேலியாவும் உயர் வளர்ச்சியடைந்த தொழில் துறை விவசாய முதலாளித்துவ நாடுகளாகும், இங்கு பல்வேறு விதமான கனிவளங்கள் நிறைந்துள்ளன. இந்நாடுகளின், குறிப்பாக கனடாவின் பொருளாதாரத்தில் ஒரு புறம் உயர் வளர்ச்சியடைந்த தொழில் துறைப் பொருளாதாரமும் மறு புறம் சார்பு பொருளாதாரத்தின் அம்சங்களும் இணைந்துள்ளன. உதாரணமாக, கனடாவில் எண்ணெய் மற்றும் நிலக்கரித் தொழில் துறையில் 99%மும், போக்குவரத்தில் 70%மும், கார், விமான தொழில் துறையில் 100%மும், இரசாயனத் தொழில் துறையில் 82%மும் அமெரிக்க ஏகபோகங்களின் கீழ் வந்தன. ஆஸ்தி ரேலியாவின் மூலப்பொருள் வளங்களை அமெரிக்கா, பிரிட்டன், ஜப்பான் ஆகிய நாடுகள் பெரிதும் பயன்படுத்துகின்றன.

பசிபிக் கரையோரமாக உள்ள வளர்முக நாடுகளில் பெரும்பா லானவை லத்தீன் அமெரிக்க நாடுகளாகும். மெக்சிக்கோ, கொலம்பியா, பெரு, மற்ற சில அரசுகள் இவற்றிலடங்கும். இவை பெரும்பாலும் விவசாய தொழில் துறை நாடுகள், பல்வேறு விதமான கனிவளங்களை உடையவை. லத்தீன் அமெரிக்க நாடுகளின் பொருளாதாரத்தில் அயல்நாட்டு, குறிப்பாக அமெரிக்க மூலதனம் முக்கிய இடத்தை வகிக்கிறது.

பசிபிக் பெருங்கடலின் தென் மேற்கில் உள்ள சிறு தீவு அரசுகள் பெரும்பாலும் சார்பு நாடுகளாகும், வளர்ச்சி குன்றிய பொருளாதாரத்தை உடையவை.

பசிபிக் பெருங்கடல் பிரதேசத்தில் உள்ள கிட்டத்தட்ட எல்லா அரசுகளிலும் (ஜப்பானைத் தவிர) பல்வேறு விதமான இயற்கை வளங்கள் ஏராளமாக உள்ளன; இவை தீவிரமாகத் தேடியெடுக்கப்படு கின்றன. ஆனால் சோவியத் யூனியனும் வளர்ச்சியடைந்த முதலா ளித்துவ நாடுகளாகிய அமெரிக்காவும் கனடாவும் மட்டுமே தம் வளங்களைப் பதப்படுத்துகின்றன, அதிகபட்சம் நுகர்கின்றன. எனவே மூலப்பொருட்கள் பசிபிக் பெருங்கடலோரமாக ஓரளவு சமமாகப் பரவியுள்ள போதிலும் இவற்றைப் பதப்படுத்தி நுகரும் மையங்கள் பெரும்பாலும் வட பகுதியில் அமெரிக்கா, ஜப்பான்,

கனடா, சற்று குறைவாக ஆஸ்திரேலியா ஆகிய நாடுகளில் உள்ளன. இயற்கை வளங்கள் கரையோரமாக சம அளவில் பரவியிருப்பதும் இவற்றின் நுகர்வு குறிப்பிட்ட சில இடங்களில் மட்டும் நடைபெறுவதும் பசிபிக் பெருங்கடலின் பொருளாதார-பூகோள நிலையின் குறிப்பிடத்தக்க தொரு அம்சமாகும்.

கண்டங்களும் ஓரளவிற்குத் தீவுகளும் பெரும் பரப்பில் பசிபிக் பெருங்கடலை மற்ற பெருங்கடல்களிலிருந்து பிரிக்கும் இயற்கை எல்லைகளாக உள்ளன. ஆஸ்திரேலியா, நியூஜிலாந்திற்குத் தெற்கே மட்டுமே பசிபிக் பெருங்கடல் நீர் பரவலான அளவில் இந்தியப் பெருங்கடல் நீருடனும் மகேலன் ஜலசந்தி மற்றும் டிரேய்க் ஜலசந்தி மூலம் அட்லாண்டிக் பெருங்கடலுடனும் இணைந்துள்ளது. வடக்கே பசிபிக் பெருங்கடல் பெரிங் ஜலசந்தி மூலம் ஆர்க்டிக் கடலுடன் இணைந்துள்ளது. மொத்தத்தில் பசிபிக் பெருங்கடல் (அண்டார்க்டிக் பிரதேசத்திற்கு அருகிலுள்ள இடங்கள் தவிர) ஒப்பீட்டளவில் குறைவாகத் தான் மற்ற பெருங்கடல்களுடன் இணைந்துள்ளது. இந்தியப் பெருங்கடலுடன் இதை இணைக்கும் பாதைகள் ஆஸ்திரேலிய - ஆசியக் கடல்கள்

பிரபல தொலை கிழக்கு ஸால்மன் மீன்

கடல் சிப்பி

நண்டுகள் பிடிப்பு

நிறைய நண்டுகள் கிடைத்துள்ளன

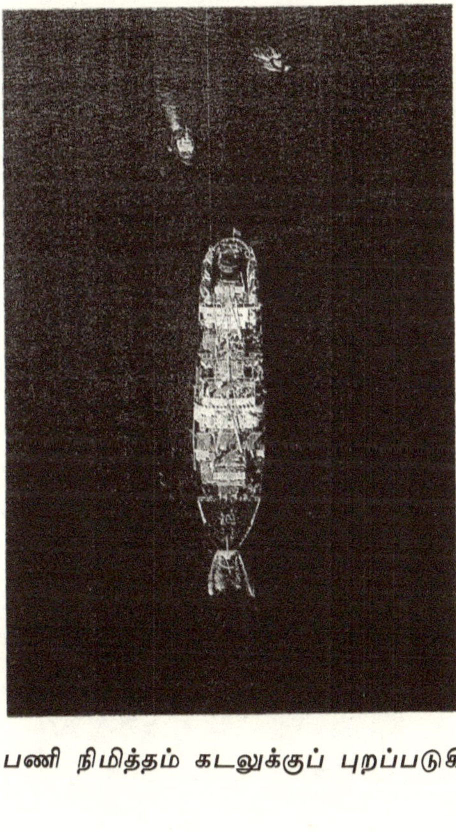

தம் பணி நிமித்தம் கடலுக்குப் புறப்படுகின்றனர்

கப்பல் சொந்தத் துறைமுகத்திற்குத் திரும்புகிறது

பெரிங் கடல் தீவு ஒன்றில் வால்ரஸ்கள் குவிந்துள்ள இடம்

கிரீன்லாந்து சீல், தாயும் குஞ்சும்
ஒயிலான ஃபர்சீல்

கரையோரக் கடல் படிவுகள் எடுக்கப்படுகின்றன

பிரபல பால்டிக் அம்பரின் மாதிரிகள்

ஜப்பானியக் கடலில் உள்ள நீரடிப் பண்ணை

கடல் துளையிடும் எந்திரம் உள்ள இடத்திற்கு அடுத்த வேலைக் குழு பறந்து வந்துள்ளது

கீஸ்லயா வளைகுடாவில் கடலேற்ற மின்நிலையக் கட்டிடம் தன் இடத்திற்கு இழுத்துச் செல்லப்படுகிறது

கீஸ்லயா வளைகுடாவில் கடலேற்ற மின்நிலையம்

லாரிகள் தாமாகவே ரோல்கெர்க்குள் செல்கின்றன

சோவியத் பயணிகள் கப்பல் "மக்சீம் கோர்க்கி'' பல நாடுகளில் உள்ள உலாப் பயணிகள் மத்தியில் பிரபலமானது

லைட்டர்களை எடுத்துச் செல்லும் கப்பல் 'யூலிவுஸ் ஃபூச்சிக்' கருங்கடலிலிருந்து தென் கிழக்காசியத் துறைமுகங்களுக்குச் செல்கிறது

அணு சக்தியால் இயங்கும் 'ஆர்க்டிக்' என்ற பனிக்கட்டி உடைப்பு கப்பல் தான் முதன்முதலாக வட துருவத்தை அடைந்தது

நோவரஸ்ஸீய்ஸ்க் துறைமுகத்தின் த்செமேஸ்கயா குறுங்குடா கப்பல்துறை

அணு சக்தியால் இயங்கும் "சைபீரியா" என்ற பனிக்கட்டி உடைப்புக் கப்பல் ஆர்க்டிக் கடலில் பனிக்கட்டிகளை உடைத்துக் கொண்டு செல்கிறது

கியூபா நாட்டு சர்க்கரை லெனின்கிராட் கடல் துறைமுகத்தை வந்தடைந்துள்ளது

மரக் கட்டைகள் வானினோ துறைமுகத்தின் வழியே ஜப்பானுக்குச் செல்கின்றன

சோவியத் தொலை கிழக்குத் துறைமுகம் நஹோத்கா

இலிச்சோவ்ஸ்க் துறைமுகத்தில் 'பிளேவ்னா வீரர்கள்' என்ற இருப்புப்பாதை ஃபெரி

லெனின்கிராடின் கடல் கவசம். நகரத்தை வெள்ளத்திலிருந்து பாதுகாக்கும் தொழில்நுட்ப அமைப்பு

கடல் கரையோர ஆராய்ச்சி

சோவியத் விஞ்ஞானப் பேரவையைச் சேர்ந்த தொலை கிழக்கு கடல் உயிரியல் ஆராய்ச்சி நிலையத்தினர் கடலடி உலகை ஆராய்கின்றனர்

“பேராசிரியர் வீஸே” என்ற விஞ்ஞான ஆராய்ச்சி கப்பலிலிருந்து பருவநிலை ஆராய்ச்சி ராக்கெட்டு செலுத்தப்படுகிறது

வினாடிவஸ்தோக் துறைமுகம்

ஜலசந்திகள் வழியாகவும் அட்லாண்டிக் பெருங்கடலுடன் இதை இணைக்கும் பாதைகள் பனாமாக் கால்வாய், மகேலன் ஜலசந்தி வழியாகவும் செல்லுகின்றன. தென்கிழக்காசியக் கடல்களிலுள்ள ஜலசந்திகளின் குறுகிய அகலம், பனாமாக் கால்வாயின் வழியே எல்லா கப்பல்களும் செல்ல முடியாத நிலை, அண்டார்க்டிக்கிற்கு அருகேயுள்ள பரந்த பிரதேசங்கள் பெரும் உலக மையங்களிலிருந்து தள்ளியுள்ள நிலை ஆகியவை காரணமாக பசிபிக் பெருங்கடலின் போக்குவரத்து வாய்ப்புகள் குறைகின்றன. இது உலகக் கடல் மார்க்கங்களைப் பொறுத்தமட்டில் பசிபிக் பெருங்கடலின் பொருளாதார் - பூகோள நிலையின் ஒரு முக்கியமான அம்சமாகும்.

பசிபிக் பெருங்கடலின் வளங்களைப் பொருளாதார ரீ.தியில் பயன்படுத்துதல்

பசிபிக் பெருங்கடலின் இயற்கை வளர்ச்சியின் விளைவாய் இதன் நீர்ப்பரப்பு, கடலடிப் பகுதி மற்றும் கரையோரப் பிரதேசங்களில் பல்வேறு விதமான இயற்கை வளங்கள் ஏராளமாகத் தோன்றி குவிந்துள்ளன. கரையோரப் பகுதியில் இவற்றை ஓரளவில் பயன்படுத்துவது பண்டைய காலத்திலேயே ஆரம்பமாகியது. இன்று கடல் வளங்களை மீட்பது பரவலாக, பன்முக ரீதியில் நடந்தாலும், இது இடத்திற்கிடம் மாறுபடுகிறது. இதற்கு இயற்கைக் காரணிகள் மட்டுமின்றி சமூக பொருளாதாரக் காரணிகளும் பசிபிக் பெருங்கடலின் பொருளாதார - பூகோள நிலையின் சிறப்பியல்புகளும் காரணங்களாகும். இவையெல் லாம் ஒன்றுசேர்ந்து ஒவ்வொரு குறிப்பிட்ட கடல் வளத்தின் மீட்பு மீதும் தாக்கம் செலுத்துகின்றன.

உயிரியல் வளங்கள்

பசிபிக் பெருங்கடலில் நிலவும் அனுகூலமான நீரியல் மற்றும் நீர் உயிரியல் காரணிகளின் பயனாய் இதன் ஆக்கவளம் உயர்வானது (ஒவ்வொரு சதுர கிலோமீட்டருக்கும் சுமார் 200 கிலோகிராம்). இப்பெருங் கடலின் பல பிரதேசங்களில் பல்வேறு பிராணிகளும் தாவரங்களும் ஏராளமாக உள்ளன, இவற்றில் கணிசமான பகுதி நீண்ட காலமாகவே மனிதனால் பயன்படுத்தப்படுகிறது. என்றாலும் 50ஆம் ஆண்டுகளின் நடுப்பகுதி வரை பசிபிக் பெருங்கடலின் மீன் பிடிப்பு அட்லாண்டிக் பெருங்கடலின் மீன் பிடிப்பை விட குறைவாக இருந்தது. பெரும்பாலான பசிபிக் கரையோர நாடுகளின் மீன் பிடிப்பு ஒப்பீட்டளவில் குறைவாக இருந்ததும் இவற்றின் மீன் பிடிப்பு முறைகள் அதிகப் பயன் தராத, எளிய முறைகளாக இருந்ததும்தான் இதற்குக் காரணமாகும். 1958இலிருந்து பெருவியன்

நெய்த்தோலி மீன்களின் பிடிப்பு பெரிதும் அதிகரித்ததாலும் ஜப்பானும் மற்ற நாடுகளும் இப்பெருங் கடலில் மீன் பிடிப்பைத் தீவிரப்படுத்தியதாலும் மீன்கள், மற்ற நீர்வாழ் உயிரினங்களின் பிடிப்பில் பசிபிக் பெருங்கடல் உலகிலேயே முதலிடத்திற்கு வந்தது. 1984இல் உலகின் மொத்த மீன் பிடிப்பில் சுமார் 56% பசிபிக் பெருங்கடலில் கிடைத்தது. இன்றும் இங்கு கிட்டத்தட்ட இதே அளவு மீன் பிடிக்கப்படுகிறது. பெரும் பகுதி மீன்கள் (சுமார் 2/3 பகுதி) வட பகுதியில் பிடிக்கப்படுகின்றன. ஆனால் மீன்கள், மற்ற நீர்வாழ் உயிரினங்களின் பிடிப்பு இடத்திற்கிடம், ஆண்டிற்கு ஆண்டு மாறுபடும். அட்டவணை 13 இதை சுட்டிக் காட்டுகிறது.

மொத்தமாகப் பெருங்கடலில் 1984இல் மீன் பிடிப்பு அதிகமாக இருந்தது அட்டவணையிலிருந்து தெரிகிறது. அதுவும் ஒரு சில பிரதேசங்களில் 1980இலிருந்து 1984 வரையிலான காலகட்டத்தில் மீன் பிடிப்பு அதிகரிக்க, மற்ற சில பிரதேசங்களில் மீன் பிடிப்பு குறைந்தது.

பசிபிக் பெருங்கடலின் வட மேற்குப் பகுதிதான் முக்கிய மீன் பிடிப்புப் பிரதேசமாகும். பசிபிக் பெருங்கடலில் பிடிக்கப்படும் மீன்கள், மற்ற நீர்வாழ் உயிரினங்களில் பாதிக்கும் மேல் இங்குதான் பிடிக்கப்படுகிறது. இங்கு 1980ஆம் ஆண்டை விட 1984 இல் அதிகமாக மீன்கள் பிடிக்கப்பட்டன. இதில் பெரும் பகுதி ஜப்பானையும் சோவியத் யூனியனையும் சாரும்.

மேற்கு மத்தியப் பகுதி மீன் பிடிப்பில் முக்கியமான இடத்தை வகிக்கிறது. இங்கும் மீன் பிடிப்பு அதிகரித்து வருகிறது.

பசிபிக் பெருங்கடலின் தென் கிழக்குப் பகுதி உலக மீன் பிடிப்பில் ஒரு ஈடு இணையற்ற பிரதேசமாகும். சில காலம் முன் இங்கே தனிப்பட்ட ஆண்டுகளில் 11-13 மில்லியன் டன் மீன் பிடிக்கப்பட்டது. இதில் பெருவியன் நெய்த்தோலி மீன் பெரும் பங்காற்றியது. ஆனால் இவ்வளவு அதிகமாக இங்கு மீன் பிடித்ததாலும் இங்கு அனுகூலமற்ற

அட்டவணை 13

பசிபிக் பெருங்கடலின் பல்வேறு பிரதேசங்களில் மீன் பிடிப்பு (ஆயிரம் டன்)

மீன் பிடிப்புப் பிரதேசம்	1980	1981	1982	1983	1984
மொத்தம்	38,569	40,578	42,113	41,188	46,864
வட மேற்குப் பகுதி	21,374	21,980	22.972	23,856	26,566
வட கிழக்குப் பகுதி	1,961	2,356	2,185	2,413	2,687
மேற்கு மத்தியப் பகுதி	5,933	6,202	6,056	6,446	6,578
கிழக்கு மத்தியப் பகுதி	2,619	2,686	2,478	1 558	2,175
தென் மேற்குப் பகுதி	380	396	403	435	454
தென் கிழக்குப் பகுதி	6,302	6,953	8,015	6,469	8,403
அண்டார்க்டிக் பகுதி	—	5	4	11	1

கடல் சூழல் நிலவியதாலும் சமீப ஆண்டுகளில் இந்த வகை மீன்களின் எண்ணிக்கை குறைந்தது, இவை மீண்டும் தோன்றும் சூழ்நிலைகள் மோசமாயின, இதனால் மீன் பிடிப்பு பெரிதும் குறைந்தது. இப்பிர தேசத்தின் முக்கிய மீன் பிடிப்பு நாடுகளாகிய பெருவும் சிலியும் மற்ற வகை மீன்களை, உதாரணமாக, சர்டீன், ஸ்கேட் வகை மீன்களை அதிகமாகப் பிடிக்கத் துவங்கினாலும் மொத்தத்தில் இங்கு மீன் பிடிப்பு குறைந்தது.

மற்ற மீன் பிடிப்புப் பிரதேசங்களில் குறைவாகத்தான் மீன் பிடிக்கப்படுகிறது. பெருங்கடலின் வட கிழக்குப் பகுதியில் சமீப ஆண்டுகளாக மீன் பிடிப்பின் அளவுகள் மாறி வருகின்றன. இங்கு ஆண்டிற்காண்டு நீரியல் மற்றும் உயிரியல் சூழ்நிலைகள் மாறி வருவதும் அமெரிக்கா மற்றும் கனடாவின் தனிப்பட்ட பொருளாதார மண்டலங்களின் மீன் பிடிப்புச் சட்டங்களும் இதற்குக் காரணங்களாகும்.

இன்று பசிபிக் பெருங்கடலில் பிடிக்கப்படும் மீன்களில் போலக் மீன், ஜப்பானிய சர்டீன், சிலி சர்டீன், பெருவியன் ஸ்காட், பெருவியன் நெய்த்தோலி, ஜப்பானிய கானாங்கெளுத்தி போன்றவை மிகுந்துள்ளன. பசிபிக் பெருங்கடல் மீன் பிடிப்பின் குறிப்பிடத்தக்க அம்சம் இங்கு பிடிக்கப்படும் மீன்களில் டன்னி, பனீடோ, ஸால்மன் போன்ற விலையுயர்ந்த, அபூர்வ மீன் வகைகள் கணிசமாக இருப்பதாகும்.

மற்ற நீர்வாழ் உயிரினங்களில் ஸ்க்விட் மீன்கள், இறால் மீன்கள், சிப்பிகள், மாஸெல்கள், சீப்பு மாதிரியான உயிரினங்கள், ட்ரிபாங்குகள், இன்னும் சில முதுகெலும்பற்ற பிராணிகள் மிகுந்துள்ளன. இது தவிர மட்டான அளவில் ஒரு சில திமிங்கில வகைகளும் ஃபர்சீல்களும் பிடிக்கப்படுகின்றன. கடற்பாசிகள் பெருமளவில் எடுக்கப்படுகின்றன. உலகில் கடலிலிருந்து கிடைக்கும் நீர்த்தாவரங்களில் சுமார் 90% இங்கு எடுக்கப்படுகிறது.

பசிபிக் பெருங்கடல் உயிரியல் வளங்களின் சிறப்பு அம்சம் என்னவென்றால் இவற்றில் பல்வேறு கடல்வாழ் உயிரினங்கள் செயற்கையாக வளர்க்கப்படுவதாகும். இது உலகில் செயற்கையாக வளர்க்கப்படும் கடல்வாழ் உயிரினங்களில் 3/4 பங்காகும்.

பசிபிக் பெருங்கடலில் ஒரு சில கடல்வாழ் உயிரினங்களை பெருமளவில் பிடித்ததானது இவற்றின் இருப்பைப் பாதித்தது. போலக் மீன், கானாங்கெளுத்தி, ஸ்க்விட் மீன் போன்றவற்றின்

இருப்புகள் முழுமையாகத் தீர்ந்து விடும் நிலையில் உள்ளன. ஸால்மன், பசிபிக் ஹெர்ரிங், ஜப்பானிய நெய்த்தோலி ஆகிய மீன்கள் பகுதியளவிற்கு தீர்ந்து விடும் நிலையில் உள்ளன. இவற்றைப் பிடிப்பதில் விஞ்ஞான அடிப்படையிலான கணிப்பு அவசியம்.

பசிபிக் பெருங்கடலில் மீன் பிடிப்பிலும் மற்ற உயிரியல் வளங்களை எடுத்துப் பயன்படுத்துவதிலும் ஜப்பான், சோவியத் யூனியன், பெரு, சீனா, தென் கொரியா, தாய்லாந்து, கொரிய மக்கள் ஜனநாயகக் குடியரசு, இந்தோனேசியா, பிலிப்பைன்ஸ், சிலி ஆகியவை முன்னணியில் 1 நிற்கின்றன. இவற்றின் மீன் பிடிப்பு ஆண்டிற்கு 1 மில்லியன் டன்னை விஞ்சுகிறது. ஜப்பான், சோவியத் யூனியன், பெரு ஆகிய மூன்று நாடுகளும் ஒன்றுசேர்ந்து பசிபிக் பெருங்கடலில் மொத்தமாகப் பிடிக்கப்படும் மீன்களில் பாதியைத் தருகின்றன.

சமீப ஆண்டுகளில் போலந்து, ஜெர்மன் ஜனநாயகக் குடியரசு, பல்கேரியா, கியூபா ஆகிய நாடுகளும் பசிபிக் பெருங்கடலில் மீன் பிடிக்கத் துவங்கியுள்ளன. இது இவற்றின் மீன் பிடிப்புத் துறை வளர்ச்சியடைந்துள்ளதற்கு சான்று பகர்கிறது. இப்பெருங்கடலின் தென் மேற்குப் பகுதியில் மீன் பிடிப்பிற்கு நல்ல எதிர்காலம் உள்ளது. இதுவரை அதிகம் பயன்படுத்தப்படாத மீன் வகைகளைப் பிடிப்பதன் மூலம் இங்கு மீன் பிடிப்பை அதிகரிக்கலாம்.

மேற்கூறிய விவரங்களில் இருந்து இன்று மீன்கள், மற்ற கடல் பொருட்களைப் பெருமளவில் சப்ளை செய்யும் இடமாக பசிபிக் பெருங்கடல் விளங்குவது தெளிவு. ஒரு சில முதலாளித்துவ நாடுகள் தம் தனிப்பட்ட பொருளாதார மண்டலங்களில் மீன் பிடிப்பதற்கு விதிக்கும் ஆதாரமற்ற தடைகள் இப்பிரதேசங்களின் உயிரியல் வளங்களை விவேகமாகப் பயன்படுத்தும் வாய்ப்புகளைக் குறைக்கின்றன. இது மொத்தத்தில் இப்பெருங்கடலில் பொருளாதார நடவடிக்கையைப் பாதிக்கிறது.

இரசாயன வளங்களும்
கடல் நீரின் உப்பையகற்றுதலும்

பசிபிக் பெருங்கடலின் உப்புகள் மற்ற பெருங்கடல்களின் உப்புகளையொத்தவையே. எனவே இங்கு சகலவித இரசாயன வளங்களும் உள்ளன. ஆனால் இவற்றில் சில மட்டுமே இங்கு எடுக்கப்படுகின்றன.

சான் பிரான்சிஸ்கோ வளைகுடாவில் அமெரிக்கா பசிபிக் பெருங் கடல் நீரிலிருந்து சாதாரண உப்பை (சுமாராக ஆண்டிற்கு 1.2 மில்லியன் டன்) எடுக்கிறது. சீனா, பிலிப்பைன்சிலும் கடல் உப்பளங்கள் உள்ளன.

சீனாவிலும் ஜப்பானிலும் கடல் நீரிலிருந்து பெருமளவில் தொழில் துறை ரீதியில் பொட்டாசியம் உப்பு எடுக்கப்படுகிறது. ஜப்பான் இம்முறையில் ஆண்டிற்கு 10,000 டன்னிற்கும் அதிகமான பொட்டாசியத்தைப் பெறுகிறது. அமெரிக்கா கலிபோர்னிய மாநிலத்தில் மக்னிசியத்தையும் புரோமைனையும் எடுக்கிறது. கடல் நீரிலிருந்து மக்னிசியத்தை எடுக்கும் தொழிற்சாலைகள் ஜப்பானில் இயங்குகின்றன. இங்கு கடல் நீரிலிருந்து தொழில்துறை ரீதியில் யுரேனியம் எடுக்கும் முறை பற்றிய ஆராய்ச்சி நடக்கிறது, இதற்காக விசேஷ பரிசோதனை தொழில் துறை எந்திரம் அமைக்கப்பட்டு வருகிறது.

தொழில்துறை ரீதியில் கடல் நீரின் உப்பையகற்றும் பெரும் திறன் வாய்ந்த எந்திரங்கள் அமெரிக்காவின் ஒரு சில பிரதேசங்களிலும் ஜப்பானிலும் உள்ளன. நாளொன்றிற்கு 1-3 மில்லியன் கன மீட்டர் நல்ல நீரை அளிக்கவல்ல மிகப் பெரும் திறன் வாய்ந்த எந்திரங்களை உருவாக்க இந்நாடுகள் திட்டமிட்டு வருகின்றன. ஒரு சில லத்தீன் அமெரிக்க நாடுகளில் ஓரளவு சிறிய உப்பகற்றும் எந்திரங்கள் உள்ளன. கடல் நீரிலிருந்து இரசாயனப் பொருட்களை எடுக்கவும் உப்பையகற்றி நல்ல நீரைப் பெறவும் சிக்கலான தொழில் நுட்பமும் துல்லியமான உற்பத்தி முறைகளும் தேவைப்படும். எனவே வளர்ச்சியடைந்த முதலாளித்துவ நாடுகள், முக்கியமாக அமெரிக்காவும் ஜப்பானும்தான் பசிபிக் பெருங்கடலின் இரசாயன வளங்களை அதிகமாகப் பயன்படுத்துகின்றன.

புவியியல் வளங்கள்

புவியியல் வளர்ச்சியின் போக்கில் பசிபிக் பெருங்கடலின் கரையோரம், கண்டத் திட்டு மற்றும் கடல் படுகையின் பல்வேறு பிரதேசங்களில் பல்வேறு கனிவளங்கள் பெருமளவில் உருவாயின. பல இடங்களில் இவை ஏற்கெனவே ஆராயப்பட்டு எடுக்கப்படுகின்றன. இவற்றை மேற்கொண்டு மீட்பதற்கான திட்டங்கள் தீட்டப்படுகின்றன. பசிபிக் கரையோரத்தின் சில பகுதிகளில் கனரக கனிப்பொருட்கள், உலோகங்களின் கரை யோரக் கடல் படிவுகள் பரவியுள்ளன. குறிப்பாக இவை ஆஸ்திரேலியா வின்

கிழக்குக் கரையின் பெரும் பகுதியில் தெற்கு குவின்ஸ்லாந்திலும் நியூ சவுத் வேல்சின் வட பகுதியிலும் காணப்படுகின்றன. இங்குள்ள மிகப் பெரும் கரையோர மணற்குன்றுகள், கடற்கரையோரங்கள் மற்றும் கரையோரங்களில் உள்ள நீரடி மணலிலும் ஏராளமான ருட்டீல், ஜர்க்கான் மோனஸைட்டு, மற்ற கனிவளங்கள் கண்டுபிடிக்கப்பட்டுள்ளன. இப்பிரதேசத்தில் பெரும்பாலும் ருட்டீலும் ஜர்க்கானும் எடுக்கப்படுகின்றன. இவை தெற்கு ஆஸ்திரேலியா மற்றும் பாஸ் ஜலசந்தி ஆகிய இடங்களிலும் நீரடிப் பகுதிகளில் காணப்படுகின்றன. மொத்தத்தில் கிழக்குக் கரையில் 6.5 மில்லியன் டன் ருட்டீலும் 6.1 மில்லியன் டன்னிற்கும் கூடுதலான ஜர்க்கானும் உள்ளதாக மதிப்பிடப்பட்டது. இந்த ஆஸ்திரேலியப் படிவுகளைப் பதப்படுத்தும்போது இடையில் மோனஸைட்டு பெறப்படுகிறது.

நியூஜிலாந்து கரைகளில் பெரிய இல்மினைட்டு - மோனஸைட்டு மற்றும் இல்மினைட்டு ஜர்க்கான் படிவுகள் உள்ளன. குறைவான அளவில் இவை தைவான் தீவிலும் கொரியத் தீபகற்பத்தின் தென் கரையிலும் காணப்படுகின்றன. கிட்டத்தட்ட ஒரே மாதிரியான கனிப்பொருட்கள் அடங்கிய படிவுகள் வட அமெரிக்கக் கரையில் அலாஸ்கா முதல் கலிபோர்னியா வரை உள்ளன. ஆனால் இவை இந்த அகன்ற பிரதேசத்தில் ஒரு சில இடங்களில் மட்டுமே எடுக்கப்படு கின்றன.

கஸ்ஸிட்டெரைட்டின் கரையோரக் கடல் படிவுகள் தென்கிழக்காசியாவின் பசிபிக் கரையிலும் அருகேயுள்ள தீவுகளிலும் பரவியுள்ளன. இந்தோனேசியா, மலேசியா, தாய்லாந்தின் தென் பகுதி, வியட்நாம் மற்றும் தென் கொரியாவின் கரைப் பகுதிகள் ஆகிய இடங்களில் பெருமளவில் வெள்ளீயத் தாது எடுக்கப்படுகிறது. டாஸ்மேனியத் தீவின் கரைப் பகுதியிலும் பாஸ் ஜலசந்தியின் அடிப்பகுதியிலும் அருகிலுள்ள பிரதேசங்களிலும் கஸ்ஸிட்டெரைட்டு எடுக்கப்படுகிறது.

ஜப்பானின் கரைப் பகுதியில் ஹான்ஷூ, கியூஷூ, ஹொக்காய்டோ தீவுகளில் கணிசமான அளவில் டிட்டேனிய - மேக்னிட்டைட்டு மற்றும் மேக்னிட்டைட்டு மணல்கள் உள்ளன. இங்கே இவை கரையோரப் படிவுகளிலிருந்து மட்டுமின்றி சுமார் 30 மீட்டர் ஆழத்தில் நீரடியிலிருந்தும் எடுக்கப்படுகின்றன. ஜப்பானில் 160 மில்லியன் டன் மேக்னிட்டைட்டுப் பதிவுகள் உள்ளதாக மதிப்பீடுகள் காட்டுகின்றன. இதுதான் ஜப்பானின் இரும்புத் தாது இருப்பில் முக்கியப் பங்காகும், இதில் கணிசமான பகுதி உயர்

ரக இரும்புத் தாது. ஜப்பான் ஓராண்டில் எடுக்கும் 2.4 மில்லியன் டன் இரும்புத் தாதுவில் 1.5 மில்லியன் டன்னை இரும்பு கலந்த மணல் வடிவில் கரையோரக் கடல் படிவுகளிலிருந்து பெறுகிறது. நியூஜிலாந்தின் வட தீவின் கரையோரமாக பெருமளவில் உள்ள டிட்டேனிய - மேக்னிட்டைட்டு மணலை எடுக்கத் துவங்கியுள்ளனர். இம்மூலப்பொருளின் அடிப்படையில் இங்கு ஒரு உலோகத் தொழிற் சாலை இயங்குகிறது.

பெருங்கடலின் ஒரு சில பிரதேசங்களில் கரையோரக் கடல் படிவுகளில் தங்கம், பிளாட்டினம் படிந்த மணல் உள்ளது. தங்கத் துகள்கள் கலந்த கரையோர மற்றும் நீரடிப் படிவுகள் அமெரிக்காவின் மேற்குக் கரையில் அலாஸ்கா, கலிபோர்னியா, ஓரிகன் ஆகிய இடங்களில் கண்டுபிடிக்கப்பட்டுள்ளன. குறிப்பாக அலாஸ்காவில் உள்ள படிவுகளில் தங்கம் நிறைய அடங்கியுள்ளது. 1964 முதல் இங்கு நோம் சோல்த் கோஸ்ட் என்னும் இடத்தில் தங்கம் கலந்த நீரடி மணல் எடுக்கப்பட்டுள்ளது. இந்த மணலின் ஒவ்வொரு கன மீட்டரிலும் 15 கிராம் தங்கம் அடங்கியுள்ளது. கிராண்ட் தீபகற்பத்திற்குத் தெற்கே ஸ்டீவன் ஜலசந்தியில் நீரடியில் உள்ள மணலிலும் கணிசமான அளவு தங்கம் உள்ளது. இங்கே இது 170-300 மீட்டர் ஆழம் வரை காணப்படுகிறது. கீனாய் தீபகற்பம் (வெஸ்ட் கோஸ்ட் எனும் படிவுகள்), குடநியூஸ் வளைகுடா, காட்யாக், செயின்ட் லோரன்ஸ் தீவுகளின் கடற்கரைகள் ஆகிய இடங்களில் கண்டுபிடிக்கப்பட்ட தங்கம் கலந்த மணலும் எதிர்காலத்தில் பெரிதும் பயன்படக் கூடும். சயூயார்ட் தீபகற்பத்தின் அருகேயும் தங்கம் கலந்த நல்ல படிவுகள் இருப்பதாக தெரிய வந்துள்ளது. இங்கு ஒரு கன மீட்டர் மணலில் 260 கிராம் வரை தங்கம் இருக்கிறது. கனடா, சிலி ஆகிய நாடுகளின் கரையோரக் கடல் படிவுகளிலும் தங்கம் கலந்த மணல் கண்டுபிடிக்கப்பட்டுள்ளது.

அலாஸ்காவில் குட்நியூஸ் வளைகுடாவில் கரையிலும் நீரடியிலும் பிளாட்டினம் (இதன் அடர்வு 10 கிராம் /கன மீட்டர்) காணப்படுகிறது. இங்கு 1935 முதல் பிளாட்டினம் கலந்த மணல் எடுக்கப்படுகிறது. இன்று அமெரிக்காவில் எடுக்கப்படும் பிளாட்டினத்தில் 90% இங்கு கிடைக்கிறது. கொலம்பியாவின் பசிபிக் கரையோரத்தில் உள்ள பிளாட்டினப் படிவுகளுக்கும் நல்ல எதிர்காலம் உண்டென கருதப்படுகிறது.

பசிபிக் பெருங்கடலின் பல்வேறு பகுதிகளில் கண்டத் திட்டின் மேற்பரப்பில் பாஸ்பரைட்டுகள் காணப்படுகின்றன; இவை சில

இடங்களில் தாதுப்படிவுகளாகவும் சில இடங்களில் பாஸ்பேட்டு வில்லைகளாகவும் உள்ளன. மிகப் பெரும் பாஸ்பரைட்டு இருப்புகள் கலிபோர் னியாவின் கண்டத் திட்டில் உள்ளன. இங்கு இவற்றின் சராசரி அடர்வு ஒரு சதுர மீட்டரில் 75 கிலோகிராம் ஆகும். இங்கு கிட்டத்தட்ட பில்லியன் டன் பாஸ்பரைட்டுகள் உள்ளதாக மதிப்பிடப்பட்டுள்ளது. ஜப்பான், பிலிப்பைன்ஸ், ஆஸ்திரேலியா, நியூஜிலாந்து, மெக்சிக்கோ, பெரு, இன்னும் சில நாடுகளின் கரைகளிலும் பாஸ்பரைட்டுகள் கண்டுபிடிக்கப்பட்டுள்ளன. அமெரிக்கா, மெக்சிக்கோ, ஆஸ்திரேலியா ஆகிய நாடுகள் நீரடியிலிருந்து பாஸ்பரைட்டுகளை எடுப்பதற்கான பூர்வாங்க வேலைகளில் இறங்கியுள்ளன.

3,000 - 5,000 மீட்டர் ஆழத்தில் பசிபிக் பெருங்கடலின் படுகை பரவலான பிரதேசங்களில் இரும்பு - மாங்கனிசத் தாதுப்படிவுகளால் மூடப்பட்டுள்ளது. பசிபிக் பெருங்கடலின் படுகையில் தான் இப்படிவுகள் மிகப் பெரும் பரப்பில் (16 மில்லியன் சதுர கிலோமீட்டருக்கும் கூடுதலாக) காணப்படுகின்றன. சராசரியாக இங்கு ஒவ்வொரு சதுர மைலிலும் 45,000 டன் தாதுப்படிவுகள் உள்ளன. பசிபிக் பெருங்கடலின் நீரடிப் புகைப்படங்களில் இப்படிவுகள் உள்ள இடங்கள் ஏதோ கரும் பழுப்பு உருளைக் கற்களினால் ஆன பாதை போல் காட்சியளிக்கின்றன.

மிகப் பெருமளவில் இந்தப் படிவுகள் பூமத்திய ரேகைக்கு அருகே வடக்கிலுள்ள பகுதியில், 4 -30° வடக்கு அட்சரேகைகளில் காணப்படுகின்றன. பசிபிக் பெருங்கடலின் தென் பகுதியில் இப்படிவுகள் உருவமற்ற திரட்டுகளாகப் பரவியுள்ளன. இவை தென் பள்ளம், பெருவியன் மற்றும் சிலி பள்ளங்கள் ஆகியவற்றில் கண்டுபிடிக்கப்பட்டுள்ளன. பெல்லின்ஸ்காவுசன் பள்ளத்தின் வட பகுதி, டிரேய்க் ஜலசந்தி ஆகிய இடங்களிலும் இத்தகைய படிவுகள் ஏராளமாக உள்ளன.

பசிபிக் பெருங்கடலின் படுகையில், தொழில் துறை ரீதியில் வெளி யிலெடுக்கத்தக்க வகையில் உள்ள இரும்பு - மாங்கனிச (பல உலோக) தாதுப்படிவுகளின் வடிவில் 7.9 பில்லியன் டன் செம்பு, 5.2 பில்லியன் டன் கோபால்ட்டு, 14.7 பில்லியன் டன் நிக்கல், 358 பில்லியன் டன் மாங்கனிசம் ஆகியவை உள்ளன. இப்படிவுகள் எல்லா இடங்களிலும் பரவியுள்ள போதிலும் உயர் ரகப் படிவுகள் பூமத்திய ரேகைக்கு அருகே, 7°-16° வடக்கு அட்சரேகைகளுக்கும் 117° - 150° மேற்கு தீர்க்கரேகைகளுக்கும் இடைப்பட்ட பகுதியில்

காணப்படுகின்றன. இன்றுள்ள உலோகத் தேவைகள், எதிர்காலக் கணிப்புகள் ஆகியவற்றைக் கொண்டு பார்க்கும் போது மேற்கூறிய தாதுப்படிவுகள் குறைந்தபட்சம் இன்னும் சில நூற்றாண்டுகளுக்கு உலகத் தேவைகளைப் பூர்த்தி செய்யும்.

அமெரிக்கா பசிபிக் பெருங்கடலின் படுகையிலிருந்து பரிசோதனை தொழிற்துறை அளவில் இரும்பு - மாங்கனிசப் படிவுகளை எடுக்கின்றது. இத்திசையில் ஜப்பானும் பரிசோதனைகளை நடத்தி வருகிறது. பூர்வாங்க மதிப்பீடுகளின்படி கடல் படுகையிலிருந்து தாதுப்படிவுகளை எடுக்கும் தொழில் துறை அமைப்பின் மதிப்பு (இதில் விசேஷ கப்பல்கள், படிவுகளை வெளியில் எடுக்கும் எந்திரங்கள், உலோகங்களைப் பிரிக்கும் எந்திரங்கள் ஆகியவை அடங்கும்) 500 மில்லியன் டாலர்களாகும்; ஆண்டு பராமரிப்புச் செலவுகள் 100 மில்லியன் டாலர்களாகும். இவ்வாறு பெரும் முதலீடு தேவைப்படுவதால், இப்படிவுகளை எடுக்கும் கூட்டுத் தொழில் நிறுவனம் பெரும் திறனுடையதாக (ஆண்டிற்கு 1மில்லியன் டன்னிற்கும் குறையாத உலர்ந்த தாதுப்படிவுகளை எடுக்கக் கூடியதாக) இருந்தால் தான் இது லாபகரமானதாக இருக்கும். இத்தகைய தொழில் நிறுவனத்தைத் தோற்றுவிப்பது தொழில் நுட்ப ரீதியிலும் பொருளாதார ரீதியிலும் ஒரு சிக்கலான கடமையாகும், பல்வேறு நாடுகளின் நிபுணர்கள் இப்பணியில் ஈடுபட்டுள்ளனர்.

பசிபிக் பெருங்கடலின் அடிப்பகுதியில் ஏராளமான எண்ணெயும் எரிவாயுவும் உள்ளன. என்றாலும் இவற்றில் மிகச் சிறு பகுதிதான் ஆராயப்பட்டு மீட்கப்படுகிறது. மொத்தத்தில் உலகக் கடல்களில் உள்ள எண்ணெய், எரிவாயுவில் 30-40% (90-120 பில்லியன் டன் வரை) பசிபிக் பெருங்கடலின் அடியில் உள்ளதாக மதிப்பிடப்பட்டுள்ளது. இதில் 3.0 பில்லியன் டன் (சுமார் 3%) கண்டுபிடிக்கப்பட்டு, வெளியில் எடுக்கும் நிலையில் உள்ளதாயும் 7.6 பில்லியன் டன் (சுமார் 8%) எதிர்காலத்தில் கண்டுபிடிக்கப்படக் கூடிய நிலையில் உள்ளதாயும் மதிப்பிடப்பட்டுள்ளது.

கலிபோர்னியா மாநில தென் பகுதியின் கரைகள், கூக் வளைகுடா (அமெரிக்க ஐக்கிய நாடு), பாஸ் ஜலசந்தி (ஆஸ்திரேலியா), மலேயத் தீவுக் கூட்டத்தின் கரைப் பகுதி, போஹய்வான் வளைகுடா (சீனா), குவாகில் வளைகுடா (ஈக்வடோர்) ஆகிய பிரதேசங்களில் எண்ணெயையும் எரிவாயுவையும் எடுக்கும் வேலைகள் மும்முரமாக நடைபெறுகின்றன. புரூனே, மலேசியா, இந்தோனேசியா, ஜப்பான்,

பெரு, அமெரிக்க ஐக்கிய நாடு, ஆஸ்திரேலியா ஆகியவற்றின் கரைகளில் புதிய எண் ணெய், எரிவாயு இருப்பிடங்களைக் கண்டு பிடித்து பயன்படுத்தத் துவங்கியதால் பசிபிக் பெருங்கடலோர நாடுகள் கரையோர நீர்ப் பரப்பிலிருந்து எடுக்கும் எண்ணெய், எரிவாயுவின் அளவு கணிசமாகக் கூடியது.

சமீப காலம் வரை கடலிலிருந்து எண்ணெய், எரிவாயு எடுக்கும் தொழில் துறை பெரும்பாலும் குறுகலான கரையோரப் பிரதேசத்தில், 85 மீட்டருக்கு மேற்படாத ஆழத்தில், கரையிலிருந்து 86 கிலோமீட் டருக்கு மேற்படாத தொலைவில் செயல்பட்டது. 1973 இறுதியில் எண்ணெயின் உலக விலை பெரிதும் உயர்ந்தது. இதையடுத்து பெரும்பாலான வளர்ச்சியடைந்த முதலாளித்துவ நாடுகளுக்கு எண்ணெய் சப்ளை செய்யும் பிரச்சினை முன்நின்றது. இதனால் அதிக சிக்கலான பௌதீக பூகோளச் சூழ்நிலைகளில், ஆழம் அதிகமான பகுதிகளின் அடியிலிருந்தும் பூமத்திய ரேகையிலிருந்து தள்ளி தொலைவிலுள்ள பகுதிகளிலிருந்தும் எண்ணெய், எரிவாயுவை எடுக்கத் துவங்க அவசியமான பொருளாதார மற்றும் அரசியல் முன்நிபந்தனைகள் தோன்றின. இன்று அலாஸ்கா வளைகுடா, தெற்கு கலிபோர்னியாவின் கரை யோரமாக உள்ள ஆழம் அதிகமான பகுதிகள், தென் சீனக் கடலில் கண்டத்தின் கரையிலிருந்தும் பெரும் தொழில் துறை மையங்களில் இருந்தும் தள்ளியுள்ள பகுதிகள் (பிலிப்பைன்ஸ், சீனா), மக்காஸர் ஜலசந்தியின் ஆழமான பகுதிகள், பிளோரிஸ், பாலி மற்றும் செராம் கடல்கள் (இந்தோனீசியா), மகேலன் ஜலசந்தி (சிலி) ஆகிய இடங்களில் எண்ணெய், எரிவாயுவைத் தேடி ஆராயும் பணி நடைபெறுகிறது. தென் சீனக் கடல் மற்றும் ஸாய்யாம் வளைகுடாவில் மலேசியா, தாய்லாந்து, இந்தோனேசியாவிலிருந்து 150-240 கி.மீ. தொலைவில் உள்ள இடங்களிலும் 110 மீட்டர் ஆழமுள்ள இடங்கள் (நியூஜிலாந்து) மற்றும் 260 மீட்டர் ஆழமுள்ள இடங்களிலும் கூட (கலிபோர்னியா) எண்ணெயையும் எரிவாயுவையும் எடுக்கத் துவங்கியுள்ளனர். பசிபிக் பெருங்கடலின் அடிப்பகுதியில் எண்ணெய், எரிவாயுவைத் தேடும் பணி தீவிரமாகத் தொடர்ந்து வளர்கிறது.

பசிபிக் பெருங்கடலின் கண்டத் திட்டில் ஒரு சில இடங்களில் நிலக்கரிப் பாளங்கள் உள்ளன. ஜப்பான், ஆஸ்திரேலியா, நியூஜிலாந்து, சில லத்தீன் அமெரிக்க நாடுகளின் கரைகளில் நீரடியில் நிலக்கரி அடுக்குகள் கண்டுபிடிக்கப்பட்டுள்ளன. ஜப்பானில் எடுக்கப்படும் மொத்த நிலக்கரியில் 30% நீரடியிலிருந்து எடுக்கப்படுகிறது.

ஆஸ்திரேலியாவும் (சிட்னி அருகே) நியூஜிலாந்தும் ஒப்பீட்டளவில் நிறைய நிலக்கரியைக் கண்டத் திட்டின் அடியிலிருந்து எடுக்கின்றன.

ஒரு சில பிரதேசங்களில் கண்டத் திட்டின் அடியில் இரும்புத் தாது உள்ளது. ஆனால் இது ஜப்பானில் மட்டும் டோக்கியோ வளைகுடாவின் கரைப் பகுதியில் எடுக்கப்படுகிறது.

பசிபிக் பெருங்கடலின் எரிசக்தி வளங்கள் மகத்தானவை, பல்வேறு விதமானவை. கரைகளில் கடலேற்றம் நன்கு வெளிப்படுகிறது, கரையோரங்களிலும் திறந்தவெளிப் பகுதிகளிலும் காற்றால் பெரும் அலை தோன்றுகிறது. ஆனால் கடலேற்ற ஆற்றல் இன்னமும் கடலேற்ற மின் நிலைய அளவில் பயன்படுத்தப்படவில்லை. சிறிய அளவில் அலைகளின் ஆற்றல் சிறு ஜெனரேட்டர்களில் மின் சக்தியாக மாற்றப்படுகிறது. இம்மின் சக்தி மிதவை அடையாள விளக்குகளுக்கும் சில தானியங்கி கடல் உபகரணங்களுக்கும் பயன்படுத்தப்படுகிறது.

பசிபிக் பெருங்கடலின் போக்குவரத்து

பூகோள அம்சங்கள்

நம் பூமியின் மிகப் பெரும் கடலாகிய பசிபிக் பெருங்கடலின் பொது பூகோள மற்றும் பொருளாதார பூகோள நிலையின் விசேஷ அம்சங்கள் இதில் நடைபெறும் போக்குவரத்தின் மீது தாக்கம் செலுத்துகின்றன. பசிபிக் பெருங்கடலின் வழியே பல சர்வதேச மற்றும் பிரதேச கடல் மார்க்கங்கள் செல்கின்றன; இதன் கரைகளில் ஏராளமான துறைமுகங்கள் உள்ளன. முதலாளித்துவ நாடுகளின் துறைமுக சரக்குப் போக்கு வரத்தில் 26% இத்துறைமுகங்களின் மூலம் நடைபெறுகின்றது. உலக வாணிகக் கப்பல்களில் கணிசமான பகுதி பசிபிக் பெருங்கடல் துறைமுகங்களில் உள்ளது.

பசிபிக் பெருங்கடலில் அட்சரேகைகள் வழியே செல்லும் மார்க்கங்களின் நீளம் பெரியது என்பதை முதலில் குறிப்பிட வேண்டும். இம்மார்க் கங்கள், அட்லாண்டிக் பெருங்கடலின் குறுக்கே செல்லும் மார்க்கங்களை விட இரு மடங்கு அதிக நீளமானவையாதலால் பசிபிக் பெருங்கடலை இடைப் போக்குவரத்திற்காகப் பயன்படுத்துவது அவ்வளவு வசதியானதல்ல.

நெரிசல் மிக்க கப்பல் போக்குவரத்து மார்க்கங்கள் முக்கியமாக பெருங்கடலின் இரண்டு கரைகளின் ஓரமாகச் செல்கின்றன. ஒரு மிக முக்கிய கடல் மார்க்கம் வட அமெரிக்கக் கரைகளிலிருந்து ஆசியாவின் தொலை கிழக்குக் கரைகளுக்குச் செல்கிறது. இதன் வழியாகத்தான்

பசிபிக் பெருங்கடலில் இரண்டு முக்கிய ஏகாதிபத்திய போட்டி மையங் களாகிய அமெரிக்காவிற்கும் ஜப்பானிற்கும் இடையே பரிவர்த்தனை நடைபெறுகிறது. என்றாலும் இத்தொடர்புகள் அமெரிக்காவிற்கும் மேற்கு ஐரோப்பாவிற்கும் இடையிலான தொடர்புகளைப் போல் அவ்வளவு தீவிரமானவையல்ல.

ஜப்பானை நோக்கிய திசையில் தான் பல கிளைகளையுடைய கடல் மார்க்கம் உருவாகியுள்ளது. ஜப்பான் பல நாடுகளிலிருந்து மூலப் பொருட்களை வாங்குகிறது. பல நாடுகளுக்குத் தயாரான பொருட்களை அனுப்புகிறது. பசிபிக் பெருங்கடலின் தென் பகுதியில், கிட்டத்தட்ட 40° தெற்கு அட்சரேகை வரை ஒப்பீட்டளவில் நிறைய மார்க்கங்கள்

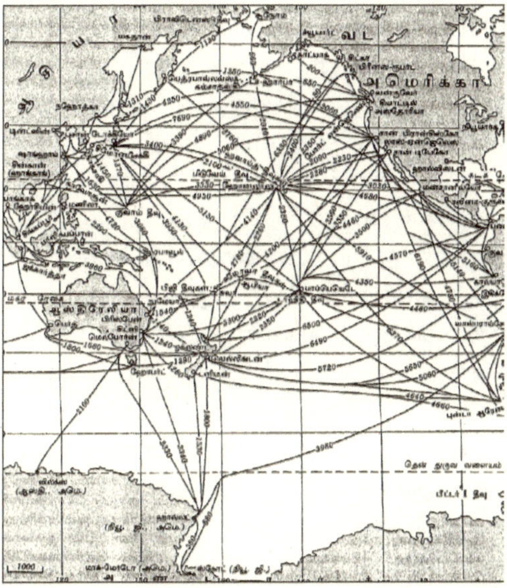

பசிபிக் பெருங்கடலின் போக்குவரத்து மார்க்கங்கள்

உள்ளன; ஆஸ்திரேலியாவின் கிழக்குக் கரை, நியூஜிலாந்திற்கும் மற்ற நாடுகளுக்கும் இடையிலான கடல் தொடர்புகள் நன்கு வளர்ச்சியடைந்துள்ளதுதான் இதற்குக் காரணமாகும்.

மொத்தத்தில் கடல் மார்க்கங்களின் அடர்த்தியிலும் சரக்குப் போக்குவரத்தின் அளவிலும் பசிபிக் பெருங்கடல் அட்லாண்டிக் பெருங்கடலுக்கு அடுத்தபடியான இடத்தை வகித்தாலும் சரக்குப் போக்குவரத்து வளர்ந்து வரும் வேகங்களில் இது அட்லாண்டிக்கை விஞ்சி நிற்கிறது. இன்று உலக வர்த்தகத்தில் பசிபிக் பெருங்கடலின்

பங்கு அதிகரிக்கும் போக்கு தென்படுகிறது. இது இந்தப் பெருங்கடலின் குறிப்பிடத்தக்கதொரு அம்சமாகும்.

பசிபிக் பெருங்கடலோர நாடுகளின் பொருளாதார மற்றும் சமூக அரசியல் வேறுபாடுகள் தான் இங்கு கப்பல் மார்க்கங்கள் அமைந்துள்ள விதத்தையும் சரக்குப் போக்குவரத்தின் அளவுகளையும் கட்டமைப்பை யும் பெரிதும் நிர்ணயிக்கின்றன. பசிபிக் பெருங்கடலின் மேற்கு, கிழக்குக் கரைகளை இணைக்கும் பாதைகளில் கப்பல் போக்குவரத்தும் சரக்குப் போக்குவரத்தும் அதிகமாக உள்ளன. இப்பாதைகளை அமெரிக்க ஆசியப் பாதைகள், அமெரிக்க-ஆஸ்திரேலியப் பாதைகள் என்று இரண்டு முக்கிய திசைகளாக பிரிக்கலாம்.

முதல் திசையில் மூன்று வெவ்வேறு மார்க்கங்கள் அமைந்துள்ளன. சரக்குப் போக்குவரத்தின் அளவிலும் நெரிசலிலும் இவை ஒன்றிலிருந்து ஒன்று மாறுபடுகின்றன. இவற்றில் நெரிசல் மிக்க கப்பல் போக்குவரத்தை உடைய முதல் மார்க்கம் அமெரிக்கா மற்றும் கனடாவின் பசிபிக் துறைமுகங்களை (லாஸ் ஏன்ஜெலெஸ், சான் பிரான்சிஸ்கோ, வன்குவேர்) ஜப்பானிய, சீன, பிலிப்பைன் துறைமுகங்களுடன் (யோக்க ஹாமா, ஷாங்ஹாய், மணிலா) இணைக்கின்றது. இம்மார்க்கம் பெரிதும் நீளமானது, இங்கு கப்பல் போக்குவரத்திற்கான சூழ்நிலைகள் கடினமானவை என்றபோதிலும் இம்மார்க்கத்தின் வழியே பல்வேறு சரக்குகள் பெருமளவில் எடுத்துச் செல்லப்படுகின்றன. ஜப்பான் மற்றும் அமெரிக்காவின் பசிபிக் கரையோரப் பிரதேசங்களின் உயர்வான பொருளாதார உள்ளாற்றல்தான் இதற்குக் காரணமாகும். இந்நாடுகள் மேற்கூறிய மார்க்கத்தின் மூலம் தமக்கு இடையேயும் மற்ற நாடுகளுடனும் தொடர்பு கொள்கின்றன. அமெரிக்கா, கனடாவிலிருந்து நிலக்கரி, மரம், மரப் பொருட்கள், தானியம், தாதுப் பொருட்கள், பல்வேறு பாதி தயாரிப்பு பொருட்கள் போன்றவை ஜப்பானிற்குச் செல்கின்றன. எஃகுப் பொருட்கள், குழாய்கள், மோட்டார் வாகனங்கள், மின்சார உபகரணங்கள், வானொலி மற்றும் தொலைகாட்சிப் பெட்டிகள், பட்டு, மீன், இன்னும் சில பொருட்கள் எதிர்த் திசையில் வருகின்றன. அமெரிக்காவிலிருந்து சீனாவிற்கும் பிலிப்பைன்சிற்கும் தொழில் துறைப் பொருட்கள் செல்கின்றன, மூலப்பொருட்களும் விவசாயப் பொருட்களும் (குறிப்பாக அரிசி) அங்கிருந்து வாங்கப்படுகின்றன.

கப்பல் போக்குவரத்திற்கு அனுகூலமான சூழ்நிலைகள் நிலவிய போதிலும் பனாமாக் கால்வாய் மற்றும் தென் அமெரிக்கத்

துறைமுகங்களிலிருந்து சிங்கப்பூரை நோக்கிய கடல் மார்க்கத்திலும் ஹவாய்த் தீவுகள் வழியே யோக்கஹாமா, மணிலாவை நோக்கிய மார்க்கத்திலும் கப்பல் போக்குவரத்து குறைவாகத்தான் நடைபெறுகிறது. அட்லாண்டிக் பெருங்கடலிலிருந்து பனாமாக் கால்வாய் வழியே இந்தியப் பெருங்கடலின் கிழக்குக் கரைத் துறைமுகங்களுக்கும் அங்கிருந்து எதிர்த்திசையிலும் நடைபெறும் இடைநிலை சரக்குப் போக்குவரத்துகள் மேற்கூறிய மார்க்கத்தில் முக்கிய இடத்தை வகிக்கின்றன.

பசிபிக் பெருங்கடலோரமாக உள்ள தென் அமெரிக்க நாடுகளின் பொருளாதார வளர்ச்சி மட்டம் ஒப்பீட்டளவில் குறைவானது, இவற்றின் வெளிப் பொருளாதாரத் தொடர்புகளும் அதிகமில்லை. இந்த அம்சங்கள் இம்மார்க்கத்தில் நடைபெறும் சரக்குப் போக்குவரத்தின் அளவு மற்றும் கட்டமைப்பு மீதும் தாக்கம் செலுத்துகின்றன. தென் அமெரிக்கத் துறைமுகங்களில் இருந்து இம்மார்க்கத்தில் பெரும்பாலும் சுரங்கத் தாதுப் பொருட்களும் விவசாய மூலப்பொருட்களும் ஜப்பானுக்கு எடுத்துச் செல்லப்படுகின்றன; ஜப்பானிலிருந்து தொழில் துறைப் பொருட்கள் வருகின்றன. கப்பல்களைப் பழுது பார்க்க (இது சிங்கப்பூரின் பொருளாதாரத்தில் முக்கியப் பங்காற்றுகிறது) அவசியமான பொருட்களும் உபகரணங்களும் சிங்கப்பூருக்கு வருகின்றன.

மகேலன் ஜலசந்தியிலிருந்து ஹவாய்த் தீவுகள் வழியே அல்லது நேரடியாக ஆசியாவிற்குச் செல்லும் பாதை அபூர்வமாகத்தான் பயன் படுத்தப்படுகிறது. இங்குள்ள மார்க்கங்கள் நீளமானவை, இவற்றின் தென் பகுதிகளில் நிலவும் சூழ்நிலைகள் கப்பல் செல்வதற்குக் கடின மானவை. அர்ஜென்டீனாவின் தென் பிரதேசங்கள் இப்பாதையை சரக்குப் போக்குவரத்திற்குப் பயன்படுத்துகின்றன.

மொத்தத்தில் அமெரிக்க ஆசியத் திசையில் தான் பசிபிக் பெருங் கடலின் குறுக்கே செல்லும் மிகப் பெரும்பாலான பாதைகள் குவிந்துள்ளன; இவற்றின் வழியேதான் பல்வேறு விதமான சரக்குகள் பெருமளவில் செல்கின்றன. இவை பசிபிக் பெருங்கடலின் வட பகுதியில் உள்ள நாடுகளின் பெரும் வெளிவர்த்தகத் தொடர்புகளை பிரதிபலிக்கின்றன.

அமெரிக்க ஆஸ்திரேலியத் திசை, வட, தென் அமெரிக்கத் துறைமுகங்களை ஆஸ்திரேலியா, நியூஜிலாந்து துறைமுகங்களுடன் இணைக்கிறது. இத்திசையில் அமெரிக்கா, கனடாவின் துறைமுகங்களிலிருந்து சிட்னிக்கும் பனாமாக் கால்வாயிலிருந்து

சிட்னிக்கும் தென் அமெரிக்கத் துறைமுகங்களில் இருந்து சிட்னிக்கும் கப்பல் மார்க்கங்கள் செல்கின்றன. இம்மார்க்கங்களில் என்னென்ன சரக்குகள் எவ்வளவு எடுத்துச் செல்லப்படுகின்றன என்பது பெரும்பாலும் ஆஸ்திரேலியா, நியூஜிலாந்தின் பொருளாதார வளர்ச்சி மட்டத்தால் நிர்ணயிக்கப்படுகிறது. இவ்விரு நாடுகளும் அமெரிக்காவையும் பிரிட்டனையும் பொருளாதார ரீதியிலும் அரசியல் ரீதியிலும் பெரிதும் சார்ந்துள்ளன. ஆஸ்திரேலியா உலக சந்தைக்குத் தொழில் துறை மூலப்பொருட்களையும் உணவுப் பண்டங்களையும் வழங்குகிறது. நியூஜிலாந்து இறைச்சியையும் ரோமத்தையும் ஏற்றுமதி செய்கிறது. இந்நாடுகளிலிருந்து அமெரிக்காவிற்கு ஈயம், துத்தநாகம், ரோமம், இறைச்சி ஆகியவை செல்கின்றன; அமெரிக்காவிலிருந்து இவை பல்வேறு விதமான எந்திரங்கள், தொழில் துறை சாதனங்கள், உபகரணங்களைப் பெறுகின்றன. இச்சரக்குப் போக்குவரத்து பெரும்பாலும் அமெரிக்க, பிரிட்டிஷ் கப்பல்கள் மூலம் நடக்கின்றது.

பெருங்கடலுக்குக் குறுக்கே செல்லும் மார்க்கங்களை விட நீளத்தில் குறைவான, ஆனால் சற்றும் குறையா போக்குவரத்து நெரிசலை உடைய மார்க்கங்கள் பசிபிக் பெருங்கடலின் ஆசிய, அமெரிக்கக் கரைகளின் ஓரமாகச் செல்கின்றன. இங்கே பசிபிக் கடலோர நாடுகளுடனும் மற்ற நாடுகளுடனும் முறையே ஜப்பானிற்கும் அமெரிக்க ஐக்கிய நாட்டிற்கும் உள்ள கடல் தொடர்புகள் மேலோங்கியுள்ளன. மேற்குத் தீர்க்கரேகை மார்க்கங்கள் ஆசிய-ஆஸ்திரேலியத் திசையை ஏற்படுத்துகின்றன. இங்கு ஜப்பானிய கப்பல் கம்பெனிகள் முறையான போக்குவரத்தை நடத்துகின்றன. இக்கப்பல்களின் மூலம் இரும்புத் தாது, நிலக்கரி, ரோமம், மற்ற மூலப்பொருட்கள் ஆஸ்திரேலியாவிலிருந்து ஜப்பானிற்கும் பல்வேறு விதமான தொழில் துறைப் பொருட்கள் ஜப்பானிலிருந்து ஆஸ்திரேலியாவிற்கும் எடுத்துச் செல்லப்படுகின்றன. இதே பிரதேசத்தில் மலாக்கா ஜலசந்தியிலிருந்து ஜப்பானியத் தீவுகளை நோக்கி சரக்குப் போக்குவரத்து மிக்க மார்க்கம் செல்கிறது; இதன் மூலம் மத்திய கிழக்கு எண்ணெய் ஜப்பானுக்கு வருகிறது. மற்ற கடல் மார்க்கங்களுக்கும் இதற்கும் உள்ள வேறுபாடு என்னவென்றால், இதன் மூலம் பெருமளவில் திரவ நிலையிலுள்ள சரக்குகள் எடுத்துச் செல்லப்படுவதாகும்.

கிழக்குத் தீர்க்கரேகை மார்க்கங்கள் தென் அமெரிக்க நாடுகளை (பனாமாக் கால்வாய் மூலம்) அமெரிக்கா, கனடாவின் பசிபிக்

மற்றும் அட்லாண்டிக் பெருங்கடல் துறைமுகங்களுடன் இணைக்கின்றன. இப்பிர தேசங்களில் அமெரிக்க ஐக்கிய நாட்டின் சரக்குப் போக்குவரத்து அதிகமாக உள்ளது. அமெரிக்க ஐக்கிய நாட்டின் பசிபிக் கடலோரத் துறைமுகங்களின் வெளிநாட்டு வர்த்தகத்தில் கிட்டத்தட்ட 1/5 பகுதி தென் அமெரிக்க நாடுகளுடன் நடைபெறுகிறது. தென் அமெரிக்க நாடுகளிலிருந்து அமெரிக்க ஐக்கிய நாட்டிற்கு இரும்புத் தாது, இரும்பல்லா உலோகத் தாதுக்கள், நைடர், கந்தகம், மற்ற மூலப் பொருட்கள் ஆகியவை வருகின்றன. அமெரிக்க ஐக்கிய நாட்டிலிருந்து தென் அமெரிக்கத் துறைமுகங்களுக்கு சுரங்கத் தொழில் உபகரணங்கள், பல்வேறு விதமான எந்திரங்கள், மற்ற சரக்குகள் ஆகியவை செல்கின்றன. சாராம்சத்தில் பார்த்தால் இது வளர்ச்சியடைந்த முதலாளித்துவ நாட்டிற்கும் சார்பு நாடுகளுக்கும் இடையிலான சர்க்குப் பரிவர்த்தனையாகும்.

பெருங்கடலின் குறுக்கே செல்லும் மார்க்கங்கள், தீர்க்கரேகை மார்க்கங்களைத் தவிர பசிபிக் பெருங்கடலில் கண்டங்களின் ஓரமாக, இவற்றை ஒட்டியுள்ள கடல்கள் வழியே செல்லும், ஒப்பீட்டளவில் குறுகிய மார்க்கங்கள் பல உள்ளன. உதாரணமாக, ஜப்பானிய கடல், ஆஸ்திரேலிய-ஆசியக் கடல்கள், ஆஸ்திரேலியா, நியூஜிலாந்திற்கு அருகே, மத்திய அமெரிக்க கரைகளுக்கு அருகேயுள்ள நீர்ப்பரப்பு போன்ற இடங்களில் சுறுசுறுப்பான கப்பல் போக்குவரத்து நடைபெறுகிறது. இவற்றின் வழியே செல்லும் சரக்குகளின் அளவும் தன்மையும் நிலையானவையல்ல.

பசிபிக் பெருங்கடலோரமாக உள்ள பல நாடுகளின் பொருளாதார நடவடிக்கைகளைச் சுருக்கமாகப் பார்த்ததிலிருந்து ஒரு சில முக்கிய அம்சங்களைச் சுட்டிக் காட்ட முடியும். இன்று இங்கு பல் துறை கடல் பொருளாதாரம் உருவாகியுள்ளது. இதில் மீன் பிடிப்பு முக்கியப் பங்காற்றுகிறது. இதற்கடுத்தபடியாக போக்குவரத்திற்காக இப்பெருங் கடல் பயன்படுத்தப்படுவதைக் குறிப்பிடலாம். கரையோரக் கடல் படிவுகளை எடுப்பதும் கடலடியிலிருந்து எண்ணெய் எடுப்பதும் மூன்றாவது இடத்தை வகிக்கின்றன.

ஆர்க்டிக் கடலும்
அண்டார்க்டிக் கடலும்

ஆர்க்டிக் மற்றும் அண்டார்க்டிக்
கடல் பிரதேசங்களின்
பொருளாதார - பூகோள நிலையின்
சிறப்பியல்புகள்

துருவ மண்டல நீர்ப்பரப்பின் வளங்களைப்
பொருளாதார ரீதியில் பயன்படுத்துதல்

துருவ மண்டல நீர்ப்பரப்பின்
போக்குவரத்து பூகோள அம்சங்கள்

உலகின் வட கோடியிலும் தென் கோடியிலும் உள்ள கடல்கள் நீண்ட நெடுங்காலமாகவே மனிதர்களின் கவனத்தைக் கவர்ந்து வருகின்றன. இங்கு கடினமான தட்பவெப்ப நிலை நிலவுகிறது. இவை குறைவாகத் தான் ஆராயப்பட்டுள்ளன. துருவப் பிரதேசங்களின் நீர்ப்பரப்பும் பனிக்கட்டிகளும் பல நூற்றாண்டுகளாக கப்பல் போக்குவரத்திற்கு இடையூறாக இருந்தன. 20ஆம் நூற்றாண்டில், அதுவும் குறிப்பாக இந்நூற்றாண்டின் இரண்டாவது பாதியில் தான் விஞ்ஞான தொழில் நுட்பப் புரட்சியின் பயனாய் உலகக் கடல்களின் வட துருவ மற்றும் தென் துருவப் பிரதேசங்கள், இவற்றையொட்டியுள்ள நிலப்பரப்பு ஆகியவற்றின் வளங்களைப் பற்றிய ஆராய்ச்சியில் கணிசமான வெற்றிகள் அடையப்பட்டன. இன்று ஆர்க்டிக் பிரதேசத்திலும் அண்டார்க்டிக் பிரதேசத்திலும் தீவிரமான நடைமுறை விஞ்ஞான ஆராய்ச்சிகள் தொடருகின்றன, பல்வேறு நாடுகளின் தீவிரப் பொருளாதார நடவடிக்கை வளர்ந்து வருகிறது.

ஆர்க்டிக் மற்றும் அண்டார்க்டிக் கடல் பிரதேசங்களின் பொருளாதார - பூகோள நிலையின் சிறப்பியல்புகள்

ஆர்க்டிக் மற்றும் அண்டார்க்டிக் நீர்ப்பரப்புகள் நம் பூமியின் வட, தென் துருவ மண்டலங்களில் உள்ளன. ஆர்க்டிக் பிரதேசத்தின் மையத்தில், கிட்டத்தட்ட முழுவதுமாக நிலப்பரப்பால் சூழப்பட்ட நிலையில் ஆர்க்டிக் கடல் உள்ளது. இங்குள்ள கிரீன்லாந்து மற்றும் நார்வே கடல்களின் தென் பகுதியில் மட்டுமே இது நிபந்தனைக் கோடுகளால் அட்லாண்டிக் பெருங்கடலிலிருந்தும் பெரிங் ஜலசந்தியில் பசிபிக் பெருங்கடலிலிருந்தும் பிரிக்கப்பட்டுள்ளது. ஆர்க்டிக் கடலின் ஓரமாக கண்டங்களை ஒட்டிய கடல்கள் அமைந்துள்ளன.

பூமியின் தென் துருவப் பிரதேசத்தின் மையத்தில் அண்டார்க்டிக் கண்டம் இருக்கிறது. இதன் பரப்பு கிட்டத்தட்ட ஆர்க்டிக் கடலின்

பரப்பிற்குச் சமமானது. அண்டார்க்டிக் நிலப்பரப்பைச் சுற்றி பெருங் கடல் நீர் ஒரு வளையம் போல் உள்ளது. சமீப காலமாக இதைத் தென் கடல் என்று தனியாகப் பிரித்து அழைக்கத் துவங்கியுள்ளனர். இதற்குக் காரணம், அட்லாண்டிக், பசிபிக் மற்றும் இந்தியப் பெருங் கடல்களின் தென் பகுதிகளில் நீர் சுற்றோட்டமும் இங்குள்ள வளிமண்டலச் சுற்றோட்டமும் ஒரே மாதிரியானவை என்பதாகும். இக்கடலின் வடக்கு எல்லை சாதாரணமாக 52-55 தெற்கு அட்சரேகை வழியே செல்வதாக கருதப்படுகிறது. இதற்குக் குறிப்பிட்ட இயற்கை அடிப்படைகள் உண்டு. சில சமயங்களில், தென் அமெரிக்கா, ஆப்பிரிக்கா, ஆஸ்திரேலியாவின் தென் கோடிமுனைகளை இணைக்கும் கோடுகள் தென் கடலின் நிபந்தனை எல்லையாகக் கருதப்படுகின்றன. அண்டார்க்டிக்கின் கரைகள் இக்கடலின் தெற்கெல்லைகளாக கொள்ளப்படுகின்றன.

ஆர்க்டிக் கடலைப் பொறுத்தமட்டில் இது மிகவும் பரவலான கண்டத் திட்டைக் கொண்டுள்ளது. சோவியத் யூனியனின் கரைகளில் இதன் அகலம் 1,300-1,500 கிலோமீட்டர்களை எட்டுகிறது. அண் டார்க்டிக் கடல் பூராவும் (ரோஸ் கடலைத் தவிர) கண்டத் திட்டு மிகவும் குறுகலானது.

ஆர்க்டிக் மற்றும் அண்டார்க்டிக் நீர்ப்பரப்பு துருவ மண்டலத்திலும் இதை ஒட்டியுள்ள பிரதேசங்களிலும் உள்ளதால் இங்கு மிகவும் கடினமான தட்ப வெப்ப நிலை நிலவுகிறது. இங்கு குளிர் காலத்தில் காற்று மிகவும் குளிர்ச்சியடைகிறது; கோடையிலோ, மிகக் குறைவான அளவே சூடேறுகிறது, அடிக்கடி புயற் காற்றுகள் வீசுகின்றன. துருவ மண்டலத்திற்குக் கீழுள்ள பிரதேசங்களில் மட்டுமே (ஐரோப்பிய மற்றும் ஆசியக் கண்டங்களை ஒட்டிய ஆர்க்டிக் கடல்கள், தென் கடலின் வட பகுதி) தட்பவெப்ப நிலை அவ்வளவு கடினமானதல்ல, இங்கு வெப்பநிலையும் இந்நீர்ப்பரப்புகளின் துருவப் பிரதேசங்களில் உள்ளதை விட சற்றே அதிகம்.

துருவக் கடல்களின் நீரியல் சூழ்நிலைகள் சிக்கலானவை, பல்வேறு விதமானவை. இங்கு மேல் மட்ட நீரின் வெப்பநிலை மிகவும் குறைவானது, கிட்டத்தட்ட ஆண்டு பூராவும் இது நீரின் உறை நிலைக்கு நெருக்கமானதாய் இருக்கும். ஆர்க்டிக்கிற்குக் கீழுள்ள பகுதியில் மிக வெதுவெதுப்பான இடம் அட்லாண்டிக்கை ஒட்டிய பிரதேசமாகும் (நார்வே கடலும் பாரென்ட்ஸ் கடலும்); இது அட்லாண்டிக்கிலிருந்து வரும் வெதுவெதுப்பான நீரால்

சூடேற்றப்படுகிறது. அண்டார்க்டிக்கிற்குக் கீழுள்ள இடங்களில் மிக வெதுவெதுப்பான நீர் இம்மண்டலத்தின் வடக்கு எல்லையில் பரவியுள்ளது.

கண்டப் பகுதியிலிருந்து ஆர்க்டிக் கடலை நோக்கிப் பெருமளவில் நீர் வருவதால் இங்கு மேல் மட்ட நீர் ஓரளவு உப்பற்று உள்ளது. தென் கடலின் மேல் மட்டத்திலும் உப்பளவு சிறிது குறைவாக உள்ளது; பனிக்கட்டிகள் உருகுவதுதான் இதற்குக் காரணம்.

ஆர்க்டிக்கிற்கு மேலும் அண்டார்க்டிக்கிற்கு மேலும் உள்ள வளி மண்டலச் சுற்றோட்டம் இப்பிரதேசங்களில் ஒவ்வொன்றின் நீருக்கும் உரித்தான மேல்மட்ட நீரோட்டங்களை ஏற்படுத்துகிறது. ஆர்க்டிக் கடலில் டிரான்ஸ் ஆர்க்டிக் நீரோட்டம் நன்கு வெளிப்படுகிறது; இது கிட்டத்தட்ட பெரிங் ஜலசந்திக்கு வடக்கிலிருந்து கிரீன்லாந்தை நோக்கி, கிழக்கிலிருந்து மேற்கை நோக்கி செல்கிறது. யுரேஷியக் கரைகளின் ஓரமாக மேல்மட்ட நீர் எதிர்த் திசையில் செல்கிறது. ஆர்க்டிக் கடல்களில் ஸ்தல சைக்ளோன் மற்றும் ஆன்ட்டி சைக்ளோன் சுழற்சிகள் தோன்றுகின்றன.

தென் கடலில் மேலோங்கி நிற்கும் மேற்குக் காற்றுகள் நீரை மேற்கிலிருந்து கிழக்கு நோக்கித் தள்ள, அண்டார்க்டிக் சுழல் துருவ நீரோட்டம் அல்லது மேற்குக் காற்றுகளின் நீரோட்டம் உருவாகிறது; இது வடக்கிலிருந்து வெதுவெதுப்பான நீர் வருவதற்குத் தடையிடு கிறது.

துருவக் கடல்களில் பெரும் குளிர்விப்பும் பனிக்கட்டி உருவாவதும் நடைபெறுவதன் காரணமாய் நீர்க்கலப்பு (ஒரு சில நூறு மீட்டர் ஆழம் வரை, சில இடங்களில் கடல் படுகை வரை) நன்கு ஏற்படுகிறது. கீழிறங்கும் நீர் கீழேயுள்ள அடுக்குகளுக்கு ஆக்ஸிஜனை எடுத்துச் செல்கிறது, ஆழத்திலிருந்து மேலே எழும்பும் நீர் உயிர்வாழ்க்கைக்குத் தேவையான உயிரியல் பொருட்களை மேல்மட்டத்திற்குக் கொண்டு வருகிறது. இவ்வாறான நீர்க்கலப்பு தீவிரமாக நடைபெறுவதால் இது நீரின் ஆக்கவளத்தை அதிகப்படுத்துகிறது.

ஆர்க்டிக் மற்றும் அண்டார்க்டிக் நீர்ப்பரப்பு பூகோள ரீதியில் தொலைவில் உள்ளதும் இங்கு கடினமான தட்பவெப்ப நிலை நிலவுவதும் இந்நீர்ப்பரப்பைப் பொருளாதார ரீதியில் பயன்படுத்துவதன் மீது தாக்கம் செலுத்துகின்றன; இக்கடல்களின் பொருளாதார - பூகோள நிலையின் சிறப்பியல்புகளும் இதன் மீது கணிசமான செல்வாக்கைச் செலுத்துகின்றன.

சோவியத் யூனியன், அமெரிக்க ஐக்கிய நாடு, கனடா, நார்வே, கிரீன்லாந்து (டென்மார்க்கிற்கு சொந்தமானது), ஐஸ்லாந்து ஆகிய நாடுகளின் கரைகள் நேரடியாக ஆர்க்டிக் கடலோரமாக உள்ளன. இந்நாடுகளின் பொருளாதார, தொழில் நுட்ப மட்டம் இந்தக் கடினமான பிரதேசங்களில் உற்பத்தி நடவடிக்கைகளை மேற்கொள்ள உதவுகிறது.

தென் கடல், நிரந்தர மக்கள் தொகை இல்லாத பனிக் கண்டமாகிய அண்டார்க்டிக்கின் கரைகளைத் தொடுகிறது. அண்டார்க்டிக் நீர்ப் பரப்பின் வட எல்லைகளுக்கு ஓரளவு அருகில் ஆஸ்திரேலியா, ஆப்பிரிக்கா, தென் அமெரிக்காவின் தெற்குப் பகுதிகள் மற்றும் மக்கள் தொகை குறைவான சில தீவுகள் உள்ளன. இங்குள்ள நாடுகள் ஒரு சில கடல் பிரதேசங்களை மட்டுமே தம் பொருளாதாரத் தேவைகளுக்குப் பயன்படுத்துகின்றன. மொத்தத்தில் சில அரசுகள் மட்டுமே ஆர்க்டிக், அண்டார்க்டிக் நீர்ப்பரப்பை ஒட்டியுள்ளன; அதுவும் இக்கடல்களுக்கு அருகிலுள்ள இவற்றின் நிலப்பரப்புகளில் கடினமான தட்பவெப்பநிலை நிலவுகிறது. இங்கு மக்கள் நடமாட்டமும் மிகக் குறைவு. எனவே கடல் சம்பந்தமான நடவடிக்கைகள் இங்கு மிகக் கடினமானவை.

ஆர்க்டிக், அண்டார்க்டிக் கடல்கள் உலகக் கடல் பாதைகளிலிருந்து ஓரளவு தள்ளியுள்ளன. ஆர்க்டிக் கடல் மற்ற உலகக் கடல்களிலிருந்து கணிசமான அளவு தள்ளியுள்ளது; அண்டார்க்டிக் கடல் மூன்று பெருங்கடல்களுடன் அகன்ற பரப்பில் இணைந்துள்ள போதிலும் முக்கிய கடல் மார்க்கங்களில் இருந்து பெரிதும் தள்ளியுள்ளது.

மொத்தத்தில் கடினமான தட்பவெப்ப நிலை நிலவும் துருவ மண்டலம், துருவ மண்டலத்திற்கு கீழுள்ள பகுதிகளில் இருக்கும் ஆர்க்டிக், அண்டார்க்டிக் கடல்கள் பொருளாதார நோக்கில் மட்டாகத் தான் பயன்படுத்தப்படுகின்றன; இவை மற்ற பெருங்கடல்களுடன் போதுமான போக்குவரத்துத் தொடர்புகளைக் கொண்டிருக்கவில்லை. இவையெல்லாம் ஆர்க்டிக், அண்டார்க்டிக் கடல்களின் பொருளாதார பூகோள நிலை போதுமான அளவு அனுகூலமானதில்லை என்பதற்கு சான்று பகர்கின்றன.

துருவ மண்டல நீர்ப்பரப்பின் வளங்களைப் பொருளாதார ரீதியில் பயன்படுத்துதல்

இயற்கைச் சூழல் மற்றும் பொருளாதார - பூகோள நிலையின் சிறப்பு அம்சங்கள்தான் ஆர்க்டிக், அண்டார்க்டிக் கடல்களில்

குறைவான அளவில் இயற்கை வளங்கள் இருப்பதையும் இவை மட்டாகப் பரவியிருப்பதையும் இவற்றைப் பயன்படுத்தும் வாய்ப்புகள் ஒப்பீட்டளவில் குறைவாக இருப்பதையும் முன் நிர்ணயம் செய்கின்றன.

உயிரியல் வளங்கள்

துருவ மண்டலங்களில் உள்ள நீர்ப்பரப்பில் மிகப் பெரும்பாலான பகுதி உயிர்வாழ்க்கைக்கு ஏற்றதல்ல. ஆகையால் இங்கு உயிரியல் ஆக்கவளம் குறைவானது. அட்லாண்டிக்கிற்கு அருகிலுள்ள ஆர்க்டிக் இடங்களிலும் (பாரென்ட்ஸ் மற்றும் நார்வே கடல்கள், ஓரளவு கிரீன்லாந்து கடல்) தென் கடலில் அண்டார்க்டிக்கிற்குக் கீழுள்ள மண்டலத்திலும் தான் உயிரியல் ஆக்கவளத்தை அதிகரிக்க உதவும் கடல் சூழ்நிலைகள் நிலவுகின்றன. இப்பிரதேசங்களில் மீன்களும் மற்ற நீர்வாழ் உயிரினங்களும் பிடிக்கப்படுகின்றன.

வட கிழக்கு அட்லாண்டிக்கும் இதையொட்டிய நார்வே, கிரீன்லாந்து, பாரென்ட்ஸ் கடல்களும் வழக்கமான மீன் பிடிப்பு நடைபெறும் கடல் பிரதேசங்களாகும்; இவை உலகக் கடல்களில் பெரிய அளவில் மீன் பிடிப்பு நடைபெறும் பகுதிகளாகக் கருதப்படுகின்றன. இங்கு குறிப்பிடத்தக்க அம்சம் என்னவென்றால் மீன் பிடிப்பு கணிசமாகக் குறைந்து வருவதும், குறிப்பிட்ட மீன் வகைகளின் விகிதம் மாறி வருவதுமாகும். நீண்ட காலமாக, 60ஆம் ஆண்டுகளின் நடுப்பகுதி, 70ஆம் ஆண்டுகளின் துவக்கம் வரை அட்லாண்டிக் காட், போலக், ரோக் மீன், ஹேலிபட், ஹெர்ரிங்கின் ஒரு சில வகைகள் முதலியவை இங்கு பிடிக்கப்பட்டன. மேற்கூறிய மீன்கள் அளவிற்கதிகமாகப் பிடிக்கப்பட்டதால் இவற்றின் இருப்புகள் பாதிக்கப்பட்டன, இன்று இவற்றின் பிடிப்பு கணிசமாகக் குறைந்து விட்டது, நார்வே ஹெர்ரிங், இன்னும் சில ஹெர்ரிங் வகைகளின் பிடிப்பு அறவே நின்று விட்டது.

இங்கு கேபலின் மீன் அதிகமாகப் பிடிக்கப்பட்டது. இது ஆண்டு தோறும் 2-3 மில்லியன் டன் பிடிக்கப்பட்டது; ஆனால் சமீப ஆண்டுகளாக இது 1.8 மில்லியன் டன் வரை இறங்கியுள்ளது. இது தவிர புடேசியன், வைடிங் மீன், முன்னர் இப்பிரதேசத்தில் அதிகமாகப் பிடிக்கப்படாத வேறு சில மீன்கள் ஆகியவையும் பிடிக்கப்படுகின்றன. இன்று கேபலின் மீன் மொத்தமாக உலகக் கடல்களில் பிடிக்கப்படும் மீன்களில் ஒரு குறிப்பிடத்தக்க வகையாகியுள்ளது.

மீன்களைத் தவிர சிப்பிகள், நண்டு - நத்தை வகைகள், கடற்பாசிகள், பின்னி பெட் வகைகள் ஆகியவையும் ஆர்க்டிக்கிற்குக் கீழுள்ள கடல்களிலிருந்து பிடிக்கப்படுகின்றன. பின்னி பெட் வகைகளில் கிரீன் லாந்து சீல் குறிப்பிடத்தக்கது. ஆண்டிற்கு சுமார் 2 லட்சம் கிரீன்லாந்து சீல்கள் பிடிக்கப்படுகின்றன. நார்வே, பிரிட்டன், டென்மார்க், சோவியத் யூனியன், போலந்து, இன்னும் சில நாடுகள் ஆகியவை இக்கடல்களில் மீன்களையும் மற்ற நீர்வாழ் உயிரினங்களையும் பிடிக்கின்றன.

அண்டார்க்டிக்கிற்குக் கீழுள்ள தென் கடலின் பகுதிகளில் பல்வேறு விதமான உயிரியல் வளங்கள் மீட்கப்படுகின்றன. இக்கடலின் பல்வேறு இடங்களில் சமீப ஆண்டுகளில் பிடிக்கப்பட்ட மீன்கள் பற்றிய விவரம் (கடல் பாலூட்டிகளைத் தவிர) அட்டவணை 14இல் தரப்பட்டுள்ளது.

தென் கடலின் அட்லாண்டிக் பகுதியில் தான் அதிகபட்சம் நீர்வாழ் உயிரினங்கள் பிடிக்கப்படுகின்றன; இந்தியப் பெருங்கடல் மற்றும் பசிபிக் பெருங்கடல் பகுதிகளில் கணிசமான அளவு குறைவாகத்தான் நீர்வாழ் உயிரினங்கள் பிடிக்கப்படுகின்றன என்பது அட்டவணை 14இலிருந்து தெரிகிறது.

தென் கடலில் தொழில் துறை ரீதியிலான மீன் பிடிப்பு (க்ரில் மற்றும் சிபலோபடாக்களின் பிடிப்பு உட்பட) ஒப்பீட்டளவில் சமீபத்தில்தான்

அட்டவணை 14

உலகக் கடல்களின் அண்டார்க்டிக் பகுதியில்
மீன்கள், மற்ற நீர்வாழ் உயிரினங்களின் பிடிப்பு
(ஆயிரம் டன்)

	1980	1981	1982	1983	1984
மொத்தம்	592	569	648.0	423	261.7
அட்லாண்டிக் பெருங்கடல்	453	387	461.0	302	225.0
மீன்கள்	96	102	93.0	167	120.0
மீனல்லா பொருட்கள் (க்ரில்)	357	285	368.0	135	105.0
இந்தியப் பெருங்கடல்	139	177	183.0	110	36.0
மீன்கள்	19	17	26.0	30	13.0
மீனல்லா பொருட்கள் (க்ரில்)	120	160	157.0	80	23.0
பசிபிக் பெருங்கடல்	—	5	4.0	11	0.7
மீன்கள்	—	2	0.1	—	0.2
மீனல்லா பொருட்கள் (க்ரில்)	—	3	4.0	11	0.5

வளர்ச்சியடைந்தது. கடந்த இருபதாண்டுகளில் இங்கு அண்டார்க்டிக் புடேசியன், இன்னும் சில மீன்கள் பெருமளவில் குவிந்துள்ள இடங்கள் கண்டுபிடிக்கப்பட்டன. இவை ஒப்பீட்டளவில் குறைவாகத்தான் (ஒரு சில டஜன் டன்) பிடிக்கப்படுகின்றன.

க்ரில், தென் கடலில் இன்று பெருமளவில் பிடிக்கப்படும் நீர்வாழ் வகைகளில் ஒன்றாகும். இதன் பிடிப்பு 1982 வரை அதிகரித்து வந்தது, பின் பெரிதும் குறைந்தது.

அண்டார்க்டிக் நீர்ப்பரப்பில் திமிங்கில வேட்டை 20ஆம் நூற்றாண்டின் முதல் ஆண்டுகளில் துவங்கியது. 1909 முதல் தென் கடல்தான் உலகக் கடல்களில் திமிங்கில வேட்டையின் முக்கியப் பிரதேசமாக மாறி வந்தது. கிட்டத்தட்ட 60ஆம் ஆண்டுகளின் இறுதி வரை இங்கு திமிங்கிலங்கள் பெருமளவில் பிடிக்கப்பட்டதால் இவற்றின் எண்ணிக்கை பெரிதும் குறைந்தது; இன்று சர்வதேச திமிங்கில வேட்டைக் கமிட்டி அனுமதியளிக்கும் எண்ணிக்கையில் மட்டாக இவை பிடிக்கப்படுகின்றன. சோவியத் யூனியனும் ஜப்பானும் திமிங்கிலம் பிடிக்கும் விசேஷ கப்பல் களைப் பயன்படுத்தி நேரடியாகக் கடலில் பயணம் செய்து இங்கு திமிங்கிலங்களைப் பிடித்தன. அருகிலுள்ள நாடுகள் (ஆஸ்திரேலியா, அர்ஜென்டீனா, பெரு போன்றவை) கரையோரத் தளங்களைப் பயன்படுத்துகின்றன; இங்கிருந்து கப்பல்கள் புறப்பட்டுச் சென்று திமிங்கிலங்களைப் பிடித்துக் கொண்டு கரைக்கே திரும்பி வருகின்றன; திமிங்கில இறைச்சி எடுப்பது, மற்ற வேலைகள் கரையில் நடக்கின்றன. அண்டார்க்டிக்கில் சிறிய அளவில் பின்னி பெட் மிருக வேட்டை நடைபெறுகிறது; இதற்கு ஸ்தல முக்கியத்துவம் மட்டுமே உண்டு.

புவியியல் வளங்கள்

துருவ மண்டலங்கள், அவற்றிற்குக் கீழேயுள்ள இடங்களில் நிலவும் கடினமான தட்பவெப்ப நிலை இங்கு கனிவளங்களைத் தேடுவதைக் கடினமானதாக ஆக்குகிறது. எனவே ஆர்க்டிக், அண்டார்க்டிக் கடல்களின் கரையோரப் பகுதி, கண்டத் திட்டு மற்றும் படுகையில் குறைந்த அளவு புவியியல் ஆராய்ச்சிகள் மட்டுமே நடந்துள்ளன. இன்று ஆர்க்டிக் கரையில் இரண்டு இடங்களில் எண்ணெயும் எரிவாயுவும் கண்டுபிடிக்கப்பட்டுள்ளன. இவை பகுதியளவிற்குத் தரையிலும் பகுதியளவிற்கு நீரடியிலும் உள்ளன. இவற்றில் ஒன்றாகிய பிராட்ஹோ வளைகுடா அலாஸ்காவின் வட கரையில் (அமெரிக்க ஐக்கிய நாடு) உள்ளது, அருகிலுள்ள போஃபார்ட் கடலின் அடிப்பகுதி வரை நீண்டுள்ளது. இதுதான் வட அமெரிக்காவிலேயே மிகப் பெரும் எண்ணெய் இருப்பிடம்

என்று கருதப்படுகிறது. தரைப் பகுதியில் மட்டும் இங்கு 1.3-2.7 பில்லியன் டன் எண்ணெய் உள்ளதாயும் குறுங்குடாவின் நீரடியில் இன்னமும் 3 பில்லியன் டன்னிற்கும் குறையாத அளவிற்கு எண்ணெய் உள்ளதாயும் மதிப்பிடப்பட்டுள்ளது.

பிராட்ஹோ வளைகுடாவிற்கு கிழக்கிலும் தென் கிழக்கிலும் மக்கேன்ஸி ஆற்றின் முகப்பில் (கனடா) ஒரு சில இடங்களில் எண்ணெயும் எரிவாயுவும் கண்டுபிடிக்கப்பட்டுள்ளன. இவற்றில் ஒரு பகுதி மக்கேன்ஸி வளைகுடாவின் அடிப்பகுதியில் உள்ளது. போஃபார்ட் கடலில் கனடாவின் கண்டத் திட்டின் அடியிலும் மக்கேன்ஸி ஆற்றின் முகப்பிலும் 1,500 பில்லியன் கன மீட்டர் எரிவாயு உள்ளதாக மதிப்பிடப்பட்டுள்ளது. கனடா ஆர்க்டிக் தீவுக் கூட்டத்தைச் சேர்ந்த ராணி எலிசபெத் தீவுகள், ஜலசந்திகள் மற்றும் வளைகுடாக்களில் தோண்டப்பட்ட சோதனைக் கிணறுகளின் பயனாய் 6.1 டிரில்லியன் கன மீட்டர் எரிவாயு உள்ள இடங்களும் 3.4 பில்லியன் டன் எண்ணெய் உள்ள இடங்களும் கண்டுபிடிக்கப்பட்டுள்ளன. ஒட்டியுள்ள ஆர்க்டிக் பகுதிகளில் எண்ணெய், எரிவாயு தேடுவதில் அமெரிக்க ஐக்கிய நாடும் கனடாவும் தீவிரமாக இறங்கியுள்ளன.

தென் கடலின் கரையோரப் பகுதியில், மகேலன் ஜலசந்தியில் (அர்ஜென்டீனா) தரைப் பகுதியிலிருந்து தோண்டப்பட்ட சாய்வுக் கிணறுகளின் உதவியால் ஓரிடத்தில் எண்ணெய் எடுக்கப்படுகிறது.

ஆர்க்டிக் கடலின் கனிவளங்கள் பற்றிய ஆராய்ச்சி சமீபத்தில் துவங்கியது. இங்கு லாப்தெவ் கடல், கிழக்கு சைபீரியக் கடல் இன்னும் சில கடல்களின் கரையோரப் படிவுகளில் பல்வேறு தாதுப் பொருட்கள் கண்டுபிடிக்கப்பட்டுள்ளன. தற்போது ஆர்க்டிக்கிலும் அண்டார்க்டிக்கிலும் எண்ணெய், எரிவாயு தேடுவதன் மீது முக்கியக் கவனம் செலுத்தப்படுகிறது.

நார்வே கரையோரப் பகுதியில் கரையில் வந்து மோதும் அலையின் பலத்த சக்தியைப் பயன்படுத்தி செயல்படும் முதல் எரிசக்தி எந்திரங்கள் அமைக்கப்பட்டு வருகின்றன.

துருவ மண்டல நீர்ப்பரப்பின் போக்குவரத்து பூகோள அம்சங்கள்

ஆர்க்டிக் கடலும் தென் கடலும் நெரிசல் மிக்க உலகக் கப்பல் மார்க்கங் களில் இருந்து கணிசமாகத் தள்ளியுள்ளன; இங்கு கடினமான தட்ப வெப்ப நிலை நிலவுகிறது. என்றாலும் ஒரு சில இடங்களில்

இவை போக்குவரத்திற்காகப் பயன்படுத்தப்படுகின்றன. இவற்றின் குறிப்பிடத்தக்க அம்சம் கிட்டத்தட்ட எல்லா இடங்களிலும் ஆண்டு பூராவும் பனிக்கட்டிகள் இருப்பதாகும். இதுதான் இங்கு கடல் போக்குவரத்திற்குள்ள முக்கியத் தடையாகும்; எனவே விசேஷ பனிக்கட்டி உடைப்புக் கப்பல்கள் இங்கு பயன்படுத்தப்படுகின்றன, விஞ்ஞான அடிப்படையில் கப்பல் போக்குவரத்து நடத்தப்படுகிறது. இதனால் இங்கு போக்கு வரத்திற்கு அதிகச் செலவாகும். ஆர்க்டிக்கை ஒட்டியுள்ள கடல்களின் கப்பல் போக்குவரத்தில் இந்த அம்சங்கள் நன்கு வெளிப்படுகின்றன.

அதே சமயம் யுரேஷியாவின் வடக்குக் கரைகளின் ஓரமாகச் செல்லும் பாதைகள் சோவியத் யூனியனின் ஐரோப்பியப் பகுதியின் வடக்குத் துறைமுகங்களிலிருந்து தொலை கிழக்குத் துறைமுகங் களுக்குச் செல்லும் வழியைக் கணிசமான அளவில் குறைக்கின்றன; அமெரிக்கா, கனடாவின் வடக்குக் கடல் பாதைகள், இந்நாடுகளின் வட அட்லாண்டிக் கரைகளிலிருந்து வட பசிபிக் கரைகளுக்குச் செல்லும் வழியைக் குறைக்கின்றன.

இது தவிர கடல் போக்குவரத்து என்பது வட பகுதியின் மீட்பில் ஒரு முக்கியத் திறவுகோலாகும். எனவே, ஆர்க்டிக்கின் கரையோரப் பகுதிகளுக்கு சரக்குகளை எடுத்துச் செல்ல இது பரவலாகப் பயன்படுத்தப்படுகிறது. பின்வரும் மூன்று முக்கியத் திசைகளில் ஆர்க்டிக் கடல்களில் போக்குவரத்து நடைபெறுகிறது. ஒரு பாதை, அட்லாண்டிக் பெருங் கடலிலிருந்து நார்வே கடல் வழியே ஸ்காண்டிநேவியாவைச் சுற்றிக் கொண்டு பாரென்ட்ஸ் கடலுக்குச் செல்கிறது; இன்னொரு பாதை, பாரென்ட்ஸ் கடல், வெண் கடலிலிருந்து வடக்குக் கடல் பாதை வழியே கிழக்கே செல்கிறது; வேறொரு பாதை அமெரிக்கா, கனடாவின் ஆர்க்டிக் நீர்ப்பரப்பில் வெவ்வேறு மார்க்கங்களில் செல்கிறது.

இப்பிரதேசத்தில் கப்பல் போக்குவரத்து பெரும்பாலும் 10° - 1700 மேற்கு தீர்க்கரேகைகளுக்கும் 50° - 85 வடக்கு அட்சரேகைகளுக்கும் இடைப்பட்ட இடத்தில் நடைபெறுகின்றது. இந்த இடத்தின் பரப்பளவு 20 மில்லியன் சதுர கிலோமீட்டருக்கும் அதிகம். இங்கு சுமார் 20 வழக்கமான பனிக்கட்டி மார்க்கங்கள் உள்ளன. இவை கனடா ஆர்க்டிக் தீவுக் கூட்டம், கிரீன்லாந்து, அலாஸ்காவின் வட பிரதேசங்கள், கிரீன்லாந்தின் மேற்குக் கரைகள், அமெரிக்க ஐக்கிய நாட்டின் வட கிழக்குக் கரை ஆகியவற்றின் பல்வேறு இடங்களை

இணைக்கின்றன. இங்கு செல்லும் கடல் மார்க்கங்களின் மொத்த நீளம் கிட்டத்தட்ட 20,000 மைல்களாகும்.

கிழக்கே கூஸ்பேய் குறுங்குடாவையும் மேற்கே இளவரசர் வேல்ஸ் முனையையும் இறுதி இடங்களாகக் கொண்ட வட மேற்குப் பாதைதான் அமெரிக்க - கனடா ஆர்க்டிக் நீர்ப்பரப்பின் முக்கியப் போக்குவரத்துப் பாதை ஆகும். இப்பாதை வடக்கே பார்ரி ஜலசந்தி வழியாகவோ, தெற்கே கனடா ஆர்க்டிக் தீவுக் கூட்ட ஜலசந்திகள் வழியாகவோ செல்லக் கூடும். இவற்றில் எந்த வழியைத் தேர்ந்தெடுப்பது என்பது பனிக்கட்டிகளின் நிலவரத்தைப் பொறுத்தும் போக்குவரத்தின் நோக்கங்களாலும் நிர்ணயிக்கப்படுகிறது.

வட மேற்குப் பாதை பூராவும் தொடர்ச்சியான கப்பல் போக்கு வரத்து இப்போது கிட்டத்தட்ட நடைபெறுவதில்லை; ஆனால் இதற்குத் திட்டமிடப்பட்டு வருகிறது. துருவப் பிரதேசங்களில் உள்ள ஆராய்ச்சி நிலையங்கள், முகாம்களுக்கு சரக்குகளை எடுத்துச் செல்வதுதான் வட அமெரிக்க ஆர்க்டிக் கடல்களின் கப்பல் போக்குவரத்தில் முக்கிய இடத்தை வகிக்கிறது. இப்பாதைகளில் ஆண்டுதோறும் 1 மில்லியன் டன்னிற்கும் கூடுதலான சரக்குகள் எடுத்துச் செல்லப்படுவதாக மதிப்பிடப்பட்டுள்ளது. ஆண்டுதோறும் அலாஸ்கா, கனடாவின் ஆர்க்டிக் குடியிருப்புகளுக்கு சுமார் 1 லட்சம் டன் சரக்குகளும் தூலே, ஃபிரோ பிஷெர் வளைகுடா துறைமுகங்களுக்குக் கிட்டத்தட்ட 7லட்சம் டன் சரக்குகளும் மக்கேன்ஸி முகப்பிற்கு 1-3 லட்சம் டன் சரக்குகளும் கிரீன்லாந்தின் கிழக்கு கரைகளுக்கு சுமார் 2 லட்சம் டன் சரக்குகளும் எடுத்துச் செல்லப்படுகின்றன.

சமீப ஆண்டுகளாக வட கிழக்கு அலாஸ்காவில் பிராட்ஹோ வளைகுடாவில் எண்ணெய் கண்டுபிடிக்கப்பட்ட பின் வட மேற்குப் பாதையின் சில இடங்களில் சரக்குப் போக்குவரத்தின் அளவு குறிப்பாக அதிகரித்துள்ளது. இங்கு பல்வேறு உபகரணங்கள், தொழில் துறைப் பொருட்கள், உணவுப் பொருட்கள் அதிகம் வரத் துவங்கியுள்ளன. அதோடு கூட கடல் வழியே எண்ணெயை எடுத்துச் செல்லும் அவசியமும் ஏற்பட்டுள்ளது. இதையடுத்து 'மான் ஹேட்டன்' என்ற பெயருடைய சூப்பர் எண்ணெய்க் கப்பலின் பரிசோதனைப் பயணங்கள் நடத்தப்பட்டன; இதனால் எண்ணெய்க் கப்பல்களை இங்கு பயன்படுத்தலாம் என்பது தெளிவாகியது. அணு சக்தியால் இயங்கும் நீர்மூழ்கி எண் ணெய்க்

கப்பல்களைப் பனிக்கட்டிகளின் அடியில் பயன்படுத்தும் திட்டங் களும் ஆலோசிக்கப்பட்டு வருகின்றன. வட அமெரிக்க ஆர்க்டிக்கின் போக்குவரத்து மார்க்கம் என்ற வகையில் வட மேற்குப் பாதையின் முக்கியத்துவம் அதிகரித்து வருவது இவற்றிலிருந்து தெரிகிறது.

தென் கடல் பெரிதும் தள்ளியிருப்பதால் போக்குவரத்திற்கு மிகவும் குறைவாகத்தான் பயன்படுத்தப்படுகிறது. இங்குள்ள கடல் பாதைகள் அண்டார்க்டிக் தீவுகளைப் பல்வேறு நாடுகளுடன் இணைக்கின்றன. தென் அமெரிக்காவின் அட்லாண்டிக் மற்றும் பசிபிக் கரையோர நாடுகளுக்கு இடையிலான சரக்குப் போக்குவரத்தின் போதுதான் மகேலன் ஜலசந்தி வழியே கப்பல்கள் பெரும்பாலும் செல்கின்றன. அண்டார்க்டிக்கில் குளிர்காலத்தின் போது தங்குபவர்களுக்கான சரக்குகளை அண்டார்க்டிக் நீர்ப்பரப்பின் மூலம் எடுத்துச் செல்வது இங்கு நடைபெறும் சரக்குப் போக்குவரத்தில் முக்கிய இடத்தை வகிக்கிறது. எந்தெந்த நாடுகளின் விஞ்ஞான ஆராய்ச்சி நிலையங்கள் இங்குள்ளனவோ அந்நாடுகளிலிருந்து விசேஷப் போக்குவரத்துக் கப்பல்கள் இங்கு அவ்வப்போது முறையாக வந்து செல்கின்றன.

இன்று தென் கடலை விட ஆர்க்டிக் கடல் போக்குவரத்திற்கு அதிகம் பயன்படுத்தப்படுகிறது. இக்கடல்களில் கடினமான தட்பவெப்ப நிலை நிலவியபோதிலும், இவை நீண்ட தூரம் தள்ளியுள்ள போதிலும் ஆர்க்டிக், அண்டார்க்டிக் நீர்ப்பரப்பு இன்று பொருளாதார ரீதியில் (ஓரளவு மட்டாக் என்றாலும்) பயன்படுத்தப்பட்டு வருகிறது. முக்கியமாக இங்குள்ள உயிரியல் வளங்கள் எடுத்துப் பயன்படுத்தப்படுகின்றன, குறைந்த அளவில் எண்ணெய் எடுக்கப்படுகிறது, ஓரளவு போக்கு வரத்திற்கு. இக்கடல்கள் பயன்படுகின்றன. மேற்கூறியவற்றில் மீன் பிடிப்புதான் அதிக வளர்ச்சியடைந்துள்ளது, பெரிதும் முக்கியமானது. இப்பிரதேசங்களை இன்னமும் அதிக அளவில் மீட்டுப் பயன்படுத்தத் துவங்கினால் அது உணவுப் பிரச்சினை, மூலப்பொருள் பிரச்சினை, நீர் பிரச்சினை போன்ற பல அவசரப் பிரச்சினைகளின் தீர்வில் பெரிதும் உதவக் கூடும்.

சோவியத் யூனியனில் கடல்கள் பயன்படுத்தப்படும் விதமும் அவற்றின் இயற்கைப் பாதுகாப்பும்

கடல் வளங்களின் மீட்பு

கடல் போக்குவரத்து

சோவியத் யூனியனில்
கடல்களின் இயற்கைப் பாதுகாப்பு

மூன்று பெருங்கடல்களும் 14 கடல்களும் (இவற்றின் மொத்தப் பரப்பு கிட்டத்தட்ட 11 மில்லியன் சதுர கி.மீ. ஆகும்) சோவியத் யூனியனின் கரைகளைத் தொடுகின்றன. சோவியத் யூனியனின் கரையோரங்களின் மொத்த நீளம் சுமார் 40,000 கி.மீ. ஆகும். இது இதன் எல்லையின் மொத்த நீளத்தில் கிட்டத்தட்ட 70% ஆகும். ருஷ்ய அரசின் வரலாறு கடல்களுடன் பெரிதும் தொடர்புடையது. உலகக் கடல்களின் கண்டுபிடிப்புகள், ஆராய்ச்சிகளில் ருஷ்ய மாலுமிகளுக்குப் பெரும் பங்குண்டு. இன்று சோவியத் மக்கள் இவர்களின் பணியைத் தொடருகின்றனர்; கடல்களின் இயற்கையமைப்பு, இவற்றைப் பொருளாதார ரீதியில் பயன்படுத்துதல், கடல்களைப் பேணிக் காத்து இவற்றின் செல்வங்களை விவேகமாக உபயோகித்தல் ஆகியவை சம்பந்தமான ஆராய்ச்சிகளிலும் நடைமுறையிலும் இவர்கள் பெரும் பங்காற்றுகின்றனர்.

சோவியத் யூனியன் உலகக் கடல்களில் பன்முக நடவடிக்கையைப் பரவலாக வளர்த்து வருகிறது. இது சோஷலிச உற்பத்தி உறவுகள், வளர்ச்சியடைந்த சோஷலிச சூழ்நிலையில் விஞ்ஞான தொழில்நுட்ப மேம்பாடுகளைப் பயன்படுத்துதல், சர்வதேச ஒத்துழைப்பு மற்றும் பாட்டாளி வர்க்க சர்வதேசியம் பற்றிய லெனினியக் கோட்பாடுகள் ஆகியவற்றின் அடிப்படையிலானது.

சோவியத் யூனியனின் கரைகளைத் தொடும் கடல்கள் நாட்டின் இயற்கையமைப்பின் மீது கணிசமான தாக்கம் செலுத்துகின்றன, நாட்டின் தேசியப் பொருளாதாரத்தில் முக்கியப் பங்காற்றுகின்றன.

சோவியத் கடல் பொருளாதாரத்தின் பல்வேறு துறைகள் விஞ்ஞான அடிப்படையில் வளருகின்றன. இவற்றிற்கென சிறப்பு அம்சங்கள் உண்டு, இவை நாட்டின் குறிப்பிட்ட கடலோர மையங்களுடன் பூகோள ரீதியில் இணைந்துள்ளன, இம்மையங்களின் மூலம்தான் நேரடியாக உலகக் கடல்களுடன் தொடர்பு கொள்ளப்படுகிறது.

கடல் வளங்களின் மீட்பு

சோவியத் நாட்டில் கடல்களுடன் சம்பந்தப்பட்ட உற்பத்தி, நாட்டுப் பொருளாதாரம் முழுவதையும் போன்றே

திட்டமிட்ட ரீதியில், விஞ்ஞான அடிப்படையில், இயற்கையை விவேகமாகப் பயன்படுத்த வேண்டும் என்ற கோட்பாட்டின் கீழ் வளர்ந்து வருகிறது. இந்த உற்பத்தி பல்வேறு துறைகளாகப் பிரிக்கப்பட்டுள்ளது. இவற்றில் சில தனித்தனித் துறைகளாக இயங்குகின்றன (மீன் பிடிப்பு, கடல் போக்குவரத்து), வேறு சில விசேஷ அரசு உற்பத்தி வரம்புகளுக்குள் இயங்குகின்றன (கடலிலிருந்து எண்ணெய் எடுத்தல், உப்பெடுத்தல், கடல் நீரின் உப்பையகற்றுதல் போன்றவை).

கடல் மீன் பிடிப்புத் துறை

கடல் மீன் பிடிப்புத் துறை என்பது கடல்களின் உயிரியல் வளங்களை மீட்டுப் பயன்படுத்துவதன் அடிப்படையில் மிகவும் பரவலாக நடை பெறும் கடல் உற்பத்தியாகும். மீன்கள் மற்றும் நீர்வாழ் உயிரினங்களைப் பிடித்தல், பதப்படுத்துதல், ஏற்கெனவே பிடிக்கப்பட்டதால் குறைந்த எண்ணிக்கையைப் புனர் நாட்டுதல் போன்றவை இதில் அடங்கும்; இவையெல்லம் ஒன்றாக ஒரே உற்பத்தி இணையமாக இணைந்ததுதான் இத்துறையின் குறிப்பிடத்தக்க அம்சமாகும். கப்பல் கட்டுமானம், கப்பல் பழுது பார்ப்பு, வலைகள், மீன் பிடிப்புச் சாதனங்கள், கூடைகள் ஆகியவற்றைத் தயாரிக்கும் தொழிற்சாலைகள், டின் தயாரிக்கும் தொழிற்சாலைகள் போன்றவையும் மீன் பிடிப்புத் துறையுடன் தொடர்புடையவை. வாகனப் போக்குவரத்துத் துறை, தகவல் தொடர்புத் துறை, விற்பனைத் துறை, திட்ட- கட்டமைப்பு ஸ்தாபனங்கள் ஆகியவற்றின் சேவையும் இதற்குத் தேவைப்படுகிறது.

சோவியத் மீன் உற்பத்தித் துறையில் அரசு தொழில் நிறுவனங்களும் மீன் பிடிக்கும் கூட்டுப்பண்ணைகளும் அடங்கும். மீன் பிடிப்புக் கூட்டுப் பண்ணைகளுக்கும் அரசிற்கும் இடையிலான பொருளாதார உறவுகள் இன்று சுயப் பொருளாதாரக் கணக்கீட்டு முறையின் அடிப்படையிலானவை, இவை அரசு மீன் தொழில் துறை நிறுவனங்கள், கூட்டமைப்புகள்மூலம் நிறைவேற்றப்படுகின்றன. மீன் பிடிப்புக் கூட்டுப்பண்ணைகள் தமது சொந்த உற்பத்திச் சாதனங்களைக் கொண்டு மீன்களைப் பிடித்து மூலப்பொருள் வடிவத்திலும் பாதியளவு தயாரான நிலையிலும் இம்மீன்களைப் பதப்படுத்தும் அரசுத் தொழிற்சாலைகளுக்கு விற்கின்றன. இத்தொழிற்சாலைகள் மீன் வகை, தரம், பருவகாலம் போன்றவற்றிற்கு ஏற்ப கொள்முதல் விலைகளை அக்கூட்டுப்பண்ணைகளுக்குத் தருகின்றன. சில சமயங்களில்

கூட்டுப் பண்ணைகள் மீன் பிடிப்புப் படகுகளை அரசிடமிருந்து வாடகைக்கு எடுக்கின்றன. இந்தப் பரஸ்பரத் தொடர்புகள் எல்லாம் கூட்டுப்பண்ணைகளுக்கும் அரசுத் தொழில் நிறுவனங்களுக்கும் இடையிலான ஒப்பந்தங்களால் முடிவு செய்யப்படுகின்றன.

சோவியத் ஆட்சியின் ஆரம்பத்திலிருந்தே அரசு மீன் பிடிப்புத் துறையை வளர்ப்பதன் மீது பெரும் கவனம் செலுத்தி வருகிறது. மீன் பிடிப்புத் துறை சம்பந்தமான ஒரு சில அரசாணைகளில் வி.இ. லெனினே கையெழுத்திட்டிருக்கிறார். அது முதல் இரண்டாவது உலக யுத்தம் வரை சோவியத் மீன் பிடிப்புத் துறை இடையறாது வளர்ந்து வந்தது. 1940இல் 1.4 மில்லியன் டன் மீன்களும் மற்ற நீர்வாழ் உயிரினங்களும் பிடிக்கப்பட்டன.

அக்காலத்தில் அசோவ் கடல், காஸ்பியன் கடல், கருங்கடல், பாரென்ட்ஸ் கடல், வெண் கடல், ஜப்பானியக் கடலின் கரையோரப் பகுதிகள் ஆகியவைதான் முக்கிய மீன் பிடிப்புப் பிரதேசங்களாகத் திகழ்ந்தன. 1932 முதல் தொலை கிழக்குக் கடல்களின் திறந்தவெளிப் பகுதிகளிலும் பசிபிக் பெருங்கடலின் அருகிலுள்ள பகுதிகளிலும் ‘அலியூத்’ எனும் திமிங்கில வேட்டைக் கப்பல் தொகுதி இயங்கியது, கம்சாத்காவின் மேற்குக் கரையில் நண்டு பிடிப்பது வளர்ந்து வந்தது. இரண்டாவது உலக யுத்த ஆண்டுகளில் கணிசமாகக் குறைந்த மீன் பிடிப்பு 1940இல் இருந்ததுடன் ஒப்பிடும்போது 1945இல் 20% குறைவாக இருந்தது. ஆனால் 1947ஆம் ஆண்டே மீன்கள், மற்ற நீர்வாழ் உயிரினங்களின் பிடிப்பு 1.5 மில்லியன் டன்னாக உயர்ந்து யுத்தத்திற்கு முந்தைய மட்டத்தை எட்டியது; அதன் பின் ஆண்டு தோறும் கூடி வந்தது.

மீன் பிடிப்பின் பொருளாயத - தொழில் நுட்ப அடித்தளத்தின் வளர்ச்சி, மீன் பிடிப்புக் கப்பல்களின் எண்ணிக்கைப் பெருக்கம், இவற்றின் தர உயர்வு, மீன் பிடிப்புப் பிரதேசங்களில் உடனுக்குடன் விஞ்ஞான அடிப்படையில் சேவை புரிவது ஆகியவை மீன் உற்பத்தி அதிகரிப்பிற்கு உதவின. 50ஆம் ஆண்டுகளின் நடுப் பகுதியில் சோவியத் யூனியன் பெருங்கடல்களில் அதிகமாக மீன் பிடிக்கத் துவங்கியது; இது முதற்கொண்டு மீன் பிடிப்பு இன்னமும் அதிகரிக்க ஆரம்பித்தது. இதனால் உள்நாட்டு நீர்ப்பரப்பில் நடை பெறும் மீன் பிடிப்பிற்கும் வெளிக் கடல்களில் நடைபெறும் மீன் பிடிப்பிற்கும் இடையிலான விகிதம் மாறியது.

இன்று சோவியத் மீனவர்கள் கிட்டத்தட்ட உலகக் கடல்களின் எல்லாத் திறந்தவெளிப் பகுதிகளிலும் தீவிர மீன் பிடிப்பில் ஈடுபட்டுள்ளனர்.

புதிய பிரதேசங்களில் மீன் பிடிக்கத் துவங்கும் போது சோவியத் மீன் பிடிப்புத் துறையினர் அங்குள்ள மீன் வளம், மற்ற நாடுகள் அங்கு எவ்வளவு மீன் பிடிக்கின்றன, அங்குள்ள மீன் வளத்திற்கு இழப்பை ஏற்படுத்தாமல் எப்படி மீன் பிடிப்பது ஆகியவற்றை மதிப்பிட்டு செயல்படுகின்றனர்.

சோவியத் பெருங்கடல் மீன் பிடிப்பின் பூகோளச் சிறப்பியல்புகள், அளவுகள் அட்டவணை *15*இல் தரப்பட்டுள்ளன.

அட்டவணை 15

பல்வேறு பிரதேசங்களில் சோவியத் யூனியனின் மீன் பிடிப்பும் மொத்த உலக மீன் பிடிப்பில் சோவியத் யூனியனின் பங்கும்

	1982			1983			1984		
	மொத்த உலக மீன் பிடிப்பு	சோவியத் யூனியனின் மீன் பிடிப்பு	சோவியத் யூனியனின் பங்கு	மொத்த உலக மீன் பிடிப்பு	சோவியத் யூனியனின் மீன் பிடிப்பு	சோவியத் யூனியனின் பங்கு	மொத்த உலக மீன் பிடிப்பு	சோவியத் யூனியனின் மீன் பிடிப்பு	சோவியத் யூனியனின் பங்கு
	ஆயிரம் டன்		%	ஆயிரம் டன்		%	ஆயிரம் டன்		%
மொத்தம்	79,856	9,974	12.5	80,099	9,772	12.2	86,315	10,611	12.3
உள்நாட்டு நீர்ப்பரப்பு	8,577	804	9.4	9,133	797	8.7	9,720	882	9,1
அட்லாண்டிக் பெருங்கடல்	25,419	4,318	17.0	25,712	3,953	15.4	25,366	3,528	13.9
வட மேற்குப் பகுதி	2,849	109	3.8	2,745	85	3.1	2,695	129	4.8
வட கிழக்குப் பகுதி	10,954	1,433	13.1	11,402	1,534	13.5	11,521	1,372	11.9
மேற்கு மத்தியப் பகுதி	2,131	—	—	2,252	—	—	2,605	—	—
கிழக்கு மத்தியப் பகுதி	3,201	956	29.9	3,070	936	30.5	2,610	663	25.4
மத்திய தரைக் கடலும் கருங்கடலும்	1,894	460	24.3	1,905	405	21.3	1,967	430	21.9
தென் மேற்குப் பகுதி	1,554	19	1.2	1,693	66	3.9	1,582	58	3.7
தென் கிழக்குப் பகுதி	2,375	888	37.4	2,339	631	27.0	2,161	703	32.5
அண்டார்க்டிக் பகுதி	461	453	98.3	306	296	. 96.7	225	173	76.9
இந்தியப் பெருங்கடல்	3,747	171	4.6	4,063	105	2.6	4,365	61	1.4
மேற்குப் பகுதி	2,022	26	1.3	2,172	31	1.4	2,454	35	1.4
கிழக்குப் பகுதி	1,542	0	0.0	1,781	—	—	1,875	1	0.1
அண்டார்க்டிக் பகுதி	183	145	79.2	110	74	67.3	36	24	66.7
பசிபிக் பெருங்கடல்	42,113	4,681	11.1	41,191	4,917	11.9	46,864	6,140	13.1
வட மேற்குப் பகுதி	22,972	3,920	17.1	23,856	4,192	17.6	26,566	5,440	20.5
வட கிழக்குப் பகுதி	2,185	72	3.3	2,414	2	0.1	2,687	23	0.9
மேற்கு மத்தியப் பகுதி	6,056	9	0.1	6,447	10	0.2	6,578	8	0.1
கிழக்கு மத்தியப் பகுதி	2,478	0	0.0	1,559	1	0.1	2,175	0	0.0
தென் மேற்குப் பகுதி	403	68	16.9	435	91	20.9	45.4	63	13.9
தென் கிழக்குப் பகுதி	8,015	608	7.6	6,469	615	9.5	8,403	605	7.2
அண்டார்க்டிக் பகுதி	4	4	100.0	11	6	54.5	1	0.2	20.0

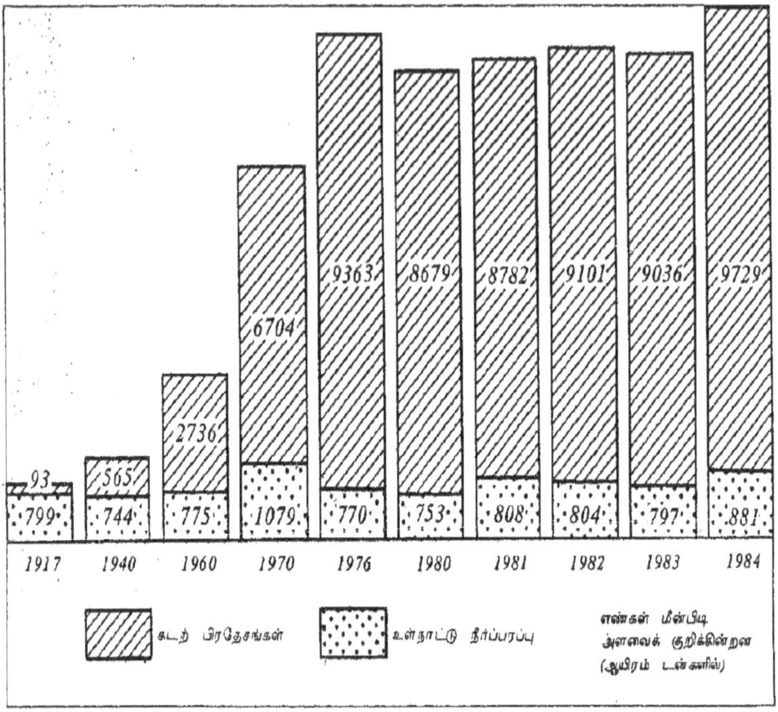

சோவியத் யூனியனில் கடல்களிலும் உள்நாட்டு நீர்ப்பரப்பிலும் மீன் பிடிப்பு

ஆண்டுதோறும் சோவியத் யூனியன் சுமார் 10 மில்லியன் டன் மீன்கள், மற்ற நீர்வாழ் உயிரினங்களைப் பிடித்து (இது மொத்த உலக மீன் பிடிப்பில் 12%க்கும் அதிகம்) உலக மீன் பிடிப்பில் முன்னணியில் இருப்பது அட்டவணை 15இலிருந்து தெரிகிறது. சோவியத் யூனியன் முக்கியமாக அட்லாண்டிக் பெருங்கடலிலும் பசிபிக் பெருங்கடலிலும் மீன் பிடிக்கிறது. இந்தியப் பெருங்கடலில் இதுவரை சோவியத் யூனியன் அதிகம் மீன் பிடிக்கவில்லை. அதே சமயம் அட்லாண்டிக்கில் மீன் பிடிப்பு குறைந்து வந்தாலும் பசிபிக் பெருங்கடலில் மீன் பிடிப்பு கூடி வருகிறது.

1982இல் சோவியத் யூனியனின் மீன் பிடிப்பில் பசிபிக் பெருங்கடல் முதலிடத்தை வகிக்க ஆரம்பித்தது. பசிபிக் பெருங்கடலின் வட மேற்குப் பகுதியும் அட்லாண்டிக்கின் வட கிழக்குப் பகுதியும்தான் முக்கிய மீன் பிடிப்புப் பிரதேசங்களாகும். சோவியத் யூனியனின் மொத்த கடல் மீன் பிடிப்பில் பாதிக்கும்

மேல் இங்கு கிடைக்கிறது. இது தவிர கிழக்கு மத்திய மற்றும் தென் கிழக்கு அட்லாண்டிக்கிலும் பசிபிக் பெருங்கடலின் தென் கிழக்குப் பகுதியிலும் கணிசமான அளவு மீன்கள் பிடிக்கப்படுகின்றன.

சோவியத் யூனியனால் பிடிக்கப்படும் மீன்களில் காட் மீன் வகை களும் (ஹெய்க், ஹேடக் போன்றவை), ஹெர்ரிங் மீன்களும் (ஹெர்ரிங், சர்டீன், நெய்த்தோலி போன்றவை), ஸ்கேட் மீன் வகைகளும் (ஸ்கேட், மாலிட், ஸோரி போன்றவை) இன்னும் சில வகை மீன் களும் அதிகமாக உள்ளன.

சோவியத் யூனியனால் பிடிக்கப்படும் மீன் வகைகளில் ஸால்மன், ஸ்மெல்ட் போன்ற விலையுயர்ந்த அபூர்வ மீன்கள் கணிசமான அளவு உள்ளன. இது சோவியத் யூனியனின் மீன் பிடிப்பிற்கும் மற்ற நாடுகளின் மீன் பிடிப்பிற்கும் உள்ள வேறுபாடாகும்.

மீன்கள் அல்லாத மற்ற நீர்வாழ் உயிரினங்களை சோவியத் யூனியன் பெரிதும் குறைவாகத்தான் பிடிக்கிறது. என்றாலும் சோவியத் கடல் துறை, கடல்வாழ் உயிரினங்களின் முக்கிய வகைகளைப் பிடித்து பதப்படுத்துகிறது, வளர்க்கிறது. சமீப ஆண்டுகளில் க்ரில் பெருமளவில் பிடிக்கப்படுகிறது; இது ஆண்டார்க்டிக் நீர்ப்பரப்பில் சோவியத் யூனியன் பிடிக்கும் புதிய கடல்வாழ் உயிரினமாகும். சிப்பிகள், ஸ்க்விட் மீன்கள், நண்டுகள் போன்றவை கணிசமான அளவில் பிடிக்கப்படுகின்றன. சோவியத் யூனியனில் கடல் உயிரினங்களின் பிடிப்பு பசிபிக் பெருங்கடல் நீர்ப்பரப்பிலும் தொலை கிழக்கிலும் அதிக பட்சமும் அட்லாண்டிக்கில் குறைந்தபட்சமும் நடக்கிறது. ஜப்பானியக் கடல், வெண் கடல், பால்டிக் கடல், கருங்கடலில் நீர்ப்பாசிகள் எடுக்கப்படுகின்றன.

சர்வதேச திமிங்கில வேட்டைக் கமிஷன் நிர்ணயிக்கும் வரம்பு களுக்கேற்ப சோவியத் யூனியன் திமிங்கிலங்களைப் பிடித்தது. 1987 முதல் சோவியத் யூனியன் தொழில் துறை ரீதியில் திமிங்கிலங்களைப்

சோவியத் யூனியனில் கடல்களிலிருந்து பிடிக்கப்படும் மீன்கள்

1- ஸால்மன், ஸ்மேல்ட் மீன் வகைகள்; 2 - காட், கிரினாடியர் மீன் வகைகள்; 3 - ரோக், பேஸ் போன்ற மீன் வகைகள்; 4 - ஸ்கேட், மாலிட் போன்ற மீன் வகைகள்; 5 - ஹெர்ரிங், நெய்த்தோலி மீன் வகைகள்; 6 - கானாங்கெளுத்தி, காட்லஸ் மீன் போன்ற மீன் வகைகள்; 7 - இதரவை

-

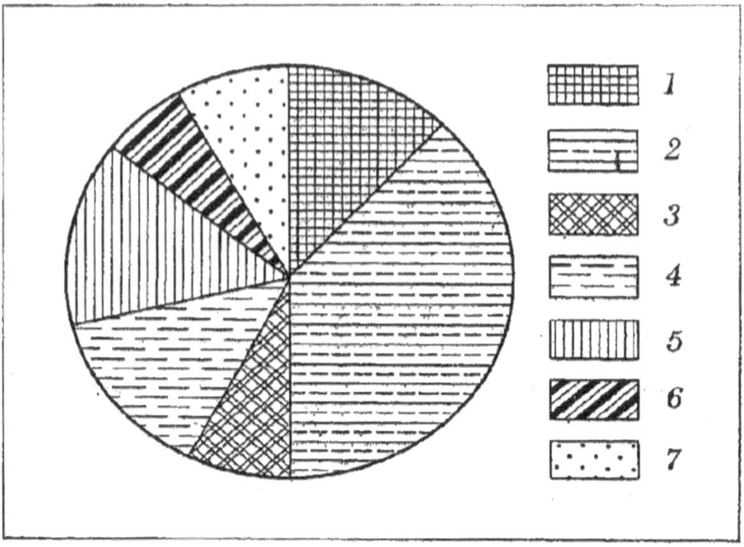

பிடிப்பதை நிறுத்துகிறது. திட்ட வரையளவுகளுக்கேற்ப கிரீன்லாந்து சீலும் தொலை கிழக்குக் கடல்களில் மற்ற சில வகையான சீல்களும் பிடிக்கப்படுகின்றன. தியுலேனித் தீவிலும் கமண்டோர்ஸ்கித் தீவுகளிலும் குறிப்பிட்ட அளவு கடல் ஃபர்சீல்கள் பிடிக்கப்படுகின்றன.

கடல் இரசாயன உற்பத்தித் துறை

காரா போகாஸ் கோல் எனும் காஸ்பியன் வளைகுடாவும் அசோவ் கடலில் உள்ள சிவாஷ் வளைகுடாவும் தான் கடல் இரசாயன உற்பத்தித் துறைக்கான மூலப்பொருளை முக்கியமாக வழங்கும் இடங்களாகும்.

காரா போகாஸ் கோலின் பெரும் கனிவளங்கள் நீண்ட காலத்திற்கு முன்னரே கண்டுபிடிக்கப்பட்டாலும் மாபெரும் அக்டோபர் சோஷலிசப் புரட்சிக்குப் பின் வி.இ. லெனினின் முன்முயற்சியின் பேரில் தான் இவற்றைப் பற்றிய ஆராய்ச்சிகளும் இவற்றைத் தொழில்துறை ரீதியில் பயன்படுத்துவதும் ஆரம்பமாயின. இங்குள்ள பல்வேறு உப்புகளின் இருப்புகள் 50 பில்லியன் டன் என்று மதிப்பிடப்பட்டுள்ளது. காராபோகாஸ்கோல் உலகின் மிகப் பெரிய, ஈடு இணையற்ற உப்பு இருப்பிடமாகும். இங்கே சல்பேட்டுகள், குளோரைடுகள், மாக்னிசியம், சோடியம், பொட்டாசியம், புரோமைன் போன்றவற்றின் கூட்டுகள் ஆகியவை உள்ளன. இவை வளைகுடாவின் நீரில் கரைந்திருக்கின்றன. இதன் படுகையில்

உள்ளன என்பதோடுகூட புதை உவர்நீர் எனப்படும் மூன்று அடுக்குகளையும் ஏற்படுத்துகின்றன; இந்த உவர்நீரின் உப்புக்கள், இன்று மிகவும் உப்பாயுள்ள வளைகுடா நீரின் உப்புக்களில் இருந்து கணிசமாக மாறுபடுகின்றன.

1923 வசந்தத்தில் இங்கு கனிச் செல்வங்களை எடுக்கத் துவங்கினர். காலப் போக்கில் இத்தொழில் தொடர்ந்து வளர்ந்து, தொழில் நுட்ப ரீதியில் மேம்பட்டு வந்தது. இன்று இங்கு வளைகுடா படுகையிலிருந்து 10-15 மீட்டர் தள்ளியுள்ள புதை உவர் நீரின் இரண்டாவது அடுக்கிலிருந்து கனிப் பொருட்கள் வெளியில் எடுக்கப்படுகின்றன. நவீன தொழில் நுட்பச் சாதனங்களையுடைய விசேஷ தொழில் நிறுவனம் இப்பணியில் ஈடுபட்டுள்ளது. இங்கு ஆண்டுதோறும் சக்தி வாய்ந்த பம்பு நிலையங்களின் மூலம் 3 மில்லியன் கன மீட்டருக்கும் அதிகமான உவர்நீர் 20க்கும் மேற்பட்ட கிணறுகளிலிருந்து வெளியிலெடுக்கப்படுகிறது.

இங்கு ஆண்டுதோறும் 2 லட்சம் டன்னிற்கும் அதிகமான பல்வேறு சல்பேட்டு உப்புக்கள் கிடைக்கின்றன. முக்கியப் பொருளாகிய சோடியம் சல்பேட்டு கண்ணாடி, காகிதம், சல்பேரஸ் சோடியம், விஸ்கோஸ் போன்றவற்றைத் தயாரிக்கப் பயன்படுத்தப்படுகிறது. துணித் தயாரிப்புத் துறை, தோல் பதனிடும் துறை மற்றும் கால்நடை மருத்துவத்தில் மிரேபிலைட்டு பயன்படுத்தப்படுகிறது. சிலிண்டர்களில் ஒட்டியுள்ள எண்ணெய்ப் பசையை அகற்றவும் எரிவாயு எடுத்துச் செல்லும் குழாய்களைப் பாதுகாக்கவும் வேறு உற்பத்தித் துறையிலும் எப்ஸோமைட்டு பயன்படுகிறது; தீக்காப்பு பொருட்களின் உற்பத்திக்குத் தேவையான மாக்னிசியம் ஆக்சைடு தயாரிக்க பைஷோபைட்டு தேவைப்படுகிறது. அதே சமயம் காராபோகாஸ்கோலின் இயற்கைச் சிறப்பியல்புகள் இதன் மூலப்பொருளின் அடிப்படையில் தயாரிக்கப்படும் பொருட்களை விரிவுபடுத்தவும் உதவுகின்றன.

சிவாஷ் வளைகுடாவின் இரசாயன வளங்கள் பல்வேறு வித மானவை, அளவில் மிகப் பெரியவை. இங்கு பல நூறு மில்லியன் டன் சாதாரண உப்பு, மாக்னிசியம், சோடியம் சல்பேட்டு, புரோமைன், இன்னும் பல பொருட்கள் உள்ளன. அளவு ரீதியில் சிவாஷ் உவர் நீரில் சோடியம் மற்றும் மாக்னிசியம் உப்புகள் மிகுந்துள்ளன. இவைதான் இங்குள்ள உவர்நீரின் தன்மையை நிர்ணயிக்கின்றன. இங்கு எடுக்கப்படும் இரசாயனப் பொருட்களின் வகைகளைக் கணிசமான அளவு முடிவு செய்கின்றன.

நீண்ட காலமாகவே சிவாஷில் உப்பெடுக்கும் தொழில் நடைபெறுகிறது. முன்னர் கைத்தொழிலாக இருந்த இது இன்று தேசியப் பொருளாதாரத்தின் ஒரு முக்கிய அங்கமாகியுள்ளது. இங்குள்ள உப்பளங்களிலிருந்து ஆண்டுதோறும் 40,000 - 50,000 டன் உயர்தர சாதாரண உப்பு எடுக்கப்படுகிறது. இதே முறையில் சிவாஷ் உவர் நீரிலிருந்து சோடியம் சல்பேட்டும் மிரேபிலைட்டும் எடுக்கப்படுகின்றன.

சிவாஷ் உப்பு நீரைப் பன்முக ரீதியில் பயன்படுத்தும் திட்டங்கள் சமீப ஆண்டுகளில் தீட்டப்பட்டு நிறைவேற்றப்பட்டு வருகின்றன. இத்திட்டங்களில் ஒன்றாக ஒரு உற்பத்தி இணையம் இயங்குகிறது. புரோமைன் தொழிற்சாலை, சோடா தொழிற்சாலை, டிட்டேனியம் டை ஆக்சைடு தொழிற்சாலை ஆகியவை இதில் அடங்கும். மேக்னிஸைட்டு உற்பத்தியைப் பெருக்கவும் திட்டமிடப்படுகிறது.

பல்வேறு இரசாயனப் பொருட்களின் கழிவுப் பொருளற்ற கூட்டு உற்பத்தித் திட்டங்களை மேன்மேலும் மேம்படுத்துதல், இவற்றை நடைமுறையில் புகுத்துதல் - இதுதான் காரா போகாஸ் கோல் மற்றும் சிவாஷின் கனிப்பொருள் வளங்களைப் பயன்படுத்துவதன் முக்கியத் திசையமைவாகும்.

தொழில்துறை ரீதியில்

கடல் நீரின் உப்பையகற்றுதல்

தொழில் துறை ரீதியில் கடல் நீரின் உப்பையகற்றுவது என்பது ஒரு வித விசேஷ தொழில் துறையாகும். இதில் கடல் நீர் நல்ல நீராக மாற்றப்படுகிறது. தொழில் நுட்ப ரீதியில் பார்த்தால் இது எரிசக்தி தொழில் நிறுவனங்களுடன் தொடர்புடையது. ஏனெனில் இதற்கு ஏராளமான மின் சக்தி தேவைப்படுகிறது.

இன்று பெரும்பாலும் அடியபேடிக் வகையில் அல்லது இமைப் பொழுதில் கொதிக்கும் உப்பகற்றும் எந்திரங்கள் பயன்படுத்தப்படு கின்றன. இவை கிராஸ்னவோத்ஸ்க், ஷெவ்சேன்கோ, பேக்தாஷ் ஆகிய நகரங்களில் அமைக்கப்பட்டுள்ளன. முன்னர் பயன்படுத்தப்பட்ட பல அறைகளடங்கிய உப்பகற்றும் எந்நிரங்களுடன் ஒப்பிடுகையில் இப்புதிய எந்திரங்களில் செலவு இரு மடங்கு குறைவு.

உப்பகற்றும் எந்திரத்தையும் அணு நீர்மின்நிலையத்தில் மின்சார உற்பத்தியையும் இணைப்பது என்பது பெரிய அளவில் கடல் நீரின் உப்பையகற்றுவதில் பயன்மிகு முறையாகும். இத்தகைய கூட்டு அமைப்பு 1968 முதல் ஷெவ்சேன்கோ நகரில் செயல்படுகிறது.

இதில் துரித் நியூட்ரான்களில் பெருக்கு உலை இயங்குகிறது. இது 1.5 லட்சம் கிலோவாட் திறனுள்ள மின்நிலையத்திற்குத் தேவையான வெப்பத்தை யளிக்கிறது. நாளொன்றிற்கு 1.2 லட்சம் கன மீட்டர் நல்ல நீரை அளிக்க வல்ல உப்பகற்றும் எந்திரத்தை இயக்குவிக்கிறது. நிபுணர்களின் கருத்துப்படி பெரும் பரப்புகளுக்கு அல்லது அதிக நீர் தேவைப்படும் உற்பத்தித் துறைகளுக்கு நல்ல நீரைப் பெறுவதற்கு இதுதான் மிகவும் சிக்கனமான, நல்ல எதிர்காலமுள்ள முறையாகும்.

நல்ல நீரின் தேவை வளர்ந்து வருவதால் கடல் நீரிலிருந்து உப்பையகற்றி நல்ல நீரைப் பெறுவது சோவியத் நாட்டுப் பொருளா தாரத்தின் பல்வேறு துறைகளுக்கும் தேவையான நீரை அளிப்பதில் கணிசமான பங்காற்றுகிறது.

கடலிலிருந்து தாதுப் பொருட்களை எடுத்தல்

கடலோரங்களிலிருந்தும் கரைகளின் ஓரமாக நீரடியிலிருந்தும் திடநிலை யிலுள்ள தாதுப் பொருட்களைத் தேடி வெளியில் எடுப்பது என்பது சோவியத் யூனியனின் புவியியல், சுரங்கத் தொழிலில் ஒப்பீட்டளவில் புதிய பிரிவாகும். சோவியத் யூனியனில் தரைப் பகுதியிலேயே சகலவித தாதுப் பொருட்களும் பெருமளவில் இருப்பதுதான் இதற்குக் காரணமாகும். ஆனால் சோஷலிச உற்பத்தியின் வளர்ச்சிக்கு முக்கியத் தாதுப் பொருட்கள் இன்னமும் அதிகமாக வேண்டும். இது கடலோரம், நீரடிப் பகுதிகள் உட்பட புதிய இடங்களில் தாதுப் பொருட்களைத் தேடத் தூண்டுகிறது. நவீன சுரங்கத் தொழில் நுட்பம் கரையோரங் கள், கடலடியில் இந்த ஆராய்ச்சிகளை நடத்த உதவுகிறது. எனவே சோவியத் யூனியனில் கடலோரப் பகுதிகளில் தாதுப் பொருட்களைத் தேடுவதும் இவற்றை எடுப்பதும் பெரிதும் வளர்ச்சியடைந்துள்ளன; ஒரு சில இடங்களில் பரிசோதனை ரீதியில் கரையோரக் கடல் படிவு களிலிருந்து தாதுப் பொருட்களை எடுப்பதும் துவங்கியுள்ளது. காக்கஸசில் கருங்கடலோரத்திலும் பால்டிக் கடல், அகோத்ஸ்க் கடல், ஜப்பானியக் கடல், இன்னும் சில கடல்களின் ஒரு சில இடங்களிலும் இப்பணி நடைபெறுகிறது.

கரையோரக் கடல் படிவுகளில் கிடைக்கும் அபூர்வ தாதுப் பொருட்களில் ஒன்று அம்பர் ஆகும். ருஷ்ய சமஷ்டிக் குடியரசைச் சேர்ந்த கலினின்கிராட் பிரதேசத்தில் உள்ள யன்தார்னி எனும் ஊரின் அருகே பால்டிக் கரையோரமாக இது ஏராளமாக (உலக

மொத்த இருப்பில் 65% வரை) குவிந்துள்ளது. இந்த ஊரிலுள்ள விசேஷ தொழிற்சாலை இதை எடுத்து செழுமைப்படுத்தும் பணியில் ஈடுபட்டுள்ளது. ஆண்டு தோறும் எடுக்கப்படும் அம்பரில் பாதிக்கும் மேல் கலை படைப்புகளாகவும் ஆபரணங்களாகவும் மாற்றப்படுகிறது. இது தொழில் துறை, விவசாயத் துறையிலும் பயன்படுத்தப்படுகிறது. அம்பர் இரசாயன சடத்துவம் வாய்ந்தது, மிகக் குறைவாகத்தான் மின்சாரத்தைக் கடத்தும் தன்மையுடையது. இதனால் இது அடர் அமிலங்களை வைத்திருக்கக் கூடிய இரசாயனப் பாத்திரங்களைத் தயாரிக்கப் பயன்படுத்தப்படுகிறது.

அம்பரிலிருந்து வானொலிப் பாகங்களுக்குத் தேவையான இன்சுலேட்டர்கள், உயர்தர வார்னிஷ், விசேஷ சாயப் பொருட்கள், பீங்கான் மற்றும் ரப்பர் தொழில் துறைக்குத் தேவையான அம்பர் எண்ணெய் ஆகியவை தயாரிக்கப்படுகின்றன. உணவுத் தானியம், கிழங்கு வகைகள், புற்களின் விதைகளை அம்பர் அமிலக் கரைசலில் கலக்கும் போது இதனால் விதைகளின் வளர்ச்சி ஊக்குவிக்கப்படுகிறது. அம்பர் தொழிற்சாலையின் விளைபொருட்கள் சோவியத் யூனியனில் மட்டுமின்றி இன்னும் பல நாடுகளிலும் பரவலாகப் பயன்படுத்தப்படுகின்றன.

கடலோரப் பகுதிகளிலிருந்து தாதுப் பொருட்களை எடுப்பது தொடர்ந்து அதிகரித்து வருகிறது. இரும்பு- மாங்கனிசப் படிவுகளின் முதல் மாதிரிகள் எடுக்கப்பட்டுள்ளன. எதிர்காலத்தில் ஆழ்கடல் தாதுப் பொருட்களை ஆராய்ந்து எடுப்பதன் மீது கவனம் செலுத்தப் படும்.

சோவியத் ஆட்சியின் ஆரம்பத்திலிருந்தே காஸ்பியன் கடலின் அடியிலிருந்து எண்ணெயும் எரிவாயுவும் எடுக்கப்படுகின்றன. இங்கு அப்ஷெரோன் தீபகற்பத்தின் குறுங்குடாக்களில் ஒன்றை மூடும் பணி 1920இல் முடிவடைந்தது; 1922இல் இங்கு தோண்டப்பட்ட முதல் கிணற்றிலிருந்தே எண்ணெய் ஊற்று பீறிட்டது. முதல் சோவியத் கடல் எண்ணெய்த் தொழில் துறைக்கு இது அடித்தளமிட்டது. அது முதற் கொண்டு கடலடியிலிருந்து எண்ணெய் எடுப்பது தொடர்ந்து பெருகி வருகிறது.

எண்ணெய்க் கற்கள் எனும் இடம்தான் காஸ்பியன் கடலில் எண்ணெய் எடுக்கப்படும் முக்கிய இடமாகும். இது அலைதாங்குத் தூண்களால் இணைக்கப்பட்ட செயற்கை சதுக்கங்களால் ஆனது; இது 2,000க்கும் மேற்பட்டோர் வாழும் ஒரு நகரமாக விளங்குகிறது. இங்கு பல இரண்டு, ஐந்து அடுக்கு வீடுகள், மின் கம்பிகள்,

வெந்நீர்க்குழாய்கள், கிடங்குகள், பட்டறைகள், எண்ணெய் சேமிப்பு இடங்கள், உணவு விடுதி, கடை, பொழுதுபோக்கு மன்றம், நூலகம் ஆகியவை கட்டப்பட்டுள்ளன. இந்த இடம் பாக்கூ நகருடன் ஹெலிகாப்டர் மார்க்கத் தால் இணைக்கப்பட்டுள்ளது.

அப்ஷெரோன் தீபகற்பத்திற்குத் தெற்கே அமைந்துள்ள ஜிலோய், அர்தியோம், பிஷான்னித் தீவுகளிலும் டார்வின் கடல் திட்டிலும் பாக்கூ தீவுக் கூட்டத்தின் கரைகள் அருகேயும் எண்ணெய் எடுக்கப் படுகிறது.

சுமார் இருபதாண்டுகளாக காஸ்பியன் கடலின் கிழக்கே நீரடி யிலிருந்து எண்ணெய் எடுக்கப்பட்டு வருகிறது. செலெகேன் தீபகற் பத்திலிருந்து எஃகு அலைதாங்கித் தூண்களால் இணைக்கப்பட்ட ஒரு சாலை கடலினுள் செல்கிறது. இதுதான் துர்க்மேனியாவில் உள்ள எண்ணெய் எடுக்குமிடமாகும்.

கடந்த பத்தாண்டுகளாக சோவியத் புவியியல் விஞ்ஞானிகள் சோவியத் நாட்டின் கரையோரமாக உள்ள பல கடல்களின் கண்டத் திட்டுப் பிரதேசத்தில் தீவிரமாக எண்ணெய், எரிவாயுவைத் தேடி வருகின்றனர். இத்தேட்டங்களின் பயனாய் 1977இல் ஸகலீன் தீவின் கண்டத் திட்டில் எண்ணெய் கண்டுபிடிக்கப்பட்டது. இங்கிருந்து இப்போது எண்ணெய் எடுக்கப்பட்டு வருகிறது. இங்கு நிறைய எண்ணெய் உள்ளதாக நிபுணர்கள் மதிப்பிட்டுள்ளனர். அசோவ் கடலின் அடிப் பகுதியைப் பற்றி நடத்தப்பட்ட ஆராய்ச்சிகளும் நம்பிக்கை தருபவையாக உள்ளன. தர்ஹான்குத் முனைக்கு மேற்கே கருங்கடலின் வடமேற்குப் பகுதியின் அடியிலும் எண்ணெய், எரிவாயு இருப்பதற்கு அனுகூலமான புவியியல் கட்டமைப்பு நிலவுவது தெரிய வந்துள்ளது.

தெற்கு பால்டிக்கின் புவியியல் ஆராய்ச்சியில் ஜெர்மன் ஜனநாயகக் குடியரசு, போலந்து மற்றும் சோவியத் யூனியனின் நிபுணர்கள் ஈடுபட்டுள்ளனர். ஜெர்மன் ஜனநாயகக் குடியரசு, போலந்து மற்றும் சோவியத் யூனியனின் மேற்குப் பகுதியில் அந்தந்த நாடுகளின் அரசு எல்லைக்கு உட்பட்ட நீர்ப்பரப்பில் பால்டிக் கடலின் கண்டத் திட்டில் எண்ணெயையும் எரிவாயுவையும் கூட்டாகத் தேடுவது பற்றி இந்நாடுகளின் அரசாங்கங்கள் 1975 நவம்பரில் ஒரு உடன்படிக்கை செய்து கொண்டன. இந்த உடன்படிக்கையின்படி “பிட்ரோபால்டிக்” எனும் கூட்டு ஸ்தாபனம் தோற்றுவிக்கப்பட்டது. மேற்கூறிய நீர்ப்பரப்பிலும் அருகிலுள்ள நீர்ப்பரப்பிலும் புவியியல் ஆராய்ச்சிப் பணிகளை மேற்கொள்ளவும் கிணறுகள் தோண்டவும்

இந்த நிறுவனத்திற்கு உரிமை வழங்கப்பட்டுள்ளது. பால்டிக் கடலின் கண்டத் திட்டில் கிணறுகள் ஏற்கெனவே தோண்டப்பட்டுள்ளன. இதன் அடிப்பகுதியிலுள்ள கனி வளங்களை மீட்பது துவங்கியுள்ளது.

கடலேற்ற எரிசக்தித் துறை

கடலேற்றச் சக்தி வளத்தில் சோவியத் யூனியன் உலகில் முன்னணியில் நிற்கிறது (ஆண்டிற்கு சுமார் 200 பில்லியன் கிலோவாட் மணி). இதில் கணிசமான பகுதி சோவியத் நாட்டில் கடினமான தட்ப வெப்ப நிலை நிலவும் இடங்களில் உள்ளது. இதனால் கடலேற்றச் சக்தியைப் பயன்படுத்துவதில் சிக்கல்கள் தோன்றினாலும் இது சோவியத் யூனியனில் இத்துறையின் நடைமுறை வளர்ச்சியைத் தடுத்து நிறுத்தவில்லை. சோவியத் யூனியனின் முதல் கடலேற்ற மின்நிலையம் மூர்மன்ஸ்கிற்கு அருகே கீஸ்லயா என்னும் வளைகுடாவில் கட்டப்பட்டது. இங்கு பரந்த (11 சதுர கி.மீ.), ஆழமான (35 மீட்டர்) வளைகுடா குறுகலான (சுமார் 40 மீட்டர்), அதிக ஆழமற்ற (3-5 மீட்டர்) கால்வாயால் கடலுடன் இணைக்கப்பட்டுள்ளதுதான் இந்த இடம் தேர்ந்தெடுக்கப்பட்டதற்கான காரணமாகும். கடலேற்ற மின்நிலையத்திற்குத் தேவையான நீண்ட அணைகளைக் கட்டும் அவசியம் இங்கு எழவில்லை; இதுதான் மிகவும் செலவு பிடிக்கும் வேலையாகும். வளைகுடாவின் நீர்ப்பரப்பை மின் நிலையக் கட்டிடமே கடலிலிருந்து பிரிப்பதால் கடலேற்ற மின் நிலையக் கட்டுமானச் செலவுகளைக் கணிசமாகக் குறைக்க முடிந்தது. - இந்த மின்நிலையம் சோவியத் நாட்டின் மின்விசை அமைப்பின் கம்பிகளுக்கு அருகில் உள்ளதால் இது இதனுடன் இணைந்து இயங்க முடியும் எனும் அம்சமும் குறிப்பிடத்தக்கதாகும்.

பரிசோதனை கடலேற்ற மின்நிலையம் 1968இல் மின்சாரத்தைத் தந்தது. 1970இல் இது கோலா மின்விசை அமைப்புடன் இணைக்கப் பட்டது. அது முதல் ஒரு சில விஞ்ஞான ஆராய்ச்சி ஸ்தாபனங்கள் இங்கு பரவலான ஆராய்ச்சிகள், கண்காணிப்புகளை நடத்தி வருகின்றன.

இந்தக் கடலேற்ற மின்நிலையக் கட்டுமான அனுபவமும் இதைக் கட்டி இயக்குவிக்கத் தொடங்கிய போது நடத்தப்பட்ட பரவலான ஆராய்ச்சிகளும் சக்தி மிக்க கடலேற்ற மின் நிலையங்களை போன்டூன் முறையில் கட்ட முடியும் என்பதை நிரூபித்தன; பெரும் கடலேற்ற மின்நிலையங்களைக் கட்டும் போது தோன்றக்

கூடிய பல பொறியியல் - தொழில் நுட்ப, பொருளாதாரப் பிரச்சினைகளுக்குத் தீர்வு கூறின.

கடலேற்ற மின்நிலையம், அனல் மின்நிலையம், ஆற்று மின்நிலையம் ஆகியவை அடங்கிய எரிசக்தி இணையங்களைத் தோற்றுவிக்கும் உண்மையான வாய்ப்பு சோவியத் யூனியனில் தோன்றியுள்ளது. 38 மெகவாட் திறனுள்ள தொழில் துறை - பரிசோதனை ரீதியான கோலா கடலேற்ற மின்நிலையத்தையும் வெண் கடலில் மேஸென் வளைகுடாவில் கடலேற்ற மின்நிலையத்தையும் (15 மில்லியன் கிலோவாட்) அகோத்ஸ்க் கடலில் துகூர் மற்றும் பென்ஜினா வளைகுடாக்களில் கடலேற்ற மின்நிலையங்களையும் (முறையே 10, 21-87 மில்லியன் கிலோவாட்) கட்டும் திட்டங்கள் இன்று உள்ளன.

கடல் போக்குவரத்து

ஏற்கெனவே குறிப்பிட்டபடி 14 கடல்கள் சோவியத் யூனியனின் கரைகளைத் தொடுகின்றன. நாட்டின் எல்லைகளில் கிட்டத்தட்ட 70% கடல் எல்லைகளாகும். எனவே கடல் போக்குவரத்து நாட்டின் பொருளாதாரத்தில் முக்கிய இடத்தை வகிக்கிறது; கடல் போக்குவரத்து தேசியப் பொருளாதாரத்தின் முன்னணியில் உள்ள, தொழில் நுட்ப ரீதியில் நவீனமான, பொருளாதார நோக்கில் ஆதாயமான துறைகளில் ஒன்றாகும்,

சோவியத் யூனியனின் ஐக்கிய போக்குவரத்து முறையில் கடல் போக்குவரத்து ஒரு முக்கிய அங்கமாகும். இருப்புப்பாதைப் போக்கு வரத்து, ஆற்றுப் போக்குவரத்து, குழாய்ப் பாதைகள், மோட்டார் வாகனப் போக்குவரத்து, வான் போக்குவரத்து ஆகியவை மேற்கூறிய முறையின் மற்ற அங்கங்களாகும். போக்குவரத்து சாதனங்களில் பொதுச் சொத்துடைமை, சகலவித போக்குவரத்துத் துறைகளுக்கும் இடையிலுள்ள நெருங்கிய தொடர்பு, பரஸ்பர செயலாக்கம், பிரதேச ஒருமைப்பாடு, இயற்கை சூழ்நிலைகளில் நிலவும் வேறுபாடு, பொருளாதாரப் பிரதேசங்களின் பரஸ்பரத் தொடர்பு, நாடு தழுவிய ஒரே பொருளாதாரத் திட்டம் ஆகியவை சோவியத் போக்குவரத்து முறை யின் ஒற்றுமையை முன்நிர்ணயிக்கின்றன. முதலாளித்துவ நாடுகளைப் போல் சோவியத் நாட்டில் வெவ்வேறு போக்குவரத்துத் துறைகள் ஒன்றுடன் ஒன்று போட்டியிடுவதில்லை, மாறாக சீரிசைவாக ஒன்று டன் ஒன்று தொடர்பு கொண்டு உதவி, நாட்டின் பொருளாதார வளர்ச்சிக்குப் பாடுபடுகின்றன. பொருளாதார

ரீதியில் விவேகமாக சரக்குகள் பல்வேறு போக்குவரத்துத் துறைகளுக்கு இடையில் பகிர்ந்தளிக்கப்படுவதானது இங்கு முக்கியப் பங்காற்றுகிறது. குறைந்தபட்ச செலவில் நாட்டின் சரக்குப் போக்குவரத்துத் தேவைகளை முழுமையாகப் பூர்த்தி செய்ய வேண்டும் என்பது தான் இங்கு முக்கிய அடிப்படையாகக் கொள்ளப்படுகிறது.

சோவியத் யூனியனின் ஐக்கியப் போக்குவரத்து முறையில் ஒவ்வொரு வகையான போக்குவரத்து வகிக்கும் இடமும் இது ஆற்றும் பங்கும் காலப் போக்கில் மாறி வருகின்றன. விஞ்ஞான- தொழில் நுட்ப முன்னேற்றமும் மாறி வரும் தேவைகளும் இம்மாற்றங்களுக்குக் காரணங்களாகும். உற்பத்தியின் பிரதேச ஒழுங்கமைப்பு மற்றும் வெளி நாடுகளுடன் உள்ள பொருளாதாரத் தொடர்புகளின் வளர்ச்சி இத்தேவைகளை நிர்ணயிக்கின்றன. அட்டவணை 16இலிருந்து மொத்தமாக சோவியத் நாட்டின் போக்குவரத்து, குறிப்பாக கடல் போக்குவரத்து பெரிதும் வளர்ச்சியடைந்துள்ளது தெரிகிறது.

பல முக்கியத் தொழில் நுட்ப பொருளாதாரக் குறியீடுகளில் கடல் போக்குவரத்து மற்ற போக்குவரத்துத் துறைகளை விஞ்சி நிற்கிறது.

அட்டவணை 16

சோவியத் யூனியனில் பல்வேறு போக்குவரத்துத் துறைகளில் நடைபெறும் சரக்குப் போக்குவரத்து

போக்குவரத்துத் துறை	1970		1975		1980		1984	
	சரக்குப் போக்கு வரத்து (பில்லியன் டன் / கி.மீ.)	எடுத்துச் செல்லப் பட்ட சரக்குகளின் அளவு (மில்லியன் டன்)	சரக்குப் போக்கு வரத்து (பில்லியன் டன் / கி.மீ.)	எடுத்துச் செல்லப் பட்ட சரக்குகளின் அளவு (மில்லியன் டன்)	சரக்குப் போக்கு வரத்து (பில்லியன் டன் / கி.மீ.)	எடுத்துச் செல்லப் பட்ட சரக்குகளின் அளவு (மில்லியன் டன்)	சரக்குப் போக்கு வரத்து (பில்லியன் டன் / கி.மீ.)	எடுத்துச் செல்லப் பட்ட சரக்குகளின் அளவு (மில்லியன் டன்)
எல்லாப் போக்குவரத்தும் சேர்ந்து	3,829.2	18,379.8	5,200.9	25,710.5	6,165.2	29,258.0	6,684.8	31,045.9
இருப்புப் பாதைப் போக்குவரத்து	2,494.7	2,895.0	3,236.5	3,621.0	3,435.0	3,728.0	3,638.8	3,909.5
கடல் போக்குவரத்து	656.1	162.0	736.3	200.0	835.0	228.0	933.0	235.4
ஆற்றுப் போக்குவரத்து	174.0	358.0	221.7	475.0	244.7	568.0	264.3	619.1
குழாய்ப் பாதைகள்	281.7	340.0	665.9	498.0	1,216.0	630.0	1,370.3	648.0
மோட்டார் வாகனப் போக்குவரத்து	220.8	14,623.0	337.9	20,914.0	431.4	24,101.0	475.1	25,630.8
வான் போக்குவரத்து	1.9	1.8	2.6	2.5	3.1	3.0	3.3	3.1

சோவியத் நாட்டின் ஐக்கியப் போக்குவரத்து முறையில் கடல் போக்குவரத்துத் துறையின் விரைவான வளர்ச்சி வேகங்களுக்கு காரணம் இதுதான். கடல் போக்குவரத்தின் மூலம் நீண்ட தூரங்களுக்கு (4,000 கிலோமீட்டருக்கும் மேல்) விரைவாக சரக்குகளை எடுத்துச் செல்ல முடியும். நவீன ரயில் என்ஜின்கள், லாரிகளின் வேகம் கப்பல்களின் சராசரி வேகத்தை விட அதிகம் என்றாலும் கப்பல்களின் மூலம் சரக்குகள் எடுத்துச் செல்லப்படும் போது நடைமுறை வேகம் உண்மையிலேயே அதிகபட்சமானது. மேலும் ஒரு டன் சரக்கை ஒரு கிலோமீட்டர் எடுத்துச் செல்ல ஆகும் எரிபொருள் செலவு மற்ற போக்குவரத்துத் துறைகளை விட (குழாய்ப் பாதைகளைத் தவிர) கடல் போக்குவரத்தில் குறைவு. கடல் போக்குவரத்தில் சரக்குகளை எடுத்துச் செல்ல ஆகும் அடக்கவிலையும் ஒப்பீட்டளவில் அதிகமில்லை.

சோவியத் யூனியனில் கடல் போக்குவரத்து ஒரு சிக்கலான, பல்துறை உற்பத்தி அங்கமாகும். பரந்த அளவு பொருளாயத - தொழில் நுட்ப அடித்தளத்தை (கடற்கப்பல்கள், துறைமுகங்கள், சேவை தொழில் நிறுவனங்கள்) கொண்ட இது கடல் மார்க்கங்களில் சரக்குகளை எடுத்துச் செல்கிறது, பயணிகளை ஏற்றிச் செல்கிறது. ஸ்தாபன ரீதியில் பார்த்தால் கப்பல்களும் துறைமுகங்களும் கடல் மார்க்கங்களும் கடல் பிரதேசங்களாகப் பிரிக்கப்படுகின்றன. இவை தத்தம் பூகோள அமைப்பிலும் பொருளாதார சிறப்பியல்புகளிலும் கட்டமைப்பிலும் வெவ்வேறானவை. போக்குவரத்து- பொருளாதார ரீதியில் பார்த்தால் இத்தகைய கடல் பிரதேசம் ஒவ்வொன்றும் ஒன்று அல்லது அதற்கு மேற்பட்ட கடல்களை உள்ளடக்கிய நீர்ப்பரப்பாகும்; இங்கு பூகோள ரீதியான ஒற்றுமை இருக்கிறது, இயற்கையமைப்பும் கப்பல் போக்குவரத்திற்கான சூழ்நிலைகளும் பொருளாதார சூழ்நிலைகளும் பொதுவானவை, கடல் போக்குவரத்திற்கு அவசியமான பொருளாயத -

தொழில் நுட்ப அடித்தளமும் பொதுவானது. இன்று சோவியத் யூனியனில் உருவாகியுள்ள கடல் தொடர்புகளைப் பொறுத்து காஸ்பியன் கடல் பிரதேசம், அசோவ் - கருங்கடல் பிரதேசம், பால்டிக் கடல் பிரதேசம், வடக்கு கடல் பிரதேசம் மற்றும் தொலை கிழக்கு கடல் பிரதேசம் என்று ஐந்து கடல் பிரதேசங்கள் நிலவுகின்றன. கார்ஸ்க், லாப்தெவ், கிழக்கு சைபீரிய மற்றும் சுக்கோத்ஸ்க் கடல்களை உள்ளடக்கிய வடக்கு கடல் பாதை (ஆர்க்டிக் கடல் பிரதேசம்) தனி முக்கியத்துவம் வாய்ந்தது.

125° கிழக்குத் தீர்க்கரேகையில் இது மேற்குப் பகுதியாகவும் கிழக்குப் பகுதியாகவும் பிரிக்கப்படுகிறது; மேற்குப் பகுதி வடக்கு கடல் பிரதேசத்துடனும் கிழக்குப் பகுதி தொலை கிழக்கு கடல் பிரதேசத்துடனும் இணைகின்றன.

சோவியத் யூனியனின் கடல் போக்குவரத்துத் தொடர்புகளில் பல்லாயிரம் மைல் கப்பல் பாதைகளும் (பாதுகாப்பான கப்பல் பயணத்திற்குத் தேவையான எல்லா சாதனங்களும் இங்கு உள்ளன), பல நூறு மைல் நீளமுள்ள கால்வாய்களும் (இவற்றின் வழியே பெரிய நவீன கப்பல்கள் செல்லத் தேவையான ஆழம் விசேஷ சாதனங்களின் உதவியால் பேணிக் காக்கப்படுகிறது) அடங்கும்.

போக்குவரத்துக் கப்பல்கள்

சோவியத் யூனியனிடம் பெருமளவில் வாணிகக் கப்பல்கள் உள்ளன. இவற்றில் பல்வேறு வகையான நவீன கப்பல்கள் இருக்கின்றன, இவை எங்கு வேண்டுமானாலும் பயணம் செய்ய வல்லவை, இவற்றின் வசம் நம்பகரமான திசைக் காட்டிச் சாதனங்கள் உள்ளன. இக்கப்பல்களைச் செலுத்துவது கணிசமான அளவில் தானியங்கிமயமாக்கப்பட்டுள்ளது, துறைமுகங்களில் சரக்குகளை ஏற்றி இறக்கும் எந்திரங்கள் இவற்றில் உள்ளன. சோவியத் கப்பல்கள் சம்பந்தமான துறை, சோஷலிசப் பொருளாதாரத்தின் மற்ற துறைகளைப் போன்றே திட்டமிட்ட வகையில், பாய்ச்சல்கள், திடீர் ஏற்ற இறக்கங்கள், வீழ்ச்சிகளின்றி வளர்ந்து வருகிறது. கடந்த பத்தாண்டில் சோவியத் கப்பல்களின் பாரத்திறன் 44.4% கூடியுள்ளது.

சோவியத் யூனியனின் கப்பல்களைப் பற்றிய பதிவு விவரங்கள் அட்டவணை 17இல் தரப்பட்டுள்ளன. 1986 ஜனவரி 1ஆம் தேதி சோவியத் யூனியனிடம் 7,676 கப்பல்கள் இருந்தன. இவற்றின் மொத்தக் கொள்ளளவு 24.4 மில்லியன் ரேஜிஸ்டர் டன், மொத்த டெட்வெயிட் 27.6 மில்லியன் டன் ஆகும். மொத்த கொள்ளளவில் சோவியத் கப்பல்கள் உலகில் ஐந்தாவது இடத்தை வகித்தன. உலகில் உள்ள கப்பல்களின் மொத்த கொள்ளளவில் சுமார் 6% சோவியத் யூனியனிடம் உள்ளது.

சோவியத் கப்பல்களில் பெரும்பாலானவை (டெட்வெயிட்டில் 90.7%) 15-16 நாட்டுகள் வேகமுடையவை; கண்டெய்னர்களை எடுத்துச் செல்லும் கப்பல்களின் வேகம் 18-24 நாட்டுகள். வேகக் குறியீட்டைப் பொறுத்தவரை சோவியத் கப்பல்கள், உலகக் கடல் போக்குவரத்தில் முன்னணியில் உள்ள நாடுகளின் கப்பல்களுடன் ஒரே மட்டத்தில் உள்ளன.

இன்று இத்துறையில் தீவிரமான வளர்ச்சி நடைபெறுகிறது. சோவியத் யூனியனின் வசம் விசேஷமான, உயர் பாரத்திறனுள்ள கப்பல்கள் உள்ளன; பல நோக்கங்களுக்குப் பயன்படும் கப்பல்களும் இவற்றிலடங்கும். இவற்றை கண்டெய்னர்களை எடுத்துச் செல்லப் பயன்படுத்தலாம், ரோல் கெர்களாகப் பயன்படுத்தலாம். இப்படிப்பட்ட கப்பல்கள் பல்வேறு சூழ்நிலைகளில் பல்வேறு சரக்குகளை எடுத்துச் செல்ல உதவிகரமாக இருக்கும்.

பல நோக்கங்களுக்காகப் பயன்படும் கப்பல்களின் கட்டமைப்பிலும் மாற்றங்கள் செய்யப்பட்டுள்ளன. கப்பல் தளங்கள் அதிகபட்சம் திறந்து

அட்டவணை 17

சோவியத் யூனியனின்
பயணிகள் மற்றும் சரக்குக் கடற்கப்பல்கள்
(1986 ஜனவரி 1இல் உள்ளபடி) *

கப்பலின் வகை	எண்ணிக்கை	மொத்த கொள்ளளவு (ஆயிரம் ரேஜிஸ்டர் டன்)	டெட்வெயிட் (ஆயிரம் டன்)
பயணிகள் கப்பல்களும் சரக்குகளையும் பயணிகளையும் ஏற்றிச் செல்லும் கப்பல்களும்	294	713.4	200.0
ஃபெர்ரிக் கப்பல்கள்	54	266.1	78.6
திடசரக்குகளை எடுத்துச் செல்லும் கப்பல்கள்	2,277	11,628.5	14,975.2
மரங்களை எடுத்துச் செல்லும் கப்பல்கள்	368	1,443.4	2,017.6
கண்டெய்னர்களை எடுத்துச் செல்லும் கப்பல்கள்	59	524.6	525.3
ரோல்கெர்கள் **	62	443.8	541.1
திரவ சரக்குகளை எடுத்துச் செல்லும் கப்பல்கள்	417	4,532.1	6,869.9
எண்ணெய்க் கப்பல்கள்	370	4,273.6	6,581.7
எரிவாயுக் கப்பல்கள்	11	186.6	201.5
பல விதமான சரக்குகளை எடுத்துச் செல்ல வல்ல கப்பல்கள்	45	779.7	1,291.6
மீன் பிடிப்புக் கப்பல்கள்	2,648	3,509.5	1,933.1
தொழில்நுட்பக் கப்பல்கள்	435	503.3	322.8
துணைக் கப்பல்கள்	1,113	811.3	582.8
இழுவைக் கப்பல்கள்	597	224.8	92.2
பனிக்கட்டி உடைப்புக் கப்பல்கள்	37	236.0	105.4
இதரவை	447	1,963.7	1,435.9
மொத்தம்	7,676	24,441.5	27,611.3

* 100 ரேஜிஸ்டர் டன் மற்றும் அதற்கு அதிகமான மொத்த கொள்ளளவு உடைய கப்பல்கள்.

** ரோல்கெர் — கிடைமட்ட நிலையில் சரக்குகளை ஏற்றியிறக்கும் கப்பல். — மொ-ர்.

சரக்குகளைக் கொட்ட ஏற்பாடு செய்யப்பட்டுள்ளது, பாக்கெட்டுகள்*, கண்டெய்னர்களில் வரும் சரக்குகளை எடுத்துச் செல்ல சரக்கிடத்தில் ஏற்பாடு செய்யப்பட்டுள்ளது. கப்பல் தளத்தில் தானியங்கள், மற்ற இறைந்து போகும் சரக்குகளுக்கு வசதி செய்யப்பட்டுள்ளது.

சோவியத் கப்பல்களில் திரவ மற்றும் திடப் பொருட்களை எடுத்துச் செல்ல வல்ல கப்பல்கள், விரைவில் கெட்டுப் போகக் கூடிய சரக்குகள், பழங்கள், காய்கறிகளை எடுத்துச் செல்லும் குளிர்பதனப் பெட்டி வசதிகளையுடைய கப்பல்கள், கொட்டி அள்ளக்கூடிய சரக்குகளை எடுத்துச் செல்லும் கப்பல்கள், எண்ணெய்க் கப்பல்கள், எரிவாயு எடுத்துச் செல்லும் கப்பல்கள் ஆகியவை உள்ளன. முற்றிலும் புதிய வகையான கப்பல்களில், எடை அதிகமான பெரும் சரக்குகளை (700 டன் வரை) பூர்வாங்கமாக சிறிய பகுதிகளாகப் பிரிக்காமல் எடுத்துச் செல்லவல்ல விசேஷ கப்பல்கள் அடங்கும்.

குளிர்காலத்தில் உறையக் கூடிய கடல் பிரதேசங்களில் செல்லவல்ல பனிக்கட்டி உடைப்புக் கப்பல்கள் சோவியத் போக்குவரத்துக் கப்பல்களில் முக்கிய இடத்தை வகிக்கின்றன. "லெனின்", "ஆர்க்டிக், "சைபீரியா", "ருஷ்யா" போன்ற அணு சக்தியால் இயங்கும் கப்பல்களும் மற்றும் சாதாரண பனிக்கட்டி உடைப்புக் கப்பல்களும் சோவியத் நாட்டில் கட்டப்பட்டன. இது தேசிய கௌரவமாயிற்று. அணு சக்தியால் இயங்கும் பனிக்கட்டி உடைப்புக் கப்பல்கள் வடக்கு கடல் பாதையில் பயணம் செய்ய உதவுகின்றன.

புதிய வகையான விசேஷ கப்பல்களையும் பல்வேறு நோக்கங் களுக்காகப் பயன்படக் கூடிய கப்பல்களையும் பயன்படுத்துவதும் உயர் உற்பத்தித் திறனுள்ள சரக்கேற்றி இறக்கும் எந்திரங்களைக் கரையில் அமைத்ததும் போக்குவரத்து தொழில் நுட்ப முறைகளை உருவாக்க உதவின. சரக்குகளை அவை உற்பத்தி செய்யப்படும் இடங்களிலிருந்து தேவையான இடங்களுக்கு விரைவாக, குறைந்த உழைப்பில், குறைந்த செலவில் எடுத்துச் செல்வதுதான் மேற்கூறிய முறைகளின் நோக்கமாகும். போக்குவரத்து தொழில் நுட்ப முறைகள் சரக்குப் போக்குவரத்தின் பயன் தன்மையைக் கணிசமாக அதிகரிக்கின்றன, கப்பல்களின் சரக்கேற்றிச் செல்லும் திறமையை அதிகப்படுத்துகின்றன, சரக்குகளை ஏற்றிச் செல்லும் நேரத்தையும் துறைமுகங்களில் கப்பல்கள் நிற்கும் நேரத்தையும் குறைக்கின்றன,

---

* பாக்கெட் – சிறு சரக்குக் கட்டுகள் கட்டுக்கோப்பாக அடுக்கப்பட்ட ஏதாவது ஒரு பெரிய கொள்கலம். - மொ-ர்.

சரக்குகளின் தரம் கெடாமல் பாதுகாக்கின்றன. அதே நேரத்தில் துறைமுகத் தொழிலாளர்களின் உழைப்புச் சூழ்நிலையும் தன்மையும் மேம்படுவதற்கான வாய்ப்புகளும் தோற்று விக்கப்படுகின்றன.

ஒருசில போக்குவரத்து தொழில்நுட்ப முறைகள் பல ஆண்டுகளாக வெற்றிகரமாகச் செயல்படுகின்றன. இவற்றில் பாக்கெட் முறையை முதலில் குறிப்பிட வேண்டும். இம்முறை 50ஆம் ஆண்டுகளின் இறுதியில், 60ஆம் ஆண்டுகளின் துவக்கத்தில் தொலை கிழக்கில் தோன்றியது. இது சாதாரண பல்நோக்குடைய கப்பல்களில் சில்லறை சரக்குகளைக் குறுகிய தூரங்களுக்கு உள்நாட்டில் எடுத்துச் செல்லப் பயன்படுத்தப்பட்டது. சமீப ஆண்டுகளாக இது மரங்களை எடுத்துச் செல்லப் பரவலாகப் பயன்படுத்தப்படுகிறது. இதில் 4,000 முதல் 14,000 டன் வரை மொத்த பாரத்திறனுடைய விசேஷ கப்பல்கள், பாக்கெட்டுகளை எடுத்துச் செல்லும் கப்பல்கள் ஆகியவை பயன்படுத்தப்படுகின்றன. இன்று சோவியத் யூனியனிடம் சுமார் 60 இத்தகைய கப்பல்கள் உள்ளன.

உள்நாட்டுப் பயணங்களிலும் அயல்நாட்டுப் பயணங்களிலும் கண்டெய்னர் முறையும் ரோல்கெர் முறையும் பரவலாகப் பயன்படுத்தப்படுகின்றன. சோவியத் யூனியனிடம் 50 க்கும் மேற்பட்ட கண்டெய்னர் கப்பல்கள் இருக்கின்றன. கண்டெய்னர்களில் சரக்குகளை எடுத்துச் செல்வதால் துறைமுகத் தொழிலாளர்களின் உடலுழைப்பு கிட்டத்தட்ட முழுமையாகத் தவிர்க்கப்படுகிறது, சரக்குகளை ஏற்றி இறக்குவதற்காகத் துறைமுகங்களில் கப்பல்கள் நிற்கும் நேரம் பெரிதும் குறைகிறது, கப்பல் துறைகளை நன்கு பயன்படுத்த முடிகிறது, சரக்குகளின் தரம் கெடாமல் பாதுகாக்கப்படுகிறது.

சோவியத் நாட்டின் வசம் 50க்கும் மேற்பட்ட ரோல்கெர்கள் உள்ளன. இவற்றின் சரக்குக் கொள்ளளவு அதிகமானது, இவை பெரும்பாலும் கார்கள், லாரிகள், டிராக்டர்கள், அறுவடை எந்திரங் கள், சாலையமைக்கும் எந்திரங்கள், கட்டுமான எந்திரங்கள் போன்ற வற்றை எடுத்துச் செல்லப் பயன்படுகின்றன. இக்கப்பல்களில் கண்டெய்னர்கள், பாக்கெட்டுகள், இழுவை அமைப்புகள் ஆகியவற்றின் மூலமும் சரக்குகளை எடுத்துச் செல்லலாம். சாதாரண கண்டெய்னர் கப்பல்களுக்கு மாறாக இந்த ரோல் கெர்களில் சரக்குகளை ஏற்றி இறக்க விலையுயர்ந்த விசேஷ கரை சரக்கேற்றி எந்திரங்கள் தேவையில்லை; கண்டெய்னர்கள் விசேஷ

பாரந்தூக்கி வாகனங்களால் நேரடியாக கப்பலினுள் எடுத்துச் செல்லப்படுகின்றன, சக்கரங்களையுடைய சரக்குகள் தாமாகவே நகர்ந்து செல்லும்.

சோவியத் யூனியனில் இருப்புப்பாதை ஃபெர்ரி முறைகள் நன்கு செயல்படுகின்றன. காஸ்பியன் கடலில் பாக்கூ, கிராஸ்னவோத்ஸ்க் துறைமுகங்களுக்கு இடையிலும் தொலை கிழக்கில் வானினோ, ஹோல்ம்ஸ்கிற்கு இடையிலும் கருங்கடலில் இலிச்சோவ்ஸ்க் (சோவியத் யூனியன்), வார்னாவிற்கு (பல்கேரியா) இடையிலும் இத்தகைய ஃபெர்ரி முறைகள் செயல்படுகின்றன. 1986 அக்டோபரில் முக்ரான் (ஜெர்மன் ஜனநாயகக் குடியரசு) துறைமுகத்திற்கும் சோவியத் துறைமுகம் கிளைபேடாவிற்கும் இடையில் ஃபெர்ரி முறை ஆரம்பமாகியது. ஃபெர்ரிகள் வந்து செல்லவும் இருப்புப்பாதைப் பெட்டிகளை ஏற்றி இறக்கவும் இத்துறைமுகங்களில் விசேஷ எந்திர அமைப்புகள் ஏற்படுத்தப்பட்டுள்ளன.

லைட்டர் முறை, கண்டெய்னர் முறையை விட மேம்பட்டது. நீரில் இறக்கப்பட்ட தோணிகளை (லைட்டர்களை) கடலில் இழுத்துச் செல்வது மட்டுமின்றி ஆறுகளின் மூலம், இழுவைப் படகுகளின் உதவியால் உட்புறத்தில் உள்ள ஆற்றுத் துறைமுகங்களுக்கோ, நேரடியாகத் தொழிற்சாலைகளின் அருகிலுள்ள கப்பல் துறைகளுக்கோ அனுப்பவும் முடியும்.

''இன்டர்லைட்டர்'' எனும் சர்வதேச லைட்டர் முறை நன்கு செயல்படுகிறது. இது சோஷலிச நாடுகளின் முதல் பல்துறை போக்கு வரத்து அமைப்பாகும். இதில் பல்கேரியா, ஹங்கேரி, சோவியத் யூனியன் மற்றும் செக்கோஸ்லோவாக்கியாவின் ஸ்தாபனங்கள் அடங்கியுள்ளன. ''இன்டர்லைட்டரின்'' வசம் 200 லைட்டர்கள், லைட்டர் களை எடுத்துச் செல்லும் 2 கப்பல்கள், சர்வதேச தரம் உள்ள 670 கண்டெய்னர்கள் ஆகியவை உள்ளன. மிகக் கடினமான இடங்களில் ஆற்றிலிருந்து கடல்களுக்கு சரக்குகளை எடுத்து வரும் பாதைகளில் "இன்டர்லைட்டர்" செயல்படுகிறது, உதாரணமாக, டான்யூப் ஆற்றுத் துறைமுகங்களுக்கும் பம்பாய், கராச்சி கடல் துறைமுகங்களுக்கும் இடையில் இத்தகைய பாதை உள்ளது; ஆற்றில் பாதையின் நீளம் 2,416 கிலோமீட்டர்கள், கடலில் பாதையின் நீளம் 4,310 மைல்கள் ஆகும். டான்யூப் ஆற்றுத் துறைமுகங்களுக்கும் வியட்நாம், கம்பூச்சியாவின் ஆற்றுத் துறைமுகங்களுக்கும் இடையில் மீகாங் ஆற்றின் வழியே இம்மாதிரியான ஒரு பாதை உள்ளது, இது ஹோசிமின், பினாங் கடல் துறைமுகங்களுக்கும் செல்கிறது.

ஐரோப்பாவிற்கும் இந்தியப் பெருங்கடல் மற்றும் தென்கிழக்காசியப் பிரதேசங்களுக்கும் இடையிலான மார்க்கங்களில் பயணம் செய்யும் முதலாளித்துவ கப்பல் கம்பெனிகளின் எதிர்ப்பு இருந்தபோதிலும் இந்த "இன்டர்லைட்டர்" முறை குறுகிய காலகட்டத்திலேயே (இது 1978 முதல் தான் இயங்குகிறது) சரக்குகளை அனுப்புபவர்களின் சர்வதேச அங்கீகாரத்தைப் பெற்றுள்ளது. இன்று இது நம்பகரமான, பயன்மிக்க கப்பல் போக்குவரத்து முறையாகக் கருதப்படுகிறது. இதன் மூலம் ஓர் ஆண்டிற்கு 1.6 மில்லியன் டன்னிற்கும் கூடுதலான சரக்குகள் எடுத்துச் செல்லப்பட்டுள்ளன. குறிப்பாக எடை அதிகமான, பெரிய சரக்குகளை (ரயில் என்ஜின்கள், டிரான்ஸ்ஃபார்மர்கள், பஸ்கள், சாலையமைக்கும் எந்திரங்கள், சிலிண்டர்கள்) எடுத்துச் செல்ல இது பெரிதும் பயன்படுகிறது. மலேசியா, வியட்நாம், கம்பூச்சியாவிலிருந்து பெருமளவில் ரப்பரை இடைநிறுத்தமின்றி டான்யூப் கரையில் உள்ள தொழிற்சாலைகள் வரை எடுத்துச் செல்ல லைட்டர் கப்பல்கள் பயன்படுகின்றன.

"இன்டர்லைட்டர்" முறையின் அனுபவம் ஆராயப்பட்டு, தொகுக் கப்பட்டு வருகிறது. இம்முறையை மற்ற பிரதேசங்களுக்கு விஸ்தரிக்கவும் ஸ்ரீலங்கா, தாய்லாந்து ஆகிய நாடுகளின் துறைமுகங்களுக்கு இக்கப்பல்கள் செல்ல ஏற்பாடு செய்யவும் லாவோசிற்கும் எதிர்த்திசையிலும் சரக்குகளை எடுத்துச் செல்லவும் திட்டமிடப்பட்டு வருகிறது. பால்டிக்கிலும் கியூபா குடியரசுடனான பாதைகளிலும் ஆப்பிரிக்காவின் மேற்குக் கரையோர நாடுகள் மற்றும் தென் அமெரிக்காவின் கிழக்குக் கரையோர நாடுகளுடன் நடைபெறும் தொடர்புகளிலும் லைட்டர் கப்பல் முறையைப் பயன்படுத்துவது பொருளாதார ரீதியில் எவ்வளவு ஆதாயமானது என்று ஆராயப்பட்டு வருகிறது.

1985இல் சோவியத் யூனியனில் 'அலெக்சேய் கோசிஜின்' எனும் முதல் லைட்டர் கப்பல் கட்டப்பட்டு நீரில் விடப்பட்டதையடுத்து சோவியத் நாட்டின் வட கோடியிலும் தொலை கிழக்கிலும் லைட்டர் முறை செயல்படலாயிற்று. இவ்விடங்களில் பல ஆறுகள் உள்ளன; இவற்றின் வழியே சாதாரண இழுவைப் படகுகளின் உதவியோடு லைட்டர்கள் மூலம் சரக்குகளை நேரடியாக உரிய இடங்களுக்கு எடுத்துச் செல்லலாம்.

சோவியத் யூனியனிடம் பல நவீன பயணிகள் கப்பல்களும் உள்ளன. "மிஹயீல் கலீனின்", "இவான் பிரான் கோ", "மரீயா

எர்மோலவா", "பைலோருஷ்யா", "திமீத்ரி ஷெஸ்தகோவிச்' போன்ற வசதியான கப்பல்கள் உள்நாட்டு மார்க்கங்களிலும் அயல் நாட்டு மார்க்கங்களிலும் பயணிகளை ஏற்றிச் செல்கின்றன. 100--200 பேர்களை அல்லது அதற்கும் அதிகமானவர்களை ஏற்றிச் செல்லவல்ல, வசதியான, நீரடி இறக்கைகளைக் கொண்ட கப்பல்களும் மோட்டார்க் கப்பல்களும் ஸ்தல மார்க்கங்களில் செல்கின்றன. இவை மக்களின் கடல், ஆற்றுப் போக்குவரத்துத் தேவைகளைப் பூர்த்தி செய்கின்றன. கருங்கடல் பகுதியில் மட்டும் இத்தகைய கப்பல்களின் மூலம் ஆண்டுதோறும் 35 மில்லியனுக்கும் கூடுதலானோர் பயணம் செய்கின்றனர்.

கடல் துறைமுகங்கள்

கடல் துறைமுகங்களின் வளர்ச்சி போக்குவரத்து தொழில் நுட்ப முறைகளின் ஒரு முக்கிய அங்கமாகும். கடல் துறைமுகங்கள், சகலவித போக்குவரத்துச் சாதனங்களும் ஒன்று கூடும் போக்குவரத்து மையங்களாகத் திகழுகின்றன. சோவியத் நாட்டில் 1 மில்லியன் டன்னுக்கும் கூடுதலான சரக்குப் போக்குவரத்தையுடைய துறைமுகங்கள் 40க்கும் மேல் உள்ளன. இவற்றில் 18 துறைமுகங்கள் கருங்கடலிலும் அசோவ் கடலிலும் இருக்கின்றன. இவற்றில் பின்வருபவை மிகப் பெரும் துறைமுகங்களில் அடங்கும். நோவரஸ்ஸியஸ்க் (சரக்குப் போக்குவரத்து 35 மில்லியன் டன்), இது ஐரோப்பாவிலேயே மிகப் பெரிய எண்ணெய்த் துறைமுகங்களில் ஒன்றாகும்; ஒதேஸ்ஸா (சரக்குப் போக்குவரத்து 20 மில்லியன் டன்), இது பெரிதும் எந்திரமயப்படுத்தப்பட்டது, இங்கு எல்லா விதமான கப்பல்களும் வந்து செல்கின்றன. தவிரவும் இது சோவியத் நாட்டில் பயணிகள் போக்குவரத்தில் முதலிடம் வகிக்கிறது; இலிச் சோவ்ஸ்க் (சரக்குப் போக்குவரத்து 13 மில்லியன் டன்னிற்கும் அதிகம்), இது வளர்ந்து வரும் இளம் துறைமுகம், நவீன பெரிய கப்பல்கள் வந்து செல்ல இங்கு வசதிகள் உள்ளன.

பால்டிக் கடல் துறைமுகங்களில் குறிப்பிடத்தக்கது லெனின்கிராட் ஆகும். இது சோவியத் நாட்டின் பெரும் போக்குவரத்து மையம். இதன் சரக்குப் போக்குவரத்து 10 மில்லியன் டன்னிற்கும் கூடுதலானது. இதன் வழியே பல்வேறுவிதமான சரக்குகள் செல்கின்றன. வென்ட்ஸ்பீல்ஸ் (சரக்குப் போக்குவரத்து 21 மில்லியன் டன்) பனிக்காலத்தில் உறையாத கடல் துறைமுகம், இது சாதாரண மற்றும் விசேஷ கப்பல் துறைகளை உடையது, திரவ வாயுக்களை எடுத்துச் செல்லும் கப்பல்களிலிருந்து சரக்கை

ஏற்றியிறக்கும் எந்திரங்கள் இங்குள்ளன. அதையடுத்து கலெனின் கிராட் சோவியத் நாட்டின் பெரிய வர்த்தக, மீன் பிடிப்புத் துறை முகமாகும், புது தால்லின் துறைமுகம் கட்டப்படுகிறது.

சோவியத் நாட்டின் வடக்கே மூர்மன்ஸ்க் எனும் முக்கியத் துறைமுகம் உள்ளது. இதுதான் பனிக்காலத்தில் உறையாத ஒரே துருவப் பிரதேசத் துறைமுகமாகும். இதுவும் வர்த்தக, மீன் பிடிப்புத் துறைமுகமாகும். அர்ஹான்கெல்ஸ்க் - சோவியத் நாட்டின் முக்கிய மர ஏற்றுமதி துறைமுகமாகும். நீண்ட காலமாகவே இங்கிருந்து உலகின் பல நாடுகளுக்கு மரமும் மரப் பொருட்களும் ஏற்றுமதி செய்யப்பட்டன.

சோவியத் யூனியனின் தொலை கிழக்கில் இரண்டு பெரும் துறை முகங்கள் உள்ளன. விளாடிவஸ்தோக் - சோவியத் பசிபிக் கரையோரத்திற்கும் ஆர்க்டிக்கின் கிழக்குப் பகுதிக்கும் சப்ளை செய்யும் முக்கியத் தளமாகும். பெரும்பாலும் உள்நாட்டு சரக்குகள் தான் இதன் மூலம் செல்கின்றன; ஏற்றுமதி, இறக்குமதி வேலைகள் இங்கு குறைவாகவே நடைபெறுகின்றன. நஹோத்கா - ஒரு இளம் துறைமுகம், பெரிதும் எந்திரமயப்படுத்தப்பட்ட இதன் கப்பல் துறைகள் வழியே பெரும்பாலும் ஏற்றுமதி, இறக்குமதி வேலைகள் நடைபெறுகின்றன.

சோவியத் துறைமுகங்களை, இவற்றின் வழியாகச் செல்லும் சரக்குகளுக்கேற்ப விசேஷமானவையாக மாற்றுவது, சரக்குகளை ஏற்றி இறக்கும் உயர் திறனுள்ள இணையங்களைத் தோற்றுவிப்பது என்பவைதான் சோவியத் கடல் துறைமுகங்களின் வளர்ச்சியில் முக்கிய அம்சங்களாகும். பல துறைமுகங்களில் (ஷ்தானவ், நிக்கலாயெவ், மூர்மன்ஸ்க், ஒதேஸ்ஸா, வென்ட்ஸ்பீல்ஸ் முதலியவை) தானியம், மணல், சிமெண்ட் போன்ற இறைந்து போகும் சரக்குகளை ஏற்றியிறக்கும் விசேஷ எந்திர அமைப்புகள் கட்டப்பட்டுள்ளன. எண்ணெயை அனுப்பும் துறைமுகங்கள், கப்பல் துறைகளில் நவீன எந்திரங்கள் உள்ளன. முக்கிய கடல் துறைமுகங்களில் (லெனின்கிராட், ரீகா, அர்ஹான் கெல்ஸ்க், இலிச்சோவ்ஸ்க் முதலியவை) கண்டெய்னர் டெர்மினல்கள் ஏற்படுத்தப்பட்டுள்ளன; இங்கு பெரும் கண்டெய்னர்களை ஏற்றி இறக்கவல்ல தானியங்கி எந்திர அமைப்புகள் உள்ளன. "இன்டர் லைட்டர்" என்ற முறை செயல்படுவதற்காக சோவியத் நாட்டில் உஸ்த்துனாய்ஸ்க் என்ற புதிய ஆழ்நீர் துறைமுகம் ஏற்படுத்தப்பட்டுள்ளது.

சோவியத் நாட்டில் இப்போதுள்ள துறைமுகங்கள் (லெனின்கிராட் விளாடிவஸ்தோக், மூர்மன்ஸ்க், அர்ஹான்கெல்ஸ்க் முதலியவை) புதுப்பிக்கப்பட்டு விரிவுபடுத்தப்படுவதோடு கூட புதிய துறைமுகங்களும் (புது தால்லின், யூஷ்னி, வஸ்தோச்னி போன்றவை) கட்டப்பட்டு வருகின்றன. தொலை கிழக்கில் விரான்கெல் குறுங்குடாவில் உள்ள வஸ்தோனி துறைமுகம் புதிய துறைமுகத்திற்கு ஒரு சிறந்த உதாரணமாகும். பரந்த நீர்ப்பரப்பையுடைய இத்துறைமுகத்தில் நவீன விசேஷ சரக்கு ஏற்றியிறக்கும் அமைப்புகள் தோற்றுவிக்கப்பட்டுள்ளன. தொழில் நுட்ப நோக்கில் பயன்படும் மர சுள்ளிகளை ஏற்றியிறக்கும் அமைப்பு (30,000-40,000 டன் பாரத்திறனுடைய கப்பல்களுக்கானது), கண்டெய்னர்களை ஏற்றியிறக்கும் அமைப்பு (2,500 கண்டெய்னர்கள் வரை ஏற்றிச் செல்லும் கப்பல்களுக்கானது), நிலக்கரியை ஏற்றியிறக்கும் அமைப்பு (1.2 - 1.5 லட்சம் டன் பாரத்திறனுடைய கப்பல்களுக்கானது) ஆகியவை இத்தகைய அமைப்புகளாகும்.

கடல்களின் வழியே நடைபெறும் சரக்குப் போக்குவரத்து

சோவியத் யூனியனின் அயல்நாட்டு சரக்குப் போக்குவரத்தில் எல்லாப் போக்குவரத்து சாதனங்களும் பங்கேற்ற போதிலும் இதில் கடல் போக்குவரத்து சாதனங்கள் முக்கியப் பங்காற்றுகின்றன (அட்டவணை 18). இக்கடல் போக்குவரத்து சோவியத் நாட்டின் வெளி

அட்டவணை 18

சோவியத் யூனியனின் ஏற்றுமதி, இறக்குமதியில் பல்வேறு போக்குவரத்து சாதனங்களின் பங்கு*

போக்குவரத்து சாதனம்	சரக்குப் போக்குவரத்தின் அளவு					
	மொத்தம்		ஏற்றுமதி		இறக்குமதி	
	ஆயிரம் டன் மொத்த எடை	%	ஆயிரம் டன் மொத்த எடை	%	ஆயிரம் டன் மொத்த எடை	%
எல்லாப் போக்குவரத்து சாதனங்களும் சேர்ந்து	4,58,530	100.0	3,48,652	100.0	1,09,878	100.0
கடல் போக்குவரத்து	2,31,196	50.4	1,54,047	44.2	77,149	70.2
இருப்புப்பாதைகள்	1,04,832	22.9	77,153	22.1	27,679	25.2
குழாய்ப் பாதைகள்	1,08,670	23.7	1,06,815	30.6	1,855	1.7
ஆற்றுப் போக்குவரத்து	12,222	2.7	9,733	2.8	2,489	2.3
மோட்டார் வாகனப் போக்குவரத்து	1,580	0.3	894	0.3	686	0.6
வான் போக்குவரத்து	30	0.0	10	0.0	20	0.0

* சோவியத் யூனியனின் அயல்நாட்டு வர்த்தகம், தொகுப்பு நூல், மாஸ்கோ, 1986, பக்கம் 17 (ருஷ்ய மொழியில்).

நாட்டு பொருளாதாரத் தொடர்புகளுக்கு வகை செய்வது மட்டுமின்றி இத்தொடர்புகள் முதலாளித்துவ சரக்கு கப்பல் சந்தையின் அரசியல், பொருளாதார மாற்றங்களால் பாதிக்கப்படாதவாறு இருக்கவும் வகை செய்கின்றது.

சர்வதேசப் பாதைகளில் செல்லும் சோவியத் கப்பல்கள் சோவியத் யூனியனின் சரக்குகளையும் அயல்நாட்டுச் சரக்குகளையும் ஏற்றிக் கொண்டு 70 கடல் மார்க்கங்களில் பயணமாகின்றன, 124 நாடுகளில் உள்ள சுமார் 1,300 துறைமுகங்களுக்குச் செல்கின்றன. சோவியத் துறைமுகங்களுக்கு கிட்டத்தட்ட 50 நாடுகளின் கப்பல்கள் வருகின்றன.

சோவியத் யூனியனின் சர்வதேச கடல் தொடர்புகள் மிகவும் பரவலானவை. சோவியத் துறைமுகங்கள் உலகில் உள்ள பல துறை முகங்களுடன் தொடர்பு கொண்டுள்ளன.

பரஸ்பர பொருளாதார உதவி கவுன்சிலின் கிட்டத்தட்ட எல்லா நாடுகளுக்கும் இடையில் வசதியான தரைத் தொடர்புகள் நிலவிய போதிலும், இவை பூகோள ரீதியில் அருகருகே இருந்தபோதிலும் சோவியத் யூனியனுக்கும் மற்ற சோஷலிச நாடுகளுக்கும் இடையில் பரவலான கடல் தொடர்புகள் ஏற்படுத்தப்பட்டுள்ளன. சோவியத் யூனியனுக்கும் கியூபாவிற்கும் இடையில் கப்பல் போக்குவரத்து இடையறாமல் நடைபெறுகிறது. சோவியத் யூனியனிலிருந்து எண்ணெய், எண்ணெய்ப் பொருட்கள், எந்திரங்கள், உபகரணங்கள், சரக்கு ரயில் பெட்டிகள், கார்கள், இன்னும் பல பண்டங்கள் கியூபாவிற்குச் செல்கின்றன. கியூபாவிலிருந்து சர்க்கரை செய்வதற்கான மூலப்பொருள், ஆரஞ்சு, ரம், சிகரெட்டுகள், இன்னும் பல பண்டங்கள் சோவியத் நாட்டிற்கு வருகின்றன.

சோவியத் யூனியனுக்கும் வளர்முக நாடுகளுக்கும் இடையிலான பொருளாதாரத் தொடர்புகள் விரிவடைந்ததானது கடல் சரக்குப் போக்குவரத்தின் வளர்ச்சியிலும் வெளிப்பட்டது. சோவியத் யூனியனிலிருந்து இந்நாடுகளுக்கு தொழில் துறைப் பொருட்கள் செல்கின்றன. இந்நாடுகளிலிருந்து சோவியத் யூனியன் இரும்பல்லா உலோகத் தாதுக்களின் திரட்டுகள், எண்ணெய், பருத்தி, ரப்பர், கோக்கோ, எலுமிச்சை, ஆரஞ்சு, பப்ளிமாஸ், வாழைப்பழம், இன்னும் சில பண்டங்களை வாங்குகிறது. இவற்றை சோவியத் கப்பல்கள் பிரேசில், இந்தியா, குவெய்த், அல்ஜீரியா, கினி, துனீஷியா, ஈக்வடோர் போன்ற பல நாடுகளிலுள்ள துறைமுகங்களிலிருந்து கொண்டு வருகின்றன.

வளர்ச்சியடைந்த முதலாளித்துவ நாடுகளுடன் சோவியத் யூனியனுக்கு உள்ள வர்த்தகத்திற்கும் கடல் போக்குவரத்து கணிசமான

அளவில் பயன்படுகிறது. சோவியத் கப்பல்கள் பல்வேறு நாடுகளுக்கு சோவியத் பண்டங்களை எடுத்துச் செல்கின்றன; ஜெர்மன் சமஷ்டிக் குடியரசு, ஜப்பான், பிரான்ஸ், இத்தாலி, அமெரிக்க ஐக்கிய நாடு; பிரிட்டன், பெல்ஜியம், கனடா, நெதர்லாந்து, ஸ்வீடன் போன்ற பல நாடுகளிலிருந்து கப்பல்கள் சோவியத் துறைமுகங்களுக்கு வருகின்றன. சோவியத் யூனியனுக்கும் முதலாளித்துவ நாடுகளுக்கும் இடையிலான சரக்குப் போக்குவரத்தால் இரு தரப்பிற்கும் பரஸ்பர ஆதாயம் கிடைக்கிறது.

சோவியத் கப்பல்கள் சர்வதேச சரக்குப் போக்குவரத்தில் ஈடுபடு வதைத் தவிர, சோவியத் நாட்டின் பொருளாதார வளர்ச்சிக்கு மிக அவசியமான உள்நாட்டு சரக்குப் போக்குவரத்திலும் பங்கேற்கின்றன. அசோவ் - கருங்கடல், பால்டிக் மற்றும் காஸ்பியன் கடல் பிரதேசங் களில் இத்தகைய உள்நாட்டு சரக்குப் போக்குவரத்து நன்கு வளர்ச்சி யடைந்துள்ளது. உதாரணமாக, நோவரஸ்ஸியஸ்க், பத்தூமி, துவாப்ஸே ஆகிய நகரங்களிலிருந்து ஒதேஸ்ஸா, பியதோஸியா, இன்னும் சில துறைமுகங்களுக்கு ஏராளமான எண்ணெய் செல்கிறது. கமீஷ் புரூன் - ஷ்தானவ், நிக்கலாயெவ், ஹெர்சோன் - இஸ்மயீல், நிக்கலா யெவ் - ரேனீ, போத்தி - ஷ்தானவ் ஆகிய மார்க்கங்களில் பெருமளவு தாதுப் பொருட்கள் எடுத்துச் செல்லப்படுகின்றன. ஷ்தானவிலிருந்து ஒதேஸ்ஸாவிற்கும் காக்கஸஸ் கரையோரத் துறைமுகங்களுக்கும் நிலக்கரி எடுத்து வரப்படுகிறது.

பால்டிக் கடல் பகுதியில் எடுத்துச் செல்லப்படும் உள்நாட்டு சரக்குகளில் மரங்கள், மரப் பொருட்கள், கட்டுமானப் பொருட்கள் ஆகியவை குறிப்பிடத்தக்கவையாகும். இவை உள்நாட்டுப் பிரதேசங்களிலிருந்து ஆறுகள் வழியே லெனின்கிராடிற்கு வந்து, பின் பல கடல் துறைமுகங்களுக்குக் கடல் வழியே செல்கின்றன.

சோவியத் நாட்டில் உள்நாட்டு கடல் சரக்குப் போக்குவரத்தைத் தவிர உள்நாட்டுக் கடல் பயணிகள் போக்குவரத்தும் நன்கு வளர்ச்சியடைந்துள்ளது. பால்டிக் கடல், கருங்கடல் மற்றும் தொலை கிழக்கு கடல்களில் சுற்றுலா பயணங்கள் சோவியத் மக்கள் மத்தியிலும் அயல் நாட்டவர் மத்தியிலும் பிரபலமானவை.

கடல்களைப் போக்குவரத்து மார்க்கங்களாகப் பயன்படுத்தும் சோவியத் வாணிகக் கப்பல்கள் இதன் மூலம் சோவியத் யூனியனின் தேசியப் பொருளாதார வளர்ச்சிக்குப் பெரிதும் உதவுகின்றன, உலக

நாடுகள், மக்களினங்களிடையே நட்புறவையும் ஒத்துழைப்பையும் வளர்த்து வலுப்படுத்துவதில் பெரும் பங்காற்றுகின்றன.

சோவியத் யூனியனில் கடல்களின் இயற்கைப் பாதுகாப்பு

சுற்றுப்புறச் சூழலை - உலகக் கடல்களை - பேணிக் காத்து பயன்படுத்துவது என்பது சமுதாயத்திற்கும் இயற்கைக்கும் இடையிலான பரஸ்பரத் தொடர்பின் அம்சங்களில் ஒன்றாகும். சோவியத் யூனியனில் அக்டோபர் சோஷலிசப் புரட்சியின் வெற்றி, இயற்கையையும் இதன் செல்வங்களையும் பேணிக் காப்பதற்குத் தேவையான யதார்த்த வாய்ப்புகளைத் தோற்றுவித்தது; இவை தேசிய உடைமையாக்கப்பட்டுள்ளன.

நிலம் பற்றிய லெனினிய அரசாணை (1917) நிலத்தின் மீதான தனிச் சொத்துடைமையை அகற்றியது, நாட்டில் இயற்கைப் பாதுகாப்பை ஏற்படுத்த அடித்தளமிட்டது. சோவியத் ஆட்சியின் முதல் ஐந்தாண்டுகளில், இயற்கை வளங்களைப் பேணிக் காத்து, விவேகமாகப் பயன்படுத்துவது சம்பந்தமாக 200 க்கும் மேற்பட்ட அரசாணைகள் வெளியிடப்பட்டன. இவற்றில் பெரும்பாலானவை வி.இ. லெனினின் கட்டளைப்படி உருவாக்கப்பட்டன, சிலவற்றில் அவரே கையொப்பமிட்டுள்ளார். இவையும் இவற்றிற்குப் பின் வந்த ஆவணங்களும் சோவியத் நாட்டில் இயற்கைப் பாதுகாப்பை விஞ்ஞானபூர்வமாக ஒழுங்கமைப்பதற்கான உறுதியான அடித்தளத்தை அமைத்தன.

இன்று சோவியத் யூனியன் சுற்றுப்புறச் சூழல் பாதுகாப்பின் மீது பெரும் கவனம் செலுத்துகிறது. சுற்றுப்புறச் சூழல் பாதுகாப்பின் மீதான பொதுமக்களின் அக்கறை முக்கிய கட்சி, அரசு ஆவணங்களில் நன்கு வெளிப்படுகிறது. இயற்கையைப் பேணிக் காத்து, விவேகமாகப் பயன்படுத்துவது பற்றிய கடமை சோவியத் அரசியலமைப்புச் சட்டத்தின் 18வது ஷரத்தில் இடம் பெற்றுள்ளது. "இன்றைய தலைமுறையினர், நாளைய சந்ததியினரின் நலன்களுக்காக, பூமி, அதன் கனி வளங்கள், நீர் வளம், தாவரங்கள், விலங்குகள் ஆகியவற்றைப் பேணிக் காத்து, விஞ்ஞான அடிப்படையில் விவேகமாகப் பயன்படுத்தவும் காற்றிலும் நீரிலும் தூய்மையை நிலைநாட்டவும் இயற்கை வளங்களின் புனருற்பத்திக்கு வகை செய்யவும் சுற்றுப்புறச் சூழலை மேம்படுத்தவும் சோவியத் நாட்டில் எல்லா நடவடிக்கைகளும் மேற்கொள்ளப்படு

கின்றன" என்று 18வது ஷரத்தில் எழுதப்பட்டுள்ளது. இந்த விளக்கமான, திட்டவட்டமான வரையறுப்பு மொத்தமாக இயற்கைப் பாதுகாப்பையும் அதே சமயம் அதன் உட்பிரிவுகளின், உதாரணமாக, நீர்ப்பரப்பின் பாதுகாப்பையும் நன்கு தெளிவுப்படுத்துகிறது.

இயற்கையின்பாலான உறவுகளின் சோஷலிசக் கோட்பாடுகள்

இயற்கையின் பாலான சமுதாயத்தின் புதிய, சோஷலிச உறவுமுறையின் அடிப்படைகள் சோஷலிசத்தின் சாரத்திலேயே அடங்கியுள்ளன. உற்பத்தி சாதனங்களின் மீதான பொதுச் சொத்துடைமை, திட்டமிட்ட பொருளாதாரம், மனிதாபிமான சமூக லட்சியங்கள் ஆகியவற்றைக் கொண்ட இச்சமுதாயம் மனிதனுக்கும் சுற்றுப்புறச் சூழலுக்கும் இடையில் சகலவிதங்களிலும் சீரிசைவான பரஸ்பரச் செயலாக்கம் நிலவத் தேவையான சூழ்நிலைகளைத் தோற்றுவிக்கிறது. சோஷலிசத்தின் தன்மையே, சமுதாய உற்பத்தியின் லட்சியங்களுக்கும் சுற்றுப்புறச் சூழலின் தரத்தைப் பேணிக் காப்பதற்கும் இடையிலான பகை முரண்பாட்டைத் தவிர்க்கிறது. இயற்கைச் செல்வங்களைப் பயன்படுத்துவதில் சோஷலிச அமைப்பின் மேம்பாடுகள் தாமாகவே, எவ்வித முயற்சிகளுமின்றி, திட்டவட்டமான வெளி அல்லது உள் வரலாற்று, பொருளாதார, அரசியல் நிபந்தனைகளைச் சாராமல் சுயமாக நடைமுறைப் பயனைத் தராது என்பது சொல்லாமலே விளங்கும். சோஷலிச சமுதாயத்திற்கும் இயற்கைக்கும் இடையிலான பரஸ்பரத் தொடர்பு களில் தோன்றும் முரண்பாடுகள் பகைமைத் தன்மையற்றவை, இவை சமுதாயம் முழுவதன், இதன் உறுப்பினர் ஒவ்வொருவரின் நலன்களுக்கேற்ப தீர்க்கப்படுகின்றன, ஏனெனில் சோஷலிச சமுதாயத்தில் இயற்கை முழுவதும் பொதுச் சொத்தாகும் என்பது முக்கியம்.

சோவியத் யூனியனில் சோஷலிச அமைப்பின் வெற்றி, முதல் லெனினிய அரசாணைகள், பின்வந்த கட்சி மற்றும் அரசு ஆவணங்கள் ஆகியவை சுற்றுப்புறச் சூழலைப் பேணிக் காப்பது பற்றிய சோஷலிசக் கோட்பாடுகளையும் இதற்கான வழிகளையும் வரையறுக்கவும் இவற்றை செழுமைப்படுத்தவும் உதவின. இக்கோட்பாடுகளில் முக்கியமானவை பின்வருமாறு:

மனிதனுக்கும் இயற்கைக்கும் இடையிலான பரஸ்பரத் தொடர்பின் அரசுத் தன்மை பற்றிய கோட்பாடு. சோவியத் யூனியனில்

எல்லா இயற்கைச் செல்வங்களும் பொதுமக்களின் சொத்தாகும். எனவே நிலமோ, காடுகளோ, நீரோ எந்த ஒரு தனிப்பட்ட தொழில் நிறுவனத்திற்கும் ஸ்தாபனத்திற்கும் தனி நபர்களுக்கும் சொந்தமாக இருக்க முடியாது. இவர்கள் அரசின் அனுமதியின் பேரில், அரசின் கண்காணிப்பின் கீழ் இவற்றைப் பயன்படுத்த மட்டுமே செய்யலாம். எனவே இயற்கைச் செல்வங்களைப் பயன்படுத்துவதுடன் தொடர்புடைய சகலவித நடவடிக்கைகளும் சோவியத் அரசால் கண்காணித்து ஒழுங்கமைக்கப்படுகின்றன; இது இயற்கைப் பாதுகாப்பு நடவடிக்கைகளைக் கறாராகப் பின்பற்றுமாறு இயற்கைச் செல்வங்களைப் பயன்படுத்தும் தொழில் நிறுவனங்களிடமிருந்து கோருகிறது.

இயற்கைக்கும் உற்பத்திக்கும் இடையிலான பரஸ்பரத் தொடர்பில் திட்டத் தன்மை பற்றிய கோட்பாடு. சோஷலிசப் பொருளாதாரத்தின் திட்டமிட்ட தன்மை, இயற்கைச் செல்வங்களை சாலச்சிறந்த முறையில் பயன்படுத்தி அதே சமயம் சுற்றுப்புறச் சூழல் பாதிக்கப்படாமல் காத்து, உற்பத்தியை வளர்க்க உதவுகிறது. இதற்காக கூடுதல் நிதிகளை ஒதுக்கத் திட்டமிடப்படுகிறது.

இயற்கைப் பாதுகாப்பு பற்றிய பொதுமக்களின் அக்கறை பற்றிய கோட்பாடு. சோவியத் பொதுமக்கள் அரசு, எல்லா சோவியத் மக்களின் நலன்களையும் பிரதிபலித்து செயல்படுகிறது, சுற்றுப்புறச் சூழலைப் பாதுகாப்பது சம்பந்தமாக சட்ட, நிர்வாக நடவடிக்கைகளை மேற்கொள்கிறது. இயற்கைப் பாதுகாப்பு சங்கம், இயற்கைச் செல்வங்களை அத்து மீறி பயன்படுத்துபவர்களுக்கு எதிராகப் போராடும் தொண்டர் படைகள் போன்ற சமூக நல ஸ்தாபனங்கள் இதில் முக்கியப் பங்காற்றுகின்றன. இவற்றில் சோவியத் மக்களின் சோஷலிச உணர்வு வெளிப்படுகிறது.

சுற்றுப்புறச் சூழலைப் பாதுகாப்பதில் விஞ்ஞான ரீதியான அணுகுமுறை பற்றிய கோட்பாடு. விஞ்ஞான - தொழில் நுட்பப் புரட்சி சகாப்தத்தில் இயற்கை மேன்மேலும் அதிகமாக மனிதத் தாக்கத்திற்கு உட்பட்டு வரும்போது விஞ்ஞான முறைகளின் அடிப்படையில் தான் இயற்கையை உண்மையாகப் பாதுகாக்க முடியும். சோவியத் நாட்டில் பல விஞ்ஞான ஆராய்ச்சி ஸ்தாபனங்கள் இப்பணியில் ஈடுபட்டுள்ளன. இவை இயற்கைப் பாதுகாப்பு பற்றிய திட்டவட்டமான சிபாரிசுகளை முன்வைக்கின்றன; இச்சிபாரிசுகள், சமுதாயத்திற்கும் இயற்கைக்கும் இடையிலான

பரஸ்பரத் தொடர்புகளில் நிலவும் முரண்பாட்டை அகற்றுவதை நோக்கமாகக் கொண்டவை.

நீண்ட நெடுங்காலத்திற்கு இயற்கையைப் பேணிக் காத்து அதன் செல்வங்களைப் பெருக்குவது பற்றிய கோட்பாடு. இயற்கை தன் இழந்த சக்திகளை மீண்டும் பெற்று வளர்ச்சியடைய இடையூறு இல்லாதவாறு, இயற் கைக்குப் பங்கம் ஏற்படாதவாறு இயற்கை வளங்களைப் பயன்படுத்த இன்று திட்டமிடப்படுகிறது. இயற்கையின் பாலான சூறையாடும் போக்கிற்கு சோவியத் நாட்டில் வாய்ப்பேயில்லை, மாறாக, புரட்சிக்கு முந்தைய காலகட்டத்திலும் இரண்டாவது உலக யுத்தத்தின் போதும் இயற்கைக்கு ஏற்பட்ட இழப்பை அரசு சரிசெய்து வருகிறது.

சுற்றுப்புறச் சூழலைப் பாதுகாப்பதில் சர்வதேச ஒத்துழைப்பு பற்றிய கோட்பாடு. சுற்றுப்புறச் சூழலைப் பாதுகாப்பதற்காக பல நாடுகள் மேற்கொள்ளும் முயற்சிகளை ஒன்றிணைக்க சோவியத் யூனியன் பெரிதும் பாடுபடுகிறது, பல முன்முயற்சிகளை மேற்கொள்கிறது. சுற்றுப்புறச் சூழல் பாதுகாப்பு சம்பந்தமான பல்வேறு சர்வதேச ஸ்தாபனங்களில் சோவியத் யூனியன் அங்கம் வகிக்கிறது. சுற்றுப்புறச் சூழல் பாதுகாப்பின் பல்வேறு அம்சங்கள் பற்றி இது ஏராளமான பல்தரப்பு மற்றும் இருதரப்பு ஒப்பந்தங்களிலும் விஞ்ஞான செயல் திட்டங்களிலும் கையொப்பமிட்டுள்ளது.

சோவியத் யூனியனில் கடல்களின் இயற்கைப் பாதுகாப்பு மற்றும் இவற்றை விவேகமாகப் பயன்படுத்துவதன் முக்கியத் திசையமைவுகள்

சோவியத் யூனியனில் கடல்களின் இயற்கைப் பாதுகாப்பு உலக இயற்கைப் பாதுகாப்பு முறையின் ஒரு அங்கமாக நிறை வேற்றப்படுகிறது. எனவே இது கணிசமான அளவிற்கு சர்வதேச ஒத்துழைப்பு வரம்புகளுக்குள் நிறைவேற்றப்படுகிறது.

பல்வேறு கடல்கள் சம்பந்தமாக அக்கறை கொண்ட நாடுகளுக் கிடையே செய்து கொள்ளப்படும் பிரதேச உடன்படிக்கைகள் பெரிதும் முக்கியமானவை. உதாரணமாக, “வட கடலின் நீர்ப்பரப்பில் எண் ணெய் கலந்து அசுத்தமேற்படுத்தாமல் தடுப்பது பற்றிய ஒத்துழைப்பு” (1969) எனும் உடன்படிக்கையைக் குறிப்பிடலாம். சோவியத் யூனியன், ஜெர்மன் ஜனநாயகக் குடியரசு, போலந்து, ஸ்வீடன், டென்மார்க், ஜெர்மன் சமஷ்டிக் குடியரசு, பின்லாந்து ஆகிய ஏழு நாடுகளின் பிரதிநிதிகள் பால்டிக் கடல்

மற்றும் இதை வட கடலுடன் இணைக்கும் ஜலசந்திகளின் (பெரிய பெல்ட், சிறிய பெல்ட்) இயற்கையையும் உயிரியல் வளங்களையும் பாதுகாப்பது பற்றிய உடன்பாட்டில் கையொப்பமிட்டனர். மத்திய தரைக் கடல் அசுத்தமடையாமல் தடுக்கும் நடவடிக்கைகள் இப்பிரதேச அரசுகளின் மகாநாட்டில் விவாதிக்கப்பட்டன; இதில் சோவியத் யூனியன், அமெரிக்க ஐக்கிய நாடு மற்றும் பிரிட்டனின் பிரதிநிதிகள் பார்வையாளர்களாகக் கலந்து கொண்டனர். இது போன்ற உதாரணங்கள் பலவற்றைக் கூறலாம். சர்வதேச அளவில், அரசாங்க மட்டத்தில் உலகக் கடல்களின் இயற்கைப் பாதுகாப்பிற்கு சோவியத் யூனியன் மேற்கொள்ளும் முயற்சிகளுக்கு இவை சான்று பகர்கின்றன.

1974 பிப்ரவரியில் சோவியத் யூனியனின் அமைச்சரவை “மக்களின் உடல் நலனுக்கோ, கடல்களின் உயிரியல் வளத்திற்கோ ஆபத்தேற் படுத்தக் கூடிய பொருட்களால் கடல் அசுத்தமடைவதற்கு எதிரான போராட்டத்தைப் பலப்படுத்துவது” பற்றிய தீர்மானத்தை நிறை வேற்றியது. இதன்படி, எந்தப் பொருட்கள் கடல் நீரில் கலக்கக் கூடாது, இவற்றின் வரையளவுகள் எவ்வளவாக இருக்க வேண்டும் என்ற விவரங்களை முடிவு செய்யுமாறு உரிய ஸ்தாபனங்களுக்குக் கட்டளையிடப்பட்டது. 1976ஆம் ஆண்டின் இறுதியில் சோவியத் அமைச்சரவை “கப்பல்களால் கடல் அசுத்தமடையாமல் தடுக்கும் வழிகள்” பற்றிய விசேஷ தீர்மானத்தை ஏற்றது. எந்த ஒரு மிதக்கும் சாதனத்தினாலும் கடல் அசுத்தமடையாதவாறு இருக்க எத்தகைய நடவடிக்கைகள் மேற்கொள்ளப்பட வேண்டுமென்று இதில் திட்டவட்டமாகக் குறிப்பிடப்பட்டிருந்தது.

சோவியத் யூனியனை ஒட்டியுள்ள அசோவ் கடல், கருங்கடல், பால்டிக் கடல், காஸ்பியன் கடல் ஆகியவற்றின் நீர்ப்பரப்பு அசுத்தமடையாமல் இருக்க மேற்கொள்ளப்பட வேண்டிய நடவடிக்கைகளை சோவியத் அமைச்சரவையின் விசேஷ தீர்மானங்கள் நிர்ணயித்தன. இக்கடல்களின் தூய்மையைப் பேணிக் காப்பது பற்றிய திட்டவட்டமான கட்டளைகள் இந்த ஆவணங்களின் மூலம் அந்தந்த அமைச்சகங்கள், இலாக்காக்களுக்கு அனுப்பப்பட்டன. இவ்வாறாக சோவியத் அரசாங்கம் தனது கட்டளைகள், ஆவணங்கள் மூலம் இயற்கைப் பாதுகாப்பு சட்டதிட்டங்களை நடைமுறையில் நிறைவேற்றி, கடல்களின் இயற்கைப் பாதுகாப்பை வழிநடத்துகிறது.

சோவியத் யூனியனில் இயற்கைப் பாதுகாப்பு பற்றிய அரசு நடவடிக்கைகளைத் தவிர கடல்களின் இயற்கைச் சூழலைக் கண்காணித்து, இவற்றைப் பேணிக் காக்கும் விஞ்ஞான முறைகளை

நிர்ணயிக்கும் விசேஷ இலாக்காக்களும் விஞ்ஞான ஸ்தாபனங்களும் உள்ளன. நீர், வானியல் மற்றும் சுற்றுப்புறச் சூழல் கண்காணிப்பு பற்றிய அரசுக் கமிட்டி இப்பணிக்குத் தலைமை தாங்குகிறது. காற்று, ஆறுகள், ஏரிகள், கடல்களின் இயற்கைப் பாதுகாப்பு பற்றிய ஆராய்ச்சிகளையும் உடனுக்குடனான கண்காணிப்பு நடவடிக்கைகளையும் இது மேற் கொள்கிறது.

கடலின் இயற்கைப் பாதுகாப்பை விஞ்ஞான பூர்வமாக அணுக, முதலில் கடல்கள் இன்று எவ்வளவு அசுத்தமடைந்துள்ளன என்பதை யும் இயற்கைச் சூழலின் மீது இதன் தாக்கத்தையும் மதிப்பிட வேண்டும். இதற்கு முறைப்படியான ஆராய்ச்சிகள் தேவை. இன்று இயற்கை வளங்களை விவேகமாகப் பயன்படுத்துவது பற்றிய பொது அரசுத் திட்டத்திற்கேற்ப இத்தகைய ஆராய்ச்சிகள் பரவலாக நடத்தப்படுகின்றன. பின்வரும் அம்சங்கள் இவற்றிலடங்கும்: 1) கடல் நீர் எவ்வளவு அசுத்தமடைகிறது, இயற்கையான பௌதீக-இரசாயன மற்றும் நீர் உயிரியல் சூழ்நிலைகள் மீது இதனால் என்ன தாக்கம் ஏற்படுகிறது என்பதை அவ்வப்போது முறையாக மதிப்பிடுதல்; 2) அசுத்தப் பொருட்கள் எப்படிப் பரவுகின்றன, இயற்கையாக இவை எப்படி மறைகின்றன. இவற்றின் அளவு குறியீடுகள் எப்படிப்பட்டவை என்று ஆராய்தல்; இவை எதிர்காலத்தில் கடலில் எந்த அளவில் கலக்க முடியும் என்பதை நிர்ணயிக்க இது தேவைப்படும்; 3) திட்டவட்டமான கடல் பிரதேசங்களில் கழிவுப் பொருட்கள் கலக்கும் சாலச்சிறந்த முறை பற்றிய சிபாரிசுகளைத் தருதல், குறிப்பிட்ட கழிவுப் பொருட்களின் அளவு, நீர், வானியல் மற்றும் நீர் இரசாயன சூழ்நிலைகளுக்கு ஏற்ப கூடிய விரைவிலும் நீண்ட காலம் கழித்தும் கடல் நீர் அசுத்தம் பற்றிய கணிப்பைத் தருதல்.

உலகக் கடல்களின் நீர் அசுத்தம் பற்றிய உலக கண்காணிப்பு மற்றும் ஆராய்ச்சி முறை நீரின் மேல்மட்டத்தில் எவ்வளவு எண்ணெய் மற்றும் எண்ணெய்ப் பொருட்கள் கலந்துள்ளன என்று அவ்வப்போது முறையாக கணக்கெடுக்கிறது; பின்னர் அக்கறையுள்ள நாடுகள் தேசிய அளவிலும் சர்வதேச மட்டத்திலும் உரிய நடவடிக்கைகளை மேற்கொண்டு இந்த அசுத்தத்தை அகற்றுவதற்காக இந்த விவரங்களை உடனுக்குடன் உரிய இடங்களுக்கு அனுப்புகிறது. இப்பிரச்சினைகளின் தீர்வு கடல் நீரை எண்ணெய் அசுத்தங்களிலிருந்து காப்பாற்ற உதவும். கடல் நீர்ப்பரப்பின் தூய்மை கடலின் இயற்கைப் பாதுகாப்பில் ஒரு

அங்கமாகும். சற்றும் குறையா முக்கியத்துவம் வாய்ந்த இன்னொரு அங்கம் அளவிற்கதிகமாக மீன்கள், மற்ற நீர்வாழ் உயிரினங்களைப் பிடிக்காமல் தடுத்தல். இதையும் விசேஷ அரசு ஸ்தாபனங்கள் கண் காணிக்கின்றன. அந்தந்த நீர்வாழ் உயிரினங்களின் உயிரியல் சிறப்பியல்பு களைக் கவனத்தில் கொண்டு இவற்றைப் பிடிக்கும் கால, இட மற்றும் அளவு வரையறைகளை இந்த ஸ்தாபனங்கள் நிர்ணயிக்கின்றன. ஸ்டர்ஜியன், ஸால்மன் மீன் வகைகள், கம்சாத்கா நண்டு, ஒரு சில நீர்ப்பாசிகள் போன்ற விலையுயர்ந்த நீர்வாழ் உயிரினங்களின் விஷயத்தில் மேற்கூறிய கண்காணிப்பு நடவடிக்கைகள் பெரிதும் முக்கியமானவை.

கடல் சூழலின் கண்காணிப்பு நவீன தொழில் நுட்ப சாதனங்களின் உதவியால் பரவலான அளவில் நடத்தப்படுகிறது. உதாரணமாக, எல்லாக் கடல்களிலும் (உள்நாட்டுக் கடல்களில், சோவியத் நாட்டின் கரைகளைத் தொடும் எல்லையோரக் கடல்களில்) உள்ள 1,000 க்கும் மேற்பட்ட இடங்களில் கண்காணிப்பு நடக்கிறது. எண்ணெய் அசுத்தங்களை நிர்ணயிக்க விசேஷ ரேடியோ லொக்கேட்டர் பயன்படுத்தப்படுகிறது. இதன் திரையில் பொதுவாகப் பிரகாசமான பின்னணியில் அசுத்தமான இடம் கருப்புப் புள்ளியாகத் தெரியும். 0.1 மைக்ரோன் எண்ணெய்ப் படலத்தைக் கூட இந்த உபகரணத்தின் உதவியால் கண்டுபிடிக்கலாம்.

விசேஷ விமானங்கள் கடல் நீர்ப்பரப்பின் தூய்மையைக் கண்காணிக்கின்றன. கடல் நீர்ப் பாதுகாப்புப் பிரிவின் பணியாளர்கள் அவ்வப்போது விமானத்தில் பறந்து கடல் நீர்ப்பரப்பின் தூய்மையை ஆராய்கின்றனர்.

கடல்களின் இயற்கைப் பாதுகாப்பிற்கான போராட்டத்தில் முக்கிய அம்சம் இதன் மீதான தீய தாக்கத்தைத் தடுப்பதாகும். இதற்கு முதலாவதாக தொழிற்சாலைகளை மாற்றி அமைக்க வேண்டும், கழிவுப் பொருட்கள் ஏற்படாதவாறு இவை இயங்குமாறு செய்ய வேண்டும், நவீன சுத்திகரிப்பு சாதனங்களைத் தோற்றுவிக்க வேண்டும். இதுதான் பிரச்சினையைத் தீர்ப்பதற்கான அடிப்படை வழியாகும், சுற்றுப்புறச் சூழலைப் பாதுகாப்பதற்கான முக்கிய முதலீடுகள் இந்த நோக்கத்திற்காகத்தான் செல்கின்றன. ஆனால் இவற்றை உடனடியாகச் செய்து விட முடியாது. எனவே முதலில் கடல்களின் மீதான மனிதனின் தீய தாக்கத்தைக் குறைக்கும் நடவடிக்கைகள் மேற்கொள்ளப்படுகின்றன.

கடலோரமாக உள்ள ஓய்வு மண்டலங்களில் கடலில் வந்து சேரும் கழிவு நீர் குழாய்கள் மூலம் நீண்ட தொலைவிற்கு, ஆழ் நீரில் கலக்குமாறு அனுப்பப்படுகிறது. இதனால் கழிவு நீர், கடலின் மேற்பரப்பையும் கரையோரங்களையும் அசுத்தப்படுத்தாதவாறு தடுக்கப்படுகிறது. ஏராளமான தொழிற்சாலைகளில் நம்பகரமான சுத்திகரிப்புச் சாதனங்கள் பொருத்தப்பட்டுள்ளதால் கழிவு நீரின் அசுத்தம் குறைகிறது. இவ்வாறு வரும் கழிவு நீரைக் கடல் தனக்குப் பாதகமற்ற வகையில் கிரகித்துக் கொள்கிறது. சோவியத் யூனியனில் கடல் எண்ணெய் எடுக்கும் தொழில் நிறுவனங்களில் நம்பகரமான பாதுகாப்புச் சாதனங்கள் பொருத்தப்பட்டுள்ளன. இங்கே எண்ணெய்க் கசிவு அனுமதிக்கப்படுவதில்லை, எண்ணெய்க் கிணறு தோண்டி எண்ணெய் எடுக்கும்போது கிடைக்கும் கழிவு பூராவும் விசேஷ தனிக்கிணறுகளுக்கு அனுப்பப்படுகிறது.

சோவியத் யூனியனில் எண்ணெய்க் கசிவை அகற்றும் பணி பல்வேறு கப்பல் இலாகாக்களைச் சேர்ந்த விபத்து மீட்பு அணிகள், நீரடி தொழில் நுட்ப அணிகள் ஆகியவற்றின் விசேஷப் பிரிவுகள் வசம் ஒப்படைக்கப்பட்டுள்ளது. இவை 24 மணி நேரமும் கண்காணிப்பு சேவைக்கு ஏற்பாடு செய்து எங்காவது எண்ணெயக் கசிவு ஏற்பட்டால் இதை உரிய நேரத்தில் கண்டுபிடித்து தேவையான ஸ்தாபனங்களுக்கு அறிவிக்கின்றன; உடனே விசேஷ விபத்து மீட்பு அணிகள் கப்பல் இலாகாக்களின் மற்ற பிரிவுகளுடன் சேர்ந்து இக்கசிவை அகற்றும் நடவடிக்கைகளை மேற்கொள்கின்றன.

எண்ணெய்க் கசிவு, இக்கசிவு பரவுதல் ஆகியவற்றைப் பற்றி அறிவித்து, இதை அகற்றுவதில் சர்வதேச ஒத்துழைப்பு வளர்ந்து வருகிறது. உதாரணமாக, போலந்து, பின்லாந்து, இன்னும் சில நாடுகளுடன் சோவியத் யூனியனுக்கு இத்துறையில் ஒத்துழைப்பு நிலவுகிறது.

பெரும்பாலான சோவியத் துறைமுகங்களில், இவற்றின் நீர்ப்பரப்பையும் கரையோர நீர்ப்பரப்பையும் தூய்மையாக வைத்திருப்பதற்காக நீரிலிருந்து எண்ணெய்க் கசிவுகளை அகற்றும் பயன்மிகு விசேஷ கப்பல்கள் உள்ளன. விபத்தின் விளைவாய் நீர்ப்பரப்பில் கசியும் பல்வேறு எண்ணெய்ப் பொருட்களை ஒரு மணிக்கு 7 டன் என்ற வேகத்தில் அகற்ற வல்ல விசேஷ கப்பல்கள் ஏற்கெனவே சோவியத் யூனியனிடம் இருக்கின்றன. ஒரு சில கப்பல் இலாகாக்களில் எண்ணெய் எடுத்துச் செல்லும் சிலிண்டர்களைக் கழுவிச் சுத்தம் செய்யும், விசேஷ மிதக்கும் எண்ணெய் சுத்திகரிப்பு நிலையங்கள் உள்ளன.

எண்ணெய்க் கப்பல்களில் மிஞ்சும் எண்ணெயை அகற்றிச் சுத்தப்படுத்த சோவியத் விஞ்ஞான பேரவையைச் சேர்ந்த கடல் ஆராய்ச்சி நிலையத்தில் ஒரு பயன் மிகு இரசாயனப் பொருள் கண்டுபிடிக்கப்பட்டுள்ளது. இப்பொருள் 70-80°C வரை சூடேற்றப்பட்டு அழுத்தத்தோடு எண்ணெய்த் தொட்டிகளினுள் செலுத்தப்படுகிறது. இது எஞ்சிய எண்ணெயுடன் கலந்து பால்மத்தை ஏற்படுத்துகிறது. இந்தப் பால்மம் பம்புகளின் உதவியால் வீழ்படிவு அறைக்கு அனுப்பப்படுகிறது. இங்கு பால்மம் விரைவாக எண்ணெய்ப் பொருளாகவும் கழூவும் கரைசலாகவும் பிரிகிறது; இக்கரைசல் எண்ணெய்த் தொட்டிகளைக் கழூவ மீண்டும் பயன்படுத்தப்படுகிறது. இந்த மூடிய சுழற்சி முறையில் தூய்மைப்படுத்தும் கரைசலை 10-15 தடவைகள் பயன்படுத்தலாம். இவ்வாறு தூய்மைப்படுத்தப்பட்ட தொட்டிகளை, பின்னர் உணவுப் பொருட்களை, உதாரணமாக தானியத்தை எடுத்துச் செல்லக் கூட பயன்படுத்தலாம். இம்முறையில் ஒரு எண்ணெய்க் கப்பலிலிருந்து சாதாரணமாக 100 டன் முதல் 300 டன் வரையில் எண்ணெய் அல்லது எண்ணெய்ப் பொருள் எடுக்கப்படுகிறது. பழைய சுத்திகரிப்பு முறையில் இது கழூவப்பட்ட நீரோடு சென்று கடலில் கலந்தது.

மேற்கூறிய இரசாயனப் பொருளை சோவியத் யூனியனின் எல்லாத் துறைமுகங்களிலும் பயன்படுத்தினால் எவ்வளவு பெரும் லாபம் கிடைக்கும் என்று கணக்கிடுவது கடினமல்ல. இதனால் பெருமளவு எண்ணெய்ப் பொருட்கள் கூடுதலாக கிடைக்கின்றன, எண்ணெய்த் தொட்டிகள் முன்னிருந்ததை விட 4 - 5 மடங்கு விரைவாக மிகச் சிறந்த முறையில் தூய்மைப்படுத்தப்படுகின்றன என்பவை ஒரு புறமிருக்க, கரையோர நீர்ப்பரப்பும் துறைமுகங்களின் நீர்ப்பரப்பும் எவ்வளவு தூய்மையடை கின்றன என்பதை எதனாலும் மதிப்பிட முடியாது. ஸ்வீடன், ஜப்பான், அமெரிக்கா, பிரிட்டன், இன்னும் சில நாடுகளின் பெரும் எண்ணெய்க் கம்பெனிகள் இந்த இரசாயனப் பொருளின் மீது அக்கறை காட்ட இதுதான் காரணம்.

சமீப ஆண்டுகளில் நோவரஸ்ஸியஸ்க், பத்தூமி, துவப்ஸே, வென்டஸ்பீல்ஸ், கிளாய் பெடா , நஹோத்கா, கிராஸ்னவோத்ஸ்க், இன்னும் சில துறைமுகங்களில் கப்பல்கள் கொண்டு வரும் எண்ணெய் கலந்த நீரை வாங்கும் அமைப்புகளையுடைய விசேஷ கரையோர நிலையங்கள் ஏற்படுத்தப்பட்டுள்ளன. இந்நிலையங்கள் ஆண்டுதோறும் 1 லட்சம் டன்னிற்கும் மேற்பட்ட எண்ணெயை சேகரித்துப் பயன்படுத்துகின்றன. இந்த எண்ணெய் கடல் நீரில் கலந்திருந்தால் பெரும் பாதிப்பு ஏற்பட்டிருக்கும்.

சோவியத் யூனியனில் இன்று கட்டப்படும் எல்லாக் கப்பல்களிலும் நீர் சுத்திகரிப்பு அமைப்புகளோ, எண்ணெய் கலந்த நீர், மற்ற கழிவு நீர், குப்பைகளை சேகரிப்பதற்கான சாதனங்களோ உள்ளன. இவ்வாறு சேமிப்பதைக் கப்பல்கள் நீரில் மிதக்கும் விசேஷ சுத்திகரிப்பு நிலையங்களுக்கோ, கரையில் உள்ள நிலையங்களுக்கோ கொண்டு செல்கின்றன. “கிரீமியா”, “குபான்”, ‘காக்கஸஸ்’, ‘குஸ்பாஸ்’, ‘கேர்ச்’, ‘சோவியத் எண்ணெய்’ போன்ற பெரும் சோவியத் எண்ணெய்க் கப்பல்கள் மற்றும் “வெற்றி” எனும் புது வரிசையைச் சேர்ந்த கப்பல் ஆகியவை, கப்பல்கள் கடல் நீரை அசுத்தப்படுத்தாமல் தடுப்பது பற்றிய 1973ஆம் ஆண்டு சர்வதேச உடன்பாட்டின் கோரிக்கைகளுக்கு முழுவதுமாக ஏற்ற உலகிலேயே முதல் சூப்பர் எண்ணெய்க் கப்பல்களாகும்.

சோவியத் யூனியனின் கடல்களில் பூகம்ப ஆராய்ச்சிகளுக்காக வெடிப்புகளை நடத்துவது அறவே தடை செய்யப்பட்டுள்ளது, ஏனெனில் வெடிப்பு அலைகள் மீன் வளத்தைப் பாதிக்கின்றன.

மீன் பிடிப்பை முழுமையாக அல்லது பகுதியளவிற்குத் தடை செய்வதன் மூலம் அளவிற்கதிகமான மீன் பிடிப்பின் தீய பின்விளைவுகள் அகற்றப்படுகின்றன. உதாரணமாக, 1971இல் அட்லாண்டிக் பெருங்கடலின் வட கிழக்குப் பகுதியில் அட்லாண்டிக் - ஸ்காண்டினேவிய ஹெர்ரிங் மீன் பிடிப்பு நிறுத்தப்பட்டது, மற்ற வகையான மீன்களைப் பிடிப்பதற்கும் கட்டுப்பாடுகள் விதிக்கப்பட்டன. இந்த சர்வதேச நடவடிக்கைகள் மேற்கொள்ளப்பட்டதில் சோவியத் யூனியன் தீவிரப் பங்கேற்றது.

சோவியத் யூனியனில் அசோவ்- கருங்கடல் டால்பின்களைப் பிடிப்பது தடை செய்யப்பட்டுள்ளது. பல்கேரியாவும் இதே தடையை விதித்துள்ளது.

மீன் வளர்ப்பு சம்பந்தமாக சோவியத் யூனியனில் பெரும் பணிகள் நடைபெறுகின்றன. இவற்றால் காஸ்பியன் கடலில் ஸ்டர்ஜியன் மீன் வகையைக் கிட்டத்தட்ட முழுமையாகப் புனர் நாட்ட முடிந்தது. இப்போது அசோவ் கடலில் ஸ்டர்ஜியன் மீன் வளத்தைப் புனர் நாட்டும் பணி முன் நிற்கிறது.

சுருக்கமாகப் பார்த்தால் இவைதான் சோவியத் யூனியனில் கடல் நீர்ப் பாதுகாப்பு சம்பந்தமாக மேற்கொள்ளப்படும் நடவடிக்கைகளாகும். இவை கடல்களின் இயற்கைப் பாதுகாப்பை நோக்கமாகக் கொண்ட அரசுப் பணியின் ஒரு சிறு பகுதி மட்டுமே.

கடல் வளங்களை விவேகமாக, பன்முக நோக்கில் பயன்படுத்த சில வழிகள் திட்டமிடப்படுகின்றன. உதாரணமாக, அசோவ் கடல், கருங்கடல், பால்டிக் கடல் ஆகியவற்றின் சுற்றுப்புறச் சூழல், பொருளாதாரம் பற்றிய மாடல்கள் உருவாக்கப்பட்டு வருகின்றன. இவை கடல்களின் பன்முக பொருளாதார மீட்பிற்கான விஞ்ஞான அடிப்படையாகத் திகழுகின்றன, இதனால் கடலின் இயற்கைக்கு எவ்விதக் கேடும் ஏற்படுவதில்லை. சுற்றுப்புறச் சூழல், பொருளாதாரம் பற்றிய கூட்டு மாடல்கள், நாட்டின் கடல் பொருளாதாரத்தைப் பொறுத்தமட்டில் இயற்கையை விவேகமாக பயன்படுத்தும் சிறந்த வழியாகும்.

இயற்கையைப் பயன்படுத்துவதில் - கடலின் இயற்கையைப் பேணிக் காப்பது உட்பட - மேம்படுத்த பொருளாதார ஊக்குவிப்பு சாதனங்களை உபயோகிப்பதால் பெரும் பயன் கிட்டுகிறது. கடலின் இயற்கைக்குப் பாதிப்பு ஏற்படும் போது அபராதங்கள் விதிக்கப்படுகின்றன; இவை மொத்தமாக குறிப்பிட்ட தொழிற்சாலைக்கு மட்டுமின்றி, இதன் நிர்வாகத்தினருக்கும், பாதிப்பிற்குக் காரணமாயிருந்த குறிப்பிட்ட நபர்களுக்கும் விதிக்கப்படுகின்றன.

கடல்களுக்கு ஏற்பட்ட தீய விளைவுகளை அகற்றுவதை விட இத்தகைய தீய விளைவுகளே ஏற்படாமல் தடுப்பது எளிது, மலிவானது. எனவே இன்று சோவியத் யூனியனில் கடல்களைப் பேணிக் காக்க சகலவித முயற்சிகளும் மேற்கொள்ளப்படுகின்றன; கடல் வளங்களைப் பெருக்கி, இவை இன்று வாழ்பவர்களுக்கும் எதிர்கால சந்ததியினருக்கும் சேவை புரியுமாறு செய்ய எல்லா நடவடிக்கைகளும் எடுக்கப்படுகின்றன.

முடிவுரை

இன்று உலகக் கடல்கள் மனிதகுலத்தின் வாழ்வில் ஒரு முக்கிய இடத்தை வகிக்கின்றன. உற்பத்தி வளர்ச்சி - இதற்குப் புதிய மூலப்பொருட்களும் சக்தி வளங்களும் தேவைப்படுகின்றன - உலகக் கடல்களை பல்வேறு நாடுகளின் விஞ்ஞான மற்றும் உற்பத்தி நடவடிக்கைக் களமாக மாற்றியுள்ளது. பல இயற்கை வளங்கள் நிலப்பரப்பில் சமமற்று பரவியுள்ளன, கணிசமான அளவு தீர்ந்தும் விட்டன. எனவேதான் மனிதன் தன் பார்வையை உலகக் கடல்களின் மீது செலுத்தினான். இது வீண் போகவில்லை. கடல்கள் வழக்கமான நீர்வாழ் உயிரினங்களைத் தவிர எண்ணெய், எரிவாயு, தாதுப் பொருட்கள், மின்சாரம் முதலியவற்றையும் தரத் துவங்கின.

கடல்களில் உள்ள இயற்கை வளங்களின் மீட்பு இப்போதுதான் துவங்குகிறது. ஆனால் இத்திசையில் மேற்கொள்ளப்பட்ட முதல் நடவடிக்கைகளே உலகக் கடல்களில் ஏராளமான வளங்கள் உள்ளதைக் காட்டியுள்ளன. இவை மேன்மேலும் அதிகமாக உற்பத்தியில் ஈடுபடுத்தப்படுகின்றன. தொழில் நுட்ப முன்னேற்றம், தொழில் துறை மற்றும் விவசாயப் பொருட்களின் உற்பத்தி அளவு பெருகிறது, பிரதேச ரீதியான உழைப்புப் பிரிவினையின் வளர்ச்சி, பண்ட பரிவர்த்தனை தீவிரமடைந்தது, சர்வதேச பொருளாதாரத் தொடர்புகளின் வளர்ச்சி ஆகியவை கடல் போக்குவரத்தின் வளர்ச்சிக்கு வழிகோலின, இதனால் போக்குவரத்தில் உலகக் கடல்களின் பங்கு அதிகரித்தது. கடலோர மண்டலங்களில் மக்கள் தொகை அதிகரிக்கத் துவங்கியது, பெரும் தொழில் துறை, துறைமுக இணையங்கள் உருவாகத் துவங்கின.

இவ்வாறுதான் இன்று மனிதர்களுக்கு உலகக் கடல்கள் பயன் படுகின்றன. கூடிய விரைவிலும் நீண்ட நெடுங்காலம் கழித்தும் எதிர்காலம் எப்படியிருக்கும் என்று எண்ணிப் பார்க்க முயலுவது மனிதனுக்கு என்றுமே பிடித்த ஒரு விஷயம். இது உலகக் கடல்களின் விஷயத்திலும் முழுக்க முழுக்கப் பொருந்தி வரும். ஆனால் மனிதனுக்கும் கடல்களுக்கும் இடையிலான பரஸ்பரத் தொடர்புத் துறையில் எதிர்காலத்தை, அதுவும் நீண்ட நெடுங்காலம் கழித்து வரப்போகும் எதிர்காலத்தைக் கணிப்பது என்பது மிகவும் கடினமானதொரு காரியம். உலகக் கடல்களை எதிர்காலத்தில் எப்படிப் பயன்படுத்துவது என்பது குறித்து இன்று தீவிர விவாதங்கள் நடக்கின்றன. ஏகோபித்த முடிவுகள் கிட்டாவிடினும் ஒன்று மட்டும் தெளிவு: கடல்களின் பொருளாதார முக்கியத்துவம் தொடர்ந்து அதிகரித்து வருகிறது. இதன் அடிப்படையில், இந்நூலில் நாம் பார்த்த அம்சங்களின் நோக்கிலிருந்து கடல் பொருளாதாரத்தின் எதிர்காலத்தைப் பற்றிய பொதுவான விளக்கங்களையும் கணிப்புகளையும் தரலாம்.

பூமியில் மக்கள் தொகை இடையறாது பெருகி வருவதால் உணவுப் பொருட்களின் - கடலிலிருந்து கிடைப்பவை உட்பட - தேவையும் அதி கரிக்கும். எனவே கடல்களின் உயிரியல் வளங்கள் மேன்மேலும் அதிகமாகப் பயன்படுத்தப்படும். இதன் ஒரு சில அம்சங்களும் போக்குகளும் ஏற்கெனவே வெளிப்படுகின்றன. கூடிய விரைவில் எந்த முறைகளில் மக்களுக்குத் தேவையான கடல் உயிரியல் வளங்கள் வழங்கப்படுமோ அவற்றின் முன்மாதிரிகளாக இவை அனேகமாக விளங்குகின்றன எனலாம்.

நவீன தொழில் நுட்பச் சாதனங்களின் உதவியால் மீன்களும் மற்ற நீர்வாழ் உயிரினங்களும் பிடிக்கப்படும். பழைய மீன் பிடிப்புக் கப்பல்களுக்குப் பதில் அதிக வசதியுள்ள, சிக்கனமான கப்பல்கள் வரும். இப்போக்கு இன்றே ஆரம்பமாகியுள்ளது. மீன்களைத் தேடும் கப்பல் உபகரணங்கள் மேற்கொண்டு வளர்ச்சியுறும், விண்வெளியிலிருந்து வரும் தகவல்களை மீனவர்கள் அதிகம் பயன்படுத்தத் துவங்குவார்கள்.

கடல்களில் உள்ளவர்களுக்கு இன்னமும் சிறப்பான விஞ்ஞான சேவை கிடைக்கும். இது நல்ல தொழில் கணிப்புகளின் அடிப்படையில் அமையும். உலகக் கடல்களின் எல்லா இடங்களிலும் நீர்வாழ் பிராணிகள், தாவரங்களைப் பிடிப்பதும் இவற்றைப் பேணிக் காப்பதும் ஒன்றிலிருந்து ஒன்று பிரிக்க இயலாதவையாக இருக்கும் என்று நம்பலாம்.

என்றாலும் கடல்களின் உயிரியல் வளங்களைப் பயன்படுத்தும் போக்கில் கடல் தொழிலின் வளர்ச்சிதான் முக்கிய அங்கமாகக் கருதப்படுகிறது. தன்னிச்சையாக மீன் பிடிப்பதிலிருந்து விவேகமான திட்டமிட்ட கடல் உயிரின வளர்ப்பிற்கு மாறுவது என்பது எளிய காரியமல்ல. இத்துறையில் ஆரம்ப முதலீடுகள் அதிகமானவை, செலவுகளை ஈடுகட்டும் காலம் மிகவும் நீண்டது. இது தவிர முதலீட்டில் கணிசமான பகுதி விஞ்ஞான ஆராய்ச்சிப் பணிக்குச் செல்ல வேண்டும். இது இல்லாமல் கடல்களில் தேவையான பிராணிகள், தாவரங்களைப் பொருளாதார ரீதியில் ஆதாயமாக வளர்ப்பதைப் பற்றி கற்பனை கூட செய்து பார்க்க முடியாது. என்றாலும் சில நாடுகளில், அதுவும் எங்கு கடல் தொழிலுக்கு சாதகமான சூழ்நிலைகள் நிலவுகின்றனவோ அங்கு கடல் விஞ்ஞானங்களுக்கு நிதியுதவி போதுமான அளவு கிடைப் பதில்லை. உதாரணமாக, நல்ல வெதுவெதுப்பான நீர்ப்பரப்பைக் கொண்ட லத்தீன் அமெரிக்க அரசுகளுக்கு இது பொருந்தி வரும்.

பல நாடுகளில் நீர்வாழ் பிராணிகளையும் தாவரங்களையும் செயற் கையாக வளர்ப்பதால் கணிசமான ஆதாயம் கிட்டுகிறது என்று அனுபவம் காட்டுகிறது. ஜப்பானில் சாயெக்கி வளைகுடாவில் கியூஷூ தீவில் பெரும் கடல் பண்ணையை அமைக்கும் திட்டத்தைத் தீட்டியுள்ள ஜப்பானிய நிபுணர்களின் திட்டவட்டமான கணக்கீடுகள் இதை ஊர்ஜிதப்படுத்துகின்றன. கடல் பண்ணைகளைப் பரவலாக வளர்க்கும் தெட்டத்தெளிவான போக்கு (இதுதான் எதிர்கால மீன் வளர்ப்புத் தொழிலின் அடிப்படையாக இருக்கும்) இன்றே தென்படுகிறது.

நவீன இரசாயனத் துறையின் வெற்றிகள், கடல் நீரிலிருந்து பயன்மிகு இரசாயன மூலகங்களை எடுக்கும் வாய்ப்புகளுக்கு நல்ல நம்பிக்கையை அளிக்கின்றன. குறிப்பாக யுரேனியத்தின் மீது நிபுணர்களின் பார்வை செல்கிறது. அனேகமாக இதுதான் கடல் நீரிலிருந்து எடுக்கப்படும் முதல் மைக்ரோ மூலகங்களில் ஒன்றாயிருக்கும். வனேடியமும் மலீட்டினமும் இதற்கடுத்த இடங்களில் வரும். பெரும் கடல் இரசாயனம் யதார்த்தமாகும்.

உலகக் கடல்களின் அடிப்பகுதியிலும் அடியாழத்திலும் உள்ள தாதுப் பொருட்களின் மீது மனிதகுலம் பெரும் நம்பிக்கை வைத்திருக்கிறது. புதிய, அதிக நவீனமான தொழில் நுட்பத்தின் அடிப்படையில் கரையோரக் கடல் படிவுகளை எடுப்பது அதிகரிக்கும். பல கடலோரப் பிரதேசங்களில் ஒப்பீட்டளவில் அதிக வளமற்ற மணல்களைப் பயன்படுத்துவது ஆரம்பமாகும், ஏனெனில் இவற்றிற்குச் செறிவூட்டும் தொழில் முறையின் முன்னேற்றம் பல நாடுகளில் இவற்றை எடுப்பதை லாபகரமான தாக்கும். கடல்களின் கண்டத் திட்டு மண்டலத்தின் அடிப்பகுதியிலிருந்து பாஸ்பரைட்டுகளை விரைவிலேயே எடுக்கத் தொடங்குவார்கள், இது மேற்கொண்டு இன்னமும் வளர்ச்சியுறும் என்று எதிர்பார்க்க எல்லா அடிப்படைகளும் உள்ளன.

உலகக் கடல்களின் ஆழ்நீர்ப் பகுதிகளில் உள்ள படுகையின் வளங்கள் மீதுதான் அதிக அளவில் கவனம் செலுத்தப்படும். இப்போதே இரும்பு - மாங்கனிசத் தாதுப்படிவுகளைத் தொழில் துறை ரீதியில் எடுக்கப் பரவலான அளவில் தயாரிப்புகள் நடைபெறுகின்றன, இவை உள்ள இடங்களைத் தேடி, வரைபடங்களில் குறிக்கும் வேலை நடக்கிறது, இவற்றை சிறந்த வகையில் எப்படி எடுப்பது என்ற ஆராய்ச்சிகள் மேற்கொள்ளப்பட்டுள்ளன, இப்படிவுத் தாதுக்களை வெளியில் கொணர்ந்து அவற்றிற்குச் செறிவூட்டும் தொழில் நுட்ப முறைகள் உருவாக்கப்பட்டு வருகின்றன. இந்தத் தாதுப்படிவுகளை எடுக்கும் விசேஷ கப்பல்கள் வெகு விரைவிலேயே தோன்றும். அனேகமாக இப்பணி பசிபிக் பெருங்கடலில் ஆரம்பமாகும். இங்குதான் வெளியில் எடுப்பதற்கு வசதியான இரும்பு - மாங்கனிசத் தாதுப்படிவுகள் மிகுந்துள்ளன. செங்கடலில் உலோகம் கலந்த மணலைப் பரிசோதனை முறையில் வெளியில் எடுக்கும் பணி தயாரிப்பு நிலையில் உள்ளது. உலகக் கடல்களின் ஒரு சில ஆழ்நீர்ப்பகுதிகளில் கண்டுபிடிக்கப்பட்டுள்ள படிவுகளிலிருந்து பல் உலோக சல்பைடுகளை எடுக்கும் வாய்ப்புகள் ஆராயப்பட்டு வருகின்றன. இவற்றில் கணிசமான அளவு துத்தநாகம், வெள்ளி,

செம்பு முதலியவை உள்ளன. இவற்றைப் பயன்படுத்துவது பெரும் தொழில் நுட்ப இடர்ப்பாடுகளுடன் தொடர்புடையது என்றாலும் இந்த இடர்ப்பாடுகள் அகற்றக் கூடியவையே. இத்திசையில் இன்று பொறியியல் தொழில் நுட்ப நிபுணர்கள் ஆராய்ச்சிகளை நடத்தி வருகின்றனர்.

இந்த ஆராய்ச்சிகளின் அளவும் வெற்றிகளும், கடல் சுரங்கத் தொழில் எனும் ஒரு புதிய உற்பத்தித் துறை உண்மையாக உருவாகத் துவங்கியுள்ளதற்கு சான்று பகர்கின்றன. தாதுப் பொருட்களுக்கான தேவைகள் வளர்ந்து வரும் சூழ்நிலையில் இந்தப் புதிய துறை மனிதகுலத்திற்குத் தேவையான மூலப்பொருட்களை வழங்குவதில் முக்கிய இடத்தை வகிக்கும்.

கடல்களிலிருந்து எண்ணெயையும் எரிவாயுவையும் எடுப்பதும் இவற்றின் தேட்டமும் பரவலான அளவில் நடக்கின்றன, இப்பணி தொடர்ந்து வளரும். இத்திசையில் தொழில் நுட்ப முறைகள் தொடர்ந்து நவீனமயப்படுத்தப்படும், புதிய இடங்களில் எண்ணெயும் எரிவாயுவும் தேடப்படும். புதிய, நீரடியில் இயங்கக் கூடிய எண்ணெய், எரிவாயு எடுக்கும் சாதனங்களை உருவாக்கவும் எண்ணெய்க் கிணறு தோண்டும் மிதவை மேடைகள், கப்பல்களின் எண்ணிக்கையைக் கூட்டவும் இவற்றின் உபகரணங்களை நவீனமயப்படுத்தவும் இவற்றில் தானியங்கி எந்திரங்கள், ராபட்டுகளை அதிகமாகப் பயன்படுத்தவும் திட்டமிடப்படுகிறது. உலகக் கடல்களில் பனிக்கட்டிகள் உள்ள இடங்களில் நிரந்தரமாக வேலை செய்யவல்ல எந்திரங்கள் புதிதாகத் தோன்றும்.

புதிய எண்ணெய், எரிவாயு இருப்பிடங்களின் தேட்டம் வளர்ந்து வரும் விஞ்ஞான அடிப்படையில் நடக்கிறது. கண்டத் திட்டு மற்றும் இதன் அருகிலுள்ள ஆழ்கடல் பிரதேசங்களை விரிவாக ஆராயும் திசையில் இப்பணி மேற்கொள்ளப்படுகிறது. கண்டத் திட்டிற்கு அப்பால் தொழில் துறை ரீதியில் எடுக்கும் அளவிற்கு எண்ணெயும் எரிவாயுவும் உள்ளனவா இல்லையா என்பது குறித்து விஞ்ஞானிகளிடம் ஏகோபித்த கருத்து நிலவவில்லை. எனவே இன்று இப்பிரச்சினையின் தீர்வில் கவனம் செலுத்தப்பட்டு வருகிறது. ஆழ்கடல் பகுதியில் தொழில் துறை ரீதியில் எடுக்குமளவிற்கு எண்ணெய் இருப்பது ஆதாரத்தோடு நிரூபிக்கப்பட்டால் அது இதை எடுப்பதற்கு ஊக்கமளிப்பதாக இருக்கும், எனவே கடலிலிருந்து எண்ணெய், எரிவாயு எடுப்பது மேற்கொண்டு அதிகரிக்கும். எது எப்படியிருந்தாலும் எதிர்காலத்தில் கடலடியிலிருந்து இவற்றை எடுப்பது கணிசமாகப் பெருகும்.

எதிர்கால எரிசக்தித் துறையும் உலகக் கடல்களைப் பெரிதும் நம்பியுள்ளது. இவற்றில் வழக்கத்திற்கு மாறான, முற்றிலும் புதிய வகையான சக்தி வளங்கள் உள்ளன. இவற்றில் சிலவற்றை ஏற்கெனவே பயன்படுத்தத் துவங்கியுள்ளனர். முதல் கடலேற்ற மின்நிலையங்கள் இயங்குகின்றன. கடல் நீரின் மேல் மட்டத்திலும் அடியாழத்திலும் உள்ள வெப்பநிலைகளின் வேறுபாட்டில் அடங்கியுள்ள ஆற்றலைப் பயன்படுத்தும் கடல் வெப்ப மின்நிலையங்களைத் தோற்றுவிக்கத் துவங்கியுள்ளனர், அலைகளின் ஆற்றலை நடைமுறையில் பயன்படுத்தும் திசையில் முதலடிகள் எடுத்து வைக்கப்படுகின்றன. கடல்களோடு சம்பந்தப்பட்ட இத்துறைகள் எதிர்காலத்தில் வளர்ச்சியடையும், ஏனெனில் மின்சக்தியின் தேவை கூடும், அதே சமயம் நிலக்கரி, எண்ணெய், எரிவாயு போன்றவற்றின் அடிப்படையில் மின்சக்தியைப் பெற ஆகும் செலவு அதிகரிக்கும்.

கடலேற்ற மின்நிலையங்களைக் கட்டுவது சம்பந்தமாக இப்போதுள்ள திட்டங்கள் (உதாரணமாக, ஃபான்டி வளைகுடாவில், சேவர்ன் ஆற்று முகப்பில், இதற்கு அனு கூலமான இன்னும் சில பிரதேசங்களில்) அனேகமாக நிறைவேற்றப் படலாம். கடல் வெப்ப மின்நிலையங்களை அதிக எண்ணிக்கையில் ஏற்படுத்தவும் திட்டமிடப்படுகிறது. அனேகமாக இவை முதலில் கடல்களின் வெப்ப மண்டலத்தில் உள்ள தீவுகளில் கட்டப்படலாம்; இங்கு நீரின் மேல்மட்டத்திலும் 500-1,000 மீட்டர் ஆழத்திலும் உள்ள வெப்பநிலைகளின் வேறுபாடு 20°C அல்லது அதற்கும் அதிகமாக இருக்கும். ஆரம்பத்தில் இந்நிலையங்களின் திறன் ஒப்பீட்டளவில் குறைவானதாக இருக்கக்கூடும். ஆனால் ஓரளவு அனுபவம் கிட்டியதும் இவற்றின் திறன் அதிகரிக்க ஆரம்பிக்கும், பின் 1 லட்சம் கிலோவாட் திறனுள்ள பெரிய மிதக்கும் கடல் வெப்ப மின்நிலையங்கள் தோன்றக் கூடும். இவை அந்தந்த நாடுகளின் மின்விசை அமைப்புகளுடன் இணைக்கப்படும்.

அலைகளின் உதவியால் இயங்கும் ஜெனரேட்டர்களின் திறனைக் கூட்டுவதன் மீதும் கரையில் அலை வந்து மோதும் ஆற்றலைப் பரவலாகப் பயன்படுத்துவதன் மீதும் விஞ்ஞானிகள் கவனம் செலுத்தி வருகின்றனர். கால்ஃப்ஸ்ட்ரீம், குரோசியோ போன்ற பெரும் கடல் நீரோட்டங்களைப் பயன்படுத்தி மின்சாரத்தை உற்பத்தி செய்யும் திட்டங்கள் இன்று கற்பனையாக இருந்தாலும் நீண்ட காலத்திற்குப் பின் இவையும் ஒருவேளை நடைமுறைக்கு வரலாம்.

உலகக் கடல்களின் சக்தி வளங்களுக்கு எல்லையில்லை, இவை மீண்டும் மீண்டும் புதுப்பிக்கப்படுகின்றன என்றாலும் இவற்றைப் பயன்படுத்துவதில் மட்டுப்பாடுகள் உள்ளன. ஏனெனில் எங்கே சக்தி வளமுள்ள கடலேற்றம் தோன்றுகிறதோ, எங்கே மேற்பரப்பில் உள்ள நீரின் வெப்பநிலைக்கும் அடியாழத்தில் உள்ள நீரின் வெப்பநிலைக்கும் இடையில் பெரும் வேறுபாடுகள் நிலவுகின்றனவோ, எங்கே பெரும் அலைகள் அடிக்கடி தோன்றுகின்றனவோ, எங்கே அலைகள் வந்து மோத வசதியான கரைப்பகுதி உள்ளதோ அத்தகைய குறிப்பிட்ட இடங்களில் மட்டுமே இந்தச் சக்தி வளங்களைப் பயன்படுத்த முடியும். என்றாலும் ஒப்பீட்டளவில் குறுகிய பிரதேசத்தில் கூட கடலின் - சக்தியைத் தீவிரமாகப் பயன்படுத்துவது மனிதகுலத்தின் எரிசக்திப் பிரச்சினையின் தீர்வில் கணிசமான பங்காற்றும்.

கடல்களின் வளங்களைப் பயன்படுத்துவது அளவு ரீதியிலும் பண்பு ரீதியிலும் அதிகரிப்பதில் மட்டும் எதிர்காலத்தில் கடல்கள் மனிதனுக்குப் புரியப் போகும் சேவை அடங்கியிருக்கவில்லை. கடல்களின் பாதைகளையும் இவற்றின் நீர்ப்பரப்பையும் பயன்படுத்துவதிலும் கணிசமான மாற்றங்கள் ஏற்படும். புதிய வகையான கப்பல்கள் தோன்றும். இவை உயர் ரக கப்பல்களாயிருக்கும், சிக்கனமானவையாக இருக்கும். இவற்றின் என்ஜின்கள் வழக்கத்திலிருந்து மாறுபட்டிருக்கும். சில கப்பல் களில் சாதாரண என்ஜின்களோடு கூட பாய்மரங்கள் தோன்றும். ஆனால் இதனால் பழங்காலத்திற்குத் திரும்புகிறோம் என்று பொருளாகாது. மாறாக, இது முன்னேற்றத்தைக் குறிக்கும். இந்த எதிர்காலப் பாய்மரங்கள் மின்னணுக் கருவிகளால் நிர்வகிக்கப்படும். காற்றின் திசைக்கேற்ப இவை மாலுமியின் அறையிலிருந்தபடியே விசேஷ உபகரணங்களால் மாற்றப்படும். என்ஜின்களையும் பாய்மரங்களையும் சேர்ந்து பயன்படுத்துவதால், மேன்மேலும் விலையுயர்ந்ததாகி வரும் எரி பொருளை சிக்கனப்படுத்தலாம், கடல் பயணங்களின் வேகங்களைக் குறைக்காமலேயே இவற்றை மலிவானதாக்கலாம்.

அலைகளின் ஆற்றலைக் கப்பல்களைச் செலுத்தப் பயன்படுத்தும் திட்டம் ஏற்கெனவே நடைமுறையில் உள்ளது. கப்பலின் அடிக்கட்டையில் பொருத்தப்பட்டிருக்கும் "இறக்கை" வடிவிலான ஒரு விசேஷ அமைப்பு கப்பலை அலைபாயும் கடல் வழியே செலுத்துகிறது. அலைகளின்றி கடல் அமைதியாக இருக்கும் போது என்ஜின்களின் உதவியால் கப்பல் செல்கிறது.

இது நார்வேயில் கண்டுபிடிக்கப்பட்டது. இங்கு துணை அலை என்ஜினுடன் கப்பல்கள் சோதிக்கப்பட்டுள்ளன. இவை முற்றிலும் புதிய கப்பல் என்ஜினைப் பயன்படுத்தும் வாய்ப்பை மெய்ப்பித்துள்ளன. கப்பல்கள் செல்லும் தொலைவு அதிகமாகி வருவதால் இத்தகைய என்ஜின்கள் பரவலாகப் பயன்படுத்தப்படலாம்; அண்டார்க்டிக் கடலில் புயல் பிரதேசங்களிலும் இவை பயன்படுத்தப்படலாம்.

நீண்ட நெடுங்காலமாகவே மனிதன் கடலிடமிருந்து கரையோரப் பிரதேசங்களை மீட்டு பயன்படுத்தி வருகிறான். நிலப்பரப்பை விரிவுபடுத்துவது இன்றும் ஒரு முக்கியப் பிரச்சினையாகும், அதுவும் நிலப் பகுதி குறைவாயுள்ள தென்கிழக்காசியா, ஜப்பானில் இது ஒரு பெரும் பிரச்சினையாகும். கடல் தொழில் துறை கட்டுமானத்தின் வளர்ச்சி இப்பிரச்சினையின் தீர்விற்கான வாய்ப்புகளை ஏற்படுத்துகிறது. கடலில் எண்ணெய்க் கிணறு தோண்டும் எந்திரங்கள், மற்ற தொழில் துறை அமைப்புகளை உள்ளடக்கிய செயற்கைத் தீவுகளை கரையோரப் பகுதியில் ஏற்படுத்த ஆரம்பித்தது கடல்களின் கரையோரப் பகுதியின் மீட்பிற்கு அடித்தளமிட்டது.

ஜப்பானில் த்சு கூபாவில் நடந்த “எக்ஸ்போ -85” எனும் சர்வதேச கண்காட்சியில் யுனெஸ்கோ அரங்கில், சுமார் 10,000 பேர் வாழக் கூடிய, 4 கி.மீ. நீளமுள்ள செயற்கைத் தீவின் மாடல் வைக்கப்பட்டிருந்தது. இதற்கு “ஆக்வபோல்” என்று பெயரிடப்பட்டிருந்தது. இதிலிருந்தபடி கண்டத் திட்டின் அடிப்பகுதி மற்றும் அடியாழத்திலிருந்து தாதுப் பொருட்களை எடுக்கலாம், கரையோர நீர்ப்பரப்பில் மீன் பிடிக்கலாம். சாராம்சத்தில் பார்த்தால் இது கடலில் உள்ள ஒரு முழு நகரமாயிருக்கும். நிர்வாகக் கட்டிடங்கள், விஞ்ஞான ஆராய்ச்சி இணையங்கள், வீடுகள், வர்த்தக மையம், நாடக மன்றம், திரைப்பட அரங்கம் எல்லாம் இங்கு கட்டப்படும். “ஆக்வபோல்”, அலைகளின் ஆற்றலைக் கொண்டு தனக்கு வேண்டிய மின்சாரத்தைத் தானே உற்பத்தி செய்து கொள்ளும். இத்தகைய பிரம்மாண்டமான திட்டம் அனேகமாக விரைவிலேயே நிறைவேற்றப்படும்.

கூடிய விரைவில், 21ஆம் நூற்றாண்டின் ஆரம்பத்தில் மனிதகுலத்தின் நடைமுறைத் தேவைகள் கடலியல் விஞ்ஞானம் பின்வரும் திசைகளில் வளர ஊக்கமளிக்கும்: கடல்களில் நீரியல் பௌதிகச் சூழ்நிலைகளைக் கணித்தல், கடல்களில் நடைபெறும் புவியியல், உயிரியல் நிகழ்ச்சிப் போக்குகளை ஆழ்ந்து பயிலுதல்,

கடல் சுற்றுப்புறச் சூழல் இயல் ஆராய்ச்சிகளை அதிகப்படுத்துதல் போன்றவற்றின் மீது முக்கிய கவனம் செலுத்தப்படும். இவையெல்லாம் உலகக் கடல்களை மேன் மேலும் அதிகமாகப் பயன்படுத்த உதவும்.

ஆனால் இம்முன்னேற்றத்திற்கு பூமியில் சமாதானம் நிலவ வேண்டியது மிக முக்கியத் தேவையாகும். பூமியில் சமாதானம் பேணிக் காக்கப்பட்டால் இன்று வாழ்பவர்களில் பலர் 2,000ஆம் ஆண்டைச் சந்திப்பார்கள், கடல் விஞ்ஞானத்திலும் மனிதகுலத்தின் நலன் கருதி உலகக் கடல்களை சமாதான நோக்கங்களுக்காகப் பயன்படுத்துவதிலும் அடையப்படும் புதிய சாதனைகளைக் காண்பார்கள்.

★

www.ingramcontent.com/pod-product-compliance
Lightning Source LLC
LaVergne TN
LVHW101359051026
849519LV00005BC/1587
* 9 7 8 9 3 9 5 7 7 6 5 2 3 *